உலகக் காதல் கதைகள்

தேர்வும் தொகுப்பும்
ந.முருகேசபாண்டியன்

டிஸ்கவரி பப்ளிகேஷன்ஸ்
எண்: 9, பிளாட் எண்: 1080A, ரோஹிணி பிளாட்ஸ்,
முனுசாமி சாலை, கே.கே.நகர் மேற்கு,
சென்னை-600 078. பேச: 99404 46650

வெளியீட்டு எண்: 0192

உலகக் காதல் கதைகள்

தேர்ந்தெடுத்த சிறுகதைகள்

தேர்வும் தொகுப்பும்: **ந.முருகேசபாண்டியன்©**

ULAGA KADHAL KATHAIGAL

(Selected Short Stories)

Compiled by: **N. Murugesapandian©**

Print in India

1st Edition: Jan - 2022, 2nd Dec 2025

ISBN: 978-93-95285-08-7

Pages - 352

Rs - 400

Publisher • Sales Rights

Discovery Publications
No. 9, Plot,1080A, Rohini Flats,
Munusamy Salai,
K.K.Nagar West, Chennai - 78.
Tamilnadu, India.
Mobile: +91 99404 46650

Discovery Book Palace (P) Ltd
No. 1055-B, Munusamy Salai,
K.K.Nagar West,
Chennai-600 078.
Mobile: +91 87545 07070

discoverybookpalace@gmail.com / www.discoverybookpalace.com

இந்த நூலில் பிரசுரமாகியுள்ள எந்த ஒரு பகுதியையும் எழுத்துபூர்வமான முன்அனுமதி பெறாமல் எடுத்தாள்வதோ, மறுபிரசுரம் செய்வதோ, மொழியாக்கம் செய்வதோ, ஊடகங்களில் மறுபதிப்புச் செய்வதோ, காப்புரிமைச் சட்டப்படி தடை செய்யப்பட்டுள்ளது. இந்த நூலிலிருந்து சில பகுதிகளை மேற்கோள்காட்டி நூல்அறிமுகம் செய்யலாம்.

இனிய நண்பர்
சாரு நிவேதிதாவுக்கு

தொகுப்புரை

யாயும் ஞாயும் யாராகி யரோ?
எந்தையும் நுந்தையும் எம்முறைக் கேளிர்?
யானும் நீயும் எவ்வழி அறிதும்?
செம்புலப் பெயல் நீர்போல
அன்புடை நெஞ்சம்தாம் கலந்தனவே!

(குறுந்தொகை:40)

காதல் விநோதமானது; கவர்ச்சியானது; மாயமான முறையில் மனித குலத்தின்மீது நிழலாகப் பற்றிப் படர்ந்திருப்பது. கொண்டாட்டம், மகிழ்ச்சி, பதற்றம், ஏக்கம், விழைவு, தவிப்பு, காத்திருப்பு, சீற்றம், கொந்தளிப்பு, கோபம், பயம், மயக்கம் எனப் பல்வேறு உணர்வு நிலைகளில் காதல் ஏற்படுத்தும் அனுபவங்கள் அளவற்றவை. வரலாற்றுக்கு முந்தைய காலகட்டத்திலிருந்தே காதல் எனும் மர்ம ஆறு சுழித்தோடிக் கொண்டிருக்கிறது. காதல் என்ற சொல்லுக்குள் புதைந்திருக்கும் பிரமாண்டமான ஆற்றல், சமூகத்தைக் காலந்தோறும் உயிர்ப்புடன் இயங்கச் செய்கிறது. புராதன மனிதனின் மூளையை இயக்கிய காதல், ஒருவகையில் சித்தப்பிரமைதான். அது, இன்றளவும் தொடர்கிறது. கடந்த காலத்தில் சமூக வரலாற்றைப் புரட்டிப் போடவும், வன்முறையாளரை அமைதிப்படுத்தவும், எளிய மனங்களை மனப்பிறழ்விற்குள்ளாக்கவும், பேரரசுகளை வீழ்த்திடவும், மென்மையானவர்களை மகிழ்ச்சிக்குள்ளாக்கவும் ஆற்றல்மிக்க காதல், வற்றாத ஆறுபோல எல்லா தேசங்களிலும் பொங்கியோடிக் கொண்டிருக்கிறது.

மனித மனத்திற்கு மிகவும் நெருக்கமான காதல், படைப்பாளர்களின் மனதில் காலந்தோறும் சலனங்களை ஏற்படுத்திக்கொண்டு இருக்கிறது. 'மலரினும் மெல்லிது காமம்' என்கிறார் திருவள்ளுவர். காதல் என்றாலே கிளுகிளுப்பு, மகிழ்ச்சி என்று சராசரி இளைஞனும் இளைஞியும் நினைக்கும்வேளையில் நவீனக் காதல் கதைகள் வேறுபட்டனவாக உள்ளன. அவை, மாறிவரும் பெண் ஆண் உறவின் புதிய போக்குகளையும், காதலின் பன்முகத்தன்மைகளையும் மனத் தடைகளற்று விவரிக்கின்றன. இளைய தலைமுறையினரின் அசலான

மனப்பதிவுகள்மூலம் காதல் பற்றிய புதிய வகைப்பட்ட காதலை முன்னிறுத்துகிற கதைகளில் சுவராசியம் ததும்புகிறது. யாரோ ஒருவரின் காதல் என்பதற்கு அப்பால் கதைப் பிரதிக்கு வெளியில் வாசகரின் காதல் கதைகளும் புதிதாக உருவாகின்றன.

என்னுடைய பதின் பருவத்தில் மொழிபெயர்ப்பு நாவல்கள், சிறுகதைகளை ஆர்வத்துடன் வாசிக்கத்தொடங்கிய செயல், இன்றைக்கும் தொடர்கிறது. ரஷியன், பிரெஞ்சு உள்ளிட்ட ஐரோப்பிய இலக்கியப் படைப்புகள் எனக்குப் புதிய உலகை அறிமுகம் செய்தன. நாடு, மொழி, இனம் கடந்த நிலையில் சகமனிதர்கள் மீதான நேசமும் பெண்ணுக்கும் ஆணுக்கும் இடையிலான காதலும் என்னைப் பொறுத்தவரையில் முக்கியமானவை. குறிப்பாகக் காதலை முன்வைத்துப் பிற மொழிகளில் வெளியான கதைகளைத் தேர்ந்தடுத்துத் தமிழ் மொழிபெயர்ப்பில் வெளியான சிறுகதைகள், எனக்குள் உறைந்துள்ளன. அந்தக் கதைகளை இளம் வாசகர்களும் வாசிக்க வேண்டும் என்ற எண்ணத்தின் வெளிப்பாடுதான் 'உலகக் காதல் கதைகள்'.

எனது ஐம்பது ஆண்டு கால வாசிப்பு அனுபவத்தில் காதல் கதைகள், வாசிப்பின்மூலம் ஒருவிதமான வசீகரமான உலகிற்கு என்னை அழைத்துச் செல்கின்றன. காதலை முன்வைத்துச் சொல்லப்பட்டுள்ள கதைகளை வாசிக்கையில் காதலர்களுடன் சேர்ந்து மகிழ்ச்சியும் வேதனையும் ஏற்படுவது ஒருவகையில் விநோதம்தான். யதார்த்தத்தில் காதலர்களின் அனுபவங்கள், பிரதிகளின் வழியாகப் பதிவாகி, அடுத்த தலைமுறைக்குக் கடத்திச் செல்லப்படுகின்றன. தீவிரமான கதாசிரியர்கள் எழுதிய கதைகள் காவியங்களாக நிலைத்துள்ளன. இந்நிலையில் எனக்கு விருப்பமான கதைகளைத் தொகுத்து 'உலகக் காதல் கதைகள்' என நூலாக்கியுள்ளேன். இத்தொகுப்பு முழுக்க என்னுடைய ரசனையும் தேர்வும் தொடர்புடையது.

கடந்த எண்பது ஆண்டுகளில் தமிழில் மொழிபெயர்க்கப்பட்ட அயல்நாட்டுக் கதைகளில் இருந்து பதினான்கு கதைகளைத் தேர்ந்தெடுத்துத் தொகுத்துள்ளேன். மொழி பெயர்ப்பாளர்களின் பருண்மையான நோக்கங்கள் கதைத் தேர்வில் பொதிந்துள்ளன. 1853ஆம் ஆண்டு பிரசுரமான பால்வான் ஹெய்ஸேயின் 'காளி' கதை முதலாக 1981 இல் வெளியான ரேமண்ட் கார்வரின் 'காதலைப் பற்றிப் பேசும்போது நாம் பேசலாம்' கதை வரையிலான கதைகளை மறுவாசிப்புக்குட்படுத்தும்போது செவ்வியல்தன்மைக்கு அப்பால் காதல் படுத்துகிற பாடுகளை அவதானிக்க முடிகிறது.

அம்ருதா இதழில் (2017, செப்டம்பர்) வெளியான சிங்களப் பெண் எழுத்தாளர் மனுஷா பிரபானி திஸா நாயக எழுதிய 'பின் தொடர்தல்' கதைதான் சமகாலத்தின் பதிவாகும். பெண் மனதின் பன்முகத்தன்மையை நுட்பமாகப் பதிவாக்கியுள்ள சிங்களக்கதை, தமிழகச் சூழலுக்குப் பொருத்தமானது. லேவ் தல்ஸ்தோய், லாஜாஸ் பிரோ, பேர் லாகர் க்விஸ்ட், மார்கெரித் யூர்ஸ்னர், மக்சீம் கோர்க்கி, வில்லியம், ஸரோயன், வசீலி ஷூக்ஷீன், பரீஸ் பொலிவோய், பால்வான் ஹெய்ஸே, கிரேஸியா டெல்டா, காஷாக் ஜியுல்நஸாரியன், அலெக்சாந்தர் குப்ரின், ரேமண்ட் கார்வர் உள்ளிட்ட பதின்மூன்று இலக்கிய ஆளுமைகளின் மேதைமை, காதல் கதைகளின் ஆக்கத்தில் வெளிப்பட்டுள்ளது.

காதல் கதைகளைப் பற்றி விமர்சிப்பதைவிட நேரடியாக வாசிப்பதுதான் முக்கியமானது. அவை, வாசிப்பில் உங்களுக்கு ஏற்படுத்துகிற அனுபவங்களும் நினைவுகளும் முடிவற்றவை. இந்தக் கதைகள் எழுதப்பட்டுப் பல்லாண்டுகள் கழிந்த பின்னரும், நாடு, மொழி, பண்பாடு போன்றவற்றுக்கு அப்பால் இன்றைக்கும் காதலின் ஈரத்துடன் ததும்புகின்றன. எனவேதான் ஒவ்வொரு கதையைப்பற்றிய எனது அபிப்பிராயத்தைத் தவிர்த்துள்ளேன். நீங்கள் இளமையான மனமுடன் இருந்தால், காதல் கதைகளை வாசிக்கும்போது, உங்களுக்குள் வண்ணத்துப் பூச்சிகள் சிறகடிக்கும்; மின்மினிப் பூச்சிகள் மின்னிடும்.

பிற மொழிகளில் இருந்து கதைகளைத் தேர்ந்தெடுத்துத் தமிழாக்கிய பூ. சோமசுந்தரம், புதுமைப்பித்தன், வல்லிக்கண்ணன் க.நா.சுப்ரமணியன், எஸ்.ராஜா, நா.முகமது செரீபு போன்றோரின் மொழிபெயர்ப்புப் பணிகள் போற்றுதலுக்குரியன. சமகாலத்தில் மொழிபெயர்ப்பில் காத்திரமாக ஈடுபட்டுள்ள நா.தர்மராஜன், ஜி.குப்புசாமி, எஸ். ஜனகநந்தினி, எம்.ரிஷான் ஷெரீப் ஆகியோருக்கு இனிய நன்றி. இத்தொகுப்பு உருவாக்கத்தில் மொழிபெயர்ப்பாளர்களுக்குப் பெரிதும் கடமைப்பட்டுள்ளேன். இத்தகைய மொழிபெயர்ப்பாளர்களின் மொழிபெயர்ப்பு முயற்சிகள்தான் 'உலகக் காதல் கதைகள்' புத்தக உருவாக்கத்தின் ஆதாரமாக விளங்குகின்றன.

'காதலைப் பற்றிப் பேசும்போது நாம் பேசலாம்' கதையைப் பரிந்துரைத்த நண்பர் ஜி.குப்புசாமி, 'செம்மணி' வளையல் கதையைத் தொகுப்பில் சேர்க்கலாம் எனப் பரிந்துரைத்த நண்பர் சோ.அழகு ராஜன் ஆகியோருக்கு என் அன்பு.

புத்தகத்தைத் தட்டச்சு செய்த நண்பர் இராம்குமார் (ஜெயஸ்ரீ கிராபிக்ஸ், மதுரை), புத்தகத்தின் அட்டையை அழகாக வடிவமைத்த நண்பர் லார்க் பாஸ்கரன் ஆகியோருக்கு இனிய நன்றி.

'உலகக் காதல் கதைகள்' என்ற தலைப்பில் டிஸ்கவரி புக் பேலஸ் பதிப்பகம் மூலம் புத்தகத்தை ஆர்வத்துடன் வெளியிடுகிற நண்பர் மு.வேடியப்பனின் தோழமை மனதுக்கு நெருக்கமானது.

பெருந்தொற்றுக் காலத்தில் எழுத்துப்பணியை அர்த்தமுள்ளதாக்கி, வாழ்க்கையை மகிழ்ச்சிக்குள்ளாக்கிடும் எனது பேரன்கள் நே.மகிழன், கௌ.நிகிலன்; பேத்தி நே.மகிழ்மொழி ஆகியோருக்கு ப்ரியமான முத்தங்கள்.

எனது இலக்கியப் பணிக்குப் பின்புலமாக விளங்கிடும் அன்புத் துணைவி உஷாவின் மீதான காதலும் நட்பும் என்றும் தீராதது.

ந.முருகேசபாண்டியன்
மதுரை
9443861238

உள்ளே...

1. காளி - *பால்வான் ஹெய்ஸே* 13

2. நடனத்திற்குப் பிறகு - *லேவ் தல்ஸ்தோய்* 56

3. வியன்னாவில் - *லாஜாஸ் பிரோ* 73

4. திருமண விருந்து - *பேர் லாகர்க்விஸ்ட்* 83

5. இளவரசர் ஜெங்கியின் கடைசிக் காதல்
 - *மார்கெரித் யூர்ஸ்னார்* 111

6. ஜிப்ஸி - *மக்சீம் கோர்க்கி* 125

7. காதல் கதை - *வில்லியம் ஸரோயன்* 146

8. ஸ்தெபானின் காதல் - *வசீலி ஷுக்ஷீன்* 153

9. காதல் - *பரீஸ் பொலிவோய்* 166

10. காதற் கதை - *கிரேஸியா டெல்டா* 183

11. செம்மணி வளையல் - *அலெக்சாந்தர் குப்ரின்* 216

12. ஆறாவது கட்டளை - *காஷாக் ஜியுல்நஸாரியன்* 292

13. காதலைப் பற்றிப் பேசும்போது நாம் பேசுவது
 - *ரேமண்ட் கார்வர்* 302

14. பின் தொடர்தல் - *மனுஷா பிரபானி திஸா நாயக* 334

கதாசிரியர்கள் பற்றி 343

காளி

பிரெஞ்சு மூலம்: பால் வான் ஹெய்ஸே
தமிழில்: க.நா.சுப்ரமணியம்

பொழுது இன்னும் புலரவில்லை. வெஸூவியஸ் மலைச் சிகரத்தில் படிந்திருந்த பனிப்படலம் இன்னும் அகலவில்லை. கிழக்கே மட்டும் வெளிரிட்டிருந்ததேதவிர வானத்திலே சிறிதும் வெளிச்சமில்லை. கடற்கரை ஓரமாக இருந்த சிறு நகரங்களெல்லாம் இருளில் ஆழ்ந்துகிடந்தன.

கடல் நிச்சலனமாக இருந்தது.

ஸொரெண்டோ மலையின் அடிவாரத்தில், கடற்கரையிலுள்ள சிறு கிராமத்தில் வசிப்பவர்களில் அநேகமாக எல்லோருமே செம்படவர்கள்தான். ஏழைகள். அவர்கள் வழக்கம்போலவே இன்றும் அதிகாலையில் எழுந்து தங்கள் தங்கள் அலுவல்களை சுறுசுறுப்பாகப் பார்த்துக்கொண்டிருந்தார்கள். மீன் பிடிக்கப் போவதற்காக சிலர் தங்கள் படகுகளில் பாய்விரித்து துடுப்புகள் கொண்டுவந்து போட்டுத் தயார் செய்துகொண்டிருந்தார்கள். இரவு வீசிய வலைகளில் அகப்பட்டுக்கொண்ட மீன்களைக் கரை சேர்ப்பதில் முனைந்திருந்தனர், பலர். ஆண்களுக்கு உதவியாகப் பெண்களும் தங்களால் ஆனதைச் செய்துகொண்டிருந்தார்கள். குழந்தைகளும் கிழவிகளும் வீடுகளில் தங்கிவிட்டார்கள். ஆனால் அவர்களும் சும்மா இல்லை, நூல் நூற்றுக்கொண்டிருந்தார்கள்.

இப்படி நூல் நூற்றபடியே தன் வீட்டு மொட்டைமாடியில் நின்ற ஒரு கிழவி, தன் பக்கத்தில் நின்றுகொண்டிருந்த பத்து வயது நிரம்பாத ஒரு சிறுமியைப் பார்த்துச் சொன்னாள்:

"ரஷேலா! அதோ பார், நமது மதகுரு, அண்டோனியோவின் படகில் ஏறி உட்காருகிறார் பார், தெரிகிறதா? அவர் காப்ரித் தீவுக்குப் போகக் கிளம்பியிருக்கிறார் போலும். பாவம்! அவர் கண்களில் தூக்கம் நிறைந்திருக்கிறது."

அதேசமயம், அண்டோனியோவின் படகில் உட்கார்ந்த மதகுரு நிமிர்ந்து கிழவியின் பக்கம் பார்த்தார். கிழவியின் வீடு கடற்கரையை அடுத்தே, இருபது கஜ தூரத்துக்குள்ளேயே இருந்தது. கிழவி தாழ்ந்து வணங்கித் தன் கைகளை ஆட்டி மதகுருவுக்குத் தன் வணக்கத்தைத் தெரிவித்தாள். கடற்கரையில் வேலை செய்துகொண்டிருந்த மற்றவர்களும் தங்கள் வேலைகளை அப்படியே போட்டுவிட்டு மதகுருவுக்கு வணக்கத்தைத் தெரிவித்தார்கள்; அண்டோனியோவின் படகருகில் வந்து அதைச் சூழ்ந்துகொண்டு நின்றார்கள். அவர்களுடைய வணக்கத்தை ஏற்றுக்கொண்டு மதகுரு மௌனமாகவே தலையை அசைத்தார்.

உருவத்தில் அவர் மிகவும் சிறியவர். அவர் முகத்திலே அன்பு கனிந்த ஒரு பாவம் குடிகொண்டிருந்தது. அவரைப் பார்த்த மாத்திரத்திலேயே அவர் மிகவும் நல்லவரென்பது வெளிப்படையாகத் தெரிந்தது.

மாடியில் நின்ற சிறுமி கிழவியைக் கேட்டாள். "ஏன் பாட்டி இவர் எதற்காகக் காப்ரித் தீவுக்குப் போகிறார்? அங்கே வேறு யாரும் மதகுருவே கிடையாதா? நம்முடைய மதகுருவை அவர்கள் இரவல் வாங்கிக்கொள்ளுகிறார்களா?"

"அடி அசடே!" என்றாள் கிழவி. அவள் மேலும் சொன்னாள்: "காப்ரித் தீவில் மதகுருமார் அநேகம்பேர் இருக்கிறார்கள். மிகவும் அழகான பெரிய மாதாகோயில் ஒன்றுகூட அங்கிருக்கிறது. புனிதமான மகான் ஒருவரும் இருக்கிறார். இதெல்லாம் நம் சிறிய ஊரில் ஏது? ஆனால் ஒரு காலத்தில், நம்மூரில் வசித்த ஒரு சீமாட்டி இப்போது அங்கே வசிக்கிறாள். இங்கு இருக்கும்போது அவள் வெகுகாலம் நோய்வாய்ப்பட்டு அவதிப்பட்டுக்கொண்டிருந்தாள். 'ஆச்சு, போச்சு' என்று அவள் படுத்த படுக்கையாகக் கிடந்தாள். அப்பொழுதெல்லாம் அவசியமான கடைசிச் சடங்குகளை நடத்தத் தயாராக நமது மதகுரு, அவள் வீட்டிற்கு அடிக்கடி போய் வந்து கொண்டிருந்தார். கன்னித்தாயின் தயவு. அந்தச் சீமாட்டி ஒருவழியாக அந்தப் பூட்டுக்குத் தப்பிப்

பிழைத்துக்கொண்டாள். ஆனால் அவளுக்கு அதற்குமேல் நம்மூர் ஒத்துக்கொள்ளவில்லை. காப்ரித் தீவில் வசிப்பது சௌகரியமாக இருக்குமென்று டாக்டர்கள் சொன்னார்களாம். ஊரைவிட்டுப் போகும்போது அந்தச் சீமாட்டி நமது மாதா கோயிலுக்கு நிறையப் பணம் கொடுத்துவிட்டுப் போனாள். அதோடு நில்லாமல், நமது மதகுரு அடிக்கடி அங்கு வந்து தன்னைக் கண்டு பாவமன்னிப்புத் தரவேண்டும் என்றும் வேண்டிக்கொண்டாளாம். நமது மதகுரு சம்மதிக்கும்வரையில் அவள் இங்கிருந்து கிளம்பவே மறுத்துவிட்டாள். இவரிடம் அவளுக்கு அவ்வளவு பக்தி. இவரும் லேசுப்பட்டவரில்லை. பெரிய இடத்தைச் சேர்ந்தவர்கள் பலர் இவரிடம் அபாரமான மதிப்பு வைத்திருக்கிறார்கள். பெரிய பெரிய பதவிகளுக்கெல்லாம் உண்மையிலேயே லாயக்கானவராம் இவர். என்னவோ நமது அதிர்ஷ்டம், இவர் நம்மிடையே இருக்கிறார். மேரித் தாய் இவரைக் காப்பாற்றுவாளாக!” என்றாள் கிழவி.

மதகுருவை நோக்கி மறுபடியும் ஒருதரம் வணங்கினாள்.

அண்டோனியோவின் படகு கிளம்பத் தயாராக இருந்தது. வெஸ்வியஸ் மலைச்சிகரத்தின் உச்சியில் ஊசலாடிய பனிப் படலத்தைப் பார்த்தவாறே மதகுரு படகோட்டியைக் கேட்டார்: “இன்று மழை வருமோ? காற்று பலமாக அடிக்குமோ?” அவர் குரலில் கவலை தேங்கியிருந்தது.

வாலிபப் படகோட்டி பதில் அளித்தான்: “இன்று அதெல்லாம் இராது. வெஸூவியஸ் மலைமேல் ஊசலாடுவது மேகமல்ல, பனிதான். இன்னும் சூரியன் உதிக்கவில்லை. சூரியன் உதித்து இரண்டு விநாடிகளுக்கெல்லாம் அந்தப் பனி மறைந்துவிடும்.”

“சரி கிளம்பு, வெய்யில் ஏறுமுன் போய்ச் சேர்ந்துவிடலாம்” என்றார் மதகுரு.

கையில் நீண்ட துடுப்புடன் படகு தள்ளத் தயாராக நின்றான் அண்டோனியோ. கரையிலிருந்த கழியில் கட்டியிருந்த படகின் கயிற்றை அவிழ்த்துவிட்டுத் தள்ளவும் தள்ளினான். ஆனால் தூரத்தில் பார்த்தபடியே திடீரென்று நிறுத்திவிட்டான். படகில் நின்றுகொண்டிருந்த அவனுக்கு மலைச்சரிவில் உள்ள பாதையில் ஒரு மெல்லிய நெட்டையான உருவம் ஓட்டமும் நடையுமாக வந்துகொண்டிருப்பது தெரிந்தது. “இரு இரு,

நானும் வருகிறேன்" என்று சொல்வதுபோல அந்த உருவம், தன் கைக்குட்டையை உயரத் தூக்கி ஆட்டிக்கொண்டே வந்தது.

வந்தது யார் என்று அண்டோனியோவுக்குத் தெரியும். அவள் கையில் ஒரு சிறிய மூட்டை இருந்தது. அவள் ஆடைகள் அவளுடைய ஏழ்மையான ஸ்திதியையும், தாழ்மையான குலத்தையும் அறிவுறுத்தின. அவள் தலைமயிர் இருண்டு அடர்ந்து வளர்ந்திருந்தது; ராணியின் தலையில் மகுடம் வைத்ததுபோல் அவள் தலைமயிரைத் தூக்கி எடுத்து மேலே முடிந்திருந்தாள். தலையை ஒரு பக்கமாகச் சாய்த்துக்கொண்டு நிமிர்ந்து விறைப்பாக நடந்துவந்தாள் அவள். அவள் நடையிலும் பார்வையிலும் அலட்சியமும், ஒரு பயமற்ற சுபாவமும் தெரிந்தன.

படகிலிருந்த மதகுரு படகோட்டியைக் கேட்டார்: "ஏன்? யாருக்காகக் காத்திருக்கிறாய்? கிளம்பேன்."

"படகில் இன்னொருவரையும் ஏற்றிக்கொள்கிறேன் தந்தையே தங்கள் அனுமதியுடன்" என்றான் அண்டோனியோ.

"அந்தப் பெண்ணும் காப்ரித் தீவுக்குத்தான் போகவேண்டும். அவளையும் ஏற்றிக்கொள்வதனால் படகின் வேகம் சிறிதும் குறைந்துவிடாது. சின்னஞ்சிறு பெண் அவள். இன்னும் பதினெட்டு வயது நிறையாத சிறுமி" என்றான்.

படகோட்டி இப்படிச் சொல்லிக்கொண்டிருக்கையிலே பாதையில் ஒரு மூலை திரும்பிக் கடற்கரையை அடைந்துவிட்டாள் அச்சிறுமி.

மதகுருவும் அவளைப் பார்த்தார். "ஓ! லாரெல்லாவா?" என்றார். "அவளுக்குக் காப்ரித் தீவில் என்ன வேலை?" என்று படகோட்டியைக் கேட்டார்.

தனக்குத் தெரியாது என்று சொல்பவன்போல தலையை அசைத்தான் அண்டோனியோ; தோள்களை ஒருதரம் உலுக்கினான். படகைத் தள்ளுவதற்குத் தயாராக நின்றான்.

சிறுமி லாரெல்லா நிமிர்ந்த தலையுடனும் நிலைத்த பார்வை யுடனும் வேகமாக வந்து படகருகில் நின்றாள்.

அண்டையில் நின்ற சில வாலிபச் செம்படவர்களும் படகோட்டிகளும் கேலியாக "வா, காளி, வா அடங்காப்பிடாரி, காளி வா." என்று உரக்கக் கூவி அவளை வரவேற்றார்கள். மதகுருவும் அங்கிருந்ததால் அவர்கள் வேறு ஒன்றும்

அதிகமாகச் சொல்லவில்லை. இல்லாவிட்டால் நிறையவே சொல்லியிருப்பார்கள் போலத்தான் இருந்தது. இம்மாதிரி கேலிக்கும் பரிகாசத்துக்கும் பழக்கப்பட்டவள் போல் லாரெல்லா, அந்த வாலிபர்களை அலட்சியமாக ஒரு பார்வை பார்த்தாள். அந்தப் பார்வையால் வாலிபர்களின் விஷம வார்த்தைகள் சற்றே அதிகரித்தனவேதவிர குறையவில்லை. மதகுரு குறுக்கிட்டுச் சொன்னார்: "வா, லாரெல்லா. சௌக்கியந்தானே? நீயும் எங்களுடன் காப்ரித் தீவுக்குத்தான் வரப்போகிறாயா?"

"வரலாமானால் வருகிறன், தந்தையே!" என்றாள் லாரெல்லா.

"இதோ அண்டோனியோவைக் கேள். படகு அவனுடையது. நமக்கெல்லாம் அதிகாரி கடவுள். அதேபோல இந்தப் படகுக்கு அதிகாரி அவன்தான்" என்றார் மதகுரு.

"இதோ அரைப்பணம் இருக்கிறது - கூலி. இது போதுமானால் நானும் படகில் வருகிறேன்" என்றாள் லாரெல்லா. ஆனால் அவள் நிமிர்ந்து படகோட்டியை நேருக்குநேர் நோக்கவில்லை.

"என்னைவிட உனக்குத்தான் இந்த அரைப்பணம் அதிக அவசியமானது" என்று முணுமுணுத்தான் வாலிபப் படகோட்டி. அவனும் நிமிந்து லாரெல்லாவை நேருக்குநேர் பார்க்கவில்லை.

படகில் ஆரஞ்சுப் பழக்கூடைகள் நிறைய இருந்தன. காப்ரித் தீவில் ஆரஞ்சுப் பழங்களுக்குக் கிராக்கி - அங்கிருந்தவர்களுக்குப் போதுமான பழங்கள் அங்கு உற்பத்தியாவதில்லை. ஆகவே, அங்கு நல்ல விலை போகும். அண்டோனியோ படகில் ஆரஞ்சுப் பழங்கள் நிறையக் கொண்டுபோய் காப்ரித் தீவில் விற்றுவிட்டுத் திரும்புவது வழக்கம்.

பழக்கூடைகள் சிலவற்றை நகர்த்திவிட்டு லாரெல்லா உட்கார இடம் பண்ணினான் அண்டோனியோ.

ஆனால் சிறுமி முகத்தைச் சுளித்துக்கொண்டு கரையிலேயே நின்றாள். தன்னுடைய இருண்டு ஆழ்ந்த கண்களில் ஒளிவீச அவள் சொன்னாள்: "கூலி கொடுக்காமல் படகில் வர நான் விரும்பவில்லை."

மதகுரு நிமிர்ந்து அவளைப் பார்த்தார். "வா குழந்தாய், படகில் ஏறி உட்கார்" என்றார். "அண்டோனியோ நல்ல பையன். உன்னைப் போன்ற ஏழைகளிடமும் கூலி வாங்கிப் பணம் சேர்க்க

அவன் விரும்பவில்லை. நியாயந்தான் அது. வா வா, ஏறி உட்கார்". கை கொடுத்து அவளைப் படகுக்குள் ஏற்றிவிட்டார் மதகுரு. அவர் மேலும் சொன்னார்: "இப்படி என் பக்கத்திலேயே உட்கார். இதோ பார், கீழே உனக்கு உறுத்தப்போகிறதே என்று அவன் சட்டையை எடுத்து விரித்திருக்கிறான். நல்ல பையன் அவன்."

சிறிதுநேரம் மௌனமாக இருந்தார் மதகுரு. லாரெல்லா ஒரு வார்த்தையும் பேசாமல் படகோட்டியினுடைய சட்டையை ஒரு புறமாக ஒதுக்கிவைத்துவிட்டு, மதகுருவுக்கு அருகிலே உட்கார்ந்து கொண்டாள். அவள் ஒதுக்கிவைத்த சட்டையை வாலிபனும் எடுத்துக்கொள்ளவில்லை. அது அப்படியே கிடந்தது. அவன் வாய் ஏதோ முணுமுணுத்தது. துடுப்பெடுத்து படகை பலமாகத் தள்ளினாள். அமைதியாக இருந்த கடலைக் கிழித்துக்கொண்டு சென்றது படகு.

மதகுரு சொன்னார்: "வாலிபத்தில் எல்லோருமே இப்படித்தான். என்னைப்போன்ற கிழவர்கள் பத்துப்பேருக்குச் செய்வதைப்போல நூறு மடங்கு அதிகமாகவே செய்வான், ஒரு வாலிபன், பதினெட்டு வயது நிரம்பாத சிறுமிக்காக! அதற்காக நீ என் மன்னிப்பைக் கோரவேண்டியதில்லை அண்டோனியோ! கடவுள் செயல் அது! மனிதர்களை அப்படித்தான் படைத்திருக்கிறார் கடவுள்."

கீழ்வானத்திலே சூரியன் உதயமாகிவிட்டது. கடலில் அதன் பொன்னிறமான இளங்கிரணங்கள் வீழ்ந்து தகதகத்துக் கொண்டிருந்தன.

"அந்தச் சிறிய மூட்டையில் என்ன வைத்திருக்கிறாய்?" என்று மதகுரு லாரெல்லாவை விசாரித்தார்.

"பட்டு, நூல், ஒரு துண்டு ரொட்டி - இவ்வளவுதான் தந்தையே" என்றாள் லாரெல்லா. 'ரிப்பன்கள் நெய்யும் ஒரு கிழவியிடம் பட்டை விற்றுவிடுவேன். நூலை இன்னொருத்தியிடம் விற்றுவிடுவேன். ரொட்டித் துண்டு மத்தியானச் சாப்பாட்டுக்கு" என்றாள்.

'பட்டும், நூலும் நீயே திரித்ததுதானே!"

"ஆமாம்."

"நீயே ரிப்பன்கள் பின்னவும், நூல் நூற்கவும் கற்றுக்கொண் டாயல்லவா?" என்று கேட்டார் மதகுரு.

"கற்றுக்கொண்டேன். ஆனால் அம்மாவுக்கு முன்னைக்கிப் போது உடம்பு மிகவும் மோசமாகியிருக்கிறது. நான் அதிகநேரம் வீட்டில் அவளைத் தனியாக விட்டுவிட்டு வெளியே தங்கிவிட முடியாது. சொந்தமாக தறி வைத்துக்கொள்வது எங்களுக்கு முடியாத காரியம். நாங்கள் பணத்துக்குப் போவதெங்கே?" என்றாள் லாரெல்லா.

"உன் தாயாருக்கு உடம்பு அதிகமாகவா இருக்கிறது? ஈஸ்டர் சமயத்தில் நான் உங்களைப் பார்க்க வந்திருந்தபோது அவள் சற்றுத் தேறியிருந்தாளே! நடமாடிக்கொண்டுகூட இருந்தாளே!" என்று கேட்டார் மதகுரு.

லாரெல்லா சொன்னாள்: "என் அம்மாவுக்கு இப்போது உடம்பு முன்னைவிட மோசமாகத்தான் இருக்கிறது. வழக்கமாகவே வசந்த காலத்தில் அதிகமாக உடம்பைப் படுத்தும். இந்த வசந்தத்தில் மிகவும் அதிகமாகிவிட்டது. இவ்வருஷம் மழை, காற்று எல்லாம் சற்று அதிகமாகவே இருந்ததல்லவா; அதனாலேயே அவள் உடம்பு இன்னும் பலஹீனமாகிவிட்டது. இப்பொழுதெல்லாம் அவள் படுத்த படுக்கைதான்."

மதகுரு ஆறுதலாகச் சொன்னார்: "குழந்தாய்! சதா ஓயாமல் பிரார்த்தனை செய். கன்னிமேரி காப்பாற்றுவாள். கவலைப்படாதே! கன்னியைப் பிரார்த்தி. நீ நல்லவளாகவும், சுறுசுறுப்பாகவும், கெட்ட வழிகளில் சொல்லாமலும் இருந்தாயானால் உன் பிரார்த்தனைக்கு மேரி நிச்சயம் செவி சாய்ப்பாள்!"

மதகுரு சிறிதுநேரம் மௌனமாக இருந்தார். பின்னர் சொன்னார்: "சற்றுமுன் நீ கடற்கரையில் வந்தபோது செம்படவர்கள் உன்னை அடங்காப்பிடாரி, காளி என்றெல்லாம் கேலி செய்தார்களே. ஏன் அது? தாழ்மையுடனும் பணிவுடனும் இருக்கவேண்டிய கிறிஸ்தவச் சிறுமிக்கு ஏற்ற பெயர்கள் அல்லவே அவை..."

சிறுமியினுடைய முகம் இருண்டது. அவள் கண்கள் கோப ஜ்வாலையைக் கக்கின. அவள் சொன்னாள்: "அவர்கள் எப்போதுமே என்னை இப்படித்தான் கேலி செய்கிறார்கள். ஏனென்றால் அவர்களுக்குத் தெரிந்த மற்ற பெண்களைப் போல அவர்களுடன் நான் கூடிக் குலாவுவதில்லை, ஆடுவதில்லை, பாடுவதும் இல்லை. வம்பளப்பதும் இல்லை. என் பக்கம் வராமல், என்னைத் தொந்தரவு செய்யாமல் இருக்கக்கூடாதா

அவர்கள்? அதுதான் கிடையாது. நான் அவர்களுக்கு என்ன கெடுதி செய்தேன்?"

மதகுரு சொன்னார்: "அது சரி. ஆனால் நீயும் அவர்களிடம் பணிவாகவும் மரியாதையாகவும் பேசலாம், நடந்துகொள்ளலாம். இளவயசிலேயே வாழ்க்கையின் கஷ்டங்களில் அடிபடாதவர்கள் ஆடட்டும், பாடட்டும், குதிக்கட்டும். நீ அதெல்லாம் செய்ய வேண்டாம். ஆனால் எவ்வளவுதான் கஷ்டப்பட்டாலும் யாருடனும் பணிவாகவும் பிரியமாகவும் இருப்பதும் பேசுவதும் நடந்துகொள்வதும்தான் அழகு."

மதகுருவையே பார்த்துக்கொண்டு உட்கார்ந்திருந்த லாரெல்லா கண்களை தாழ்த்திக்கொண்டாள். நெற்றி சுருங்க முகத்தைச் சுளித்துக்கொண்டாள். கண்களை மூடிக்கொள்ள விரும்புகிறவளைப் போல இமைகளைத் தாழ்த்தினாள்.

சிறிதுநேரம் படகில் யாருமே பேசவில்லை.

அண்டோனியோ உட்கார்ந்து துடுப்பெடுத்துப் படகை காப்ரித் தீவின் கரையை நோக்கி வேகமாகத் தள்ளிக்கொண்டு சென்றான். பனி, மேகம் இவற்றிலிருந்து விடுபட்ட சூரியன், கண்களைப் பறிக்கும் ஜோதியுடன், மலைத்தொடருக்கு மேலே வந்துவிட்டது. வெஸூவியஸ் மலையின் சிகரத்தில் மட்டுமே இன்னும் இரண்டு சிறு மேகங்கள் ஊசலாடிக்கொண்டிருந்தன. ஸொரெண்டோ மலைச்சரிவிலும் சமவெளியிலும் இருந்த வீடுகள், இருண்ட ஆரஞ்சுப்பழத் தோட்டங்களால் சூழப்பட்டு, வெண்மையாக தூரத்தில் தெரிந்தன.

திடீரென்று மதகுரு கேட்டார்: "ஓவியன் ஒருவன் வந்தானே லாரெல்லா, நேபிள்ஸ் நகரத்திலிருந்து. அவனைப்பற்றி பின்னர் ஏதாவது தெரிந்ததா?"

மௌனமாகவே லாரெல்லா தலையை அசைத்தாள்.

"அவன் உன் உருவத்தை சித்திரமாகத் தீட்ட விரும்பினானே அதற்கு நீ ஏன் சம்மதிக்கவில்லை?"

சிறுமி சிறிதுநேரம் தயங்கினாள். பிறகு சொன்னாள்: "என் உருவப்படம் அவனுக்கு எதற்காக? ஓவியம் எழுத என்னைவிட அதிக அழகுள்ளவர்கள் அகப்பட மாட்டார்களா அவனுக்கு? தவிரவும் என் படத்தை வைத்துக்கொண்டு அவன் என்ன விரும்பினானோ, யார் சொல்லமுடியும். ஏதாவது மந்திரம்

தந்திரம், பில்லி சூனியம் செய்து எனக்குத் தீங்கிழைக்க விரும்பினானோ என்னவோ என்று, என் அம்மா பயந்தாள். அப்படத்தைக் கொண்டு என்னை அவன் கொல்ல முயன்றாலும் முயலலாம் என்று என் அம்மா சொன்னாள்" என்றாள்.

"இந்தமாதிரி அசட்டுக் கொள்கைகளில் எல்லாம் நீ நம்பிக்கை வைக்கலாமா, லாரெல்லா. அதெல்லாம் பாபகரமான சிந்தனைகள். இப்படி நம்புவது கிறிஸ்தவர்களாகிய நமக்கு அடுக்காது" என்று உற்சாகமாகச் சொன்னார் மதகுரு. "நாம் என்றும் கடவுளின் பார்வையில் உள்ளவர்கள். அவர் நம்மைக் காப்பாற்றுவார்; அவர் அனுமதியின்றி உன் தலைமயிரில் ஒன்றுகூட உதிராது. உருவப்படத்தை வைத்துக்கொண்டு ஒரு மனிதன் - அவன் தந்திரத்திலும் மந்திரத்திலும் எவ்வளவுதான் வல்லவனானாலும் சரி! கடவுளின் சித்தத்திற்கு எதிராக உனக்குத் தீங்கிழைத்துவிட முடியுமா? இவை குருட்டு நம்பிக்கைகள். தவிரவும் அந்த ஓவியன். உன்னை மணந்துகொள்ள விரும்பினான். அல்லவா?"

லாரெல்லா பதில் சொல்லவில்லை.

"நீ ஏன் அவனைக் கல்யாணம் செய்துகொள்ள மறுத்தாய்? உனக்கு அவனைப் பிடிக்கவில்லையா? அவன் அழகானவன் என்றும், மிகவும் நாணயஸ்தன் என்றும் ஜனங்கள் என்னிடம் சொன்னார்கள். அப்படிப்பட்டவனைக் கல்யாணம் செய்துகொள்ள நீ மறுத்தது தவறு அல்லவா? நீ அவனைக் கல்யாணம் செய்துகொண்டிருந்தால் உன்னையும் உன் தாயாரையும் அவன் நல்ல நிலையில் வைத்திருப்பான். நீ எவ்வளவு நூற்றாலும், நெய்தாலும், போதுமான அளவு சம்பாதிக்க உன்னால் முடியுமா?"

லாரெல்லா கோபமாக, ஆத்திரம் ததும்பிய குரலில் சொன்னாள்: "நாங்கள் பரம ஏழைகள். அம்மாவோ நோயாளி. நான் அவனைக் கல்யாணம் செய்துகொண்டிருந்தால் எங்களால் அவனுக்குத் தொந்தரவுதான் ஏற்பட்டிருக்குமேதவிர, சௌகரியம் ஒன்றும் இருந்திராது. அவனுக்குச் சுமையாகப் போய் உட்கார்ந்துகொள்ள நான் தயாராக இல்லை. இன்னும் ஒன்று, அம்மாதிரியான மனிதனை மணந்துகொண்டு சீமாட்டியாக வாழ்க்கை நடத்துவதற்கு நான் எவ்விதத்திலும் லாயக்கானவள் அல்ல. என்னைக் கல்யாணம் செய்துகொண்டபின் அவன்

உறவினர்களும் நண்பர்களும் வந்தால் நானும், என்னைக் கல்யாணம் செய்துகொண்ட காரணத்தினால் அவனும் வெட்கித் தலைகுனிய நேர்ந்திருக்கும்."

"நீ அர்த்தமில்லாமல் பேசுகிறாய்" என்று அவளைக் கடிந்து கொண்டார் மதகுரு. நீ இப்படியெல்லாம் பேசுவதற்கு ஆதாரமே கிடையாது. நான் கேள்விப்பட்டவரையில் அவன் மிகவும் நல்லவன், இரக்கமான சுபாவம் படைத்தவன் என்றுதான் தெரிகிறது. நீ அவனை ஏற்றுக்கொண்டிருந்தாயானால் உனக்காக எல்லாவற்றையும் தியாகம் செய்துவிட்டு அவன் இங்கேயே தங்கி விடக்கூடத் தயாராக இருந்தானாம் - அம்மாதிரி வேறு ஒருவன் கிடைப்பது கஷ்டம். உனக்கென்றே கடவுள் அவனைப் படைத்து அனுப்பியிருந்தார் என்று தோன்றிற்று."

மெதுவான குரலில், ஆனால் பிடிவாதமும் அழுத்தமும் தொனிக்க, லாரெல்லா சொன்னாள்: "எனக்கு ஒருவனும் தேவை யில்லை. நான் கல்யாணமே செய்துகொள்ளப் போவதில்லை."

"இது என்ன சபதமா? நீ கன்னிமாடத்தில் சேர்ந்து ஆயுள்பூராவும் கன்னியாகவே கழித்துவிடப்போகிறாயா?" என்று கேட்டார் மதகுரு.

உதடுகளை இறுக மூடிக்கொண்டு தலையை அசைத்தாள் லாரெல்லா.

மதகுரு சொன்னார்: "உன்னைக் காளி என்றும், பிடிவாதக்காரி என்றும், அடங்காப்பிடாரி என்றும் சொல்கிறார்கள், கேலியாக. இப்படியெல்லாம் கேலிசெய்வது சரியல்லதான் என்றாலும், நீ பிடிவாதக்காரிதான், அடங்காப்பிடாரிதான், காளிதான் என்பது தெரிகிறது. முரட்டுப்பெண்தான். சந்தேகம் இல்லை. இப்பிரபஞ் சத்திலேயே தனியாக விடப்பட்ட ஓர் அனாதைப் பெண் நீ - உனக்கு இவ்வளவு பிடிவாதம் கூடாது. இதை நீ யோசித்துப் பார்த்ததுண்டா? அனாதைச் சிறுமி நீ. நோயால் வருந்தும் உன் தாய் உன் அசட்டுப் பிடிவாதத்தினால் இன்னும் அதிகமாக வருந்துவாள், கஷ்டப்படுவாள் என்று நீ யோசித்ததுண்டா? நாணயஸ்தன். நல்லவன் ஒருவன் முன்வந்து நியாயமான முறையில் உனக்கு உதவி செய்கிறேன் என்றால், நீ அந்த உதவியை ஏற்க மறுக்கலாமா? அது நியாயமான காரியமா? நீ அவனை மணக்க மறுத்ததற்குச் சரியான காரணங்களுண்டா? நான் கேட்டதற்குப் பதில் சொல்லாரெல்லா - சொல்லு" என்று சற்றுக் கோபமாகவே கேட்டார்.

மனசில்லாமல் மெதுவாகத் தாழ்ந்த குரலில் பதில் அளித்தாள் லாரெல்லா. "தக்க காரணமிருக்கிறது. ஆனால் அதைச் சொல்வதற்கில்லை."

"சொல்வதற்கில்லையா? என்னிடம்கூடவா சொல்வதற் கில்லை. நீ உன் குற்றங்களை ஒப்புக்கொண்டு பாவமன்னிப்புக் கோருவது என்னிடம்தானே? நான் உன் மதகுரு அல்லவா? என்னைவிட உனக்கு உற்ற நண்பன் வேறு யார்தான் இருக்கமுடியும்? சொல், உன் நன்மையையே நான் விரும்புவேன் என்று உனக்கு நம்பிக்கையில்லையா?" என்றார் மதகுரு. அது சரி என்று சொல்பவள்போலத் தலையை அசைத்தாள் லாரெல்லா.

மதகுரு சொன்னார்: "குழந்தாய், உன் மனசில் உள்ளதை விண்டு என்னிடம் சொல். பயப்படாதே. நீ சொல்லும் காரணம் சரியான காரணமாக இருந்தால் நானும் சரி என்று நிச்சயமாக ஒப்புக்கொள்வேன். அதுபற்றி சந்தேகமில்லை. நீ சிறுமி. குழந்தை. வயசு அதிகமாகாதவள். உலக அனுபவம் அதிகம் இல்லாதவள். உன் அறிவு இன்னும் முதிரவில்லை. எதைப்பற்றியும் சரியானபடி சிந்தித்து முடிவுகட்டப் போதிய அறிவோ, தெம்போ இன்னமும் ஏற்பட்டிராது உனக்கு. ஏதாவது ஓர் அசட்டுத்தனமான காரணத்தை முன்னிட்டு இப்பொழுது ஒரு காரியத்தைச் செய்துவிடுவாய். பின்னர் அதற்காக நீ வருந்த நேரிடும். உன் காரணத்தைச் சொல். அது சரியானதுதானா என்று நான் தீர்மானித்துச் சொல்கிறேன்."

துடுப்புப் போட்டுப் படகைத் தள்ளியபடியே எதிரே உட்கார்ந்திருந்த வாலிபப் படகோட்டியின் பக்கம் வெட்கத்துடன் தன் கண்களை ஒருதரம் ஓட்டினாள் லாரெல்லா. படகோட்டி யோவெனில், காதுகளையும் கண்களையும் மறைக்கும்படியாகத் தன் குல்லாயை இழுத்துப் போட்டுக்கொண்டு ஏதோ தன் சொந்த யோசனைகளில் ஆழ்ந்திருப்பவன்போல உட்கார்ந்திருந்தான். தலையைத் திருப்பிக்கொண்டு கடலில் எங்கேயோ தூரத்தில் பார்த்துக்கொண்டிருந்தான்.

லாரெல்லா, படகோட்டியின் பக்கம் கண்களை ஓட்டியதை மதகுரு கவனித்தார். "என் காதில் மட்டும் விழும்படியாக மெதுவாகவே சொல்" என்று சொல்லுகிறவர்போல், தலையைக் குனிந்து அவள் பக்கம் செவிசாய்த்து நகர்ந்து உட்கார்ந்துகொண்டார்.

லாரெல்லாவின் கண்கள் இரண்டும் ஒளிவீசின. "என் தகப்பனாரை உங்களுக்குத் தெரியுமா?" என்று தாழ்ந்த குரலில் கேட்டாள்.

மதகுரு சொன்னார்: "உன் தகப்பனாரையா, குழந்தாய்? எனக்குத் தெரியுமே. ஏன்? அவன் இறக்கும்போது உனக்கு வயசு பத்துகூட நிரம்பியிராது. அவன் ஆத்மா சாந்தி பெறட்டும்! உன்னுடைய இப்பொழுதைய பிடிவாதத்துக்கும் அவனுக்கும் என்ன சம்பந்தம்?"

"தந்தையே! உங்களுக்கு என் தகப்பனாரை சரிவரத் தெரியாது. என் தாய் நோயாளியாகி இப்பொழுது படுத்த படுக்கையாகக் கிடந்து அவஸ்தைப்படுவதற்கெல்லாம் என் தகப்பனார்தான் காரணம் என்று உங்களுக்குத் தெரியாது!"

"உன் தந்தையா காரணம்... அது எப்படி?"

"என் தாயாரை என் தகப்பனார் மிகவும் துன்புறுத்தினார். அவளை அடித்தார், உதைத்தார். காலின்கீழ் தள்ளி மிதித்தார். ஆவேசம் வந்தவர்போல அவர் வீடு திரும்பி என் தாயை அடித்து உதைத்து இம்சித்த இரவுகளெல்லாம் எனக்கு நன்றாக ஞாபகம் இருக்கின்றன. நான் அப்பொழுது சிறுகுழந்தைதான் எனினும், எனக்கு இன்னும் அந்தக் காட்சிகள் ஞாபகம் இருக்கின்றன. என் தாயார் ஒரு வார்த்தையும் சொல்லமாட்டாள். வாயைத் திறக்கவேமாட்டாள். எதிர் வார்த்தை ஒன்றுகூடப் பேசாமல் அவர் சொன்னபடி எல்லாம் செய்வாள். அப்படியும் என் தந்தையின் கோபம் தீராது. அவளைப் போட்டு வதைப்பார். நான் போர்வையை இழுத்துப் போர்த்திக்கொண்டு தூங்குவதுபோலப் பாசாங்கு பண்ணிக்கொண்டு படுத்துக் கிடப்பேன். ஆனால் இரவு முழுவதும் எனக்குத் தூக்கம் வராது. என் மனம் உடைந்து விடும் போலிருக்கும் அப்பொழுதெல்லாம். சப்தம் செய்யாமல் அழுது கொண்டே கிடப்பேன். அடியும் உதையும் கொஞ்சம் நேரம் ஆனபிறகு திடீரென்று என் தகப்பனாரின் ஆவேசம் மாறிவிடும். அடித்து உதைத்துக் கீழே தள்ளிய என் தாயாரை பிடித்துத் தூக்கி நிறுத்திவைத்து அணைத்துக்கொள்வார்; ஓயாமல் முத்தமிடுவார். 'மூச்சுத் திணறுகிறதே' என்று அலறுவாள் என் தாயார். இதைப் பற்றி நான் யாரிடமும் ஒன்றும் சொல்லவேகூடாது என்று எனக்கு உத்தரவிட்டிருக்கிறாள். ஆனால், மாறிமாறிக் கிடைத்த அடியும் கொஞ்சுதலும் அவளுக்குத் தாங்கவில்லை. அவள்

24 | உலகக் காதல் கதைகள்

மனசும் உடலும் உடைந்துவிட்டன. இவ்வளவு வருஷங்களுக்குப் பிறகும் இன்னமும் அவள் மனசும் உடலும் அந்த நாட்களின் பலன்களை அனுபவித்துக்கொண்டு தானிருக்கின்றன. அவள் தேறவில்லை. கடவுள்தான் அவளைக் காப்பாற்ற வேண்டும்! அவள் சீக்கிரமே இறந்துவிடுவாளானால் அவளைக் கொலை செய்தது யார் என்று எனக்குத் தெரியும்.''

இதையெல்லாம் லாரெல்லா சொல்லிக்கொண்டிருக்கையில் மதகுரு, தன் குருவித்தலையை இப்படியும் அப்படியும் அசைத்துக்கொண்டே உட்கார்ந்திருந்தார். சிறுமி சொன்னதில் எவ்வளவு தூரம் நியாயம் இருந்தது என்று தீர்மானிப்பது அவருக்கே சற்றுச் சிரமமாக இருந்தது. சற்றுநேரம் யோசித்துவிட்டு அவர் சொன்னார்: "உன் தாயார், தன் கணவனை மன்னித்துவிட்டாள். அதேபோல நீயும் அவரை மன்னித்துவிடும். இம்மாதிரி துன்பமூட்டும் சிந்தனைகளையும் அடியோடு மறந்துவிடுவதுதான் நல்லது. அவற்றை மனசில் வைத்து உன்னிஉன்னி வருந்துவது. ஆற்றமாட்டாது தவிப்பது நல்லதல்ல. நல்லகாலம் உனக்கு இனிப் பிறக்கும் - எப்பொழுதும் கெடுதலாகவே இருந்துவிடுமா என்ன?''

சிறுமியின் உடல் நடுங்கிற்று. அவள் குரலும் நடுங்கிற்று. அவள் சொன்னாள்: "என்னால் அதையெல்லாம் மறக்க இயலவில்லையே! நான் என்ன செய்ய?' சிறிதுநேரம் ஒன்றும் பேசாமல் மௌனமாக இருந்தாள். பின்னர் சொன்னாள்: "இதை மட்டும் என்னால் என் ஆயுள் உள்ளவரையில் மறக்கமுடியாது என்றுதான் தோன்றுகிறது. தந்தையே! நான் கல்யாணமே செய்துகொள்ளாமல் இருந்துவிடுவது என்று தீர்மானம் கொண்டிருப்பதற்குக் காரணமே இதுதான் - அடிப்படையான காரணம் இதுதான். நான் ஒரு புருஷனை மணந்துகொண்டு அவனுக்கு அடிமைப்பட்டேனானால் அவன் என்னை அடிப்பான். உதைப்பான், அடுத்த விநாடியே அணைத்தும் கொள்வான். இதையெல்லாம் சகித்துக்கொண்டிருக்க வேண்டும். என்னால் ஆகாத காரியம் இது. அடியையும். அணைப்பையும் - இரண்டையுமே நான் விரும்பவில்லை. இப்பொழுது என்னை அடிக்கவோ. அணைக்கவோ யாராவது நெருங்கினால் என்னைக் காப்பாற்றிக்கொள்ளப் போதிய உடல் தெம்பும், மனத்தெம்பும் இருக்கிறது எனக்கு. என் தாயாருக்கு அது இல்லை. கல்யாணம் செய்துகொண்டுவிட்ட பிறகு எனக்கும் இருக்காது என்றுதான்

தோன்றுகிறது. என் தாய், என் தகப்பனை முழுமனசுடனும் நேசித்தாள். ஆகவேதான் அவர் அடிப்பதையும் அணைப்பதையும் பொறுத்துக்கொண்டிருந்தாள். அதன் பலனை இப்பொழுது அனுபவிக்கிறாள். இம்மாதிரி என்னால் ஒருவனை நேசிக்க முடியாது - ஒருவனுக்காக நான் கஷ்டமோ, சுகமோ படத் தயாராக இல்லை. அப்படி என்றும் இருக்கமாட்டேன். இது நிச்சயம்."

மதகுரு சொன்னார்: "நீ என்ன, பச்சைக் குழந்தை, உலகமே தெரியாமல் பேசுகிறாய்? எல்லா ஆண்களுமே உன் தகப்பனாரைப் போலவேதான் இருப்பார்களா என்ன? எல்லோரும் ஆவேசம்கொண்டு தன் மனைவிமாரைத் துன்புறுத்துகிறவர்கள்தானா என்ன? அதெல்லாம் ஒன்றுமில்லை. ஆண்களில் நல்லவர்களையே நீ கண்டதில்லையா? எவ்வளவுபேர் தங்கள் மனைவி, குழந்தைகளுடன் சுகமாகவும், சௌக்கியமாகவும், ஆனந்தமாகவும் குடும்பம் நடத்தவில்லை? எவ்வளவோ குடும்பங்களில் அன்னியோன்னியமும், ஆசையும், அன்பும் ததும்புகின்றனவே - நீ இப்படிப்பட்ட குடும்பங்களையே கண்டதில்லையா?"

வெளியே பார்ப்பதற்கு எல்லாம் சரியாக இருப்பதுபோலத் தான் இருக்கும் என்று தன் அழகிய தலையை ஆட்டிக்கொண்டே பதிலளித்தாள் லாரெல்லா. "எங்கள் வீட்டில் இவ்வளவும் நடந்தது வெளியே யாருக்குத் தெரியும்? என்னையும் வாய் திறக்காதே என்றாள்! அவளும் வாய்திறந்து இதை வெளிவிட மாட்டாள்! அதைவிடத் தன் உயிர்போவதே மேல் என்று அவள் எண்ணுவாள். ஏனென்றால் அவளுக்குத் தன் கணவனிடம் அவ்வளவு அன்பும் காதலும் இருந்தது. துன்பப்படும்போது உதவி வேண்டிக் கூவ மறுப்பதுதானா காதல்? எதிர்த்து நிற்கச் சக்தியற்று அவதிப்படுவதுதானா காதல்? விரோதிகளையும்விட அதிகமாக என்னைப் பாடுபடுத்துகிறவனையா நான் என் காதலன் என்று கொண்டாட வேண்டும்? இதுதான் காதல் என்றால் எனக்குக் காதல் தேவையில்லை தேவையேயில்லை!"

மதகுரு தன் குரலைச் சற்றே உயர்த்தி சிறிது வேகத்துடனேயே பதில் அளித்தார். "நீ என்னவோ குழந்தைமாதிரி பேசுகிறாய். நீ சொல்வது என்னவென்று உனக்கே சரியாகப் புரியவில்லை என்று நான் நினைக்கிறேன். காலம் வரும். உன் இதயத்திலும் காதல் ஒளி வீசும் - அன்பு கனியும். காதல் தானாகவே வந்து உன் உள்ளத்தில்

குடிபுகுந்துவிடும். நீ அறியாமலே, உன்னைக் கேட்காமலே வந்து குடியேறிவிடும். உன் அபிப்பிராயங்களையெல்லாம் உதறித் தள்ளி விட்டு நீயும் காதல் பித்துப்பிடித்துத் திரிவாய்!"

சிறிதுநேரம் சும்மா இருந்தார். லாரெல்லாவும் அந்த மௌனத்தைக் கலைக்கவில்லை. மதகுரு கடைசியில் கேட்டார்: "அந்த ஓவியன் வந்தானே! அவனும் உன் தகப்பனாரைப் போலவேதான் இருந்திருப்பான் என்று எண்ணுகிறாயா நீ?"

"என் தாயை அடித்துக் கீழே தள்ளிவிட்டு அணைக்க வரும்போது என் தகப்பனாரின் கண்களும் முகபாவமும் எப்படியிருந்தனவோ அதேபோலத்தான் இருந்தன அந்த ஓவியனின் கண்களும், முகாபாவமும், என்னுடன் பேசும்போது. அந்த முகபாவம் என் மனசில் அழியாமல் பதிந்து கிடக்கிறது. அந்தக் கண்களையும் முகபாவத்தையும் என் தகப்பனார் செத்துப் பல வருஷங்களுக்குப் பின் மறுபடியும் கண்டதும் உடனேயே நான் தெரிந்துகொண்டேன், இவன் எப்படிப்பட்டவன் என்று அறிந்துகொண்டேன். என் உடல் சிலிர்த்தது, என் உள்ளம் நடுங்கிற்று."

இது விஷயம்பற்றி இதற்குமேல் ஒரு வார்த்தைகூடப் பேச மறுத்து விட்டாள் அவள். மதகுருவும் மௌனத்தில் ஆழ்ந்தார். சிறுமிக்கு புத்தி புகட்டுவதற்காக என்னென்ன சொல்லலாம் என்று அவர் வெகுநேரம் யோசித்தார். நிறையவும் சொல்லியிருப்பார். ஆனால் படகில் தாங்கள் தனியாக இல்லையே, படகோட்டியாகிய மூன்றாவது மனிதனும் இருந்தானே என்று சும்மா இருந்துவிட்டார். லாரெல்லாவின் பேச்சில் கடைசி வாக்கியங்கள் படகோட்டியின் காதிலும் விழுந்தனபோலும். அவன் பத்து நிமிஷமாக அமைதியிழந்து, ஏதோ சொல்ல விரும்பியவன்போல இருந்தான். ஆனால் அவனும் ஒன்றும் சொல்லவில்லை; அந்த மௌனத்தைக் கலைக்கவில்லை.

இரண்டு மணி நேரத்திற்குப்பிறகு படகு காப்ரித் தீவின் துறையை அடைந்தது. கரை ஓரத்தில் ஆழம் அதிகம் இல்லாத தால் படகைக் கரையிலிருந்து பத்தடி தூரத்திலேயே நிறுத்திவிட வேண்டியிருந்தது. படகை நிறுத்தி, அதற்கென்று கடலில் ஊன்றியிருந்த கம்பத்தில் கட்டிவிட்டு, அண்டோனியோ ஜலத்தில் இறங்கினான். மதகுருவைத் தன் கைகளில் தூக்கிக்கொண்டுபோய்

கரை சேர்த்தான் - இல்லாவிட்டால் அவர் ஆடைகளும், செருப்புகளும் நனைந்து போய்விடும். அண்டோனியா திரும்பி வரும்வரையில் லாரெல்லா படகில் காத்திருக்கவில்லை. தன் ஆடையை தூக்கிப் பிடித்துக்கொண்டு, ஒரு கையில் மூட்டையையும், இன்னொரு கையில் கால் கட்டைகளையும் எடுத்துக்கொண்டு. ஜலத்தில் இறங்கி, ஜலம் சுற்றிலும் தெறிக்க நாலடி எடுத்து வைத்துக் கரை வந்து சேர்ந்தாள்.

கரையில் மதகுரு சொன்னார்: "அண்டோனியோ, நான் திரும்புவதற்காக நீ காத்திருக்க வேண்டியதில்லை. நான் திரும்ப அதிகநேரம் பிடிக்கும். இன்றே திரும்புகிறேனோ அல்லது நாளைக்குத் தான் திரும்ப முடியுமோ, அதுவும் நிச்சயமில்லை. லாரெல்லா, நீ வீடு திரும்பியதும் உன் தாயாரை நான் விசாரித்ததாகச் சொல்லு. நான் இந்த வாரமே வந்து அவளை பார்ப்பதாகச் சொன்னேன் என்றும் சொல்லு. இருட்டுமுன் நீ வீடு திரும்பிவிடுவதாகத்தானே உத்தேசம்?"

"திரும்ப முடியுமானால் திரும்பிவிடுவதாகத்தான் உத்தேசம்" என்று, தன் ஆடையைச் சரிப்படுத்திக்கொள்வதில் ஈடுபட்டவளாக லாரெல்லா பதிலளித்தாள்.

'கூடிய சீக்கிரமே நான் திரும்பிவிடவேண்டும்" என்றான் அண்டோனியோ. இதை அவன் ஓர் அலட்சியத்துடன் சொல்ல முயன்றான் என்பது வெளிப்படையாகவே தெரிந்தது. ஆனால் அவன் முயற்சி பலிக்கவில்லை என்பதும் தெளிவாகவே தெரிந்தது.

"நான் நண்பகல் - ஆவேமேரியா - வரையில் படகுடன் இங்கு காத்திருப்பேன், நீ அதற்குள் வந்தாலும் சரி, வராவிட்டாலும் சரி - இரண்டும் எனக்கு ஒன்றுதான்."

மதகுரு குறுக்கிட்டார்: "நீ வரத்தான் வேண்டும், லாரெல்லா. சீக்கிரமே திரும்பி விடு. உன் தாயாரை இரவில் தனியாக இருக்க விடுவது தவறு. சீக்கிரமே திரும்பி விடு. நீ எவ்வளவு தூரம் போக வேண்டும் இங்கே?' என்று கேட்டார்.

"அனாகாப்ரியில் உள்ள ஒரு திராட்சைத் தோட்டம் வரையில் போகவேண்டும்" என்று பதிலளித்தாள் சிறுமி.

"நான் எதிர்ப்புறமாகப் போக வேண்டும் - காப்ரிக்கு கடவுள் உன்னை ஆசீர்வதிப்பார் - நீ போய் சீக்கிரமே திரும்பிவிடு.

உன்னையும் கடவுள் ஆசீர்வதிப்பாராக, என் மகனே!" என்றார் மதகுரு.

மதகுருவின் கையில் குனிந்து முத்தமிட்டுவிட்டு லாரெல்லா "போய்வரேன்" என்று ஒரு தரம் சொன்னாள். மதகுருவுக்கும் அண்டோனியோவுக்குமாகச் சேர்த்து அவள் ஒரே ஒரு தரம்தான் "போய்வரேன்" என்றாள். அவர்கள் அதைத் தங்களுக்கிடையே எப்படி வேண்டுமானாலும் பகிர்ந்துகொள்ளட்டும் என்று அவள் எண்ணினாள் போலும். அதில் சிறு பகுதியைக்கூட தன் பங்காக ஏற்றுக்கொள்ளவில்லை அண்டோனியோ. அவன் கவனமெல்லாம் மதகுருவிடம் விடைபெற்றுக் கொள்வதிலேயே இருந்தது. குல்லாயை எடுத்துவிட்டு அவருக்குத் தாழ்ந்து வணங்கினான். லாரெல்லா நின்ற பக்கம்கூட அவன் திரும்பிப் பார்க்கவில்லை. ஆனால் லாரெல்லாவும் மதகுருவும் பிரிந்து தங்கள் தங்கள் வழி சென்றபின், படகோட்டியின் கண்கள் தாமாகவே லாரெல்லா சென்ற பாதையில் சென்றன. அவள் வலதுபக்கம் திரும்பி செங்குத்தான குன்றின்மேல் ஏறிச்சென்ற மலைப்பாதையிலே நடந்துகொண்டிருந்தாள். சூரிய வெப்பம் சற்றுக் கடுமையாகவே இருந்தது. நேர்எதிரில் இருந்த சூரியனை மறைக்க அவள், தன் ஒரு கை விரல்களால் கண்ணுக்கு நிழல் மூடி செய்துகொண்டு நடந்தாள். அவளையே பார்த்துக்கொண்டு கடற்கரையில் நின்றான் அண்டோனியோ.

பாதையில் ஒரு மூலை திரும்பி மறையுமுன் லாரெல்லா திரும்பிப் பார்த்தாள். காலடியிலே, குன்றிற்கடியிலே வெண்மணற் பரப்பு பரந்து கிடந்தது. எதிரே சற்றுத்தூரத்தில் குன்றுகளும் கற்பாறைகளும் நிமிர்ந்து நின்றன. கடல் அதியற்புதமான நீலவர்ணம் காட்டிற்று - அதிலே அலைகள் ஜோதிச்சரிகை இழைத்துக்கொண்டிருந்தன. பார்க்கவேண்டிய காட்சிதான்? மலைப்பாதையில் ஏறிவந்த சிரமம் சற்றுத் தீரட்டுமே என்று நிற்பவள்போல் லாரெல்லா நின்றாள். ஆனால் கடற்கரையிலே நின்று அண்டோனியோ தன்னையே பார்த்துக்கொண்டிருப்பதை அவள் கண்டாள். இருவருடைய கண்களும் சந்தித்தன.

ஏதோ தவறுசெய்வதில் அகப்பட்டுக்கொண்டு விட்டவர்கள் போல இருவரும் திடுக்கிட்டார்கள். லாரெல்லாவின் முகம் இருண்டு சிவந்தது. திரும்பித் தன் பாதையைப் பின்பற்றி அண்டோனியோ கண்ணில்படாமல் மறைந்துவிட்டாள்.

சூரியன் உச்சிதாண்டி மேற்கு நோக்கி இறங்க ஆரம்பித்து ஒரு மணி நேரத்துக்கு மேலாகிவிட்டது. ஆனால் அண்டோனியா காத்திருந்தான் - இரண்டு மணி நேரமாக. செம்படவர்களின் 'டாவர்ணு'க்கு வெளியே கிடந்த விசுபலகையில் உட்கார்ந்து காத்திருந்தான். அவன் வேலைகளெல்லாம் முடிந்து இரண்டு மணி நேரமாகிவிட்டது! 'ஆவே மேரியா' முடிந்தும் ஒரு மணி நேரமாகிவிட்டது. ஊர் திரும்பவேண்டியதுதான் பாக்கி. ஆனாலும் அவன் காத்துக்கொண்டிருந்தான். லாரெல்லாவுக்காகக் காத்திருப்பதாக அவன் உத்தேசிக்கவில்லை. ஆனால்... பின் யாருக்காக, எதற்காகக் காத்திருந்தான்?

அவன் மனசில் என்னதான் இருந்ததோ அவனுக்கே சரியாகத் தெரியவில்லை. ஏதோ அர்த்தமற்ற ஆழ்ந்த கவலை அவன் மனசைப் பாதித்தது. இரண்டு விநாடிக்கொருதரம் குதித்தெழுந்து போய் வெய்யிலில் நின்று நாலாபக்கமும் அண்ணாந்து கவலை தேங்கிய முகத்துடன் பார்த்தான். திடீரென்று வானத்திலே மேகங்கள் தோன்றிவிடும், புயல் அடிக்க ஆரம்பித்தாலும் ஆரம்பித்துவிடும் என்று அவன் தனக்குத்தானே சொல்லிக்கொண்டான். இப்பொழுது என்னவோ வெய்யில் பளிச்சென்றுதான் இருந்தது. ஆனால் வானமும் கடலும் இப்பொழுது காட்டிய வர்ணம் திருப்திகரமானதாக அண்டோனியோவுக்குப் படவில்லை.

டாவர்ணின் சொந்தக்காரி வெளியேவந்து அவனுடன் பேச்சுக்கொடுத்தாள். தன் கவலையை அவளிடம் சொன்னான். அண்டோனியோ - "சிலநாளுக்கு முன் புயல் அடித்ததே. அன்று கடலும் வானமும் இதே மாதிரித்தான் வர்ணம் காட்டின" என்றான். "அந்தப் புயலில் மாட்டிக்கொண்டு ஓர் ஆங்கிலேயனும் அவன் குடும்பமும் கடலில் முழுக இருந்து தெய்வாதீனமாக தப்பினார்கள் - உனக்கு ஞாபகமிருக்கிறதா அந்தச் சம்பவம்?" என்று டாவர்ண்காரியைக் கேட்டான்.

அவளுக்கு ஞாபகம் இல்லை.

அண்டோனியோ மேலும் சொன்னான்: "நான் கிளம்பவும் நாழியாகி, இரவில் இன்று புயலும் அடித்தால், என்னைப்பற்றி ஞாபகம் வைத்துக்கொள். என் ஆத்மா சாந்தி அடையக் கடவுளைப் பிரார்த்தி" என்றான்.

சிறிதுநேரம் டாவர்ணின் சொந்தக்காரி பேசாமல் இருந்தாள், பின்னர் கேட்டாள்: "உங்கள் ஊரில் இந்த 'ஸீஸனு'க்குப் பணக்கார ஜனங்கள் ரொம்பப்பேர் வந்திருக்கிறார்களா?"

"இன்னும் இல்லை. இப்பொழுதுதான் வர ஆரம்பித்திருக் கிறார்கள். முந்திய வருஷங்களைப்போல இல்லை இவ்வருஷத்திய வசந்தம்" என்று பதிலளித்தான் அண்டோனியோ.

"வசந்தமே இவ்வருஷம் சற்றுத் தாமதமாகத்தான் வந்தது-இல்லையா?' என்றாள் டாவர்ண்காரி. "காப்ரியில் நாங்கள் சம்பாதித்ததைவிடச் சற்று அதிகமாகவே சம்பாதித்திருப்பாய் நீ" என்றாள் அவள்.

நான் சாப்பாட்டுக்கு என் படகை மட்டும் நம்பியிருப்பதில்லை. அப்படியிருந்தால் வாரத்தில் இரண்டு நாள்கூட 'மகாராணி' சாப்பிடப் போதிய சம்பாத்தியம் கிடைக்காது எனக்கு. நான் படகு தள்ளுவதைத்தவிர வேறு வேலைகளும் செய்கிறேன். பெரிய மனிதர்களுக்காக இரண்டு, மூன்று தரம் கடிதம் கொண்டுபோய் நேபிள்ஸ் நகரில் கொடுத்துவிட்டு வந்தேன். ஒருதரம் யாரோ ஒரு சீமான் நடுக்கடலில் மீன்பிடிக்க விரும்பினார். அவரை என் படகில் ஏற்றிச் சென்றேன்," என்றான் அண்டோனியா, தவிரவும் பணக்கார சித்தப்பா ஒருவர் இருக்கிறார் எனக்கு. அவருக்கு ஏராளமான ஆரஞ்சுப்பழத் தோட்டங்கள் இருக்கின்றன. அவர் சொல்வார் என்னிடம், 'அண்டோனியோ! நான் இருக்கும்வரையில் நீ கஷ்டப்பட வேண்டியதில்லை. சாகும்போதும் நான் உன்னை மறந்துவிட மாட்டேன்' என்று. ஏதோ கடவுள் தயவு மாரிக்காலம் ஒரு வழியாகக் கழிந்துவிட்டது. வசந்தம் வந்திருக்கிறதே! ஏதாவது சம்பாதித்துவிடலாம் என்றுதான் எண்ணுகிறேன்" என்றான்.

'உன் பணக்காரச் சித்தப்பாவுக்கு குழந்தை குட்டிகள் ஏதாவது உண்டா?" என்று விசாரித்தாள் டாவர்ண்காரி.

கிடையாது. அவர் கல்யாணமே செய்துகொள்ளவில்லை. வெகுநாள் வெளி ஊரிலேயே சுற்றித் திரிந்துகொண்டிருந்தவர் அவர். நிறையப் பணம் சேர்த்துக்கொண்டு ஊர் திரும்பினார். மீன் பிடிக்க ஒரு பெரிய தொழிற்சாலைமாதிரி அமைத்து அதற்கு என்னைத் தலைவனாகப் போடுவதாகச் சொல்லிக் கொண்டிருக்கிறார்" என்றான் அண்டோனியோ பெருமையுடன்.

"அப்படியிருக்கையில் உனக்கென்ன கவலை அண்டோனியோ?" என்றாள் டாவர்ண்காரி.

ஆனால் வாலிபப் படகோட்டி தலையை ஆட்டினான். "ஒவ்வொருவருக்கும் ஒவ்வொரு கவலையைத் தந்திருக்கிறார் கடவுள்!" என்றான்.

"உள்ளே வந்து உட்கார். இன்னொரு பாட்டில் மது கொண்டுவரேன், சாப்பிடு" என்று உபசரித்தாள் டாவர்ண்காரி.

தலையை ஆட்டினான் அண்டோனியோ. "உங்கள் மது உண்மையிலேயே மிகவும் காரமானது. இரண்டொரு கோப்பைகள் தான் சாப்பிட்டேன். அதற்குள்ளேயே என் தலை கிறுகிறுக்கிறது. ஒரு பாட்டில் வேண்டாம். ஒரு சிறு கோப்பை கொடு" என்று சொல்லிவிட்டு, மறுபடியும் நாற்புறமும் கண்களை ஓட்டிவிட்டு, விசுபலகையில் போய் உட்கார்ந்தான்.

"பணக்காரச் சித்தப்பாவின் பணத்தில் இன்னும் கொஞ்சம் அதிகமாகவே நீ மதுவுக்காகச் செலவழிக்கலாமே!" என்றாள் டாவர்ண்காரி. "எங்கள் மது போதை தருவதில்லை; ரத்தத்தை அதிகமாக உஷ்ணமூட்டுவதுமில்லை. இந்தா..." என்று, அவன் முன் ஒரு கோப்பை மது கொண்டுவந்து வைத்தாள். பின்னர் வாசல்பக்கம் திரும்பிப் பார்த்துவிட்டுச் சொன்னாள்! "இதோ என் புருஷனும் வந்துவிட்டான். அவனுடன் உட்கார்ந்து கொஞ்ச நேரம் பேசிக்கொண்டிரேன்."

வலைகளைக் கட்டித் தோளில் போட்டுக்கொண்டு டாவர்ண்காரியின் கணவன் உள்ளே வந்தான். அவன் செம்படவன். எல்லா செம்படவர்களையும்போல் அவனும் தலையில் சிவப்புக்குல்லா அணிந்திருந்தான். மதகுரு பார்க்க வந்திருந்த சீமாட்டிக்கென்று ஓர் அற்புதமான மீனைப் பிடித்துக் கொண்டுபோய்க் கொடுத்துவிட்டுத் திரும்பியிருந்தான் அவன். அண்டோனியோவைக் கண்டவுடன் அவன் 'வா வா!' என்று உற்சாகமாகக் கூறியபடியே அவன் பக்கத்தில் வந்து உட்கார்ந்துகொண்டான். எல்லா விஷயங்களைப் பற்றியும் சரமாரியாகக் கேள்விகள் கேட்க ஆரம்பித்தான்.

பேச்சு சுவாரசியத்தில் முதல் பாட்டில் மது வெகுசீக்கிரமே காலியாகிவிட்டது. டாவர்ண்காரி இரண்டாவது பாட்டிலைக் கொண்டுவந்து அவர்கள் முன்வைக்கும்போது வெளியே மணலில் யாரோ நடந்து அணுகும் சப்தம் கேட்டது. அண்டோனியோ

திரும்பிப் பார்த்தான். இடதுபக்கம் பாதை வழியாக லாரெல்லா வந்துகொண்டிருப்பது தெரிந்தது. அவள் டாவர்ணை அணுகி அதற்குள்ளிருந்தவர்களைப் பார்த்து ஒருதரம் தலையை அசைத்தாள். அண்டோனியோவை நோக்கினாள். ஆனால் டாவர்ணுக்கு வெளியிலேயே தயங்கி நின்றுவிட்டாள்.

அண்டோனியோ குதித்து எழுந்தான், டாவர்ண்காரியையும் அவளுடைய புருஷனையும் நோக்கி அவன் சொன்னான்.

"நான் கிளம்பவேண்டும். அவள் இன்று காலை ஸொரெண் டோவிலிருந்து மதகுருவுடன் வந்த பெண். இரவு இருட்டிவிடுமுன் அவள் வீடுபோய்ச் சேரவேண்டும். வீட்டில் அவள் தாய் சீக்காளி."

"அதுசரி, ஆனால் இருட்டுவதற்குத்தான் இன்னும் எவ்வளவோ பொழுது இருக்கிறதே!" என்றான் செம்படவன். "இன்னொரு கோப்பை மது அருந்திவிட்டுப் போகலாம்! அவளையும் கூப்பிடு. அவளும் அருந்தட்டும். இன்னொரு கோப்பை கொண்டு வா" என்று செம்படவன் தன் மனைவிக்கு உத்தரவிட்டான்.

"வந்தனம் ஐயா, ஆனால் எனக்கு மது வேண்டாம்" என்றாள் லாரெல்லா வெளியேயிருந்தபடியே.

"மூன்று கோப்பைகளிலும் மதுவை ஊற்று. வேண்டாம் என்கிறாளேதவிர வற்புறுத்தினால் தானே சாப்பிடுவாள். சாப்பிடு, வா!" என்று லாரெல்லாவை அழைத்தான் செம்படவன்.

அண்டோனியோ குறுக்கிட்டான்: "வேண்டாம், அவள் பிடிவாதக்காரி. மனசில்லாவிட்டால் எதுவும் செய்ய உடன்பட மாட்டாள். அவளை அசைக்க யாராலும் முடியாது" என்றான்.

இப்படிச் சொல்லிவிட்டு அவன் டாவர்ண்காரியிடமும் அவள் புருஷனிடம் அவசரமாகவே விடைபெற்றுக்கொண்டு கிளம்பினான். லாரெல்லாவிடம் அவன் ஒன்றும் பேசவில்லை; அவளைத் தாண்டி நேரே தன் படகு நின்ற இடத்திற்குச் சென்றான்.

லாரெல்லா, டாவர்ண்காரிக்கும் அவள் புருஷனுக்கும் தாழ்ந்து வணங்கிவிட்டுக் கிளம்பினாள். மெதுவாக தயங்கித் தயங்கி படகை நோக்கி அடிமேல் அடி எடுத்துவைத்து நடந்தாள். அவள் தயக்கத்துக்குக் காரணமிருந்தது. காலதாமதம்

செய்தால் ஸொரெண்டோ போகவேண்டியவர்கள் வேறு யாராவது வந்து சேர்ந்துகொள்ள மாட்டார்களா என்று அவளுக்கு ஆசை. தனியாக அண்டோனியோவுடன் அவன் படகில் செல்ல அவளுக்கு இஷ்டமில்லை. நாலாபக்கமும் பார்த்தாள். கடற்கரையில் அவர்கள் இருவரையும்தவிர வேறு யாரையும் காணவில்லை. செம்படவர்கள் அவரவர்கள் வீட்டில் உறங்கிக்கொண்டிருப்பார்கள் அல்லது மீன்பிடிக்கக் கடலில் நெடுந்தூரம் சென்றிருப்பார்கள். சில பெண்களும் குழந்தைகளும் தங்கள் தங்கள் வீட்டு வாசலிலே உட்கார்ந்து நூல் நூற்றுக்கொண்டிருந்தார்கள் அல்லது தூங்கி வழிந்துகொண்டிருந்தார்கள். மாலைப்பொழுதில் வெய்யில் தணியும்வரையில் யாருமே வீட்டிலிருந்து வெளிக்கிளம்ப மாட்டார்கள். கூட வருவதற்கு வேறு யாரையும் காணவில்லை. இப்படிச் சுற்றுமுற்றும் பார்த்துக்கொண்டே லாரெல்லா அதிக நேரம் கடத்த முடியவில்லை. படகு தள்ளத் தயாராக அண்டோனியோ நின்றுகொண்டிருந்தான்.

மெல்லமெல்ல அடிமேல் அடிவைத்து ஊர்ந்து சென்ற லாரெல்லா கடைசியில் ஜலக்கரையை அடைந்தேவிட்டாள். படகிலிருந்த அண்டோனியோ தண்ணீரில் குதித்து இரண்டெட்டில் கரை சேர்ந்து, லாரெல்லாவைக் குழந்தைபோல கைகளில் அணைத்துத் தூக்கிக்கொண்டுபோய் ஈரம் படாமல் படகில் சேர்த்தான். அடுத்த விநாடியே துடுப்பெடுத்துத் தள்ளவும் ஆரம்பித்துவிட்டான். நடுக் கடலை நோக்கிச் சென்றது படகு.

படகில் ஓர் ஓரத்தில் உட்கார்ந்து துடுப்பால் தள்ளிக்கொண்டிருந்தான் அண்டோனியோ. எதிர் மூலையில் முகத்தைத் திருப்பிக்கொண்டு உட்கார்ந்தாள் லாரெல்லா. அவளுடைய முகத்தில் ஒருபாதி மட்டுமே படகோட்டியின் கண்ணில்பட்டது. எப்போதையும்விட அதிகமாகவே பிடிவாதமானதோர் பாவத்தைக் காட்டியது அவள் முகம். ஏதோ கோரம் கொண்டவள்போல 'உர்'ரென்று முகத்தை வைத்துக்கொண்டு உட்கார்ந்திருந்தாள். அவளுடைய உதடுகள் இறுக மூடி இருந்தன. காற்றிலே அவள் தலை முடிச்சிலிருந்து விடுபட்ட சில மயிர்கள் பறந்துகொண்டிருந்தன. தலைமுடியின் நிழல் அவள் நெற்றிலும் கண்ணிலும் விழுந்தது. அவள் கண்ணிமைகள் மட்டும் அடிக்கடி இமைத்தன. மற்றபடி, அசைவின்றியே அவள் உட்கார்ந்திருந்தாள். உண்மையிலேயே வெய்யில் உக்கிரமாகத்தான் இருந்தது.

லாரெல்லாவுக்குத் தாங்க முடியவில்லை. தன் கைக்குட்டையை விரித்துத் தலைமேல் போட்டுக்கொண்டாள். தன்னுடைய சிறு மூட்டையை எடுத்து அதை அவிழ்த்து அதிலிருந்த ஒரு சிறு ரொட்டித்துண்டை எடுத்துச் சாப்பிட ஆரம்பித்தாள். அவள் ஸொரெண்டோவைவிட்டுக் கிளம்பியதுமுதல் இதுவரையில் ஒன்றுமே சாப்பிடவில்லை. அண்டோனியோ அவள் ரொட்டித் துண்டை கடித்துக்கடித்து விழுங்குவதைப் பார்த்துக்கொண்டே சிறிதுநேரம் உட்கார்ந்திருந்தான். பின்னர் எழுந்து பழக்கூடைகளிலிருந்து இரண்டொரு ஆரஞ்சுப் பழங்களை எடுத்தான் - அநேகமாக எல்லா கூடைகளும் காலியாகவே இருந்தன. "உன் ரொட்டியுடன் இதையும் சாப்பிடு. லாரெல்லா" என்றான் அண்டோனியோ. 'இதை நான் உனக்காக வைத்திருந்தேன் என்று நினைத்துக்கொள்ளாதே; கூடையிலிருந்து அவை நழுவிக் கீழே விழுந்து கிடந்தன. மற்ற பழங்களையெல்லாம் விற்றுவிட்டுத் திரும்பிய பின்தான் இவை படகில் கிடப்பதைப் பார்த்தேன்" என்றான்.

"அவற்றை நீயே சாப்பிடு. எனக்கு என் ரொட்டியே போதும்" என்றாள் லாரெல்லா.

"இந்த வெய்யிலுக்கு இவை மிகவும் ருசியாக இருக்கும். களைப்பு தீரும். அவ்வளவுதூரம் வெய்யிலில் நடந்து களைத்துப் போயிருப்பாயே நீ!" என்றான் அண்டோனியோ.

"நான் போன இடத்தில் குளிர்ந்த தண்ணீர் கிடைத்தது. என் களைப்பு தீர்ந்துவிட்டது" என்று சுருக்கமாகப் பதிலளித்தாள் லாரெல்லா.

"சரி, உன் இஷ்டம்" என்றான் அண்டோனியோ. பழங்களைத் திரும்பவும் கூடைக்குள் போட்டுவிட்டான்.

மறுபடியும் இருவருக்குமிடையே மௌனம் நிலவியது.

கடல் கண்ணாடிபோல் இருந்தது; சலனமில்லாமலே இருந்தது. படகு மிதந்து அலைகளில் மோதும்போதுகூட சப்தம் கேட்கவில்லை. வெண்மையான கடற்பறவைகள் ஆகாயத்திலே சந்தடி செய்யாமலே பறந்து சென்றன.

இந்த மௌனத்தை அண்டோனியோவால் அதிகநேரம் தாங்க முடியவில்லை. "உனக்கு வேண்டாமென்றால் இந்த ஆரஞ்சுப் பழங்களை உன் தாயாருக்காக வீட்டுக்கு எடுத்துப் போயேன்" என்றான்.

"என் வீட்டில் ஆரஞ்சுப் பழங்கள் இருக்கின்றன. தீர்ந்துவிட்டால் காசு கொடுத்து வாங்கிக்கொள்வேன்" என்று இறுமாப்புடன் பதில் அளித்தாள் லாரெல்லா.

"காசு கொடுத்து வாங்குவானேன்? இவற்றை எடுத்துக் கொள்ளேன். நான் கொடுத்ததாகச் சொல்லி உன் தாயாரிடம் கொடு" என்றான் அண்டோனியோ.

"உன்னை என் தாயாருக்குத் தெரியவே தெரியாதே!" என்றாள் லாரெல்லா. "நான் யார் என்பதை நீதான் அவளுக்குத் தெரியப்படுத்தக்கூடாதா?" என்று கேட்டான் அண்டோனியோ.

"எனக்கு மட்டும் உன்னைத் தெரியுமோ? எனக்கும் உன்னைத் தெரியாது" என்று பதிலளித்தாள் லாரெல்லா. தனக்கு அவனைத் தெரியவே தெரியாது என்று அவள் இம்மாதிரிச் சொன்னது இது முதல் தடவையல்ல.

சென்ற வருஷம் ஒரு ஞாயிற்றுக்கிழமை அன்று நடந்த காரியம் அது. நேபிள்ஸ் நகரத்தவனான அந்த ஓவியன, அன்றுதான் முதல் முதலாக ஸொரெண்டோவிற்கு வந்திருந்தான். தலையில் ஒரு குடத்தை வைத்துக்கொண்டு தெருவோடு போய்க்கொண்டிருந்த லாரெல்லாவை அந்த ஓவியன் அன்றுதான் முதல்முதலாகப் பார்த்தான். அவள் அவனைக் கவனிக்கவேயில்லை; தன்பாட்டில் போய்க்கொண்டிருந்தாள். அவளுடைய தோற்றத்தின் அழகையும் நடையின் கம்பீரத்தையும் கண்டு பிரமித்துப்போய் சித்திரக்காரன் அசையாது நின்றுவிட்டான். லாரெல்லாவைவிட்டு தன் கண்களைத் திருப்பவே அவனால் முடியவில்லை. அவளுடைய அழகிலே லயித்து நின்றுவிட்டான்.

அச்சமயம், அண்டோனியோவும் வேறுபல சிறுவர்களும் தெருவிலே பந்தாடிக்கொண்டிருந்தார்கள். ஓவியன் இப்படி லாரெல்லாவைப் பார்த்துக்கொண்டே நிற்பதைப் பார்த்த அண்டோனியோ, அவன் காலை நோக்கிப் பந்தை ஓங்கி அடித்தான். அடி விழுந்த பின்னரே ஓவியனுக்குச் சுயப்பிரக்ஞை வந்தது. கண்களை லாரெல்லாவைவிட்டு எடுத்தான். பந்தை எறிந்த பையன். தவறுதலாக மேலே பட்டுவிட்டது என்று தன்னிடம் மன்னிப்புக் கேட்பான் என்று ஓவியன் எதிர்பார்த்துத் திரும்பினான். ஆனால் அண்டோனியோவின் முகத்தையும் கண்களையும் பார்த்தவுடனே ஓவியனுக்குத் தெரிந்துவிட்டது, அது தவறுதலாக வந்து தாக்கிய பந்தல்ல என்று. அந்நியனான

அவன் புது ஊரிலே முதல் நாளே சண்டையையும் வம்பையும் விலைக்கு வாங்கிக்கொள்வானேன் என்று ஒதுங்கிப் போய்விட்டான்.

ஆனால் ஊரில் இந்தப் பந்தடி சம்பவம் பலருக்கும் தெரிந்துவிட்டது. லாரெல்லா வரையில்கூட எட்டிவிட்டது இது. ஓவியனே நேரிலே ஒருதரம் லாரெல்லாவைக் கேட்டான். “நீ என்னை மணக்க மறுப்பது அந்தக் குரங்குப்பயல் படகோட்டியின் பொருட்டா?” என்று. “எனக்கு அவனைத் தெரியக்கூடத் தெரியாதே!” என்று முகம் சிவக்க ஆத்திரத்துடன் பதில் சொன்னாள் அவள். ஆனால் அந்தப் படகோட்டி அவளைக் காதலித்த விஷயம் ஊராருக்கெல்லாம் தெரிந்திருந்ததுபோலவே அவனுக்கும் தெரிந்திருந்தது. உண்மையில், அண்டோனியோவைத் தெரிந்துகொள்ளாமல் இல்லை அவள்.

இப்பொழுது இருவரும் தனியாக ஒரே படகில் இருந்தார்கள்-மௌனமாக தங்கள் தங்கள் சிந்தனைகளில் ஈடுபட்டவர்களாக உட்கார்ந்திருந்தார்கள். ஒருவர் மனசிலிருந்தது மற்றவருக்கும் தெரியும். ஆனால் ஜன்ம விரோதிகளைப்போல பாவனை செய்துகொண்டு உட்கார்ந்திருந்தார்கள். அவர்களுடைய உள்ளங்கள் துடித்துக்கொண்டிருந்தன. உயிருக்கே ஏதோ ஆபத்து வரப்போகிறது என்று நினைப்பவர்களின் உள்ளங்கள் துடிப்பதுபோல அவர்களுடைய உள்ளங்கள் துடித்துக்கொண்டிருந்தன.

சாதாரணமாக, எப்பொழுமே சிரித்த முகத்துடனிருப்பான் அண்டோனியோ. அவன் முகத்திலே இப்பொழுது கோபம் தாண்டவமாடியது. முகம் ஒரேயடியாகச் சிவந்து போயிருந்தது. படகு தள்ளும் துடுப்பு அவன் கையில் அகப்பட்டுக்கொண்டு அன்று இல்லாத அவஸ்தையெல்லாம் பட்டது. அவன் ஆத்திரத்தில் துடுப்புப்போட்ட வேகத்தில் கடலே கலங்கிவிடும்போல் இருந்தது. நீர்த்துளிகள் லாரெல்லாவின் மேலும் தெறித்தன. அவன் வாய் கோபமாக ஆனால் மெதுவாகவே ஏதோ முணுமுணுத்தது.

இதையெல்லாம் கவனிக்காதவள்போலவே உட்கார்ந்திருந்தாள் லாரெல்லா. ஏதோ ஆழ்ந்த சிந்தனைகளில் மனசைப் பறிகொடுத்து விட்டவள்போல உட்கார்ந்திருந்தாள். அவள் குனிந்து கடலைப் பார்த்தாள்; நிமிர்ந்து வானத்தைப் பார்த்தாள் - அவன் பக்கம்தவிர

மற்றெல்லாப் பக்கங்களிலும் பார்த்தாள். படகிலிருந்தபடியே குனிந்து சாய்ந்து கையை சமுத்திரத்தில் நனைத்துக்கொண்டு உட்கார்ந்திருந்தாள். தண்ணீர் ஜில்லென்று இனிமையாக இருந்தது. கன்னங்களிலும் புருவத்திலும் நெற்றியிலும் ஈரக்கையை வைத்து உஷ்ணத்தை ஆற்றிக்கொண்டாள். தலையில் கட்டியிருந்த கைக்குட்டையை அவிழ்த்துவிட்டுக் கலைந்திருந்த தலையைச் சரிப்படுத்திக் கொண்டாள். மொத்தத்தில் படகில் தான் தனியாக இருப்பதுபோலவே பாவித்து நடந்துகொண்டாள். அவள் கண்ணிமைகள் மட்டும் இரண்டு நிமிஷங்களுக்கொருதரம் துடித்தன.

கடலில் வெகுதூரம் சென்றுவிட்டது படகு. காப்ரித் தீவு பின்னால், வெகுதூரத்துக்கப்பால், வானம் பூமியைத் தொடும் இடத்தில், பனிப்படலம்போல், வெய்யிலில் தெரிந்தது. எதிரில் அவர்களுடைய ஊரின் கரை தெரிந்தது லேசாக. வெகு தூரத்துக் கப்பால் கண்ணுக்கெட்டிய வரையில் எந்தத் திக்கிலும் கடலில் வேறு ஒரு படகும் தென்படவில்லை. கடற் பறவைகளகூட அதிகமாகக் காணவில்லை. வெப்பத்திற்குப் பயந்து ஒதுங்கி ஒடுங்கிக் கிடந்தனபோலும்!

அண்டோனியோ நாலாபக்கமும் மிரண்ட பார்வையுடன் திரும்பித் திரும்பிப் பார்த்தான். ஏதோ ஒரு முக்கியமான விஷயத்தைப்பற்றி வெகுநேரம் ஆலோசித்துவிட்டுக் கடைசியில் திடீரென்று எதிர்பாராத ஒரு முடிவுக்கு வந்தவனுடையதைப்போல இருந்தது அவன் முகம். அசாதாரணமாக வெளிரிட்டுக் காணப் பட்டது. திடுதிப்பென்று படகு தள்ளும் துடுப்பைத் தூக்கி படகுக்குள் போட்டான். லாரெல்லா தன்னையும் அறியாமலே, தன்னிஷ்டமில்லாமலே, சப்தம் கேட்டுத் திருப்பிப் பார்த்தாள். அவள் பயப்படவில்லை. ஆனால் அண்டோனியோ என்ன செய்கிறான் என்று கவனித்து என்ன செய்வதாக உத்தேசித்தான் என்பதை ஊகிக்க விரும்பினாள் - தானும் செய்யவேண்டியதைச் செய்யத் தயாராக இருந்தாள்.

"உனக்கும் எனக்கும் இடையே உள்ள இந்நிலைமை இப்படியே இன்னும் நீடிப்பதை நான் விரும்பவில்லை!" என்று கர்ஜித்தான் அண்டோனியோ. "ஏதாவது ஒரு முடிவுக்கு இன்று வந்தே தீரவேண்டும்" என்றான்.

அவன் சாதாரணமாகப் பேசவில்லை. அவன் உள்ளத்தி லிருந்து வாய்மூலமாக வார்த்தைகள் வெடித்தெழுந்தன.

"இப்படியே இன்னும் நாள் கடத்திக்கொண்டிருக்க நான் தயாராக இல்லை. இவ்வளவு நாள் கடத்தியதே தவறு என்று எனக்குத் தோன்றுகிறது. நான் இன்னமும் இறக்காமல் உயிருடனிருப்பது பற்றி எனக்கே ஆச்சரியமாக இருக்கிறது. இந்நிலைமை இன்னும் சிலநாள் நீடித்தால்போதும், என் உயிர் போய்விடும். நீயோ என்னைத் தெரியக்கூடத் தெரியாது என்று சாதிக்கிறாய். இவ்வளவு நாட்களாக நீ என்னைக் கண்டதேயில்லையா? என் மனசிலுள்ளதை நீ கண்டுகொண்டதேயில்லையா? உன்னை எங்காவது தூரத்தில் கண்டுவிட்டால், பைத்தியக்காரன்மாதிரி, கைக்காரியத்தைப் போட்டுவிட்டு, உன்னை வளையவளைய வந்துகொண்டிருந்தேனே அப்பொழுதெல்லாம்கூட நீ என்னை அறியமாட்டாயா? உண்மையிலேயே நீ என்னை அறியமாட்டாயா? நான் உனக்குச் சொல்லவேண்டியது நிறைய இருக்கிறது - இன்றுதான் சந்தர்ப்பம் வாய்த்தது!" என்றான் அண்டோனியோ.

முகத்திலே ஒரு கேலிச் சிரிப்பு மலர அவனையே பார்த்துக் கொண்டு உட்கார்ந்திருந்தாள் லாரெல்லா.

அண்டோனியோ மேலும் சொன்னான்: "என் உள்ளம் நிறைந்திருக்கிறது; வழிந்தோடுகிறது. இதை நீ கவனித்ததேயில்லை என்பதை என்னால் நம்பமுடியவில்லை. நீ என்னைக் கண்டபோதெல்லாம் முகத்தைச் சுளித்துக்கொண்டு உதட்டைப் பிதுக்கிக்கொண்டு கண்களைத் திருப்பிக்கொண்டு போய்விடுவாய், ஏன்?"

லாரெல்லா பதறாமல் சாவதானமாக பதில் சொன்னாள்: "நான் உன்னிடம் சொல்ல என்ன இருக்கிறது? ஒன்றுமேயில்லை. என் காரியங்களில், என் வாழ்க்கையில் குறுக்கிட முயன்றாய் நீ என்பதை நான் கண்டுகொண்டதாகவே வைத்துக்கொள். உன் உள்ளம் என்னை விரும்பியது என்பதை நான் அறிந்ததாகவே வைத்துக்கொள். அதனால் என்ன? என் உள்ளம் உன்னை விரும்பவில்லை. உன்னை ஏற்றுக்கொள்ள நான் தயாராக இல்லை. கண்ட இடங்களிலெல்லாம் நின்று நான் உன்னுடன் வார்த்தையாட வேண்டுமென்று விரும்புகிறாயா நீ? ஜனங்கள் இம்மாதிரி விஷயங்களைப்பற்றி எவ்வளவு நிஷ்டூரமாகப் பேசுவார்கள் என்று எனக்குத் தெரியும். வீண் வம்புக்கு இடம் வைத்துக்கொள்ள விரும்பவில்லை நான். உன்னை என் கணவனாக அங்கீகரிக்க நான் விரும்பவில்லை. அதற்கப்புறம்

உன்னுடன் எனக்கென்ன பேச்சு? உன்னை மட்டும் என்ன? நான் யாரையுமே என் கணவனாக ஏற்று அங்கீகரிக்கத் தயாராக இல்லை!"

"என்னையோ வேறு எவனையோ அங்கீகரிக்கத் தயாராக இல்லை என்று நீ இப்பொழுது சொல்லுகிறாய்! எப்போதும் இப்படியே எண்ணுவாய் என்பது என்ன நிச்சயம்? அந்த ஓவியனை உனக்குப் பிடிக்கவில்லை. வேண்டாம் என்று தட்டிக் கழித்துவிட்டாய். ஆனால் இன்னும் சிலநாளில் தனிமை கசந்துவிடும். அப்புறம் நீ எவ்வளவுதான் அடங்காப்பிடாரியாக இருந்தாலும் ஒருவனுக்கு அடங்கி வாழவேண்டும் என்று ஆசை உன் உள்ளத்திலே தோன்றிவிடும். யார் முதலில் வருகிறானோ அவனை அங்கீகரிக்க நீ தயாராக இருப்பாய்!" என்றான் அண்டோனியோ ஆத்திரத்துடன்.

"அப்படி நடக்காது" என்றாள் லாரெல்லா. ஆனால் அடுத்த நிமிஷமே குரலை மாற்றிக்கொண்டு பிடிவாதத்துடன் சொன்னாள்: "யார் சொல்லமுடியும்? பின்னால் என்ன நடக்குமோ, யார் தெரிந்து சொல்ல முடியும்? என் மனசும் மாறலாம், பின்னர் ஒரு காலத்தில். அதைப்பற்றி உனக்கு ஆகவேண்டியது என்ன?"

"எனக்கு ஆகவேண்டியது என்ன என்றா கேட்கிறாய் நீ" என்று ஆத்திரம் பொங்கக் கேட்டுக்கொண்டே, உட்கார்ந்திருந்த அண்டோனியோ, எழுந்து அவளை நோக்கி இரண்டடி எடுத்து வைத்தான். படகு தொட்டில்போல ஆடி அலைந்தது-ஏதோ அடக்க முடியாத ஆனந்தத்தோடு அது அலைகடல்மேல் நாட்டியம் ஆடியதுபோலும்! "அதுபற்றி எனக்கென்ன? என்று கேட்கிறாய் நீ. தாராளமாகக் கேட்டுவிட்டாய் வாய்விட்டு! எனக்கென்ன அதுபற்றி என்பது உனக்கு உண்மையிலேயே தெரியாதா? உனக்கா தெரியாது? எல்லாம் தெரியும்! வேஷம் போடுகிறாய் நீ! ஆனால் ஒன்று சொல்கிறேன். நீ வேறு யாரையாவது மணந்துகொள்வது என்று நிச்சயம் செய்தாயானால் - உஷார்! - அந்த மனிதனை ஜாக்கிரதையாகவே இருக்கச் சொல்லு. நான் உயிருடனிருக்கும் வரையில் நீ வேறு ஒருவனை மணம் செய்துகொள்வது என்பது நடக்காத காரியம். அவன் மென்னியை முறித்து எறிந்துவிடுவேன்!"

நிதானத்தை இழந்துவிடாமல் லாரெல்லா பதில் அளித்தாள். "உனக்கென்ன, நான் ஏதாவது வாக்களித்தேனா? உன்னைக்

காதலிப்பதாக நான் என்றாவது சொன்னதுண்டா? உனக்குப் பித்துப் பிடித்திருக்கிறது என்றால் அதற்கு நானா பிணை? என்னைக் கைப்பிடிக்கவோ, தண்டிக்கவோ உனக்கென்ன உரிமை இருக்கிறது?"

அண்டோனியோ தன் மனசில் பொங்கியெழுந்த உணர்ச்சிகளை அடக்கமாட்டாமல், ஆவேசத்துடன் உரத்த குரலில் சொன்னான்: "ஆஹா! எனக்கும் தெரியும். உன்னை வற்புறுத்த எனக்கு என்ன உரிமையிருக்கிறது? லாயர் பித்தலாட்டக்காரன் எவனும் என் உரிமையை ஸ்தாபிக்க லத்தீனில் எழுதிவைக்கவில்லை. என் உரிமையை ஸ்தாபிக்க முத்திரைப் பத்திரம் எதுவும் என்னிடம் கிடையாது. ஆனால் என் மனசு சொல்லுகிறது - என் உள்ளம் சொல்கிறது - இது என் உரிமை என்று. நாணயஸ்தனாக நல்வாழ்வு வாழ்ந்துவிட்டு இறப்பவனுக்கு மோட்சம் கிட்டும். மோட்சம் அவனுடைய உரிமை என்று நம் வேதம் கூறுகிறது. அதேபோல என் உள்ளம் கூறுகிறது - நீ எனக்கு உரியவள் என்று. எனக்கே உரியவள் நீ என்று என் உள்ளம் கூறுகிறது. மறு பேச்சுக்கு இடம் ஏது? நீ வேறு ஒருவனைக் கல்யாணம் செய்துகொள்வதைப் பார்த்துக்கொண்டு நான் சும்மா இருந்துவிடுவேன் என்றா நினைக்கிறாய் நீ? ஊரில் அதற்கப்புறம் மற்ற பெண்கள் என்னைப்பற்றி என்ன நினைப்பார்கள்-பேடி என்றல்லவா நினைத்து விடுவார்கள்!"

லாரெல்லா சற்றும் அசைந்து கொடுக்கவில்லை. முன்னிலும் அதிகப் பிடிவாதத்துடனேயே பதில் அளித்தாள்: "நீ என்ன வேண்டுமானாலும் செய்துகொள். இந்தமாதிரி பயமுறுத்தல்களுக் கெல்லாம் மசிந்துவிடுகிற பேர்வழி நான் அல்ல என்பது உனக்கே தெரிந்திருக்கவேண்டும். நான் என் இஷ்டப்படி, என் மனசுபடிதான் நடப்பேன்" என்றாள்.

"நீ இப்படி சொல்லிக்கொண்டு என்னை ஏய்க்க முடியாது" என்று இரைந்தான் அண்டோனியோ. 'சாமி வந்தவன்'போல அவன் ஆடினான். அவன் அடக்க முயன்ற கோபமும் ஆத்திரமும் ரோஷமும் பீறிட்டுக்கொண்டு வெளிவந்தன. உன்னைப் போன்ற ஒரு 'காளி'க்காக நான் என் வாழ்நாள் முழுவதையும் பாழாக்கிக்கொள்ள விரும்பவில்லை. நீ பிடிவாதக்காரியாக இருக்கலாம்: ரோஷக்காரியாக இருக்கலாம்! ஆனால் உன் பிடிவாதமும் ரோஷமும் என்னிடம் பலிக்காது. இங்கு

நடுக்கடலில் இப்படகில் நாமிருவரும் தனியாக இருக்கிறோம் என்பது ஞாபகம் இருக்கட்டும் உனக்கு. என் இஷ்டப்படி செய்ய உன்னை நான் இங்கு கட்டாயப்படுத்த முடியும் என்பதும் ஞாபகம் இருக்கட்டும் உனக்கு.”

திடுக்கிட்டுத் தூக்கிவாரிப் போட்டது அவளுக்கு. ஆனால் அவள் பயப்படவில்லை. பயமற்ற துணிச்சலான கண்களுடன் அலட்சியமான பாவத்திலே அவனை நோக்கினாள். “வேண்டு மானால். உனக்கு தைரியமிருந்தால், இங்கேயே என்னைக் கொன்றுபோட்டு விடேன்” என்றாள் மிருதுவான குரலில்.

“நான் எதையுமே அரைகுறையாகச் செய்வது கிடையாது” என்றான் அண்டோனியோ. அவன் குரல் கீறிச்சிட்டது. யாரோ குரல்வளையைப் பிடித்து அமுத்துவது போன்ற ஓர் உணர்ச்சி ஏற்பட்டது அவனுக்கு. “இவ்வாழமான கடலிலே நம்மிருவருக்கும் இடம் கிடைக்கும். நாம் ஒன்றாக வாழத்தான் கொடுத்து வைக்கவில்லை. ஒன்றாகவே இறந்துவிடுவோம் பெண்ணே! என்னால் உன்னை அடைய முடியவில்லை. உனக்கு எவ்வுதவியும் நான் செய்யவில்லை.” ஏதோ பயங்கரமான கனவுகண்டு பாதியில் விழித்துக் கொண்டவன்போல் மிரண்ட பார்வையுடன் தாழ்ந்த குரலில் பேசினான் அவன். அவன் குரலிலே அளவுகடந்த ஏக்கமும் பரிதாபமும் தொனித்தன. “நாம் இருவரும் ஒன்றாகவே, இவ் விநாடியே கடலில் வீழ்ந்து மூழ்குவோம் - சேர்ந்தே உயிரை விடுவோம் - இதே விநாடியில்!”

இப்படிக் கூவிக்கொண்டே அண்டோனியோ பாய்ந்து அவளை அணுகி அணைத்துக்கொண்டான். ஆனால் அடுத்த விநாடி “ஆ!” என்று அலறியவாறே தன் வலது கையை இழுத்துக்கொண்டான். அவனது கையிருந்து ரத்தம் பெருக்கெடுத்துப் பீச்சிற்று. தன் கூரிய பற்களால் லாரெல்லா அவன் கையைக் கடித்துவிட்டாள்.

“ஓஹோ! உன் இஷ்டப்படி நான் நடப்பேன் என்று எண்ணினாயோ நீ!” என்று கூவி நகைத்தாள் லாரெல்லா. அசாதாரணமான ஒரு வேகத்துடன் அவன் அணைப்பிலிருந்து தன்னை விடுவித்துக்கொண்டாள். அவனை உதறித் தள்ளினாள். “உன்வசம் தனியாகச் சிக்கிக்கொண்டேன் என்று எண்ணினாயோ நீ!” என்று கேட்டுக்கொண்டே படகிலிருந்து கடலில் குதித்துவிட்டாள்.

ஒருதரம் முழுகினாள். அடுத்த விநாடியே நீர்மட்டத்துக்கு எழுந்தாள். அவள் ஆடைகள் நனைந்து உடம்போடு ஒட்டிக் கொண்டன. அவள் கூந்தல் அவிழ்ந்து கடலில் புரண்டது. திரும்பிப் பார்க்காமல் தீர்மானமாகக் கைபோட்டு கடலில் ஸொரெண்டோ கரை நோக்கி அவள் நீந்தத் தொடங்கினாள்.

திடீரென்று அண்டோனியோவை பயம் சூழ்ந்துகொண்டது. பீதியால் மரத்துப்போனவனாக அவன் சிறிதுநேரம் நின்றான். கடலில் நீந்திக்கொண்டிருந்த லாரெல்லாவைப் பார்த்தான். ஏதோ ஓர் அற்புதமான விஷயத்தைக் கண்டதுபோல் அவன் கண்களும் மனசும் திகைத்தன. பின்னர் தலையை ஒருதரம் உலுக்கிக்கொண்டான். துடுப்பெடுத்து லாரெல்லாவை நோக்கிப் படகைத் தள்ளினான். அவனுடைய வலது கையில் லாரெல்லா கடித்த இடத்திலிருந்து செக்கச்செவேலென்று ரத்தம் பீறிட்டுக்கொண்டு வந்து படகின் அடிப்பாகத்தையெல்லாம் சிவப்பாக்கிக்கொண்டிருந்தது. ஆனால் அதை அவன் லட்சியம் பண்ணவேயில்லை.

லாரெல்லா வேகமாகத்தான் நீந்திக்கொண்டிருந்தாள். எனினும் படகு அதிசீக்கிரமாகவே அவளருகில் வந்துவிட்டது. அண்டோனியோ உரத்த குரலில் அவளைப் பார்த்துச் சொன்னான்: “கன்னித்தாயின் பேரில் ஆணை! மேரி சாட்சியாகச் சொல்லுகிறேன் - நான் பைத்தியக்காரத்தனமாக நடந்துகொண்டு விட்டேன்! இனி அப்படி நடக்காது! மறுபடியும் படகில் ஏறிக்கொள். ஏதோ என் அறிவை மயக்கி இந்தப் பைத்தியக்காரத்தனமான காரியத்துக்குத் தூண்டிவிட்டது. ஏதோ மின் வெட்டுப்போல அந்தப் பைத்தியம் தோன்றி மறைந்துவிட்டது. இனி அப்படி நடக்காது. நான் இனி ஒருக்காலும் அப்படி நடந்துகொள்ளமாட்டேன்! நான் என்ன செய்தேன். என்ன சொன்னேன் என்று எனக்கே சரிவரத் தெரியவில்லை. என்னை மன்னித்துவிடு என்று கேட்க நான் விரும்பில்லை. நான் இனிமேல் அப்படி பைத்தியக்காரத்தனமாக நடந்துகொள்ளமாட்டேன் என்பது நிச்சயம் - கன்னிமேரியின் பேரில் ஆணையிட்டுச் சொல்கிறேன். படகில் ஏறி உட்கார்.”

அவன் சொன்னது எதுவும் காதில் விழாதவள்போல் லாரெல்லா நீந்திக்கொண்டிருந்தாள். படகுடனே அவளைப் பின்தொடர்ந்தான் அண்டோனியோ. அவன் மேலும் சொன்னான்: “கரை இரண்டு மைலுக்கப்பால் இருக்கிறது.

உன்னால் அவ்வளவு தூரம் நீந்த முடியாது. வேண்டாம். படகில் ஏறிக்கொள். உன்னையும் இழந்து விட்டாளானால் உன் தாய் என்ன செய்வாள், யோசித்துப் பார். நீ கடலில் உயிரைவிட்டாயானால் நானும் உன்னுடன் உயிரை விட்டு விடுவேன். நான் தனியே ஊர் திரும்பமாட்டேன்!"

தலையை நிமிர்த்தி கரைக்கும் தனக்கும் இடையே இருந்த தூரத்தை நிர்ணயிக்க முயன்றாள் லாரெல்லா. உண்மையில் இரண்டு மைல்களுக்கும் அதிகமாகவே இருக்கும்போலத்தான் இருந்தது. அவ்வளவு தூரமும் நீந்திக் கடப்பது என்பது நடக்காத காரியம்தான்.

வாய் திறந்து பதில் எதுவும் சொல்லாமல் படகை நோக்கி நீந்தி வந்தாள். படகின் ஓரத்தில் தன் கைகளை வைத்தாள். படகுக்குள் அவளை ஏற்றிவிடும் உத்தேசத்துடன் படகோட்டி எழுந்து வந்தான். ஆனால் அவனுக்காகக் காத்திராமல் லாரெல்லா ஒரு தாவு தாவிப் படகுக்குள் வந்துவிட்டாள். ஆனால் அவள் ஏறும்போது படகு சாய்ந்து நிமிர்ந்ததில் அண்டோனியோவின் சட்டை கடலுக்குள் விழுந்துவிட்டது. தான் முந்தி உட்கார்ந்திருந்த இடத்திலே போய் அமர்ந்துகொண்டாள் லாரெல்லா. அண்டோனியோவும் ஒரு வார்த்தையும் பேசாமல் மறுபடியும் துடுப்பெடுத்துத் தள்ளலானான். நனைந்துபோயிருந்த தன் ஆடைகளைப் பிழிந்து சீர்ப்படுத்திக்கொண்டாள். படகின் அடிப்பாகம் ரத்தம் சிந்திச் சிவந்திருப்பதை அதற்கப்புறம்தான் அவள் பார்த்தாள். திடுக்கிட்டு நிமிர்ந்து படகோட்டியின் கையைப் பார்த்தாள். காயமே எதுவும் இல்லாதவன்போல சாதாரணமாக துடுப்பு போட்டுக்கொண்டிருந்தான் அவன். ஆனால் அவன் கையிலிருந்த காயத்திலிருந்து இன்னமும் ரத்தம் கசிந்துகொண்டிருப்பதைக் கண்டாள் லாரெல்லா.

"இதைப் போட்டு காயத்தைக் கட்டு" என்று சொல்லி லாரெல்லா தன் கைக்குட்டையை எடுத்து அவன் பக்கம் நீட்டினாள்.

வேண்டாம் என்கிற பாவனையாக அவன் தலையை ஆட்டினான்.

சிறிதுநேரம் அவனைப் பார்த்தபடியே சும்மா உட்கார்ந்திருந்தாள் லாரெல்லா. பின்னர் எழுந்து அவனை அணுகி அவன் கைக்காயத்தின்மேல் தன் கைக்குட்டையை வைத்து இறுகக் கட்டினாள்.

அதற்குப்பிறகு அவன் தடுத்தும் கேளாமல் ஒரு துடுப்பை எடுத்துக்கொண்டு அவன் எதிரே உட்கார்ந்து அவளும் படகு தள்ளினாள். அவனை நிமிர்ந்து நேருக்குநேராக அவள் பார்க்க வில்லை. ஆனால் அவள் பிடித்திருந்த துடுப்பிலும் அவன் ரத்தம் சிந்தி ஓடியிருந்தது. இருவர் முகமும் வெளிரிட்டிருந்தது. ஆனால் இருவரும் மௌனமாகவே இருந்தார்கள். இருவரும் துடுப்பெடுத்துத் தள்ள படகு வேகமாகவே கரையை அணுகிற்று.

மீன் பிடிக்கக் கடலில் சிறிது தூரம் வந்திருந்த செம்படவர்கள் - அவர்களுடைய ஊர்க்காரர்கள் - இருவரையும் பார்த்ததும் கேலியாக ஏதோ சொன்னார்கள்.

இருவரும் வாய் திறந்து பதில் பேசாமல் மௌனம் சாதித்து விட்டார்கள்.

அவர்கள் தங்கள் ஊர்க்கரையை அடைந்தபோது வானத்தில் உயரத்திலேயே இருந்தது சூரியன். அஸ்தமிக்க இன்னும் வெகுநேரம் இருந்தது. லாரெல்லாவின் ஆடைகள் அநேகமாக உலர்ந்துவிட்டன. அவற்றைச் சரிப்படுத்திக்கொண்டு எழுந்து லாரெல்லா படகிலிருந்து கரைமேல் குதித்தாள்.

மதகுருவையும் லாரெல்லாவையும் ஏற்றிக்கொண்டு காலையில் அண்டோனியோவின் படகு கிளம்பும்போது மாடியில் நூல் நூற்றுக்கொண்டு நின்ற கிழவி இப்பொழுதும் நூல் நூற்றபடியே அந்த மாடியில் நின்றுகொண்டிருந்தாள். மாடியிலிருந்தபடியே அவள் உரக்கக் கேட்டாள்: “கையில் என்ன, அண்டோனியோ கட்டுப் போட்டிருக்கியே! படகெல்லாம் ரத்தமாக இருக்கிறதே!”

வாலிபன் அலட்சியம் தொனித்த குரலில் உரக்கவே பதில் அளித்தான்: “ஒன்றுமில்லை பாட்டி. ஏதோ ஓர் ஆணி வெளியே நீட்டிக்கொண்டிருந்தது - கையைக் கிழித்துவிட்டது. ரத்தம் செத்தவனானால் பாதகமில்லை. ஆனால் எனக்கு ரத்தம் பீறிட்டுக்கொண்டு வந்துவிட்டது. படகெல்லாம் ரத்தமாகிவிட்டது. நாளைக்குக் காலையில் கை சரியாகப் போய்விடும்!

“இரு சற்று அங்கேயே, தம்பி. நான் வந்து மருந்து வைத்துக் கட்டுகிறேன்” என்றாள் கிழவி.

“வேண்டாம் பாட்டி. அவ்வளவு சிரமம் உனக்கு எதற்கு? அதில் மருந்து வைத்துக் கட்டிவிட்டேன். நாளைக்கு

ஆணி கிழித்த இடமே தெரியாது. எனக்கு இதெல்லாம் லட்சியமேயில்லை" என்றான் அண்டோனியோ. குன்றுகளின் சரிவில் ஏறிச்செல்லும் பாதையில் திரும்பி நின்றபடியே லாரெல்லா "நான் போய்வருகிறேன்" என்றாள்.

அவள் பக்கம் திரும்பிப் பார்க்காமலே "போய் வா" என்று விடை கொடுத்தான் அண்டோனியோ. அவள் போனபின் துடுப்பு களையும், காலியான பழக்கூடைகளையும் தூக்கிக்கொண்டு கடற் கரையின் அருகிலேயே இருந்த தன்னுடைய சிறு குடிசைக்குள் புகுந்தான் அவன்.

◆

அண்டோனியோவின் குடிசை மிகவும் சிறியதுதான். அதில் இரண்டே இரண்டு அறைகள்தான் இருந்தன. அவற்றில் தனிமையில் அண்டோனியோ குறுக்கும் நெடுக்கும் உலாவிக்கொண்டிருந்தான்.

திறந்திருந்த ஜன்னல்கள் வழியாகக் குளிர்காற்று விசிறிவிசிறி அடித்துக் கொண்டிருந்தது. அமைதியாகப் பரந்து கிடந்த கடலில் அடித்ததைவிடக் குளுமையாக இருந்தது இக்காற்று.

தனிமை அப்போது அவன் மனசுக்கு மிகவும் இதமாக இருந்தது. அறையின் ஒரு மூலையில் இருந்த கன்னித்தாயின் விக்கிரஹத்துக்கு எதிரே போய் அதைப் பார்த்தபடியே வெகுநேரம் நின்றான். கன்னித்தாய் விக்கிரஹத்தின் தலையில் இருந்த மகுடத்தில் நட்சத்திரங்கள் ஜ்வலித்தன - ஜிகினாத் தகட்டால் செய்து ஒட்டிய நட்சத்திரங்கள். ஆனால் பிரார்த்தனை செய்யவேண்டும் என்ற சிந்தனையே, அவசியமே தோன்றவில்லை அவனுக்கு. எதற்காக, எதை வேண்டி இனிப் பிரார்த்தனை செய்வது? பிரார்த்தனை செய்யவேண்டிய அவசியமே போய்விட்டது. கடவுள் இனித் தனக்கு உதவி செய்யமாட்டார் என்று ஓர் எண்ணம் அவன் உள்ளத்தைப் பிளந்தது. ஆசைப்பட்டு வேண்டியது எல்லாவற்றையும்தான் இழந்து விட்டானே!

பகல் பொழுது முடியாதா என்றிருந்தது! இரவு வராதா என்று ஏங்கினான். அவன் உடல் அலுத்துப் போயிருந்தது; மனம் சலித்துப் போயிருந்தது. அவன் உடலிலிருந்து வெளியேறிய ரத்தம். அவன் எதிர்பார்த்ததையும்விட, அவன் ஒப்புக்கொண்டதையும்விட, அதிகமாகவே அவனைப்

பாதித்திருந்தது. அவன் கை வலி அதிகமாகவே இருந்தது. ஒரு சிறு முக்காலியின்மேல் உட்கார்ந்து காயத்தின்மேல் கட்டியிருந்த கைக்குட்டையை அவிழ்த்தெடுத்தான். முழங்கை வரையில் பெரிசாக வீங்கியிருந்தது.

சுத்தமான நீரைவிட்டுக் காயத்தை நன்றாக அலம்பினான். தண்ணீரின் குளுமை வலிக்கு இதமாக இருந்தது. லாரெல்லாவின் பல்லின் குறிகள் காயத்தில் நன்கு தெரிந்தன.

அண்டோனியோ தனக்குத்தானே சொல்லிக்கொண்டான். 'இவள் செய்தது சரிதான். நான் ஒரு மிருகம்போலத்தான் நடந்து கொண்டேன்! வேறு என்ன? சரியான புத்தி கற்பித்தாள் எனக்கு அவள். நாளைக் காலையிலேயே அவளுடைய கைக்குட்டையை ஜோஸப்பே மூலம் அனுப்பிவிடுகிறேன். இனிமேல் நான் அவள் கண் எதிரே தென்படுவதற்கும் தகுதியற்றவன்.'

வெகு ஜாக்கிரதையாக லாரெல்லாவின் கைக்குட்டையை சுத்தம் செய்து வெய்யிலில் உலர்த்தினான்.

மறுபடியும் காயத்தைக் கட்டினான். பல்லாலும் இடது கையாலும் துணியைப் பற்றிக்கொண்டு காயத்தின்மேல் துணியைச் சரியாகக் கட்ட முடியவில்லை. ஏதோ கட்டினான். படுக்கையில் சாய்ந்தான். கண்களை மூடிவிட்டான்.

தூங்கிவிட்டான் என்றுதான் சொல்லவேண்டும். ஆனால் அது சரியான தூக்கம் அல்ல.

பிரகாசமான சந்திர வெளிச்சம் கண்ணில் தாக்கவே அவன் இரவில் விழித்துக்கொண்டான். கை அதிகமாக வலித்தது. மறுபடியும் சுத்தமான தண்ணீர்விட்டு அலம்பிக் கட்டலாம் என்று எழுந்தான் அண்டோனியோ. அச்சமயம் குடிசையின் வெளிக் கதவு திறக்கப்படும் சப்தம் கேட்டது.

அடுத்த விநாடி, லாரெல்லா வந்து அவன்முன் நின்றாள். ஒன்றும் பேசாமலே அவள் அவனிருந்த அறைக்குள் வந்தாள். தன் கையிலிருந்த சிறுகூடையை மேஜைமேல் வைத்தாள். தலையில் கட்டியிருந்த கைக்குட்டையை அவிழ்த்து எடுத்தாள். பின்னர் ஓர் ஆழ்ந்த நீண்ட பெருமூச்சுவிட்டாள்.

"உன் கைக்குட்டையை வாங்கிக்கொண்டு போக வந்தாயா?" என்று கேட்டான் அண்டோனியோ. நீ இதற்காக வந்திருக்க வேண்டியதில்லை. அவ்வளவு சிரமம் எதற்கு உனக்கு? நாளைக்

காலையில் அதை ஜோசப்பேயிடம் கொடுத்தனுப்புவதாக இருந்தேன்."

"கைக்குட்டைக்காக வரவில்லை நான்" என்றாள் லாரெல்லா அவசர அவசரமாக. 'உன் கைக்காயத்துக்குப் போட, குன்றில் பச்சிலை தேடிக்கொண்டு வந்திருக்கிறேன்; இதோ பார்" என்று தன் கூடையைத் திறந்து காண்பித்தாள் அவள். "ஏன் இவ்வளவு சிரமம் உனக்கு?" என்றான் அண்டோனியோ. ஆனால் இதை அவன் மனக்கசப்புடன் சொல்லவில்லை. "நீ எனக்காக இவ்வளவு சிரமப்படவேண்டியதில்லை. காயம் ஒன்றும் அப்படிப் பிரமாதமானதில்லை. தவிரவும் யாராவது தானாகவே செய்துகொண்ட கெடுதிக்கு ஏற்ற பலனை அனுபவிக்காமல் இருக்கமுடியுமா! எனக்கேற்ற தண்டனை விதித்தாய் நீ! ஆனால் நீ இந்த நேரத்தில் இங்கு இப்படித் தனித்து வரலாமா? யாராவது பார்த்தால் என்ன சொல்வார்கள்? எப்படி ஊரார் வம்பளப்பார்கள் என்று உனக்குத் தெரியாதா? சொல்வது என்ன என்று அறியாமலே பிதற்ற ஆரம்பித்துவிடுவார்களே!"

ஆவேசத்துடன் பதிலளித்தாள் லாரெல்லா. "யார் என்ன சொல்வார்கள் என்பதுபற்றி என்றுமே நான் கவலைப்பட்டதில்லை. இனியும் படமாட்டேன்! உன் கைப்புண் ஆற பச்சிலை வைத்துக் கட்டுவதற்காக வந்தேன் நான். தானே மருந்து போட்டுச் சரியாகக் கட்டிக்கொள்ள முடியாது."

"மருந்துக்கு அவசியமேயில்லை. நான் சொல்கிறேன். நாளைக்குச் சரியாகிவிடும்" என்றான் அண்டோனியோ.

"காயத்தை நானே பார்த்தால்தான் எனக்கு நம்பிக்கை வரும்" என்றாள் லாரெல்லா. அவனுடைய வலது கரத்தைப் பிடித்துக் கொண்டு அவன் தொளதொளவென்று கட்டியிருந்த கட்டை அவிழ்த்தாள். அவளைத் தடுக்கப் போதிய தெம்பில்லை அண்டோனியோவுக்கு.

கட்டை அவிழ்த்து காயத்தின் ஆழத்தையும், கையின் வீக்கத்தையும் பார்த்ததும் லாரெல்லாவுக்குப் பயமாக இருந்தது. "கடவுளே!" என்று கூச்சலிட்டாள்.

"சற்றே வீங்கியிருக்கிறது!" என்றான் அண்டோனியோ. "ஒன்றும் பெரிசில்லை. நாளைக்குத்தானே சரியாகிவிடும்" என்றான்.

லாரெல்லா தலையை ஆட்டினாள். "நீ மறுபடியும் துடுப்பெடுத்துப் படகு தள்ள ஆரம்பிக்க ஒரு வாரமாவது பிடிக்குமா?"

"இரண்டொரு நாள் ஆகலாம். அதனால் என்ன?" என்று சாதாரணமான குரலில் பதிலளித்தான் அண்டோனியோ.

காயத்தை நன்றாகக் கழுவினாள் லாரெல்லா. காயத்தின்மேல் பச்சிலைகளை வைத்து நல்ல துணியைப்போட்டு இறுகக் கட்டினாள். வலி அப்பொழுதே சற்று மட்டுப்பட்டிருப்பது போலிருந்தது அவனுக்கு.

கட்டுக்கட்டி முடிந்ததும் அண்டோனியோ சொன்னான்: "உனக்கு என் நன்றி பலவிதங்களிலும் உரியதாகிறது. என் நன்றியை ஏற்றுக்கொள், உன்னை நான் ஒரே ஒரு விஷயம் மட்டும் வேண்டிக்கொள்கிறேன். என்மேல் சிறிதேனும் இரக்கம் உனக்கும் இருக்குமானால் படகில் இன்று நடந்ததையெல்லாம் நீ மறந்துவிடு. என்னை மன்னித்துவிடு. ஏதோ பைத்தியக்காரன் என்று எண்ணி என்னை மன்னித்துவிடு. நான் அப்போது சொன்னதையும் செய்ததையும் தயைசெய்து மறந்துவிடு. அதெல்லாம் எப்படி நேர்ந்தது என்று எனக்கே தெரியவில்லை. பிசகு உன்மேல் இல்லை; நிச்சயமாக இல்லை. பூராவும் என் தவறுதான். உன் மனசு கஷ்டப்படும்படியாக நான் இனி ஒரு வார்த்தையும் பேசமாட்டேன் என்று உறுதி கூறுகிறேன்."

லாரெல்லாம் குறுக்கிட்டுச் சொன்னாள்: "நீதான் என்னை மன்னிக்கவேண்டும். பிசகு என்மேல்தான். நான் வேறுவிதமாகப் பேசியிருந்தேனானால் இதெல்லாம் நேர்ந்தேயிராது. என் பிடிவாதமும், கட்டுக்கடங்காத வார்த்தைகளுமே உனக்குக் கோபமூட்டிவிட்டன. இப்படி நான் ஒரு கொடிய மிருகம்போல உன்மேல் விழுந்து பல்லால் பிடுங்கியது..."

"தற்காப்புக்காக நீ என்னைக் கடித்தாய். வேறு என்ன?" என்றான் அண்டோனியோ. "இல்லாவிட்டால் என் புத்தி சரிப் பட்டிராது. நீ சரியான நேரத்தில் எனக்குப் புத்தி கற்பித்தாய். நீ செய்தது சரி. நான் செய்ததே தப்பு. நீதான் என்னை மன்னிக்க வேண்டும். இந்தா உன் கைக்குட்டை. எடுத்துக்கொண்டு போ."

கைக்குட்டையை எடுத்து அவளிடம் நீட்டினான். அதை அவள் உடனே வாங்கிக்கொள்ளவில்லை. தயங்கினாள். அவள் உள்ளத்துக்குள் ஏதோ ஒரு போராட்டம் நடந்ததுபோலும்.

கடைசியில் அவள் சொன்னாள்: "இதோ பார். படகில் இருந்த உன் சட்டை கடலுக்குள் விழுந்துவிட்டது. என் தவறுதான் அது. நீ இன்று ஆரஞ்சுப்பழம் விற்ற பணம்பூராவும் சட்டையில்தானே இருந்தது? இதைப்பற்றி எனக்குப் பின்னால்தான் ஞாபகம் வந்தது. அந்தப் பணத்துக்கு ஈடாகக் கொடுக்க என்னிடம் பணம் கிடையாது - நான் ஏழை. என் வீட்டிலுள்ள சாமான்களும் சொல்பமே - அவையும் என்னுடையவை அல்ல, என் தாயாருடையவை. ஆனால் வெள்ளிச்சிலுவை ஒன்றிருக்கிறது - இதோ. என்னை மணம் புரிந்துகொள்ள விரும்பிய அந்த ஓவியன் இதை எனக்குப் பரிசாகக் கொடுக்க வந்தான் - நான் ஏற்றுக்கொள்ளவில்லை. ஆனால் அதை அவன் எடுத்துக்கொண்டு போகவில்லை. என் மேஜைமேலேயே போட்டுவிட்டுப் போய்விட்டான். இன்று வரையில் நான் அதைத் தொட்டதுகூட இல்லை. கடலில் என் அஜாக்கிரதையால் விழுந்துவிட்ட உன் பணத்துக்கு ஈடுகட்ட இது போதுமோ என்று என்னுடன் எடுத்துவந்தேன். இதை விற்றுப் பணத்தை எடுத்துக்கொள் - நல்ல வெள்ளி, கனமாகவும் இருக்கிறது. நீ இழந்துவிட்ட பணத்தைச் சரிக்கட்ட இது விற்று வருவது போதாவிட்டால், நான் சிலநாளில் நூல் நூற்று விற்று பாக்கியையும் தந்துவிடுகிறேன்."

சிலுவையைப் பெற்றுக்கொள்ள மறுத்தான் அண்டோனியோ. "நான் அதை வாங்கிக்கொள்ள மாட்டேன் - எக்காரணத்தைக் கொண்டும் வாங்கிக்கொள்ள மாட்டேன்" என்றான்.

"நீ வாங்கிக்கொள்ளத்தான் வேண்டும்" என்றாள் லாரெல்லா. "உன் கை எவ்வளவு நாள் சுவாதீனமில்லாமல் இருக்குமோ, யார் சொல்லமுடியும்? வேலை செய்யாவிட்டால் சாப்பிடுவது எப்படி? தவிரவும் இது எனக்குத் தேவையில்லை."

"உனக்குத் தேவையில்லாவிட்டால் அதைக் கொண்டுபோய் நடுக்கடலில் எறிந்துவிடு" என்றான் அண்டோனியோ.

"நான் உனக்கு இதை இனாமாகக் கொடுக்கவில்லையே; கடலில் விழுந்துவிட்ட..." என்று லாரெல்லா எவ்வளவோ வற்புறுத்திச் சொல்லிப் பார்த்தாள். ஆனால் அவன் அதை வாங்கிக்கொள்ள மறுத்துவிட்டான்.

கடைசியில் ஒருவிதமான பதட்டத்துடன் அவன் சொன்னான்: "அண்டோனியோ என்று ஒரு மனிதன் இருப்பதையே

மறந்து விடுவதுதான் நீ எனக்குச் செய்யக்கூடிய பேருபகாரம், தெருவில் எங்காவது என்னைச் சந்தித்தாயானால் முகத்தைத் திருப்பிக்கொண்டு போய்விடு. இதுவே நான் உன்னை வேண்டுவது. நேரமாகிறது. போய் வா. இதுவே நமது கடைசிச் சந்திப்பாக இருக்கட்டும்! கடவுள் உன்னைக் காப்பாற்றுவாராக!.....போய் வா."

தன் கைக்குட்டையை வாங்கிக் கூடையில் வைத்துக் கொண்டாள் லாரெல்லா. அதன்மேல் வெள்ளிச் சிலுவையை வைத்தாள். கூடையை மூடினாள். ஆனால் நகரவில்லை.

இரண்டு நிமிஷங்களுக்குப்பிறகு அண்டோனியோ நிமிர்ந்து அவள் முகத்தைப் பார்த்தபோது திடுக்கிட்டுப் போனான். அவள் கன்னங்களிலே கண்ணீர் வழிந்து ஓடிக்கொண்டிருந்தது. அவள் அதை லட்சியம் செய்யாமலே நின்றாள்.

'புனிதத்தாயே, மேரி!' என்று கூவினான் அண்டோனியோ. "உனக்கு உடம்பு சரியாக இல்லையா? என்ன இப்படி நடுங்குகிறதே!"

"ஒன்றுமில்லை. நேரமாகிறது. வீடு திரும்பவேண்டும்" என்று, அழுகை நிறைந்த குரலுடன் சொல்லிவிட்டுத் திரும்பினாள் லாரெல்லா. வாசற்கதவை நோக்கி இரண்டடி எடுத்துவைத்தாள். அவள் நடை தள்ளாடியது. சுவரில் சாய்ந்துகொண்டு நின்றாள். முகத்தைத் திருப்பிக்கொண்டு உரக்க விம்மிவிம்மி அழ ஆரம்பித்துவிட்டாள்.

அண்டோனியோ தயக்கத்துடன் அவளை அணுகினான். ஆனால் அவன் நெருங்கி வரும்வரையில் காத்திருக்கவில்லை லாரெல்லா. திடீரென்று திரும்பி அவன்மேல் விழுந்து அணைத்துக்கொண்டாள். இரு கரங்களாலும் அவன் கழுத்தை இறுகக் கட்டிக்கொண்டாள்.

விம்மல்களுக்கிடையே அவள் சொன்னாள்: "எனக்கு இது தாங்கவில்லை. நானே குற்றவாளி. தவறு செய்தவள் என்று என் மனசு என்னையே குத்திக் காட்டுகிறது. நீயோ இரக்கத்துடனும் அனுதாபத்துடனும் அளவுகடந்த அன்புடனும் குற்றமெல்லாம் உன்னுடையதேபோலப் பேசுகிறாய். உன் அன்பும் இரக்கமும் என் மனசைப் பிளக்கின்றன. என்னை அடி, உதை. கொல்லு - நான் பட்டுக்கொள்கிறேன். என்னை வைது திட்டு, கேட்டுக்கொள் கிறேன். என்னைக் காதலிப்பதாக நீ சொன்னாயல்லவா -

அந்தக் காதல் என் காரியத்தால் மாறிவிடவில்லையானால், என்னை உன் மனைவியாக ஏற்றுக்கொள். உன் அடிமையாக என்னை வைத்துக்கொள். நீ என்னை எப்படி நடத்தினாலும் குறைவுபட மாட்டேன் நான். உன் அன்பின் நிழலிலிருக்க எனக்கு இடங்கொடு" என்று சொல்லி அவன் மார்பில் முகத்தைப் புதைத்துக்கொண்டு விம்மிவிம்மி அழுதாள்.

ஆச்சரியத்தால் ஸ்தம்பித்து நின்றான் அண்டோனியோ. லாரெல்லாவிடம் காணப்பட்ட மாறுதல் உண்மையிலேயே ஆச்சரியகரமானது. பேசமுடியாமல் சிறிதுநேரம் திணறினான் அவன். கடைசியில் சொன்னான் அவன்: "நான் உன்னைக் காதலிக்கிறேனா, இல்லையா என்பது உனக்குச் சந்தேகமாக இருக்கிறதா? என் இருதயத்திலிருந்து ரத்தம்பூராவும் அந்தச் சிறு காயம் வழியாக வெளியே வந்துவிட்டது என்றா நினைக்கிறாய் நீ? என் இதயத்தில் ரத்தமில்லாது போகும்போதுதான் என் காதலும் இல்லாதுபோகும்! கன்னித்தாய் சாட்சியாகச் சொல்லுகிறேன், என் உள்ளத்திலே நீதான் நிறைந்திருக்கிறாய். என் உள்ளம் உன்னைக் கூவி அழைப்பதை நீ அறிந்துகொள்ளவில்லையா? ஆனால் என்னைப் பரிகசிக்கும் உத்தேசத்துடனோ அல்லது கேவலம் அனுதாபத்துடேனா இப்படி நீ சொல்வதாக இருந்தால், நான் உன்னை அங்கீகரிக்க விரும்பவில்லை. இவ்விஷயத்தை இவ்விநாடியே மறந்துவிட நான் தயார், வெறுமனே ஏதாவது சொல்லி என்னைத் துன்புறுத்தாதே!" என்றான் அவன்.

"இல்லை" என்றாள் லாரெல்லா. நீர் நிறைந்த கண்களுடன் நிமிர்ந்து அவனைப் பார்த்தாள். அவர்களுடைய கண்கள் சந்தித்தன. ஒருவரும் இப்போது முகத்தைத் திருப்பிக்கொள்ளவில்லை. லாரெல்லா சொன்னாள்: "நான் உண்மையிலேயே மனப்பூர்வமாக உன்னை காதலிப்பதால்தான் உன்னை மணப்பதாக வாக்களிக்கிறேன். உன்னிடம் காதல் கொண்டுவிடக்கூடாதே என்றுதான் நான் இவ்வளவு நாள் உன்னிடமிருந்து விலகி நிற்க முயன்றேன். பயந்தான் என்னை ஆத்திரமாகவும், பிடிவாதமாகவும் பேசத் தூண்டியது. என் உள்ளத்திலும் காதல் நிறைந்துதான் இருந்தது. ஆனால் அதை நான் அங்கீகரிக்கவில்லை. அடங்காப்பிடாரியாக, காளியாகவே இருக்க நான் விரும்பினேன். இன்றுதான் என் உண்மை உள்ளம் எனக்கே தெரிந்தது. உன்னால், உன் அன்பால், உன்னிடம் கோபித்துக்கொண்டதெல்லாம் என்னையே ஏமாற்றிக்கொள்ள

நான் போட்ட வேஷமேதவிர வேறு அல்ல. இனிமேல் பாரேன் -நான் உன்னிடம் நடந்துகொள்கிறேன் பாரேன். தெருவில் என்னைப் பார்த்தால் பார்க்காததுபோலப் போய்விடு என்றாயே நீ - அப்படி இனிமேல் என்னால் போகமுடியுமா? சந்தேகப்படாதே! உண்மையில் நான் உன்னையே காதலிக்கிறேன். உன்னையே மணந்துகொள்வேன். அதற்கு அறிகுறியாக நான் உன்னை முத்தமிடுகிறேன். 'என்னை முத்தமிட்டாள் லாரெல்லா' என்று, நீ தைரியமாகச் சொல்லிக்கொள்ளலாம். காளி லாரெல்லா தன் கணவனைத்தவிர வேறு யாரையும் முத்திடமாட்டாள் என்பது நிச்சயம்."

உதட்டோடு உதடுவைத்து மூன்றுதரம் அவனை முத்த மிட்டாள் லாரெல்லா. பிறகு அவன் கைகளிலிருந்து தன்னை விடுவித்துக் கொண்டு சொன்னாள். "காதலனே, போய்வருகிறேன். என் காதலனே, இன்று நிம்மதியாகத் தூங்கு. கை சரியாகட்டும். நீ என்னுடன் வரத்தேவையில்லை. எங்கும் தனியாகச் செல்வேன் நான்-எவனையும் கண்டு இதுவரை லாரெல்லா பயந்ததில்லை - உன்னைத்தவிர!"

அடுத்த விநாடி அவள், அண்டோனியோவின் குடிசைக் கதவைத் திறந்துகொண்டு வெளியேறி மறைந்துவிட்டாள்.

நிச்சலமாக இருந்த கடலையும், வானத்திலே நிலவொளியில் மினுமினுத்த நட்சத்திரங்களையும் பார்த்துக்கொண்டே வெகுநேரம் ஜன்னலண்டையில் நின்றான் அண்டோனியோ. நிற்கச் சக்தியில்லாது போகும்வரையில், தூக்கத்தால் தலை சுழன்று வானத்து நட்சத்திரங்கள் கண்ணெதிரில் நாட்டியமாடுவதுபோலத் தோன்றத் தொடங்கும்வரையில் அப்படியே நின்றான்.

◆

மாதா கோயிலில் பாவமன்னிப்புத் தரும் அறையிலே மதகுரு உட்கார்ந்திருந்தார். அவர் முகம் சந்தோஷத்தால் மலர்ந்திருந்தது. அவர் எதிரே லாரெல்லா நின்றுகொண்டிருந்தாள், மண்டியிட்டுச் சொல்லவேண்டியதை எல்லாம் சொல்லிப் பாவமன்னிப்புப் பெற்றுக்கொண்டு நின்றாள். அவள் முகம் வெட்கத்தால் சற்றே சிவந்திருந்தது.

மதகுரு தனக்குத்தானே சொல்லிக்கொண்டார்: "இவளுடைய பிடிவாதத்தையும் பொல்லாத்தனத்தையும் சரியானபடி

கண்டிக்காதது என்மேல் பிசகு என்று எண்ணி நான் வருந்திக் கொண்டிருந்தேன்; ஆனால் கடவுளின் மாயவழிகள் குறுகிய மனிதப்பார்வைக்கு எட்டுவதில்லை. இவ்வளவு சீக்கிரமே அடங்காப்பிடாரியை அடக்கி கடவுள் அவள் உள்ளத்திலே அன்பு கனிய காதல் சுரக்கச் செய்வார் என்று யார்தான் எதிர் பார்த்திருக்க முடியும்? கடவுள் அவளுக்குச் சகல சௌபாக்கி யங்களையும் தருவார். லாரெல்லாவின் - காளியின் - மூத்த மகன் படகோட்டும்போது அவன் படகில் ஏறிச்செல்லும் பாக்கியத்தை எனக்குக் கடவுள் அருளட்டும் - அதுவரையில் உயிர்வாழ நான் விரும்புகிறேன். காளிக்குக் கடவுள் கிருபை புரிவாராக!"

1853

ఐඥ

நடனத்திற்குப் பிறகு

ரஷிய மூலம்: லேவ் தல்ஸ்தோய்
தமிழில்: நா. தர்மராஜன்

"நன்மை எது, தீமை எது என்று ஒரு மனிதன் தானாகவே முடிவு செய்ய முடியாது, அது சூழ்நிலையைப் பொறுத்த விஷயம்-மனிதன் சூழ்நிலையால் படைக்கப்படுகிறான் என்று நீங்கள் சொல்கிறீர்கள். எல்லாமே தற்செயலான சந்தர்ப்பங்களைப் பொறுத்திருக்கின்றன என்று நான் நினைக்கிறேன். என்னைப் பற்றி நான் சொல்கிறேன். கேளுங்கள்..."

தனி நபரை முன்னேற்றுவதைப் பற்றிப் பேசுவதற்கு முன்பாக மனிதர்கள் வாழ்கின்ற நிலைமைகளை, சூழ்நிலைகளை மாற்றவேண்டிய அவசியத்தைப் பற்றி நாங்கள் விவாதித்துக் கொண்டிருந்தோம். அந்த விவாதம் முடிவடையும் தறுவாயில் எங்கள் மதிப்புக்குரிய நண்பர் இவான் வசீலியெவிச் மேலே கூறிய கருத்தைத் தெரிவித்தார். நன்மை, தீமையைப் பற்றி ஒருவர் தானாகவே முடிவு செய்வது இயலாத காரியம் என்று யாருமே சொல்லவில்லை. ஆனால் விவாதத்தினால் தூண்டிவிடப்பட்ட தன்னுடைய சொந்தச் சிந்தனைகளுக்குப் பதிலளிப்பது இவான் வசீலியெவிச்சினுடைய பழக்கம். அந்தச் சிந்தனைகளுக்கு ஏற்றமுறையில் தன்னுடைய வாழ்க்கை அனுபவங்களை அவர் விவரிப்பார். பெரும்பாலும் கதையில் அதிகமாக ஈடுபட்டுவிடுவதால் (அதிலும் அவர் எப்பொழுதுமே மிகவும் உணர்ச்சியாகவும் உண்மையாகவும் பேசுவார்) அந்தக் கதையைச் சொல்லவந்த காரணத்தை மறந்துவிடுவார்.

இந்தத் தடவையும் அப்படியே நடந்தது.

“என்னைப் பற்றியாவது இதைச் சொல்ல முடியும். என்னுடைய வாழ்க்கை சூழ்நிலையாலோ வேறு எந்த சக்தியாலோ உருவாக்கப்படவில்லை. அது முற்றிலும் வேறு ஒன்றினால் உருவாக்கப்பட்டது.”

“அது என்ன?” என்று நாங்கள் கேட்டோம்.

“அது ஒரு நீண்ட கதை. நான் முழுக்கதையையும் சொன்னால்தான் நீங்கள் அதைப் புரிந்துகொள்ள முடியும்.” “அப்படியானால் சொல்லுங்கள்.” இவான் வசீலியெவிச் ஒரு விநாடி சிந்தித்தார். பிறகு தலையை அசைத்தார்.

“சரி. சொல்கிறேன். என்னுடைய வாழ்க்கை முழுவதுமே ஒரு இரவில், சரியாகச் சொல்வதென்றால் ஒரு காலைப்பொழுதில் மாறி விட்டது.”

“ஏன்? என்ன நடந்தது?”

“நான் அப்பொழுது அதிகமாகக் காதலில் சிக்கியிருந்தேன். அதற்கு முன்பு நான் அடிக்கடி காதல் வயப்பட்டதுண்டு. ஆனால், இந்தத் தடவை இது ஆழமான காதலாக இருந்தது. இது நெடுங்காலத்துக்கு முன்பு நடந்தது. அவளுடைய பெண்களுக்கு இப்பொழுது திருமணம் முடிந்திருக்கும். அவள் பெயர் பி...., ஆம், வாரென்கா பி... என்பது அவள் பெயர். இவான் வசீலியெவிச் அவளுடைய குடும்பப் பெயரைக் கூறினார். “ஐம்பது வயதில்கூட அவள் இன்னும் மிக அழகாக இருந்தாள். ஆனால் அவளுடைய இளமையில், பதினெட்டு வயதில் அவள் ஒரு அற்புதக் கனவு! உயரம், ஒல்லியான உடல், நளினம், கம்பீரம்–ஆம், கம்பீரம்தான். தன்னால் வளைய முடியாது என்பதைப்போல அவள் எப்பொழுதுமே நிமிர்ந்த நடையோடிருந்தாள். அவளுடைய தலை லேசாகப் பின்னால் சாய்ந்திருக்கும். அவள் வெறும் எலும்பு என்று சொல்லக்கூடிய அளவுக்கு மிகவும் ஒல்லியாக இருந்தாலும், அதுவும் அவளுடைய அழகும் உயரமும் அவளுக்கு ஒரு ராணியின் மிடுக்கைக் கொடுத்தன. அவளுடைய உல்லாசமான, வசீகரமான புன்சிரிப்பு, அழகான வாய், ஒளி வீசும் பிரகாசமான கண்கள், உடல் முழுவதும் இளமையின் பொலிவும் கவர்ச்சியும் இல்லையென்றால் அவளுடைய மிடுக்கான தோற்றமே மற்றவர்களைப் பயமுறுத்தியிருக்கும்.”

“இவான் வசீலியெவிச் அடுக்கிக்கொண்டே போகிறாரே!”

“நான் எவ்வளவுதான் அடுக்கிக்கொண்டு போனாலும் அவள் உண்மையிலேயே எவ்வளவு அழகாக இருந்தாள் என்பதை

உங்களைப் புரியவைக்க முடியாது. ஆனால் அது வேறு விஷயம். நான் சொல்லப்போகும் சம்பவம் நாற்பதுகளில் நடைபெற்றது. அப்பொழுது நான் மாகாணப் பல்கலைக்கழகத்தில் மாணவனாக இருந்தேன். அது நல்ல விஷயமா அல்லது கெட்ட விஷயமா என்பது எனக்குத் தெரியாது; ஆனால் அந்தக் காலத்தில் எங்கள் பல்கலைக்கழகத்தில் இப்பொழுது இருக்கின்ற மாதிரி ஆராய்ச்சி வட்டங்கள், தத்துவ விவாதங்கள் கிடையாது. நாங்கள் இளைஞர்கள். இளைஞர்களைப்போல வாழ்க்கை நடத்தினோம், அதாவது படித்தோம், உல்லாசமாகப் பொழுது போக்கினோம். நான் மிகவும் மகிழ்ச்சியான, சுறுசுறுப்பான இளைஞனாக இருந்தேன். போதாததற்குப் பணக்காரனாகவும் இருந்தேன். என்னிடம் வேகமான குதிரை இருந்தது. கோச்சு வண்டியில் பெண்களை வெளியே கூட்டிக்கொண்டு போவேன் (அந்தக் காலத்தில் சறுக்கும் பைத்தியம் இன்னும் ஏற்படவில்லை). என்னோடு படித்த மாணவர்களோடு சேர்ந்து குடிப்பதுண்டு. (அந்தக் காலத்தில் நாங்கள் ஷாம்பேனைத்தவிர வேறு எதையும் குடிப்பதில்லை, பணம் இல்லையென்றால் குடிக்காமலிருப்போம். இப்பொழுதிருப்பதைப் போல நாங்கள் ஒருக்காலும் வோட்கா குடிக்க மாட்டோம்) நான் விருந்துகளையும் நடனங்களையும் அதிகமாக ரசித்தேன். நான் நன்றாக நடனமாடுவேன், என்னை அழகில்லாதவன் என்றும் சொல்ல முடியாது."

'இவ்வளவு அடக்கம் வேண்டாமே" என்றாள் கேட்டுக் கொண்டிருந்தவர்களில் ஒரு பெண். "உங்கள் படத்தை நாங்கள் பார்த்திருக்கிறோம். இளமையில் மிகவும் அழகாக இருந்திருக்கிறீர்கள்."

"ஒருவேளை அப்படி இருந்திருக்கலாம். ஆனால் நான் உங்களிடம் சொல்ல விரும்பியது அதுவல்ல. என்னுடைய காதல் உச்சக்கட்டத்திலிருந்தபொழுது குளிர்காலத் திருவிழாவின்போது மேன்மக்கள் மார்ஷல் நடத்திய நடன நிகழ்ச்சியில் கலந்து கொண்டேன். அவர் நல்ல சுபாவத்தைக்கொண்ட கிழவர், செல்வந்தர், கேளிக்கைகளில் ஈடுபாடுடையவர். அவரைப் போலவே இனிய குணத்தைக்கொண்ட அவருடைய மனைவி அவரோடு நின்றுகொண்டு எங்களை வரவேற்றாள். அவள் வெல்வெட் கவுன் அணிந்திருந்தாள். தலையில் வைர கிரீடம். அவளுடைய வயோதிகமான 'கழுத்தும் தோள்களும் சதைப் பிடிப்போடு வெண்மையாக இருந்தன. சக்கரவர்த்தி யெலிஸ வேந்தர் பெத்ரோவ்னாவின் உருவப்படங்களில் இருப்பதைப்போல

அவளுடைய கழுத்தும் தோள்களும், மூடப்படாமல் தெரிந்தன. அது மிக அற்புதமான நடன நிகழ்ச்சி. நடனம் நடைபெற்ற அறை அழகாக இருந்தது. பிரபலமான, பாடகர்களும் இசைக்குழுவினரும் அங்கே இருந்தார்கள். அவர்கள் பண்ணையடிமைகள். இசைப் பிரியரான ஒரு நிலவுடைமையாளருக்குச் சொந்தமானவர்கள். உணவு ஏராளமாகக் குவித்து வைக்கப்பட்டிருந்தது. ஷாம்பேன் மது ஆறாக ஓடியது. எனக்கு ஷாம்பேன் மிகவும் பிடிக்கும். எனினும் நான் குடிக்கவில்லை. எனக்குக் காதல் மயக்கம் ஏற்பட்டிருந்தது. கீழே விழுகின்றவரை நடனமாடினேன். குவாட்ரில், பிறகு வால்ட்ஸ், பிறகு போல்கா நடனமாடினேன். பெரும்பாலான நடனங்களை – இயன்றவரை – வாரென்காவுடன் நடனமாடினேன் என்று சொல்லத் தேவையில்லை. அவள் வெள்ளை உடை அணிந்து அதன் மேல் இளஞ்சிவப்பு நிறத்தில் நாடாவைக் கட்டியிருந்தாள். ஆட்டுத்தோலில் செய்யப்பட்ட வெள்ளைக் கையுறைகளையும் – அவை அவளுடைய ஒல்லியான, கூர்மையான முழங்கைகளை எட்டவில்லை – வெள்ளை ஸாட்டின் காலணிகளையும் அணிந்திருந்தாள். அனீசிமவ் என்ற ஒரு பாழாய்ப்போன பொறியியலாளர் நான் அவளோடு மஸூர்க்கா நடனமாட முடியாதபடி என்னை ஏமாற்றிவிட்டார். அதற்காக நான் அவரை ஒருக்காலும் மன்னிக்கவில்லை. அவள் நடன அறைக்குள் நுழைந்தவுடனே அவர் அவளைத் தன்னோடு நடனமாட அழைத்தார். கையுறைகள் வாங்குவதற்காக முடி அலங்கரிப்பவனைத் தேடிச்சென்றதில் எனக்குக் காலதாமதமாகி விட்டது. அதனால் அவளோடு மஸூர்க்கா நடனமாடுவதற்குப் பதிலாக ஒரு காலத்தில் நான் காதலித்த ஜெர்மன் பெண்ணோடு அந்த நடனமாடினேன். ஆனால் அன்று அந்தப் பெண்ணை நான் மிகவும் அலட்சியமாக நடத்தினேன் என்று நினைக்கிறேன், நான் அவளிடம் பேசவில்லை, அவளை சரியாகப் பார்க்கக்கூட இல்லை. ஏனென்றால் இளஞ்சிவப்பு நாடா தைக்கப்பட்ட வெள்ளை உடையணிந்த, பிரகாசமான, நாணத்தால் சிவப்படைந்த, கன்னங்களில் குழிவும் மென்மையான, அன்பு ததும்பும் கண்களும்கொண்ட உயரமான, ஒல்லியான பெண்ணுக்காகவே என் கண்கள் அன்று காத்திருந்தன. அவளை நான் மட்டுமே போற்றியதாகச் சொல்ல முடியாது. எல்லோரும் அவளைக் கவனமாகப் பார்த்தார்கள், அவள் அழகைப் பாராட்டினார்கள், ஆண்களும் பெண்களும்தான். இத்தனைக்கும் அவள் அங்கேயிருந்த எல்லாப் பெண்களையும்விட அழகாக

இருந்தாள். அவர்களால் அவளைப் போற்றாமல் இருக்க முடியவில்லை.

"மஸூர்க்கா நடனத்தில் முறைப்படி நான் அவளுடைய ஜோடி அல்ல. ஆனால் உண்மை என்னவென்றால் அந்த நடனத்தில் குறைந்தபட்சம் அதன் பெரும் பகுதியில் நான் அவளோடு நடன மாடினேன். அவள் சிறிதுகூடக் கூச்சமின்றி அந்தப் பெரிய அறை நெடுகிலும் என்னோடு சேர்ந்து நடனமாடினாள். அவளோடு நடனமாடுவதற்கு அழைப்பில்லாமலேயே நான் துள்ளிக்குதித்து அவளுக்கு முன்னால் போய் நின்றபொழுது அவள் விருப்பத்தை நான் ஊகித்ததற்காக அவள் புன்சிரிப்புடன் நன்றி தெரிவித்தாள். முதலில் அவளுக்கு முன்னால் நான் சென்றபொழுது அவள் என்னுடைய தகுதியைப் புரிந்துகொள்ளவில்லை. தன்னுடைய ஒல்லியான தோள்களை லேசாகக் குலுக்கிவிட்டு வேறொருவரை நோக்கித் தன் கையை நீட்டினாள். தன் வருத்தத்தையும் ஆறுதலையும் தெரிவிப்பதைப்போல என்னைப் பார்த்து லேசாகச் சிரித்தாள்.

"மஸூர்க்கா நடனமாடி வால்ட்ஸ் நடனம் ஆரம்பமான பொழுது நான் அவளோடு நெடுநேரம் நடனமாடினேன். அவள் மூச்சுக்கூட விடமுடியாமல் சிரித்தாள். 'மறுபடியும்' என்று முணுமுணுத்தாள். நான் என் உடலைப் பற்றியே நினைக்காமல் – அது காற்றால் செய்யப்பட்டிருப்பதைப் போலக் கருதிக்கொண்டு மேலும் தொடர்ந்து நடனமாடிக்கொண்டிருந்தேன்."

"உடலைப் பற்றி நினைக்காமலா? அவளுடைய இடையைச் சுற்றி உங்கள் கையை வளைத்திருந்தபொழுது, உங்களுடைய உடலைப் பற்றி மட்டுமல்லாமல் அவளுடைய உடலைப் பற்றியும் மிகவும் அதிகமாக நினைத்தீர்கள் என்று நான் நிச்சயமாகச் சொல்வேன்" என்று அங்கேயிருந்த விருந்தினர்களில் ஒருவர் கூறினார்.

உடனே இவான் வசீலியெவிச்சின் முகம் சிவந்தது. அவர் உரத்த குரலில் பேசினார்:

"அது நவீன இளைஞர்களாகிய உங்களுக்குப் பொருந்தலாம். நீங்கள் உடலைப் பற்றியே நினைத்துக்கொண்டிருக்கிறீர்கள். அந்தக் காலத்தில் நாங்கள் வேறுவிதமாக இருந்தோம். ஒரு பெண்ணை நான் எவ்வளவு அதிகமாகக் காதலிக்கிறேனோ அவ்வளவுக்கு அவள் உடலைப் பற்றி மறந்துவிடுவேன், இன்று நீங்கள் கால்கள், கணுக்கால்கள் இன்னும் மற்றவைகளைப்

பற்றியே நினைத்துக்கொண்டிருக்கிறீர்கள். நீங்கள் காதலிக்கும் பெண்களைக் கற்பனையில் நிர்வாணமாக்கி விடுகிறீர்கள். ஆனால் அல்ஃபோன்ஸ் கார் – அவர் சிறந்த எழுத்தாளர் – கூறியதைப்போல் என் காதலுக்கு உரியவள் எப்பொழுதுமே வெண்கல உடைகளை அணிந்திருப்பாள். நாங்கள் உடலை வெளிக்காட்ட முயற்சிக்கவில்லை. நோவாவின் நன்மகனைப் போல நிர்வாணத்தை மறைப்பதற்கே முயற்சி செய்தோம். ஆனால் உங்களுக்கு இதெல்லாம் புரியாது...''

“அவரைப் பற்றிக் கவலைப்பட வேண்டாம். நீங்கள் கதையைத் தொடர்ந்து சொல்லுங்கள்'' என்று கேட்டுக்கொண்டிருந்தவர்களில் ஒருவர் கூறினார்.

“சரி, நான் அவளோடுதான் அதிகமாக நடனமாடினேன். நேரமாகிவிட்டதைக் கவனிக்கவில்லை. பாடகர்கள் மிகவும் களைத்துவிட்டார்கள். நடனத்தின் முடிவில் எப்பொழுதுமே அப்படித்தான் என்பது உங்களுக்குத் தெரியும். அவர்கள் மஸூர்க்கா நடனத்துக்கு வாசித்துக்கொண்டிருந்தார்கள். உபசரிக்கும் அறையில் சீட்டாடிக்கொண்டிருந்த அப்பாக்களும் அம்மாக்களும் இரவு உணவு சாப்பிட நாற்காலிகளிலிருந்து எழுந்துகொண்டிருந்தார்கள். வேலைக்காரர்கள் எதையோ எடுத்துக்கொண்டு எங்களை வேகமாகக் கடந்து சென்றார்கள். அப்பொழுது மூன்று மணியாகிக் கொண்டிருந்தது. எஞ்சியிருக்கும் சில நிமிடங்களை நாங்கள் நன்கு பயன்படுத்திக்கொள்ள வேண்டும். நான் மறுபடியும் அவளை நடனமாடக் கூப்பிட்டேன்; நாங்களிருவரும் நூறாவது தடவையாக அந்த அறை நெடுகிலும் நடனமாடினோம்.

“இரவு உணவுக்குப் பிறகு குவாட்ரில் நடனத்துக்கு உங்களுடைய ஜோடியாக நான் இருக்கலாமா?” என்று அவளை மறுபடியும் இருக்கைக்குக் கூட்டிக்கொண்டு சென்றபொழுது கேட்டேன்.

“ஓ! சரி. என்னை வீட்டுக்குக் கூட்டிக்கொண்டு போகாமலிருந்தால்” என்று அவள் சிரித்துக்கொண்டே கூறினாள்.

“நான் போகவிடமாட்டேன்” என்றேன்.

“என்னுடைய விசிறியைக் கொடுங்கள்” என்றாள் அவள்.

“அதை உங்களிடம் திருப்பிக் கொடுக்க எனக்கு வருத்தமேற்படுகிறது” என்று சொல்லிக்கொண்டு அவளுடைய மலிவான வெள்ளை விசிறியை அவளிடம் கொடுத்தேன்.

"அப்படியானால் வருத்தப்படாமலிருப்பதற்காக இதை வைத்துக்கொள்ளுங்கள்" என்று சொல்லிக்கொண்டு அந்த விசிறியிலிருந்து ஒரு இறகைப் பிடுங்கி என்னிடம் கொடுத்தாள்.

"நான் அந்த இறகைப் பெற்றுக்கொண்டேன். என்னுடைய பரவசத்தையும் நன்றியையும் ஒரு பார்வையால் மட்டுமே என்னால் வெளிப்படுத்த முடிந்தது. நான் குதூகலமாகவும் நிறைவுடனும் இருந்தது மட்டுமல்ல, மகிழ்ச்சியாக இருந்தேன், பேரின்பத்தை அனுபவித்தேன். பரந்த உள்ளத்தோடிருந்தேன். அப்பொழுது நான் நானாக இருக்கவில்லை. இந்த உலகத்தைச் சேராத ஏதோ ஒரு பிறவியைப்போல, தீமை என்னவென்றே அறியாத, நன்மையைத்தவிர வேறெதையும் செய்யமுடியாத பிறவியைப் போல நான் உணர்ந்தேன். நான் அந்த இறகை என் கையுறையில் செருகிக்கொண்டு அவளைவிட்டுப் பிரிந்து செல்ல முடியாதவனாக, அந்த இடத்திலேயே ஆணியடிக்கப்பட்டதைப் போல நின்று கொண்டிருந்தேன்.

"அங்கே பாருங்கள்! அவர்கள் அப்பாவை நடனமாடச் சொல்கிறார்கள்" என்று சொல்லிக்கொண்டு கதவுக்குப் பக்கத்தில் விருந்தளிப்பவருடைய மனைவியோடும் சில பெண்களோடும் நின்றுகொண்டிருந்த தன் தகப்பனாரைச் சுட்டிக்காட்டினாள். அவர் உயரமான, கம்பீரமான தோற்றத்தைக்கொண்ட மனிதர், கர்னல், தோள்பட்டைகளில் வெள்ளியில் பதவிச் சின்னங்களை அணிந்திருந்தார்.

"வாரென்கா! இங்கே வா!" என்று வைர கிரீடம் அணிந்த, விருந்தளிக்கும் அம்மையார் கூப்பிட்டாள்.

"வாரென்கா கதவை நோக்கிச் சென்றாள். நான் அவளைப் பின்தொடர்ந்தேன்.

"Ma chere, உன்னோடு நடனமாடுமாறு உன் தகப்பனாரைக் கூப்பிடு. பியோத்தர் விளதிஸ்லாவிச்! தயவுசெய்து நடனமாடுங்கள்" என்று அந்தச் சீமாட்டி கர்னலைக் கேட்டுக் கொண்டாள்.

"வாரென்காவின் தகப்பனார் உயரமாக, அழகாக, கம்பீரமாக இருந்தார். அவர் வயதானபோதிலும் இளமையான தோற்றத்தைக்கொண்டிருந்தார். சிவந்த முகம், நரைத்த மீசையை முதலாம் நிக்கலாய் பாணியில் முறுக்கிவிட்டிருந்தார். கன்னத்தில் வளர்ந்திருந்த கிருதா அந்த மீசையோடு சேர்ந்துகொண்டது. தலைமுடி நெற்றியின்மீது விழும்படியாகச் சீவியிருந்தார்.

அவர் தன் மகளைப்போலவே அன்பும் மகிழ்ச்சியும் ததும்பச் சிரித்தார். அந்தச் சிரிப்பில் கண்களும் உதடுகளும் பளிச்சிட்டன. திடகாத்திரமான உடல், அகன்ற இராணுவ பாணியில் முன்னால் துருத்திக்கொண்டிருந்தது. சில இராணுவப் பதக்கங்கள் மார்பை அலங்கரித்தன. வலுவான தோள்கள்; நீளமான, நேர்த்தியான கால்கள். அவர் பழைய ரகத்தைச் சேர்ந்த அதிகாரி; நிக்கலாயைப் பின்பற்றும் இராணுவ பாணி.

நாங்கள் கதவை நெருங்கியபொழுது நடனத்தை மறந்து நெடுங்காலமாகிவிட்டதென்று கர்னல் மறுத்துப் பேசிக் கொண்டிருந்தார். எனினும் அவர் புன்சிரிப்போடு உறையிலிருந்து வாளை எடுத்து, அவருக்குச் சேவை செய்ய ஆர்வத்தோடு நின்ற இளைஞனிடம் நீட்டினார். வலது கையில் தோல் கையுறையை மாட்டிக்கொண்டு (எல்லாவற்றையும் முறைப்படி செய்ய வேண்டும் என்று அவர் புன்சிரிப்போடு சொல்லிக்கொண்டார்) தன் மகளின் கையைப் பிடித்து நடனமாடும் பாணியில் உடலை வளைத்து இசை தொடங்குவதற்காக நின்றார்.

“மஸூர்க்கர் தொடங்கியதும் அவர் ஒரு காலால் சுறுசுறுப்பாகக் குதித்து அடுத்தக் காலை வீசினார், அவருடைய உயரமான, கனத்த உருவம் நடன அறையைச் சுற்றிச் சுழன்றது. அவர் ஒரு சமயத்தில் மெதுவாகவும் நாகரிகமாகவும் மறுசமயத்தில் வேகமாகவும் சுறுசுறுப்பாகவும் காலை மாற்றி நடனமாடினார். வாரென்காவின் ஒடிசலான உடல் அவரோடு சேர்ந்து சுழன்றது. அவள் தன்னுடைய சிறு, வெள்ளை ஸாட்டின் மூடிய கால்களை யாருக்கும் தெரியாமல் எப்பொழுதும் உரிய நேரத்தில் அவருடைய காலடிகளுக்கு இணையாக நீட்டி வைத்தாள் அல்லது குறுக்கி வைத்தாள். அந்த ஜோடியின் ஒவ்வொரு அசைவையும் விருந்தினர்கள் பார்த்துக்கொண்டிருந்தார்கள். அந்த நேரத்தில் என்னிடம் பாராட்டைக் காட்டிலும் ஆழமான, பரவச உணர்ச்சி ஏற்பட்டது. அதிலும் கர்னலின் காலணிகளைப் பார்த்தபொழுது என் மனம் நெகிழ்ச்சி அடைந்தது. அவை ஆட்டுத் தோலில் தைக்கப்பட்ட நல்ல காலணிகளே. ஆனால் அவற்றில் குதிகால் பகுதி இல்லை. முன்பகுதி நாகரிக பாணியில் கூர்மையாக இருப்பதற்குப் பதிலாக சப்பையாக இருந்தது. அவை படைப்பிரிவைச் சேர்ந்த செம்மானால் தயாரிக்கப்பட்டவை என்பது தெளிவாகப் புலப்பட்டது. ‘தன் அன்புக்குரிய மகள் சிறப்பான உடைகள் அணிந்து உயர்ந்த வட்டாரங்களில் பழக வேண்டுமென்பதற்காக அவர் விலையுயர்ந்த காலணிகளுக்குப்

பதிலாக சாதாரணமான காலணிகளை அணிந்திருக்கிறார்' என்று நான் நினைத்தேன். அதனால்தான் அவருடைய சப்பைமுனைக் காலணிகளைப் பார்த்தபொழுது என் மனம் உருகியது. அவர் ஒரு காலத்தில் அழகாக நடனமாடியிருக்க வேண்டும். ஆனால் இப்பொழுது அவர் பருத்துவிட்டார். அவர் வேகமாகவும் அழகாகவும் சுழல்வதற்குச் செய்த எல்லா முயற்சிகளையும் நிறைவேற்றக்கூடிய அளவுக்கு அவருடைய கால்களில் நெகிழ்ச்சியில்லை. ஆனால் அவர் நடனமாடிக்கொண்டே இரண்டு தடவை அந்த அறையை அழகாகச் சுற்றி வந்தார். அவர் வேகமாகத் தன் கால்களை விரித்து மறுபடியும் அவற்றை ஒன்று சேர்த்தபொழுது எல்லோரும் கைதட்டினார்கள். அவர் ஒரு காலின்மீது அதிகமான பாரத்தை வைத்துவிட்டபடியால் கீழே விழுந்துவிட்டார். அவர் மகள் சிரித்துக்கொண்டே சிக்கிக்கொண்ட தன் உடையை விடுவித்துக்கொண்டு அவரைச் சுற்றி அழகாகச் சுழன்றாள். அவர் எழுந்து நின்று தன் மகளைக் காதோடு சேர்த்து அன்பாக அணைத்து அவள் நெற்றியில் முத்தமிட்டார். பிறகு என்னை அவளுடைய நடன ஜோடி என்று நினைத்தவராக என்னிடம் கூட்டிக்கொண்டு வந்தார். நான் இல்லையென்று அவரிடம் கூறினேன்.

"அதனாலென்ன? நீங்கள் அவளுடன் நடனமாடுங்கள்" என்று உறைக்குள் வாளைத் திணித்தபடியே அவர் சிரித்துக் கொண்டு கூறினார்.

"ஒரு பாட்டிலிலிருந்து வெளியே வருகின்ற முதல் துளியைத் தொடர்ந்து ஒரு அருவியே கொட்டுவதைப் போல வாரென்கா மீது எனக்கு ஏற்பட்ட காதல் என் ஆன்மாவில் திரண்டிருந்த காதல் உணர்ச்சி முழுவதையும் திறந்துவிட்டது. என்னுடைய காதலின்மூலம் நான் உலக முழுவதையுமே நேசித்தேன். வைர கிரீடத்தை அணிந்திருக்கும் விருந்தளித்த சீமாட்டியையும் அவள் கணவரையும் விருந்தினர்களையும் பணியாளர்களையும் நிச்சயமாக எனக்குக் கோபமூட்டிய அந்த பாழாய்ப்போன அனீசிமவையும் நான் நேசித்தேன். சப்பையான முனைக் காலணிகளும் அவளைப் போன்ற அதே புன்சிரிப்பும்கொண்ட அவள் தகப்பனாரைப் பொறுத்தவரை – அவரிடம் எனக்கு அன்புப் பரவசம் ஏற்பட்டது.

மஸர்க்கா முடிவடைந்தது. விருந்தளித்தவர்கள் உணவருந்த வருமாறு எங்களைக் கூப்பிட்டார்கள். ஆனால் அதிகாலையில்தான் எழுந்திருக்க வேண்டுமென்று கூறி கர்னல்

பி. மறுத்தார். விருந்தளித்தவரிடம் விடை பெற்றுக்கொண்டார். அவர் வாரென்காவையும் கூட்டிக்கொண்டு போய்விடுவாரோ என்று எனக்குக் கலக்கம் ஏற்பட்டது. ஆனால் அவள் தன் தாயாரோடு தங்கிவிட்டாள்."

"இரவு உணவுக்குப்பிறகு, முன்பே முடிவு செய்தபடி நான் அவளோடு குவாட்ரில் நடனமாடினேன். நான் மிகவும் அதிகமான மகிழ்ச்சியை அனுபவிப்பதாகத் தோன்றியது. அது மேலும்மேலும் வளர்ந்துகொண்டே போயிற்று. நாங்கள் காதலைப் பற்றி ஒன்றும் பேசவில்லை. அவள் என்னைக் காதலிக்கிறாளா என்று நான் அவளைக் கேட்கவில்லை. என்னையும் கேட்டுக்கொள்ளவில்லை. நான் அவளைக் காதலித்தேன் என்பதே எனக்குப் போதுமானதாக இருந்தது. என் மகிழ்ச்சியை ஏதாவது கெடுத்துவிடலாம் என்ற ஒரே ஒரு அச்சம் மட்டுமே என்னிடம் ஏற்பட்டிருந்தது.

"நான் வீடு திரும்பியதும் உடைகளை மாற்றிக்கொண்டேன். தூங்க வேண்டும் என்று நினைத்தேன். ஆனால் என்னால் தூங்க முடியாது என்பதை உணர்ந்தேன். என் கையில் அவளுடைய விசிறி இறகையும் அவளுடைய கையுறைகளில் ஒன்றையும் வைத்திருந்தேன். அவளையும் அவளுடைய தாயாரையும் வண்டியில் ஏற்றி வழியனுப்பிய நேரத்தில் அவள் அந்தக் கையுறையை என்னிடம் கொடுத்தாள். அந்த நினைவுப் பொருட்களைப் பார்த்தபொழுது அவள் இரண்டு நபர்களில் ஒருவரைத் தன்னுடைய நடனஜோடியாகத் தேர்ந்தெடுத்த பொழுது, என்னுடைய இயல்பை ஊகித்தவளாக, இனிமையான குரலில், "இவ்வளவு கர்வமா? அடேயப்பா?" என்று சொல்லிவிட்டு மகிழ்ச்சியோடு என்னை நோக்கித் தன் கையை நீட்டிய காட்சி என் நினைவுக்கு வந்தது. இரவு உணவருந்தும்பொழுது அவள் ஷாம்பேனை ருசித்தபடியே அந்தக் கோப்பைக்குமேல் தன் அன்பு விழிகளை உயர்த்தி என்னைப் பார்த்தது என் நினைவுக்கு வந்தது. ஆனால் அவள் தகப்பனாரோடு நடனமாடிய காட்சிதான் எனக்கு மிகவும் பிடித்திருந்தது. தன் தகப்பனார் சார்பிலும் தனக்காகவும் அங்கேயிருந்த பார்வையாளர்களை மகிழ்ச்சியோடும் பெருமையோடும் பார்த்தபடியே அவருக்குப் பக்கத்தில் அவள் மென்மையழகோடு மிதந்துகொண்டிருந்தாள். என்னையறியாமலே அவர்களிருவரும் என் மனதில் ஒரே பிம்பமாகக் கலந்தார்கள். ஆழமான அன்புணர்ச்சி அவர்களைத் தழுவியது.

"அந்தச் சமயத்தில் என்னுடைய காலஞ்சென்ற சகோதரரும் நானும் தனியாக வசித்து வந்தோம். என் சகோதரருக்கு உயர்ந்த சமூகத் தொடர்புகள் பிடிக்கவில்லை. அவர் நடனங்களுக்கும் போக மாட்டார். அவர் முதுகலைப் பட்டத் தேர்வு எழுதுவதற்காகத் தீவிரமாகப் படித்துக்கொண்டிருந்தார். முன்னுதாரணமான வாழ்க்கையை நடத்தி வந்தார். அவர் தூங்கிக்கொண்டிருந்தார். தலையணையின்மேல் பாதித் தலையை வைத்துக்கொண்டு உடலைப் போர்வையால் பாதி மூடியபடி அவர் தூங்கிக்கொண்டிருந்ததைப் பார்த்தபொழுது நான் அவருக்காக வருத்தப்பட்டேன். நான் ஏன் ஆனந்தத்தில் மூழ்கியிருக்கிறேன் என்பது அவருக்குத் தெரியாது, அதைப் பகிர்ந்துகொள்ளவும் அவரால் முடியாது என்பதற்காக நான் வருத்தப்பட்டேன். என்னுடைய பணியாளான பெத்ரூஷா மெழுகுவர்த்தி விளக்கை எடுத்துக்கொண்டு வந்து என்னைச் சந்தித்தான். என் உடைகளைக் கழற்றுவதற்கு அவன் எனக்கு உதவி செய்ய வந்தான். ஆனால் நான் வேண்டாம் என்றேன். அவன் முகத்திலிருந்த தூக்கக்கலக்கத்தையும் தலைமுடி கலைந்து கிடந்ததையும் பார்த்தபொழுது எனக்கு அவன் மீது இரக்கம் ஏற்பட்டது. நான் சப்தமில்லாமல் அடிமேலடி வைத்து என் அறைக்குச் சென்று படுக்கையின்மீது உட்கார்ந்தேன். எனக்கு ஒரே மகிழ்ச்சியாக இருந்தபடியால் என்னால் தூங்க முடியவில்லை. அந்த அறை வெப்பமாக இருந்தது, எனவே என்னுடைய இராணுவ உடையை மாற்றிக்கொள்ளாமல் நான் சப்தமில்லாமல் ஹாலுக்குள் சென்றேன். என்னுடைய கம்பளிக்கோட்டை அணிந்துகொண்டு வாயிற் கதவைத் திறந்து வெளியே சென்றேன்."

"நான் நடன அறையிலிருந்து வந்தபொழுது அநேகமாக ஐந்து மணி ஆகியிருந்தது. அதற்குப் பிறகு சுமார் இரண்டு மணி நேரமாகியிருக்கும். எனவே நான் வெளியே போனபொழுது ஏற்கெனவே வெளிச்சம் ஏற்பட்டிருந்தது. குளிர்காலத் திருவிழாக் காலத்துக்கே உரித்தான பருவநிலை – மூடுபனி; சாலைகளில் ஈரப்பனி உருகிக்கொண்டிருந்தது, எல்லாக் கூரைகளிலிருந்தும் தண்ணீர் சொட்டிக்கொண்டிருந்தது. அப்பொழுது குடும்பத்தினர் புறநகர்ப் பகுதியில், ஒரு பக்கத்தில் பெண்கள் பள்ளிக்கூடமும் மறுபக்கத்தில் உலாவு திடலும் அமைந்திருந்த மைதானத்தின் ஓரத்தில் ஒரு வீட்டில் வசித்து வந்தார்கள். நாங்கள் வசித்து வந்த அமைதியான சந்தைக் கடந்து பிரதான வீதிக்கு

வந்தேன். அங்கே பாதசாரிகளையும், சறுக்கு வண்டிகளில் மரப்பலகைகளை ஏற்றிக்கொண்டு வந்த வண்டிக்காரர்களையும் சந்தித்தேன். அந்தச் சறுக்கு வண்டிகளின் அடிச்சட்டங்கள் நடைபாதைவரை பனியைச் செதுக்கிக்கொண்டு சென்றன. குதிரைகள் வர்ணம் பூசப்பட்ட நுகத்தடிகளின் கீழ் தாள லயத்தோடு தலைகளை ஆட்டியதும் மரவுரிப் பாய்களை முதுகில் அணிந்திருந்த வண்டிக்காரர்கள் கால்களில் பெரிய பூட்சுகளை அணிந்துகொண்டு சறுக்கு வண்டிகளுக்குப் பக்கத்தில் பனிச் சேற்றை மிதித்துக்கொண்டு ஓடியதும் சாலையில் இருமருங்கிலும் அமைந்திருந்த வீடுகள் மூடுபனியில் உயரமாகத் தெரிந்ததும் – எல்லாம் குறிப்பிடத்தக்கவகையில் இனிமையாகவும் முக்கியமாகவும் தோன்றின."

"மைதானத்தில் அவர்கள் வீடு இருந்த பகுதிக்கு நான் போனபொழுது மக்கள் உலாவுவதற்குப் பயன்படுத்தும் பகுதியின் முடிவில் கறுப்பாகவும் பெரியதாகவும் இருந்த ஏதோ ஒன்றைப் பார்த்தேன். இராணுவ இசைக் குழல் மற்றும் முரசு ஒலிக்கின்ற சத்தம் கேட்டது. அந்த நேரம் முழுவதும் என் உள்ளம் இனிமையாகப் பாடிக்கொண்டிருந்தது. மஸ்ஸூர்க்காவின் இசை அவ்வப்பொழுது என் நினைவுக்கு வந்துகொண்டிருந்தது. ஆனால் இது வேறுவிதமான இசை – கடுகடுப்பாகவும் பயங்கரமாகவும் ஒலித்தது."

"'இது என்னவாக இருக்கும்?' என்று நினைத்தபடியே மைதானத்தின் குறுக்கே வழுக்கலாக இருந்த வண்டித்தடத்தின் வழியாக சத்தம் வந்த இடத்தை நோக்கிச் சென்றேன். சுமார் நூறு தப்படிகள் நடந்தபிறகு அங்கே மக்கள் கூட்டமாக நிற்பதை மூடுபனியை ஊடுருவிப் பார்க்கத் தொடங்கியதும் கண்டேன். அவர்கள் படைவீரர்களாக இருக்க வேண்டும். 'பயிற்சி நடைபெறுகிறது போலும்' என்று எண்ணியபடியே, எண்ணெய்க் கறை படிந்த சட்டையும் மேலங்கியும் அணிந்து, கையில் ஒரு பெரிய மூட்டையைத் தூக்கிக்கொண்டு வந்த ஒரு கருமானைத் தொடர்ந்து சென்றேன். கறுப்புக் கோட்டுகள் அணிந்த படைவீரர்கள் துப்பாக்கிகளோடு எதிரெதிராக இரண்டு வரிசைகளாக நின்று கொண்டிருந்தார்கள். அவர்களுக்குப் பின்னால் இராணுவ இசைக் குழலை வாசிப்பவனும் முரசடிப்பவனும் நின்றுகொண்டு அந்த இனிமையற்ற சங்கீதத்தைத் திரும்பத்திரும்ப ஒலித்துக்கொண்டிருந்தார்கள்.

"அவர்கள் என்ன செய்துகொண்டிருக்கிறார்கள்?" என்று எனக்குப் பக்கத்தில் வந்துகொண்டிருந்த கருமானைக் கேட்டேன்.

"ஓடிப்போக முயன்ற தாத்தாரியனுக்குத் தண்டனை கொடுக்கிறார்கள்" என்று அந்தக் கருமான் இரட்டை வரிசை முடிகின்ற இடத்தைப் பார்த்தபடியே பதிலளித்தான். அந்தத் திசையில் நான் பார்த்தபொழுது படைவீரர்களின் வரிசைகளுக்கிடையில் பயங்கரமான ஒன்று என்னை நோக்கி வந்து கொண்டிருப்பதைப் பார்த்தேன். அது ஒரு மனிதன். இடுப்புவரை உடை இல்லை. பூமிக்குக் கிடைக்கோடாகப் பிடிக்கப்பட்டிருந்த துப்பாக்கிகளில் அவன் கட்டப்பட்டிருந்தான். அந்தத் துப்பாக்கிகளின் இரண்டு முனைகளையும் இரண்டு படைவீரர்கள் பிடித்துக் கொண்டிருந்தார்கள். கம்பளிக் கோட்டும் இராணுவத் தொப்பியும் அணிந்த உயரமான அதிகாரி அவனுக்குப் பின்னால் நடந்து வந்து கொண்டிருந்தார். அவரை நான் ஏற்கெனவே பார்த்திருப்பதுபோலத் தோன்றியது. அந்தக் கைதி உடல் முழுவதும் துடிக்க, உருகிக்கொண்டிருந்த பனிச்சேற்றைக் கால்களால் மிதித்துக்கொண்டு, இரண்டு பக்கத்திலிருந்தும் அவன்மீது விழுந்த சவுக்கடிகளுக்கு நடுவில் வந்துகொண்டிருந்தான். சில சமயங்களில் அவன் பின்னால் வளைந்தால், துப்பாக்கிகளைப் பிடித்துக்கொண்டிருந்த படைவீரர்கள் அவனை முன்னால் இழுப்பார்கள். அவன் முன்னால் துள்ளினால் படைவீரர்கள் அவனைப் பின்னால் இழுப்பார்கள். அவனுக்குப் பக்கத்தில் அந்த உயரமான அதிகாரி, சிறிதும் பின்தங்கிவிடாமல் உறுதியான காலடிகளோடு வந்துகொண்டிருந்தார். சிவந்த முகமும், வெள்ளை நிற மீசையும் கிருதாவும்கொண்ட அதிகாரி வாரென்காவின் தகப்பனார்தான்.

"ஒவ்வொருமுறை சவுக்கடி விழுகின்றபொழுதும் அந்தக் கைதி சவுக்கடி வந்த திசையை நோக்கி வலியினால் கோரமடைந்த தன் முகத்தைத் திருப்பி ஆச்சரியமடைவதைப்போலப் பார்த்து தன்னுடைய வெண்மையான பற்களைக் கடித்துக்கொண்டு எதையோ திரும்பத்திரும்பச் சொல்லிக்கொண்டிருந்தான். அவன் எனக்குப் பக்கத்தில் வருகின்றவரையிலும் அந்த வார்த்தைகள் என்னவென்று எனக்குத் தெரியவில்லை. அவன் பேசினான் என்று சொல்வதைக் காட்டிலும் புலம்பினான் என்றுதான் சொல்ல வேண்டும். 'சகோதரர்களே, இரக்கம் காட்டுங்கள்! சகோதரர்களே, இரக்கம் காட்டுங்கள்!' ஆனால் சகோதரர்கள் இரக்கம் காட்டவில்லை. அந்த ஊர்வலம் எனக்கு நேராக

வந்தபொழுது ஒரு படைவீரன் உறுதியாக ஒரு எட்டு முன்னால் சென்று சவுக்கை ஓங்கி அவன் முதுகில் அடிப்பதைப் பார்த்தேன். அவன் அடித்த வேகத்தில் சவுக்கு காற்றைக் கிழித்து சப்தமிட்டது. அந்தத் தாத்தாரியன் முன்னோக்கி விழுந்தான். ஆனால் படைவீரர்கள் அவனைச் சுண்டியிழுத்துத் தூக்கினார்கள். எதிர்ப் பக்கத்திலிருந்து மறுபடியும் அடி விழுந்தது, பிறகு இந்தப் பக்கத்திலிருந்து, மறுபடியும் அந்தப் பக்கத்திலிருந்து... கர்னல் அவனுக்குப் பக்கத்தில் நடந்து வந்தார். அவர் ஒரு சமயத்தில் தன் காலைப் பார்ப்பார், மறுசமயத்தில் அந்தக் கைதியைப் பார்ப்பார், ஆழமாகக் காற்றை மூச்சிழுத்துத் தன் கன்னங்களை உப்ப வைத்துக்கொள்வார், பிறகு மூடிய உதடுகளுக்கு நடுவே அந்தத் காற்றை மெதுவாக வெளியே விடுவார். நான் நின்றுகொண்டிருந்த இடத்துக்கு நேராக அந்த ஊர்வலம் வந்தபொழுது வரிசையாக நின்றுகொண்டிருந்த படைவீரர்களுக்கு இடையில் அந்தக் கைதியின் முதுகைப் பார்த்தேன். வரி வரியாகக் கோடுகள், இரத்தம் கசிந்துகொண்டிருந்தது, செந்நிறம், பார்க்கவே அருவருப்பான காட்சி. அது மனித உடலின் ஒரு பகுதி என்று என்னால் நினைக்க முடியவில்லை."

'அடக்கடவுளே!' என்று எனக்குப் பக்கத்தில் நின்றுகொண்டிருந்த கருமான் முணுமுணுத்தான்.

ஊர்வலம் எங்களைக் கடந்து போய்க்கொண்டிருந்தது. கெஞ்சிக்கொண்டும் தள்ளாடிக் கொண்டுமிருந்த அந்தப் பிறவியின்மீது இரண்டு பக்கங்களிலிருந்தும் சவுக்கடிகள் விழுந்துகொண்டிருந்தன. முரசு ஒலித்துக்கொண்டிருந்தது, இசைக்குழல் தொடர்ந்து கீச்சிட்டது. கைதிக்குப் பக்கத்தில் அந்த உயரமான, கம்பீரமான கர்னல் உறுதியாக நடந்து வந்து கொண்டிருந்தார். திடீரென்று கர்னல் நின்றார். ஒரு படைவீரனை நோக்கி வேகமாகச் சென்றார்."

"'சவுக்கடி தவறிவிட்டதா? உனக்கு நான் கொடுக்கிறேன்' என்று அவர் கடுங்கோபத்தோடு சொல்வதைக் கேட்டேன். 'இதை வாங்கிக்கொள்! இதையும் வாங்கிக்கொள்.'"

அந்தத் தாத்தாரியனின் இரத்த விளாறான முதுகில் அந்தச் சிறு, பலவீனமான, படைவீரனின் சவுக்கடி பலமாக விழவில்லை என்பதற்காக அந்தக் கர்னலின் பட்டுக் கையுறையணிந்த பலமான கரம் அவன் முகத்தில் ஓங்கிக் குத்தியது.

"'புதுச் சவுக்குகளைக் கொண்டு வா!' என்று கர்னல் உத்தரவிட்டார். அவர் பேசிக்கொண்டு திரும்பியபொழுது

என்னைப் பார்த்தார். என்னை அடையாளம் கண்டுகொள்ளாதது போலப் பாசாங்கு செய்தபடியே, பயமுறுத்துவதைப்போல முகத்தைச் சுளித்துக்கொண்டு வேகமாகத் திரும்பினார். எனக்கு மிகவும் அவமானமாக இருந்தபடியால் என் கண்களை எங்கே திருப்புவதென்று எனக்குத் தெரியவில்லை. ஏதோ வெட்கக்கேடான காரியத்தைச் செய்யும்பொழுது பிடிபட்டதைப் போன்ற உணர்ச்சி எனக்கு ஏற்பட்டது. நான் தலையைக் குனிந்துகொண்டு வேகமாக வீட்டுக்குத் திரும்பினேன். போகும் வழியெல்லாம் முரசு ஒலிப்பதும், இசைக் குழல் கீச்சிடுவதும் 'சகோதரர்களே, இரக்கம் காட்டுங்கள்!' என்ற சொற்களும் 'இதை வாங்கிக்கொள்! இதையும் வாங்கிக்கொள்!' என்று ஆத்திரமான, சுயநம்பிக்கை நிறைந்த குரலில் கர்னல் திட்டுவதும் என் காதுகளில் கேட்டுக்கொண்டிருந்தன. இதனால் என் உள்ளத்தில் தீவிரமான வேதனையும் குமட்டல் உணர்ச்சியும் ஏற்பட்டதால் நான் பலதடவை நின்று போக வேண்டியதாயிற்று. நான் பார்த்த காட்சி எனக்குள் ஏற்படுத்திய அருவருப்பை வாந்தியெடுத்து வெளியே கொட்ட வேண்டும் என்ற உணர்ச்சி எனக்கு ஏற்பட்டது. நான் எப்படி வீட்டுக்குத் திரும்பினேன், கட்டிலில் எப்படிப் படுத்தேன் என்பது எனக்குத் தெரியாது. ஆனால் நான் தூங்கத்தொடங்கிய மறுவிநாடியே அங்கே நடந்த எல்லாவற்றையும் மறுபடியும் கண்டேன், கேட்டேன். நான் திடுக்கிட்டெழுந்தேன்."

"'எனக்குத் தெரியாத ஏதோ ஒன்று அவருக்குத் தெரிந்திருக்க வேண்டும்' என்று கர்னலைப் பற்றி நினைத்தேன். 'அவருக்குத் தெரிந்திருக்கும் விஷயம் எனக்கும் தெரிந்திருக்குமானால் அதைப் புரிந்துகொண்டிருப்பேன். அந்தக் காட்சி எனக்கு இவ்வளவு வேதனையைக் கொடுத்திருக்காது' என்று நினைத்தேன். ஆனால் எவ்வளவோ சிந்தித்துப் பார்த்தும் கர்னல் அறிந்திருந்த விஷயம் என்னவாக இருக்கும் என்பதை என்னால் புரிந்துகொள்ள முடியவில்லை. மாலை வருகின்றவரை எனக்குத் தூக்கமும் வரவில்லை. அதிலும் ஒரு நண்பருடைய வீட்டுக்குச் சென்று எல்லாவற்றையும் மறக்கக்கூடியவகையில் அதிகமாகக் குடித்த பிறகுதான் என்னால் தூங்க முடிந்தது."

"'தீமையைப் பார்த்துவிட்டதாக நான் முடிவு செய்தேன் என்று நீங்கள் நினைக்கிறீர்களா? அப்படி ஒன்றும் இல்லை. நான் கண்டவை இவ்வளவு நிச்சயத்தோடு செய்யப்பட்டு, எல்லோராலும் அவசியமானதென்று ஒத்துக்கொள்ளப்படுமானால் எனக்குத்

தெரியாத ஏதோ ஒன்று அவர்களுக்குத் தெரிந்திருக்க வேண்டும் என்ற முடிவுக்குத்தான் நான் வந்தேன். அது என்னவென்று கண்டுபிடிக்க முயற்சி செய்தேன். ஆனால் அதைக் கண்டுபிடிக்க என்னால் ஒருக்காலும் முடியவில்லை. இராணுவத்தில் சேர வேண்டுமென்று நான் முதலில் எண்ணியிருந்தேன். ஆனால் இதைத் தெரிந்துகொள்ளாமல் என்னால் இராணுவத்தில் சேர முடியவில்லை. அது மட்டுமல்ல. வேறு வேலையிலும் நான் சேரவில்லை. அதன் விளைவாக உதவாக்கரையாகிவிட்டேன், அது உங்களுக்குத் தெரிந்ததுதான்.'

"நீங்கள் எப்படிப்பட்ட உதவாக்கரை என்பது எங்களுக்குத் தெரியுமே. நீங்கள் மட்டும் இல்லாவிட்டால் எத்தனையோ பேர் உதவாக்கரை ஆகியிருப்பார்கள் என்று சொல்லுங்கள். அதுதான் பொருத்தம்" என்றார் விருந்தினர்களில் ஒருவர்.

"இது முட்டாள்தனமான பேச்சு" என்று இவான் வசீலியெவிச் உண்மையான சங்கடத்தோடு சொன்னார்.

"போகட்டும். உங்கள் காதல என்ன ஆயிற்று?" என்று நாங்கள் கேட்டோம்,

"என் காதலா? அன்று முதல் என் காதல் தேய்ந்துவிட்டது. நாங்கள் உலாவப் போகும்பொழுது அவள் தனக்கு வழக்கமான முறையில் சோகத்தோடு சிரிப்பாள். அந்த மைதானத்தில் பார்த்த கர்னலின் உருவம் உடனே என் நினைவுக்கு வரும். அது எனக்குச் சங்கடத்தையும் வருத்தத்தையும் கொடுக்கும். நான் படிப்படியாக அவளைப் பார்க்கப் போவதை நிறுத்திக்கொண்டேன். என் காதல் தேய்ந்து மடிந்துவிட்டது. ஆகவே சில சமயங்களில் இப்படித்தான் நடக்கிறது. இதைப் போன்ற சம்பவங்கள்தான் மனிதனின் மொத்த வாழ்க்கையையும் மாற்றிவிடுகின்றன. நீங்கள் என்னடாவென்றால் சூழ்நிலையைப் பற்றிப் பேசுகிறீர்களே..." என்று முடித்தார் இவான் வசீலியெவிச்.

1903

೧೦೧

வியன்னாவில்

ஹங்கேரி மூலம்: லாஜாஸ் பிரோ
தமிழில்: எஸ்.ராஜா
மீளுருவாக்கம்: ந.முருகேசபாண்டியன்

இரண்டாம் உலகப் போரின்போது, பிரிட்டிஷ் அரசாங்கம், இந்தியாவில் காகிதத் தட்டுப்பாடு காரணமாகப் பத்திரிகை அச்சடித்திட தடைவிதித்தது. எனவே புத்தக வடிவில் சிறிய வெளியீடுகள் பிரசுரமாயின. ஜோதி நிலையம், சர்வதேசக் கதை மலர் – 8 என 1944ஆம் ஆண்டில் 3 கதைகள்: ஹங்கேரியக் கதை என்ற தலைப்பில் ஐம்பது பக்கங்களில் எஸ். ராஜா மொழிபெயர்த்த சிறுகதை நூலினை வெளியிட்டது. அந்தப் புத்தகம் 1983ஆம் ஆண்டு முதலாக என்னிடம் இருக்கிறது. சுவராசியமான கதைகள் அடங்கிய புத்தகம், மட்டமான தாளில் அச்சடிக்கப்பட்டனால், இப்பொழுது தாள்கள் பொடியாகிக் கொண்டிருக்கின்றன. ஹங்கேரி நாட்டினரான லாஜோஸ் பிரோ எழுதிய "வியன்னாவில்" என்ற கதை, முதலாவதாக நூலில் இடம்பெற்றுள்ளது. இசையின் மகத்துவத்தையும் காதலின் உன்னதத்தையும் பதிவாக்கியுள்ள வியன்னாவில் கதை, வாசிப்பில் அதிர்வை ஏற்படுத்துகிறது. பீதோவன் என்ற இசைமேதையை முன்வைத்துச் சொல்லப்பட்டுள்ள கதையில் வரும் தாயும் அவருடைய மூன்று மகன்களும் ஒருபோதும் மறக்கவியலாத பாத்திரங்கள். 1940களில் வழக்கினில் இருந்த பார்ப்பனர் மொழியில் மொழிபெயர்க்கப்பட்டிருந்த கதையின் நடையை இன்றையச் சூழலுக்கேற்பச் செம்மையாக்கியுள்ளேன். (நிலவெளி (ஜூன், 2019) இலக்கிய இதழில் 'வியன்னாவில்' கதை மறுபிரசுரமானது – ந.முருகேசபாண்டியன்.)

வசந்தத்தின் குளிர்ந்த காற்று விசிறிவிசிறி அடித்துக் கொண்டிருந்தது. வியன்னாவின் தெருக்களில் கிடந்த தூசி துப்பட்டைகளை எல்லாம் காற்று அடித்துக்கொண்டு போய்விட்டது. ராஜா தியேட்டரின் இசைக்குழுவைச் சேர்ந்த ஸ்கோல்ஸ் சகோதரர்கள் மூவரும், நாடகசாலையைவிட்டு வெளியே வந்தார்கள். சட்டையை இறுக்கமாக இழுத்துப் போர்த்திக்கொண்டு, மனசிலே இருண்ட சிந்தனைகளுடன், வீடு நோக்கிக் கிளம்பினார்கள். காற்றுடன் போரடித் தள்ளாடி, வீடு வந்து சேர்ந்தார்கள். வீட்டுக் கதவைத் திறந்தவர் அவர்களுடைய தாயார். அவரின் தலைமுடி நரைத்திருந்தது. வாழ்க்கையில் அகப்பட்டு நசுக்குண்டவர் என்பதை அவர் முகமே காட்டியது. கிழவிதான். அவர்களுடைய சட்டைகளைக் கழற்றிட அவர்தான் உதவி செய்தார். அவர்கள் வீட்டில் வேலைக்காரர்கள் என்று யாரும் இல்லை. அவசர அவசரமாகச் சாப்பாடு தயார் செய்து, அவர்களுக்குப் பரிமாறினார்.

ஸ்கோல்ஸ் சகோதரர்கள் மூவரும், குனிந்த தலை நிமிராமல், மனதிலே பலவிதமான கசப்பான எண்ணங்களுடன் சாப்பிட உட்கார்ந்தனர்.

பல்லைக் கடித்துக்கொண்டே உடால்ப் கேட்டான். “அப்பா இன்னும் வரவில்லையா?”

“இல்லை. இன்னும் வரவில்லை” பரபரப்புடன் பதில் சொன்னார் தாயார்.

ருடால்ப் சாப்பிடத் தொடங்கினான். வேறு ஏதாவது கேட்பானோ என்று சிறிதுநேரம் அவனுடைய தாயார் தயங்கினார். ஆனால் ருடால்போ மற்ற பிள்ளைகளோ அவருடன் பேச விரும்பவில்லை. அவர்கள் எப்பொழுதுமே அவருடன் பேச விரும்பியதில்லை. அவரும் எதுவும் பேசாமல் சாப்பாட்டைப் பறிமாறிவிட்டுச் சமையலறைக்குள் போய்விட்டார்.

அவர்களில் யாருக்கும் தங்களுடைய எண்ணங்களை வாய்விட்டுச் சொல்ல மனமில்லை போலும்! அப்படி அவ்வளவு இருண்ட எண்ணங்களுக்குக் காரணம்தான் என்ன?

கடைசியில் பிரான்ஸ் நீண்ட பெருமச்சு விட்டான். நீண்டு வளர்ந்திருந்த தன்னுடைய தலைமயிரை கோதிவிட்டுக் கொண்டான். “என்னால் இனிமேல் தாளாது” என்றான்.

மாக்ஸிமிலியன் தலையை ஆட்டினான். அவன் தலை, சிங்கத்தின் தலையைப்போல இருந்தது. அவன் சொன்னான். "நான் இவர்களைவிட்டுத் தனியாகப் போய்விடத்தான் போகிறேன். தனியாகப் போய்விட வேண்டியதுதான்" என்றான். அவன் குரல், ஆழ்ந்த நிலையற்ற துக்கத்தை அடக்கியதாக இருந்தது.

ருடால்ப் சொன்னான். "ஓரிடத்தில் ஓர் அறை வாடகைக்குக் கிடைக்கிறது. கோட்டை வெளிக் கதவு அருகில் ஓரிடம். யாரோ ஒரு ஹோட்டல்காரனுடைய வீடு. ஹோட்டல்காரனுக்கு அழகான பெண்கள்கூட இருக்கிறார்கள்."

"நாம் அங்கே போய் விடலாமே" என்றான் மாக்ஸ்மிலியன். யோசனையில் மூழ்கியவர்களாக அவர்கள் சாப்பிட்டார்கள். சாப்பாடு முடியும்வேளையில் தெருவில் அவர்களுடைய தகப்பனாரின் குரல் கேட்டது. எனவே சட்டுப்புட்டென்று சாப்பிட்டு முடித்துவிட்டு, தங்கள் அறைக்குள் போய், சுங்கானைப் பற்ற வைத்துக்கொண்டு அவரவர் படுக்கையில் படுத்தனர்.

அவர்கள் போனபின் சாப்பாட்டு அறைக்குள் வந்தார் ஹெர்ஸ் கோல்ஸ். அவர் வேகமாக நடந்து வரவில்லை; ஆனால் அதிகமாகச் சப்தம் செய்தவாறு வந்தார். பெரிய நீதிமன்றத்தில் அமீனாவாக இருந்து, ஓய்வு பெற்றவர். அன்று வெகு நேரம் அவருடைய நண்பர்களுடன் குடித்துக்கொண்டும், பேசிக்கொண்டும் இருந்துவிட்டு அப்பொழுதுதான் வீடு திரும்பி இருந்தார். அரசியல் முதல் இசைவரையில் எல்லா விஷயங்களைப் பற்றியும் தீவிரமாக விவாதம் செய்துவிட்டு, உக்கிரமாகவே வீடு திரும்பியிருந்தார். குடியினால் வேறு அவருடைய நடை தடுமாறியது.

அவர் வாசலில் வருகிற சப்தம் கேட்டவுடனேயே அவருடைய உணவைத் தயார் செய்துவிட்டார் அவருடைய மனைவி. அவர் சாப்பிட மேசையருகில் வந்து உட்காரும்போது, உணவைக் கொண்டு வந்தும் வைத்துவிட்டார். ஆனால் அப்படியும் அவர்மீது எரிந்து விழுந்தார் அவருடைய கணவன்.

"நான் பட்டினிகிடந்து செத்தால் நீ சந்தோசப்படுவாய்? இல்லையா, லிஸி? என்னைப் புதைத்துவிட்டுத்தான் மற்ற காரியம் எல்லாம்தான் என்று நீ தீர்மானித்திருக்கிறாயா? அப்படித்தானே

உன் எண்ணம், லிஸி? ஆனால் அப்படி நடக்காது. நான் சொல்கிறேன் நம்பு. லிஸி, நீ இறந்து, உன்னைப் புதைத்துவிட்டு அதற்குப் பிறகு சாவேன்! தெரிந்ததா, லிஸி? எனக்கு முன் நீதான் சாக வேண்டும்" என்றார் ஸ்கோல்ஸ்.

ஆனால் பணிவுடன் நின்றார் அவருடைய மனைவி. அவர் ஒன்றும் பேசவில்லை. ஆனால் அவருடைய மெல்லிய கைகள் நடுங்கின.

"என்ன? கைகள் நடுங்குகின்றன? நடுக்கமா? இன்று நடுங்குகிறதே உன் கைகள்! அன்று ஏன் நடுங்கவில்லை – உன் காதலனைக் கட்டியணைக்கும்போது உன் கைகள் நடுங்கவில்லை" என்று குரைத்தார் ஸ்கோல்ஸ்.

இதற்குப் பதில் ஒன்றும் அவர் சொல்லவில்லை. ஆனால் திரும்பவும் சமையலறைக்குள் போய்ப் புகுந்து விடலாம் என்று நினைத்தவர்போல நகர்ந்தார்.

"நில்லு. அப்படியே நில்லு!" என்று அதட்டினார் முன்னாள் அமீனா.

அசையாமல் அவர் அப்படியே நின்றார். ஸ்கோல்ஸ் எதிரே இருந்த உணவைச் சாப்பிட்டுக்கொண்டே மெதுவாக நிறுத்திச் சொன்னார்..." நீ ஏதோ பிரார்த்தனை செய்கிறாய் என்று எனக்குத் தெரிகிறது. உன் பிரார்த்தனைகள் பலிக்காது. நீ நரகத்துக்குப் போக வேண்டியவள்தான். ஆனால் நீ நரகத்துக்குப் போகாமல் கட்டிய கணவனை ஏமாற்றிப் பிற புருஷனை அணைந்ததற்காக நீ பிராயச்சித்தம் செய்தே ஆக வேண்டும். நீ பிராயச்சித்தம் செய்யாமல் போனால், நான் உன்னைவிடப் போவதில்லை. கடவுள் சந்நிதியில் கணவனாக நீ என்னை ஏற்று மதிப்பதாகச் சொன்னதை மறந்து நீ வேறு ஒருவனுடன் உறவுகொண்டாய். கல்யாணம் என்ற புனிதச் செயல்பாட்டினை நீ அலட்சியம் செய்தாய்! நில்லு, அப்படியே நகராதே! இருபத்திரண்டு வருசமாக நீ பிராயச்சித்தம் செய்து வருகிறாய்! என் விருப்பப்படிப் பிராயச்சித்தம் செய்து வருகிறாய். இன்னும் பத்து வருஷங்களில் நீ என் கைகளிலிருந்து தப்பிப்போய் விடுவாய் – ஆனால் நீ தப்பிப்போகும் வரையில் நான் உன்னைத் தண்டித்துக்கொண்டுதான் இருப்பேன். உன்னைத் தண்டிக்கும் பொறுப்பைக் கடவுள் என்னிடம் ஒப்படைத்திருக்கிறார் – உன்னை நான்..."

இவையெல்லாம் பக்கத்து அறையில் படுத்திருந்த ஸ்கோல்ஸ் சகோதரர்கள் காதில் தெளிவாக விழுந்தன. அவர்கள் புரண்டு புரண்டு படுக்கையில் கிடந்தார்கள்.

சற்று மெல்லிய குரலில் ருடால்ப் சொன்னான்: "அவர் இன்றும் அம்மாவை அடிக்கப் போகிறார்."

மாக்ஸிமிலியன் தலையை ஆட்டினான், தோள்ப்பட்டையைக் குலுக்கினான். "இந்தக் காட்சி உனக்கு இன்னும் பழக்கம் ஆக வில்லையா?" என்று சலிப்புடன் கேட்டான்.

பிரான்ஸினுடைய உதடுகள் கோணக்கோணத் துடித்தன. "இருபத்திரண்டு வருஷங்கள்! எவ்வளவு நீண்ட காலம்! அம்மா இருபத்திரண்டு வருஷங்களாக எப்படிக் கஷ்டப்பட்டிருக்கிறார்?" என்றான் பிரான்ஸ்.

"அம்மா தனது ஆயுளில் இருபத்திரண்டு வருஷங்கள் இதைச் சகித்திருக்கிறார். நாம் இதை நம் வாழ்க்கை முழுவதும் சகிக்க வேண்டியிருக்கிறதே!" என்றான் ருடால்ப் ஆத்திரத்துடன்.

"... ஆனால் நாம் இன்னும் அதிகமாகவே இன்னும் அதிக காலத்துக்கும் கஷ்டப்பட வேண்டியிருக்கும். அம்மா – அதைச் சொல்லக்கூட வெட்கமாக இருக்கிறது – அவர் செய்திருக்கிற காரியம்..." என்றான் மாக்ஸிமிலியன்.

ஆனால் பிரான்ஸ் குறுக்கிட்டான். "அவர் செய்தது தப்போ சரியோ, யாருக்குத் தெரியும்?" என்றான்.

"அவர் செய்தது எப்படிச் சரியாக இருக்க முடியும்? அவர் அப்படி இருந்தது மட்டுமின்றி, அது நமக்குத் தெரியவும் தெரிந்து விட்டதே!" என்றான் மாக்ஸ்மிலியன், ஆத்திரத்துடன், அழ மாட்டாத குறையாக. அதற்குமேல் அவனுக்குப் படுக்கையில் இருப்புக்கொள்ளவில்லை. எழுந்து படபடப்புடன் அறையில் குறுக்குநெடுக்குமாக நடந்துகொண்டிருந்தான்.

சாப்பாட்டு அறையில் ஸ்கோல்ஸ் என்கிற முன்னாள் அமீனா உணவை முடித்துக்கொண்டு எழுந்துவிட்டார். மனைவியின் பிராயச்சித்தத்தை நடத்திவைக்கத் தயார் ஆனார்.

அவர் சொன்னார் – சொன்னார் என்று சொல்வதைவிடக் குரைத்தார் என்று சொல்வதே பொருந்தும். "மண்டியிடு. நீ ஏமாற்றிய உன் புருஷனாகிய என் எதிரே மண்டியிட்டுத் தலைவணங்கு. நீ என்னை ஏமாற்றியதுண்டா? பிற புருஷனுடன் உறவு வைத்துக்கொண்டதுண்டா? உண்டா சொல்லு?"

“உண்டு.” என்று மிகவும் மெல்லிய கம்மிய குரலில் அவரின் மனைவி நடுக்கத்துடன் ஒப்புக்கொண்டார்.

“நீ எத்தனை காதலர்களுடன் தவறு செய்தாய்?” என்று அளவற்ற திருப்தியுடன் கேட்டார் கணவர்.

“ஒருவருடன்தான்”

“ஒருவனுடன்தானா?

“சத்தியமாகச் சொல்கிறேன். ஒருவருடன்தான்” என்று துக்கம் அடைக்க அவருடைய மனைவி பதில் சொன்னார்.

“யார் அந்தக் காதலன்?”

மண்டியிட்டுத் தலை வணங்கியிருந்த அவரின் மனைவிக்குத் தாள முடியவில்லை. கீழே சாய்ந்து விடுவதுபோல ஆடினார்; பெருமூச்சு விட்டார். துக்கத்துடனும் பயத்துடனும் தனது காதலனின் பெயரைச் சொன்னார்.

தன்னுடைய அறையில் மாக்ஸிமிலியன் கதவருகில் ஒடுங்கிய மனத்துடன் நின்றுகொண்டிருந்தான். அவர் சொன்ன பெயர் அவன் காதில் விழுந்தது. அது காதில் கேட்டதும், சிந்தனை தெளிந்தவன்போல ஒருதரம் தன் தலையை உலுக்கிக்கொண்டான். அவனுடைய முகம் திடீரென்று வெளிறிட்டது. எல்லையற்ற துக்கத்துடன் படுக்கையில் படுத்துக்கிடந்த சகோதரர்களைப் பார்த்தான் அவன்.

“அம்மா சொன்ன பெயரைக் கேட்டாயா?” என்று திணறிய மூச்சுடன் கேட்டான்.

“இல்லையே! யார் பெயரைச் சொன்னார்?” ஆவலை அடக்க மாட்டாமல் அவன் சகோதரர்கள் கேட்டனர்.

தன் தாயார் சொன்ன பெயரை அவர்களிடம் சொன்னான் மாக்ஸிமிலியன். ருடால்பும் பிரான்சும் படுக்கைகளில் இருந்து குதித்து எழுந்தார்கள். அவர்களுடைய முகங்களில் புதிய ஒளி தோன்றியது. மூவரும் ஒருவரையொருவர் பார்த்துக்கொண்டு மௌனமாக இருந்தனர், திடீரென்று அவர்கள் காதில் விழுந்த இந்தப் பெயர் அவர்களைத் திடுக்கிடச் செய்தது; திக்குமுக்காடச் செய்தது.

சாப்பாட்டு அறையில் முன்னாள் அமீனா எழுந்தார். திருப்தியுடனும் சந்தோஷத்துடனும் எழுந்தார் என்று சொல்ல

வேண்டும். தன் மனைவியைத் தண்டிப்பதில், வாழ்க்கையில் வேறு எதிலுமே கிடைக்காதா ஆனந்தம் அவருக்குக் கிடைத்திருந்தது.

“ம் அப்படியா?” என்று சொற்களை நிறுத்தி, கண்களை உருட்டிக்கொண்டே சொன்னார். “அவனா உன் காதலனாக இருந்தவன்? அப்படியானால்...” என்று சொல்லிக்கொண்டே அடிப்பதற்குக் கையை ஓங்கினார். ஆனால் ஓங்கிய கை அடிக்கவில்லை. அதே விநாடி மாக்ஸிமிலியன் தன் அறைக் கதவைப் படாரென்று திறந்துகொண்டு வெளியே ஓடிவந்து தன்னுடைய தந்தையின் கையைப் பிடித்துக்கொண்டான். அவனுடைய முகத்தில் ஜொலித்த கோபத்தையும் ஆத்திரத்தையும் கண்டு ஸ்கோல்ஸ் பயந்து போனார்.

“அடிக்காதே! அவரை விடுங்கள்! அவர் இவ்வளவு நாள் பட்டதெல்லாம் போதும்” என்றான் மாக்ஸிமிலியன்.

ஹெர் ஸ்கோல்ஸுக்கும் கோபம் வந்துவிட்டது. “ஒகோ! இப்படித்தான் நடந்துகொள்ள வேண்டும் என்று நான் உனக்குச் சொல்லிக் கொடுத்தேனா?” என்றார் பல்லை நறநறவென்று கடித்துக்கொண்டு, கையை விடுவித்துக்கொள்ள மாட்டாமல்.

“நீங்கள் சொல்லிக் கொடுத்தது எல்லாம் சரிதான்! ஆனால் இதுபோதும். நீங்கள் அவரை அடித்தது போதும். இனி அடிக்காதீர்கள்! எங்களுக்குத் தாங்காது!” என்றான் மாக்ஸிமிலியன்.

தன் கையை விடுவித்துக்கொள்ள ஸ்கோல்ஸ் எவ்வளவோ முயன்றும் முடியவில்லை. தன் கைப்பிடியைத் தளர்த்தாமல் நின்றான் மாக்ஸிமிலியன்.

“உன் தந்தையைக்கூட அடித்துவிடக்கூட நீ துணிவாய் போலிருக்கிறதே! தந்தையை எதிர்க்க ஓங்கிய கை... அழுகிவிடும், சாம்பலாகிவிடும். ஞாபகம் இருக்கட்டும்!” என்று தன் மகனைப் பயமுறுத்தினார் தகப்பனார்.

இதற்குள் பிரான்ஸும் ருடால்பும் வெளியே வந்து விட்டார்கள். “நாங்கள் சும்மா இருக்க வேண்டுமானால் நீங்கள் அம்மாவை அடிக்கக்கூடாது. அவரை அமைதியாக இருக்க விடுங்கள்.”

“நான் ஒருத்தன், புருஷன் இருக்கிறேன் என்பதை மறந்து அவள் வேறு ஒருவனுடன் சோரம் போனாளே!” என்றார் தகப்பனார்.

“அவர் செய்த பாவத்துக்கெல்லாம் பரிகாரமாக இதுவரை பட்டதெல்லாம் போதும். இனியும் அவரைத் தண்டிக்கவேண்டிய அவசியம் கிடையாது” என்றான் ருடால்ப்.

“அவரை உங்ககளுக்குப் பிடிக்காவிட்டால் அடித்து விரட்டி விடுவதுதானே! அவரை விரட்டாமல் அடித்துக் கொல்லுவானேன்?” என்று கோபமாகக் கேட்டான் பிரான்ஸ்.

எது எப்படியானாலும் தன் மனைவியை அன்று அடித்துத் தண்டித்துவிட்டுத்தான் மறுவேலை பார்ப்பது என்று தீர்மானித்தார் முன்னாள் அமீனா. தன் கையைப் பிள்ளையின் பிடியிலிருந்து விடுவித்துக்கொள்ள முயன்றார். முடியவில்லை. ஆனால் பிள்ளைகள் மூவருமாகச் சேர்ந்து அவரைக் குண்டுக்கட்டாகக் கட்டி எதிரேயிருந்த அறைக்குள் போட்டுக் கதவைச் சாத்தி விட்டார்கள். சாத்திய கதவைப் படபடவென்று நாலு தடவைகள் உதைத்தார் ஸ்கோல்ஸ். பின்னர் குடிவெறியும் அசதியும், உண்ட மயக்கமும் மேலிடப் படுத்துக் குறட்டைவிட்டுத தூங்கிவிட்டார்.

சாப்பாட்டு அறையின் நடுவில் ஸ்கோல்ஸினுடைய மனைவி எழுந்து நின்றார். அவர் கண்களில் நீர் நிறைந்திருந்தது. அவருடைய குனிந்த தலை நிமிரவே இல்லை – தாழ்மையும் சோகமும் உருவெடுத்ததுபோல நின்றார்; தன் பாவாடையைத் தடவிவிட்டுக்கொண்டார்.

அவருடைய மூன்று பிள்ளைகளும், மனதிலிருந்த குழப்பம், முகத்தில் தெரிய அவரைச் சுற்றி நின்றனர்.

“அம்மா... உட்காருங்கள் அம்மா?” என்றான் மாக்ஸிமிலியன், கடைசியில். அவன் குரல் தடுமாறிற்று, குழம்பியது,

பிரான்ஸ் தன் தாயாருக்காக நாற்காலியை எடுத்துப் போட்டான். அவர் உட்கார்ந்ததும் அருகில் மூவரும் அமர்ந்து கொண்டனர். ஆனால் சிறிது நேரம் அங்கு அமைதி நிலவியது; யாரும் பேசத் துணியவில்லை. குழந்தைப் பருவத்தில் இருந்தே தங்களுடைய தாயாரை அலட்சியம் செய்யும் மனப்பான்மையுடன் வளர்ந்துவிட்ட பிள்ளைகள் மூவருக்கும் அவருடன் அன்பாகவும், ஆதரவாகவும், ப்ரியமாகவும் பேசுவது இப்பொழுது கஷ்டமாக இருந்தது.

அவர் பயம் நிறைந்த கண்களால் ஒவ்வொருவரையும் மாறிமாறிப் பார்த்தார். இந்த மாறுதல், தன் பிள்ளைகள் இப்படித்

திடீரென்று மாறியது ஏன் என்று அறியாமல் அவர் திகைத்தார். ஆனால் அவர்கள் தங்கள் கண்களைத் தாழ்த்திக்கொண்டு, தலையைத் தொங்கவிட்டவாறு உட்கார்ந்திருந்தனர்.

கடைசியில் மாக்ஸிமிலியன் கேட்டான்: "அம்மா... நீங்கள் அப்பாவிடம் சொன்ன அந்தப் பெயர்... என் காதில் சரியாக விழவில்லை. அது என்ன?"

"அந்த விஷயம் பற்றி தன் பிள்ளைகளிடமே தாய் எப்படிப் பேச முடியும்?" என்றார் அன்னை.

"அவர் பெயர்... உங்களுடன்...ம்... அவர் பெயர் என்ன?"

சலிப்புடன், ஆனால் உள்ளூர ஏதோ இன்பக் கனவுகளைக் காண்பவர்போலக் கண்களை மூடிக்கொண்டு "பீதோவன்" என்றார்.

வாயில் ஊறிய எச்சிலை விழுங்கமாட்டாமல் விழுங்கிக் கொண்டே மாக்ஸிமிலியன் "எந்தப் பீதோவன்" என்று கேட்டான்.

ஆச்சரியத்துடன் கண்களைத் திறந்து பார்த்தார் அவனுடைய தாய். "எந்தப் பீதோவனா? இந்த உலகிலேயே ஒருவர்தான் உண்டு" என்று பெருமையும் மகிழ்ச்சியும் ததும்பிய குரலில் சொன்னார்.

பயமும் பக்தியும் நிரம்பிய குரலில் "லட்விக் வான் பீதோவனா?" என்று கேட்டான் மாக்ஸிமிலியன்.

"அவரேதான்" என்றார் அவன் தாய். அவருடைய குரலும், உடலும், உள்ளமும் புது மெருகும் பூரிப்பும் பெற்றுவிட்டன போலிருந்தது. "ஆம் லட்விக் பீதோவன்தான். அந்த இசைமேதைதான். அவரும் நானும் ஒரே வீட்டில் குடியிருந்தோம். அவர் நினைவாகத்தான் உங்களுக்கெல்லாம் இசையைக் கற்றுக்கொடுக்க ஏற்பாடு செய்தேன். நீங்களும் அவர்போல இசைமேதையாக வேண்டும் என்று நான் விரும்பினேன். அமீனாவின் பிள்ளைகளாக..." பெருமூச்செறிந்தார்.

மீண்டும் அந்த அறையில் மௌனம் குடிகொண்டது. தங்களுடைய தாய், லட்விக் பீதோவனை அறிந்திருந்தவர், அவருடைய காதலியாகக்கூட இருந்தவர் என்பதை அவர்கள் அறிந்தார்கள் – திடுக்கிட்டார்கள் – வியப்பில் மூழ்கினர். தங்கள் நாற்காலிகளை இழுத்துப் போட்டுக்கொண்டு தாயை நெருங்கி உட்கார்ந்தனர். பயத்துடனும், பக்தியுடனும் தாயைப் பார்த்தவாறு சற்று நேரம் மௌனமாக அமர்ந்திருந்தார்கள்.

உருக்கமான மெல்லிய குரலில் "சொல்லுங்கள் அம்மா" என்றான் ருடால்ப்.

"ஆமாம் அம்மா! அவரைப்பற்றி எங்களுக்குச் சொல்லுங்கள் அம்மா" என்றான் பிரான்ஸ்.

மாக்ஸிமிலியன் தன் தலையை ஆட்டிக்கொண்டே உட்கார்ந்திருந்தான் – அவன் புருவத்தைச் சுளித்துக்கொண்டு ஏதோ சிந்தனையில் ஆழ்ந்திருந்தான். ஆனால் அது எவ்வளவு இன்பகரமான சிந்தனை என்பதை அவன் முகத்தில் பரவியிருந்த ஒளி காட்டியது.

அவர்களுடைய தாயார் அவர்கள் மூவரையும் மாறிமாறிப் பார்த்தார். பிறகு எங்கேயோ தொலைவில், சுவரில் ஓரிடத்தைப் பார்த்துக்கொண்டு உட்கார்ந்திருந்தார். அவரின் கண்களிலே புதிய ஒளி படர்ந்தது. அவரின் முகத்திலே புதிய பாவம் தோன்றியது. மூச்சுவிடக்கூடத் துணியாமல் தாயைப் பார்த்துக்கொண்டு உட்கார்ந்திருந்தார்கள் அவருடைய மூன்று பிள்ளைகளும்.

கனவு கண்டு விழித்தவள்போல, கம்மிய குரலில் அவர் பேச ஆரம்பித்தார். ஒருகாலத்தில் தன் காதலனாக இருந்த பீதோவனைப் பற்றி பேச ஆரம்பித்தார்.

இசைக்குழுவைச் சார்ந்த ஸ்கோல்ஸ் சகோதரர்கள் மூவரும் மௌனமாக, பக்தியுடன் கேட்டுக்கொண்டு உட்கார்ந்திருந்தனர்.

1908

திருமண விருந்து

ஸ்வீடிஸ் மூலம்: பேர் லாகர்க்விஸ்ட்
தமிழில்: ஜி. குப்புசாமி

ஜோனாஸிக்கும் ஃப்ரிடாவிற்கும் பிற்பகல் நான்கு மணிக்கு திருமணம் நடக்கப்போகிறது. அந்தக் கிராமத்திற்கு வெளியே ரயில் நிலையத்தருகில் அமைத்திருக்கும் சிறிய வீட்டில் நடக்கப்போகும் அந்தத் திருமணத்திற்கு விருந்தினர்கள் ஒவ்வொருவராக வரத் துவங்கிவிட்டனர். சுற்று வட்டார கிராமங்களிலிருந்து ஃபிரிடாவின் உறவினர்கள் சிலர் குதிரை வண்டிகளில் வந்திறங்கினர். ஜோனாஸிற்குத்தான் உறவினர்கள் யாரும் இல்லை. அந்தக் கிராமத்தைச் சேர்ந்த பலரும் வந்திருந்தனர். மொத்தமாகப் பதினைந்து பேர் வந்திருக்கலாம் என்று பேசிக்கொண்டனர். அது ஓர் அழகான, இனிய தினம். அவ்வீட்டிற்கு வெளியேயிருந்த அந்தச் சிறிய தோட்டத்தில் ஆண்கள் உலவிக்கொண்டும், ஒருவருக்கொருவர் கைகுலுக்கிக்கொண்டும் நின்று கொண்டும், பேசிக்கொண்டும் அந்த இடத்தைப் பொதுவாக சுற்றிப் பார்த்துக்கொண்டும் இருந்தனர். அவ்வீட்டின் கிழக்கு முகப்பின் வாசற்படிக்கு மேல் சாயம் போன பெயர்பலகை காணப்பட்டது.

ஃப்ரிடா ஜொஹான்ஸன்.

தையல் உபகரணங்கள் விற்பனையாளர்.

“ம்... சரி, சரி, ஃப்ரிடாவிற்கு இன்று திருமணம்! ஆகா நடக்கட்டும், நடக்கட்டும்...” அவர்கள் குரலில்தான் எத்தனை விஷயங்கள் மறைந்திருக்கின்றன!

ஏதோ இந்தத் திருமணத்திற்கு வேண்டி அழைக்கப் பட்டிருப்பதால் அவர்கள் வந்திருக்கிறார்கள். வழக்கமான உணவும் ஒயினும் பரிமாறப்போகிறார்கள். ஆனாலும் இந்தத் திருமணத்தில் அவர்களுக்கு எதுவோ சரியில்லை. அழைக்கப்பட்டிருக்கிறார்கள். எனவே வந்திருக்கிறார்கள். உள்ளே செல்லலாம் என்று சிலர் மற்றவர்களை அழைக்க, தயக்கத்துடன் உள்ளே சென்றனர்.

படிகளிலேயே மாப்பிள்ளை நின்றுகொண்டிருந்தான். அவன் உறுதியான உடல்வாகுகொண்ட, சாதாரணத் தோற்றமுடைய குள்ளமான மனிதன். தொங்கு மீசையோடு சந்தோஷமாக சிரித்துக்கொண்டிருந்தான். நிரந்தரமான சிரிப்பு. அவனுக்கு தெளிவான கருணைமிகுந்த நன்றியுணர்வு தெரியும் கண்கள். தொடர்ந்து கண்களை சிமிட்டிக்கொண்டேயிருந்தான் – என்னவோ அந்த இடத்தைவிட்டு விலகிப்போய்விடுகிற முனைப்பில் இருக்கிறமாதிரி. ஒரு பக்கமாக தலையை சாய்த்துக் கொண்டு மற்றவர்கள் பேசுவதை பணிவாகக் கேட்கிற தொனியில் இருந்தான். அவனது தோற்றமே அவனது இனிய சுபாவத்தைக் காட்டியது. அவன் உண்மையான பெயர் ஜோனாஸ் சாமுவேல்சன்; ஆனால் அவன் ஜோனாஸ்கேட் என்றுதான் சாதாரணமாக, அழைக்கப்பட்டான். அவனது இளம்வயதில் அந்த ஊர் லெவல் கிராஸிங் கேட்டின் அருகில்தான் எப்போதும் இருப்பான். இரயிலிலிருந்து இறங்குபவர்களின் மூட்டை முடிச்சுகளைச் சுமந்து செல்வான். வேறு ஏதாகிலும் நிரந்திர வேலையை அவன் தேடிக்கொள்ள நாளாகியது. ஓர் உணவக விடுதியில்கூட சுமை தூக்குபவனாகத்தான் பலநாட்கள் இருந்திருக்கிறான். இந்நிலையில் இப்போது அவனுக்குத் திருமணமும் ஆகப் போகிறது. இனிமேல் என்ன செய்யப்போகிறான்? அவளது சிறிய கடையில் அவனுக்கு ஏதாவது வேலை இருக்கப்போகிறதா, அல்லது எல்லா வேலையையுமே அவன் விட்டுவிட வேண்டுமா? இந்த நிலையில் எதுவும் சொல்ல இயலவில்லை. ஃபிரிடா என்ன மனதில் வைத்திருக்கிறாள் என்பதும் தெரியவில்லை. அவள் இத்தனை நாட்களாக சிறிதுசிறிதாக சேர்த்து வைத்திருப்பது எவ்வளவு இருக்கும் என்பதுகூட யாருக்கும் தெரியாது. ஒருவேளை நிறையவேகூட இருக்கலாம். அவனை எதுவும் செய்யச் சொல்லாமல் வெறுமனே அவளுடனேயே இருக்கக்கூட சொல்லலாம். அதில்கூட அவனுக்கு ஏதும் பிரச்சினையில்லை. இது பற்றியெல்லாம் அதிகம் கவலைப்படுபனும் அவனல்ல.

அவள் உறவினர்களுக்கு ஃப்ரிடா திருமணம் செய்து கொள்வதில், அதுவும் இந்த மாதிரி திருமணம் செய்துகொள்வதில் உடன்பாடு இல்லை, அதில் ஆச்சரியப்படுவதற்கும் இல்லைதான். அவர்களுக்கு அவள்மேல் ஏதோ அலாதியான அக்கறை என்றெல்லாம் இல்லை; இது அவளது சொந்த விஷயம். ஆனால் இவ்வளவு வயதிற்குப்பிறகு அவள் திருமணம் செய்துகொள்வது தேவையற்றது என்று அவர்கள் நினைத்தனர். அவள் எப்போதும் சேமிக்கும் பழக்கம் உடையவள். அவள் எவ்வளவு சேர்த்து வைத்திருக்கிறாள். என்றெல்லாம் அவர்களுக்குத் தெரியாது. அவர்களுக்கு அதில் சம்பந்தம் ஏதுமில்லை. ஆனால் தற்போது திருமணம் செய்துகொள்ள முடிவெடுத்து விட்டிருக்கிறாள். ஜோனாஸைத்தவிர வேறுயாரையாவது தேர்தெடுத்திருக்கலாம். தேர்ந்தெடுப்பதற்கு நிறையப் பேர் இல்லாவிட்டாலும், ஃபிரிடா ஒரு நல்ல குடும்பத்திலிருந்து வந்தவள், அவனோடு அவள் சேர்ந்து வாழமுடியுமென்பதை நினைத்துப்பார்க்கவே விநோதமாக அல்லவா இருக்கிறது! சரி, சரி, அது அவள் விஷயம்; அவள் விருப்பம். நல்லது, அவன்கூட இனிய, நல்ல பையன்தான், யாரும் மறுக்கமுடியாது.

ஜோனாஸ் முகப்பு வாசலில் நின்றுகொண்டு விருந்தினர்களை வரவேற்றுக்கொண்டிருந்தான். பணிவோடு சுற்றும்முற்றும் கவனித்துக்கொண்டு, எதையாவது சுமந்து செல்ல உதவ வேண்டுமா என்பதுபோல பார்த்துக்கொண்டிருந்தான். குதிரை வண்டிலிருந்து யாராவது தமது கோட்டை கையில் ஏந்திக்கொண்டு இறங்கினால் அவன் ஓடிப்போய் அவர்களிடமிருந்து அதை வாங்கிக்கொள்ள முற்பட்டான். இதெல்லாம் அவன் எப்போதும் செய்கிற காரியமல்லவா; அதுவும் இதைப் போன்றதொரு தினத்தில் தன்னால் என்னவெல்லாம் செய்யமுடியும், உதவமுடியும், என்பதைக்காட்ட ஆர்வமாகயிருந்தான். எல்லா விருந்தினர்களும், வந்து சேர்ந்துவிட்ட பிறகுதான் மிகவும் கடினமாக இருந்தது. அவனிடம் பேசுவதற்கு ஒருவரும் இல்லாமல் அவன் மட்டும் தனியாக வழக்கம்போல் தனது நிரந்தரமான திருப்தியான புன்னகையுடன் கைகளை, ஃப்ரீடா அவனுக்காக தைத்துக்கொடுத்த புதிய கருப்பு கோட்டின் பின்னால் கட்டிக்கொண்டு நின்று கொண்டிருந்தான். வேறு எந்த வேலையும் அவனுக்கு செய்வதற்கு இல்லை, எனினும் வழக்கம்போல் திருப்தியான முகபாவத்துடன் புன்னகைத்துக்கொண்டிருந்தான்.

காபி நேரம் வந்ததும் கொஞ்சம் சௌகரியமாக இருந்தது. அனைவரையும் அழைத்து நாற்காலிகளில் அமரவைத்து மேசைகளைச் சரி செய்தான். அவனாக எதுவும் பேசவில்லை யென்றாலும் தேவைப்படும்போது பேசினான். அவர்களைச் சகஜமாக இருக்கச் சொல்லவும், மேலும் ரொட்டிகளையும், கேக்குகளையும் எடுத்துக்கொள்ளச் சொல்லவும் விரும்பினான், ஆனால் அனாவசியமாக தேவையற்ற பேச்சு எதையும் பேசவில்லை. என்ன இருந்தாலும் அவர்கள் ஃப்ரிடாவின் உறவினர்கள். விருந்தினர்கள் தாங்களாகவே பரிமாறிக் கொண்டனர். கொஞ்சநேரம் கழிந்ததும் அவர்களும் சகஜமாகி இயல்பாகப் பேசவும் துவங்கிவிட்டனர். ஜோனாசுக்கு சந்தோஷமாக இருந்தது. சமையலறை வாசலுக்குப் பக்கத்தில் தன்னுடைய காபி கோப்பையுடன் நின்றுகொண்டு, அவர்கள் பேசிக்கொள்வதையெல்லாம் மனப்பூர்வமான ஒப்புதலுடன் கேட்டுக்கொண்டிருந்தான். காபி பாத்திரம் காலியானதும் சமையலறைக்குள் ஓடிச்சென்று அதனை நிரப்பிக்கொண்டு வந்தான். சன்னல் வழியாக மேசையில் உள்ள பெண்களுக்கு சர்க்கரைக் கட்டிகளைத் தந்து உதவினான். பொதுவாக எல்லோருக்கும் உபயோகமாகவே தன்னை வைத்துக்கொண்டான். ஒரு மணமகன் இதுபோன்ற 'வெயிட்டர்' வேலையெல்லாம் செய்யக்கூடாதுதான்; ஆனால் அதெல்லாம் அவனுக்கு ஒருவேளை தெரியாமல் இருக்கலாம். அவர்கள் அவனைப் பார்த்து ஏதோ அர்த்தத்தில் சிரித்தனர். அவனும் அதற்கு பதிலாக இனிமையாக புன்னகைத்தான். அவன் அசட்டுத்தனமாக சிரித்துக்கொண்டேயிருப்பதாக அவர்கள் நினைத்திருக்கலாம், ஆனால் அன்பும் பரிவும் கலந்த புன்சிரிப்புதான் அது. இம்மணவிழா மிகவும் நல்லபடியாகச் சென்று கொண்டிருப்பதாக அவனுக்குத் திருப்தி. எந்தவொரு பிரச்சினையும் இல்லைதான்.

மாடியறையில் ஃப்ரிடாவுக்கு மணமகள் ஒப்பனை நடந்து கொண்டிருந்தது. அவளது நெருங்கிய தோழி ஆக்னெஸ் கார்ல்சன், ஃப்ரீடாவின் முடிக்கற்றைகளை சுருட்டை ஊசிகளில் பொருத்தி தீய்த்துக்கொண்டிருந்தாள். ஜன்னல்வழியாக முடி பொசுங்கும் வாசனை அடித்தது. அவள் இதற்குமுன் தனது கேசத்தை சுருள்படுத்திக் கொண்டதில்லை, ஆனால் அதற்கான தருணமல்லவா இது! பீரோவின் கண்ணாடியில் பார்த்தபோது அவளுக்குத் தன்னையே அடையாளம் தெரியவில்லை, அவளது

வயதே குறைந்துவிட்டிருந்தது; அப்படித்தானே இருக்கவும் வேண்டும்!

ஓ, இன்றைய தினத்தை நினைத்துப்பாருங்களேன்! மணமேடையின் முன்னால் அவளும் ஜோனாசும் நின்று கடவுள் சாட்சியாக தாம்பத்தியத்தில் நிரந்தரமாக இணையப் போகின்றனர். அந்த நாள் நிஜமாகவே இன்று வந்துவிட்டது இன்னும் சிறிது நேரத்தில் நடக்கவும் போகிறது. "நான் சொன்னதைப்போலவே பூக்களை ஒழுங்காக நாற்காலிகளுக்குப் பக்கத்தில் அடுக்கியிருப்பார்களா ஆக்னெஸ்?"

"ஓ, அவர்கள் சரியாகவே செய்து முடித்துவிட்டிருப்பார்கள் ஃபிரீடா"

"எங்கள் முதல் எழுத்துகள் பொறித்த கல்யாண கேக் பத்திரமாக வந்துவிட்டிருக்குமா?"

"ஆம் வந்துவிட்டதென்றே நினைக்கிறேன். கேக் பெட்டி ஒன்றுடன் ஃபாயைஸ் வந்ததைப் பார்த்தேன். அதுவாகத்தானிருக்கும்."

"கீழே போய் அதைப் பார்த்துவிட்டு வருகிறீர்களா?"

"அடக்கடவுளே, இந்த வேலையை நாம் முடிக்கவேண்டாமா?"

"ஆமாம், முக்கியம்தான், இதைப்போன்ற தினத்தில் எல்லாமே முக்கியமானவைதான்; எல்லாவற்றையும் கவனித்துக்கொள்ள வேண்டும்."

ஓ, இதைப்போன்றதொரு நாளுக்காகத்தானே இத்தனை நாளாக அவள் கனவு கண்டுகொண்டிருந்தாள், இந்த விழா எப்படி நடக்க வேண்டுமென்று அவளுக்குத்தான் எவ்வளவு எதிர்பார்ப்பு! இந்நாளின், இம் மணவிழாவின் உன்னதம் கெடாமல் எல்லா விஷயமும் நடக்க வேண்டுமே! இறைவனுக்கு முன்னால் இரண்டு பேர் நின்று ஒன்றாக இணைவதைவிடவும் இவ்வுலகில் அற்புதமாக விஷயம் எது? ஆனால் பலரும் இந்த விழாவை ஒரு கேளிக்கை விழாவாக நினைத்து, நாட்டியமாடவும், குதூகலித்துக்கொண்டாடவும் மட்டுமே நடத்தப்படுவதாக நினைக்கிறார்கள். அவள்கூட உள்ளுக்குள் நாட்டியமாடிக் கொண்டுதானிருக்கிறாள். அவளைவிட சந்தோஷமாக வேறெந்த மணப்பெண்ணும் இருந்திருக்க முடியாது என்று நினைத்துக்கொண்டாள். சந்தோஷப்பட அவள் அளவிற்கு காரணங்கள் வேறுயாருக்கு இருக்க முடியும்?

இந்த அனைத்தையும்விடவும், இந்த சந்தோஷத்தைவிடவும், இந்நாளின் உன்னதம்தான் அவளுக்குப் பெரிதாகப்பட்டது. அவர்களுக்காகப் பிறந்திருக்கும் இப்புனித தினத்தின்மேல் கவிந்திருக்கும் தெய்வீகம். அவளுக்கும் ஜோனாசிற்கும் நடக்கப்போவது அவர்களால் என்றுமே மறக்க முடியாத நிகழ்வாக இருக்கப்போகிறது. அவர்கள் வாழ்க்கை ஒன்றாக இணைந்து, அவர்களிருவரும் ஒரே உயிராக, அவர்கள் இருவரின் ஆன்மாக்களும் ஒரே ஆன்மாவாக இணையப்போகின்றன. தனிமை என்பது இனிமேல் அவர்களுக்கு இல்லை. என்ன விநோதம், இனி அவர்கள் இருவரும் தனிமையில் உழலப் போவதில்லை. தனிமை என்பதை அவளைவிட வேறுயார் அதிகம் அறிந்திருக்கப் போகிறார்கள். அவள் சிறு குழந்தையாக இருந்தபோதே அவளது பெற்றோர்கள் இறந்துவிட்டனர். அந்நாளிலிருந்து அவளுக்கு தனிமை என்பது என்னவென்று அனைத்துத் தளங்களிலிருந்தும் தினமும் தாக்கியிருக்கிறது. மனிதன் தனிமையில் வாழ நேர்வது கொடுமை; பெரும் கொடுமை.

அது அப்படியிருக்கையில் இந்த அற்புதத் திருநாளில் எல்லா விஷயங்களும் சரியாகவும் அழகாகவும் அமைய வேண்டுமென அவள் விரும்புவதில் என்ன ஆச்சரியம் இருக்கமுடியும்?

“கண்ணாடியில் பார்த்து எப்படி இருக்கிறாய் என்று சொல்” என்றாள் ஆக்னெஸ். ஃப்ரிடா முன்னால் நகர்ந்து கண்ணாடியில் அவள் பிம்பத்தைப் பார்த்தாள், நெற்றியைத் தடவிக்கொண்டாள், பழக்கமில்லாத புதிய சிகை அலங்காரத்தைக் தொட்டுப் பார்த்தாள்.

எவ்வளவு சிறியதாகவும், மெலிதாகவும் அவள் முகம் இருக்கிறது! இரத்த சோகை பிடித்த சிறுமி மாதிரி தோன்றினாள். முகம் வற்றிபோய் கன்னங்கள் ஒட்டிப்போய் வருஷங்கள் அவள் முகம் முழுக்க சுருக்கங்களை ஏற்படுத்தியிருக்கிறது. ஆனால் அவை லேசாகவும், மெல்லியதாகவும்தான் இருக்கின்றன. அவள் கழுத்தில் இருக்கும் வடுகூட சின்னதாகத்தான் தோன்றியது. கண்கள் மட்டும்தான் பெரியதாக, எல்லையற்ற கருணையோடும், கவர்ச்சியற்றும், ஆனால் விசித்திரமாக விரிந்தும் இருந்தன. அவள் வாய்கூட மெல்லிய கோடு போலத்தான் இருந்தது. அந்த வாயும், வெளுத்துப்போன முகமும் அவளை இறுக்கமானவளாகவும், துணிச்சலானவளாகவும் காட்டின. ஆனால் சிரிக்கும்போது

அத்தனையும் மாறி மொத்த முகமும் பிரகாசமடைந்து அசாதாரணமாக ஒளிர்ந்தது. அவளது பல்செட்கூட அழகுதான். அந்த மாவட்டத்திலேயே அவளுடையதைபோல அவ்வளவு கச்சிதமாகப் பொருத்தப்பட்ட பல்செட் யாருக்கும் அமையவில்லை என்றே பலரும் கருதினர்.

அவள் ஒன்றும் அழகியல்ல. அவள் எப்போதுமே அழகாக இருந்தவளும் இல்லை; இப்போது எதிர்பார்க்கவும் முடியாது. ஆனால் அசாதாரணமானதொரு புனிதத்தன்மை அவளிடம் இருந்தது. தையலர்களிடமும், இஸ்திரி இடுபவர்களிடமும் இருக்கும் விசேஷத்தன்மை அதுதான்போல. அந்தக் கடையை அவள் துவங்குவதற்குமுன் பல ஆண்டுகள் தையல் வேலை செய்து வந்திருக்கிறாள். சுத்தமான, மென்மையான பொருட்களை கையாளும் வேலை. அது அவளது இயல்பிற்கு கச்சிதமாகப் பொருந்தி வந்தது. அவளது உள்ளங்கைகள் வெளுத்துப்போய் இருப்பது எந்தக் கடினமான வேலையையும் செய்ததில்லை என்று காட்டும், ஆனால் அனைவருக்கும் தெரியும் அவள் கடினமாகத்தான் உழைத்திருக்கிறாள்.

“திருமண கிரீடத்தை தலையில் வைத்துப் பார். அதற்கு உன் சிகை அலங்காரம் பொருந்தி வருகிறதா என்று பார்க்கலாம். கிரீடம் இருக்க வேண்டும் என்று விரும்பினாய், இல்லையா?”

“ஆம் ஆக்னெஸ், வேண்டும்தான்.”

எனவே ஆக்னெஸ் அதனைக் கொண்டை ஊசிகளைக் கோர்த்து ஃப்ரீடாவின் தலையில் பொருத்தினாள். அந்தச் சிறிய திருமண மகுடத்தில் நறுமண மூலிகைத் தழைகள் நேர்த்தியாக கோர்த்திருந்தன. அந்த மூலிகைச் செடிகள் ஃப்ரீடாவின் அம்மா அவளுக்குத் தந்தவை. அவளது திருமணத்திற்கு உபயோகித்த மூலிகைச் செடிகள் அவை. மூன்றுமுறை அவை பட்டுப்போயிருக்கின்றன. ஃப்ரீடா பதியன் எடுத்து அவற்றை வளர்த்து வந்ததால் அதே பழைய செடிதான் என்றுகூட சொல்லலாம். – மகுடத்தின் உட்புறத்தில் வெண்ணிற பட்டில் வலைத்துகில் பொருத்தப்பட்டு அந்த மென்திரை அழகான அலைகளாக வெளியே சரிந்திருந்தது.

ஃப்ரீடா கண்ணாடியில் தன்னைச் சரியாகப் பார்த்துக் கொள்ள எழுந்து நின்றாள். இஸ்திரி மடிப்பு கலைந்துவிடக் கூடாதென்பதற்காக அவள் இன்னமும் தனது பாவாடையையும் திருமண உடையையும் அணியவில்லை. ஆனாலும் அவளது

உள்ளாடைகள் வெண்பனி நிறத்தில், அவள் கடையில் இருந்ததிலேயே அற்புதமான சரிகையால் ஓரங்கள் தைக்கப்பட்டிருந்தன. மகுடத்தின் மென்திரை எடையேயில்லாமல் அவளது கால் முட்டிவரை துவண்டுகொண்டிருந்தது. தன்னுடைய இனிய தோற்றத்தை ரசித்துக்கொண்டு ஃப்ரீடா பரவசத்துடன் நின்றிருந்தாள். தன்னை ஒரு மணப்பெண்ணாக முதல்முறையாகப் பார்க்கிறாள். அவள் கண்களில் கனவு நிரம்பியது.

"வெறும் ஜட்டியோடு நின்றுகொண்டிருக்கிறாய்!" ஆக்னெஸ் வியப்புடன் வெடித்துச் சிரித்தாள்.

ஃப்ரீடா மிருதுவாகச் சிரித்தபடி மகுடத்திரையைக் கவனமாக ஒதுக்கிவிட்டு மறுபடியும் அமர்ந்தாள்.

ஆக்னெஸிற்கு, திருமண மகுடம் ஃப்ரீடாவின் தலையில் சரியாகப் பொருந்தாமல் தட்டையாக இருப்பதைபோலத் தெரிந்தது.

"அப்படியாக நினைக்கிறாய் ஆக்னெஸ்? எனக்குத் தோன்றவில்லையே. ஆம், சரியாகப் பொருந்தவில்லைதான் போலிருக்கிறது."

"ஒருவேளை கேசத்தை இன்னும் கொஞ்சம் சுருட்டிவிட்டால், இது கொஞ்சம் உயரத்திற்குச் செல்லும், அதைவிட அதிகமாக மேலே ஏற்றமுடியாது. தெரிந்ததா?"

"கேசம் மிகவும் குறைவாக இருக்கிறது, இல்லையா?"

"ஆம், அதுதான் பிரச்சினை, ஆனாலும் முயற்சி செய்கிறேன்." ஆன்னெஸ் பரிவோடு மீண்டும் அனைத்தையும் ஆரம்பித்தாள், பக்கவாட்டிலிருந்து கேசத்தை எடுத்து உச்சிக்குக் கொண்டு சென்றாள். அந்தளவிற்கு அவை செல்லாததால் சட்டென்று அவளுக்கு அந்த யோசனை உதித்தது. கொண்டையை உச்சியில் வைத்து பின்னினாள். எப்படியும் மகுடம் அதை மறைத்துவிடப் போகிறது. எவ்வளவு கனிவுடன் அவளுக்காக ஆக்னெஸ் ஒத்தாசை செய்கிறாள்!

இவையனைத்தின் போதும் ஃப்ரீடா கனவிற்குள் அமிழ்ந்து அமர்ந்திருந்தாள். அதிலொன்றும் விசித்திரம் இல்லை.

அவள் ஜோனாஸை சந்தித்ததைப் பற்றியும், அவர்களது தலை விதிகள் ஒன்றாகப் பிணைக்கப்பட்டதைப் பற்றியும், அவர்களது

காலடிகள் இந்த மகத்தான மகோன்னதமான நேரத்திற்குக் கொண்டுவந்ததைப் பற்றியும் நினைத்துக்கொண்டிருந்தாள். அவர்களிருவருக்குமே ஒருவர்மேல் மற்றவருக்கு பிரியம் பல வருடங்களாக இருந்து வந்தது. அது ஒரு வார்த்தைகளற்ற, அவர்களே அறியாத ஆன்மாக்களின் ரகசிய இசைவு. அது உண்மைக் காதலாக வெகு நாட்கள்வரை மலரவில்லை. அவர்களிருவரும் தாங்கள் அறியாமலேயே ஒருவரையொருவர் நெருங்கிக்கொண்டிருந்தனர். அவள் ஒருமுறை ரயிலிலிருந்து இறங்கினதும் அவன் வந்து அவளது கைப்பெட்டியை எடுத்துக்கொண்டதை நினைத்துப் பார்த்தாள். தெருவில் அவர்கள் நடந்து செல்கையில் அவன் கேட்டான். “சரக்குகள் வாங்கிக்கொண்டு வருகிறீர்களா?” அவள் “ஆமாம்.” என்று சொல்லிவிட்டு அவனது கண்களுக்குள் பார்த்தாள். அது நான்கு வருடங்களுக்கு முன்பு. ஆனால் நேற்றுத்தான் நடத்தைப் போல இருக்கிறது. அந்தக் கணத்தில்தான் அத்தனை விஷயங்களும் நிஜமாகவே துவங்கின

மனிதர்களின் விதி எப்படியெல்லாம் விசித்திரமாக மாறுகிறது! இவற்றையெல்லாம் எது செலுத்துகிறது? எது அவளையும் ஜோனாசையும் இந்தப் புனிதமான உணர்வில் ஒன்றுசேர்த்து பிரிக்கமுடியாமல் பிணைத்திருக்கிறது?

ஆனாலும் அவர்கள் தங்களை வெளிப்படுத்திக் கொள்வதற்குள் பல நாட்கள் கடந்துவிட்டன. இந்த விஷயத்தில் அப்படித்தான் ஆகும் போலிருக்கிறது. ஓ... இது ஏமாற்றும் விளையாட்டு! காதலில் இருவர் விளையாடும் கண்ணாமூச்சி ஆட்டம்! இருவரின் உணர்வுகளும் ஒன்றுபோல்தான் இருக்கின்றன, இருவரின் ஆன்மாக்களும் ஒன்றையொன்று ஈர்த்துக்கொண்டு, மற்றவருக்காக ஏங்கிக்கொண்டு, மாலைநேரப் பறவைபோல, கூண்டிலடைக்கப்பட்ட மிருகம்போல் மற்றவரைக் காணத் துடித்துக்கொண்டிருக்கின்றன. ஆனால் ஒருவரும் அதை ஒப்புக்கொள்வதில்லை.

இதற்கு மத்தியில் இந்தக் கொந்தளிப்பையெல்லாம் அடக்குகிற சஞ்சலம் ஒன்றும் ஸ்திரமாக இருந்துகொண்டிருக்கும். அவர் என்னை உண்மையிலேயே காதலிக்கிறாரா? ஒருவேளை இல்லையோ! சரி நான் அவரை முழுமையாகக் காதலிக்கிறேனா? என் இதயம் முழுக்க, அதன் ஆழம்வரை அவரைக் காதலிக் கிறேனா? எங்கள் இருவரின் ஆன்மாக்களும் பிரகாசமாய்

ஒளிவீசும், காதல் சந்நிதியில் இணைய வேண்மென்பது என்ன கடவுளின் கட்டளையா? இதற்காகத்தான் நாங்கள் தேர்ந்தெடுக்கப்பட்டிருக்கிறோமா? ஆம், ஆம், அப்படித்தான் நினைக்கிறேன். அப்படித்தான் நம்புகிறேன்.

ஆம், அப்படித்தான் அவள் நம்பினாள். அவள் அறிவாள். கண்ணாடியில் முன் நிச்சயமாக அமர்ந்துகொண்டு மகிழ்ச்சிக் கனவில் கரைந்தாள். உலகில் வேறுயாரும், அவளும் ஜோனாசும் சந்தித்ததைப்போல ஓர் அழகான, இனிய முறையில் சந்தித்திருக்க மாட்டார்கள். அதை நினைத்துப் பார்க்கையில் அவளது விழிகள் ஈரமாகின; தொலைதூர அனந்தத்தைப் பார்பதைப்போல அவள் பார்வை வெறித்தது.

அவள் நினைப்பது சரிதானா? ஆம், அவர்கள் ஒருவரை ஒருவர் உணர்ந்திருப்பது காதலால்தான். அவன் அவளுக்குப் பிரியமானவனாக இருந்ததால்தான் அவனை அவள் ஏற்றுக்கொண்டிருக்கிறாள். காதலிப்பதற்காகவே அவனை அவள் காதலிக்கிறாள். ஜோனாஸைப் பொறுத்தவரை தன்னை அவள் ஏற்றுக்கொண்டிருப்பதே அவளுடைய அன்பை, பிரியத்தைத்தான் உணர்த்துவதாக நினைத்தான். அவன் அதுவரை நினைத்துக்கூடப் பார்த்ததில்லை; ஆனால் அவனுக்கு சம்மதம் கிடைத்ததும் இவ்வுலகின் உன்னதமான காதலனாக மாறிவிட்டான். அவனுக்கு அவள் தெய்வீகமானவளாக – இதுவரையிலும், இனியும் உருவாக்க முடியாத சிறந்த, அழகானப் பெண்ணாகத்தான் தெரிந்தாள். அவளைவிட முழுமையான பெண் ஒருத்தி இருக்க முடியுமென்று அவனுக்குத் தோன்றவில்லை. அவனுக்குக் கடவுள் கொடுத்த கொடையும், வரமும் அவள்.

அவளிடம் சிறிது பணம் இருப்பதைக் குறித்து அவன் கவலைப்பட்டதில்லை, இம்மாதிரியான விஷயங்களை அவள் அதிகம் புரிந்துகொண்டதுமில்லை. அவன் மிகச் சொற்பமாகவே செலவழிப்பவன். ஆனாலும் அனைவரும் இதுகுறித்துப் பேசுவது அவனுக்கு நல்லதாகவேபட்டது. இது போன்றவை ஒருவித மதிப்பைத் தருகின்றன. அது இன்னமும் நல்லதுதான்.

இனி ரயில்வே கேட்டருகே அவன் நிற்க இயலாமல் போகலாம். அது அவனுக்கு இழப்புதான். இத்தனை நாள் பழக்கத்தை விடுவது மிகவும் கடினம். அதுதான் அவனுக்குத் தொழிலாக இருந்துவந்திருக்கிறது.

ஆனால் இப்போது ஃப்ரீடா அது அவனுக்கு அகௌவுரத்தை உண்டாக்கும் என்று நினைத்தாளென்றால் நிச்சயம் போக மாட்டான். அதுவே சரியானதொன்றாகக்கூட இருக்கும். இதுவரை அவளிடம் "இதைப்பற்றி அவன் வெளிப்படையாகக் கேட்கவில்லை. அதற்கெல்லாம் இன்னும் நிறைய கால அவகாசம் இருக்கிறது. அவன் அவளைக் காதலிக்கிறான், அதுதான் முக்கியம். அவனால் விளக்கமுடியாத அளவிற்கு அவளை நேசிக்கிறான், அவளுக்காக எதைத்தான் அவனால் செய்ய முடியாமலிருக்கும்? அவனுக்காக கவலைப்பட்ட ஒரே ஜீவன் அவள். அவளுக்காக எதைத்தான் அவனால் செய்ய முடியாது?

அவர்களுக்கிடையில் இப்படித்தான் இருந்தது. காதலும், நேசமும் பிரியமும் – இதைத்தவிர வேறு ஏதுமில்லை.

ஜோனாஸ். அவனைப்பற்றித்தான் அவள் நினைத்துக் கொண்டிருந்தாள். சென்ற இளவேனிற்காலத்தில், காட்டில் ஒரு நாள் அவளை நோக்கித்தான் கரங்களை நீட்டி அவன் சொன்னானே, 'அவள்தான் அவனது அழகான மலர்' என்று! அவன் அப்படியெல்லாம் பேசக்கூடியவன் என்பதே பெரிய ஆச்சரியமாகத்தான்பட்டது. அவனுக்குள்ளும் மகத்தான திறமைகள் இருக்கின்றன, அது மட்டும் உறுதி. ஆனால் அவளைத்தவிர வேறுயாரும் அவற்றை அறிந்ததில்லை.

ஆக்னெஸ் தலை வாருவதை நிறுத்தினாள்.

"அவ்வளவுதான், ஃப்ரீடா. இதைவிட சிறப்பாக நம்மால் செய்ய முடியாது," என்றாள்.

"ஓ என் கண்ணே, எவ்வளவு அழகு! மிகவும் நன்றி." அவர்கள் எல்லாக் கோணங்களிலிருந்தும் அந்த சிகை அலங்காரத்தைக் கவனித்தனர். இப்போது அவர்கள் எதிர்பார்த்தபடியே சரியாகப் பொருந்தியிருந்தது.

"சரி, இப்போது விரைவாகத் தயாராகலாம், உன் உடைகளைச் சீக்கிரம் அணிந்துகொள்."

"ஆம் நேரமாகிவிட்டதென்றே நினைக்கிறேன்... ஓ... ஆக்னெஸ் கண்ணே... எவ்வளவு வினோதமாக உணர்கிறேன் தெரியுமா? உன்னால் உணரமுடியாது."

"ஆம், அப்படித்தானிருக்கும்."

"கொஞ்சம் நினைத்துப்பார் – மணப்பெண்ணைப்போல அலங்கரித்துக்கொண்டு – எல்லாம் கனவைப் போலிருக்கிறது. இதெல்லாம் நிஜமென்றே என்னால் நம்ப முடியவில்லை."

ஆக்னெஸ், "நான் ஒன்று சொல்லாமென்றால் இதற்கு பதிலாக உன்னுடைய கருப்பு உடையை அணிந்துகொள்ளலாம். உனக்கு அற்புதமாகப் பொருந்தும்" என்றாள்.

"ஆக்னெஸ், என்ன சொல்கிறாய்? விளையாடுகிறாயா?" ஃப்ரீடா அவளை அதிர்ச்சியுடன் பார்த்தாள். எப்படி இவளால், யோசனையில்லாமல் இப்படியொரு வார்த்தையைச் சொல்லமுடிகிறது! "மணப்பெண் வெண்ணிறத்தில் தானே அணியவேண்டும், உனக்கு தெரியாதா? இது சுப நிகழ்ச்சியல்லவா?"

"ஆம், ஆம் உண்மைதான், நான் எனது கருத்தைச் சொன்னேன் உன் விருப்பப்படி உடையணிந்துகொள்ள வேண்டும்."

ஃப்ரீடாவுக்கு நிம்மதியானது. இந்தப் பொழுதிற்காக இரவும், பகலும் உட்கார்ந்து தைத்த உடையை அணிந்துகொள்ள முடியாவிட்டால் எப்படியிருக்கும்? அவளது அத்தனை கனவுகளையும் அந்த உடையில் செலுத்தியிருந்தாள். ஆக்னெஸ் அதை அணிந்துகொள்ள உதவினாள். அழகாக இஸ்திரி செய்யப்பட்டிருந்தது. கசங்காமல் பார்த்துக்கொள்ள வேண்டும், சரிகைகள் சரியானபடி தொங்கவிட்டிருக்க வேண்டும், உள்பாவாடை பின்னால் தெரிகிறது. அதை மறைந்து ஊக்கினால் குத்தினாள்.

ஆக்னெஸ் நிறுத்திவிட்டு, "போதகர் வந்து விட்டார் போலிருக்கிறது" என்றாள்.

"ஓ, இருக்காது." ஃப்ரீடா மென்மையாகச் சொன்னாள். தன் முகம் வெளுப்பதை உணர்ந்தாள்.

"அவர் வந்துவிட்டது. கேட்கிறது. யாரும் ஒரு வார்த்தை பேச வில்லை பார்."

"அப்படியானால் நாம் சீக்கிரம் தயாராக வேண்டும்." ஃப்ரீடா அமைதியாகச் சொன்னாள்.

ஜோனாஸ் பாதி திறந்திருந்த கதவை இலேசாகத் தட்டினான். "போதகர் வந்துவிட்டார்" மரியாதையோடு கிசுகிசுத்தான்.

“ஜோனாஸ் அன்பே, நீங்களா? என்னை இப்போது நீங்கள் பார்க்கக்கூடாது. இன்னும் அரை நிமிடத்தில் முடித்து விடுவோம். போதகரும் வந்துவிட்டார். நேரம் வந்துவிட்டது இல்லையா? இது எப்படி தொங்குகிறது பாருங்கள். வேடிக்கையாக இல்லை? ஆக்னெஸ் கண்ணே, சீக்கிரம் சரி செய்யேன்.”

“அப்படியானால் அசையாமல் நில், சரி செய்கிறேன்.” “சரி, சரி, நிற்கிறேன்... போதகர் என்ன சொன்னார் ஜோனாஸ்?”

“போதகர் – என்ன சொன்னாரா? ஓ, அவர் எதுவும் சொல்லவில்லையே!”

“நீங்கள் அவரை எப்படியிருக்கீறீர்களென விசாரிக்க வில்லையா?”

“இல்லை, அவர் வந்தவுடனேயே நான் அறையைவிட்டு வெளியே வந்துவிட்டேன்.”

“ஏன்?”

“உன்னிடம் சொல்லலாம் என்று வந்துவிட்டேன்.”

“நீங்கள் வந்து சொன்னது நல்லதுதான். இப்போது கிரீடத்தைப் போட்டுக்கொண்டால் நான் தயார். அன்பே ஜோனாஸ், எல்லாம் சரியாக இருக்கிறதா?”

“ஆம் ஃப்ரீடா கண்ணே, எல்லாம் சரியாக இருக்கிறது, அழகாக இருக்கிறது.”

“பூத்தொட்டிகளைச் சரியான இடத்தில் வைத்து விட்டார்களா?”

“ஆம்.”

“முக்காலிகளின் மேல் சரிகைத்துணிகள் விரித்தாகி விட்டனவா? ஹல்டா அதை மறக்கவில்லையே?”

“இல்லை, விரிக்கப்பட்டிருக்கிறது.”

“அப்புறம் கேக்? திருமண கேக், ஜோனாஸ்! அது வந்து விட்டதென்று நிச்சயமாக உங்களுக்குத் தெரியுமா?”

“சரியாகத் தெரியவில்லையே. ஆனால் க்ளாஸ் ஒரு கேக் பெட்டியுடன் வந்ததை நான் பார்த்தேன், அதுவாகத்தானிருக்கும்.”

“ஆம், அதுவாகத்தானிருக்கும். ஓ, இந்த அற்புதமான தினத்தில் அனைத்தும் சரியாக அமைய வேண்டுமே என்று

கவலையாக இருக்கிறது. காபியோடு சாப்பிடுவதற்கு ஏதாவது கொடுத்தார்களா?"

"ஆம், கொடுத்தார்களே!"

"எல்லோரையும் சரிவர நீங்கள் கவனித்தீர்களா?"

"அதற்கு அவசியமே இல்லை, ஃப்ரீடா கண்ணே."

ஆக்னெஸ் அவளைக் கடைசிமுறையாக உற்றுப்பாத்துவிட்டு, "இப்போது தயாராகிவிட்டாய்." என்றாள்.

"அப்படியா! மிகவும் நன்றி ஆக்னெஸ் கண்ணே, நீங்கள் இப்போது உள்ளே வரலாம் அன்பே... கதவுக்குப் பின்னால் நின்றுகொண்டிருக்க வேண்டியதில்லை."

ஜோனாஸ் உள்ளே நுழைந்து ஸ்தம்பித்துப் போனான். அறையில் நடுவில் தூய்மையான வெண்நிறத்தில் அவனது பிரியமான கண்மணி ஃப்ரீடா அழகொளி வீச நின்றிருந்தது அவனைக் கிறக்கத்தில் ஆழ்த்தியது. கண்கள் பளிச்சிட அவளையே பார்த்துப் பார்த்து வியப்பில் நம்பமுடியாமல் நின்றான்.

"நான் எப்படி இருக்கிறேன், அன்பே?"

அந்தப் பரிதாபமான மனிதனின் தொண்டை கனத்து, கண்கள் கலங்கின. அவனால் எதுவும் பேச இயலாமல் வெறுமனே அவள் கைகளைப் பிடித்து அழுத்தினான்; அழுத்திக் கொண்டேயிருந்தான் அவளுக்கு நன்றி கூறுவதைப்போல.

ஃப்ரீடாவுக்கும் தழுதழுத்தது. "அப்படியென்றால் சரி." கிசுகிசுத்தாள். "நாம் ஒன்றாகவே கீழே போகலாம்." தனது கைக்குட்டையை முன்னால் உயர்த்திப்பிடித்து ரகசியமாகத் தன் கண்களைத் துடைத்துக்கொண்டு, அலையடிக்கும் உணர்ச்சிகளைக் கட்டுப்படுத்திக்கொள்ள முனைந்தாள்.

"உன் பூச்செண்டை மறந்து விட்டுப்போகிறாயே கல்யாணப் பெண்ணே...!" என்று கூவினாள், ஆக்னெஸ். பூத்தொட்டியிலிருந்து எடுத்து துண்டால் துடைத்து ஃப்ரீடாவிடம் கொடுத்தாள். அது இளஞ்சிவப்புப் பூக்களும், பச்சிலைகளும்கொண்ட அழகான பூச்செண்டு.

"ஓ, ஆக்னெஸ் கண்ணே, மிகவும் நன்றி, எப்படி மறந்து போகிறேன் பார்! இந்நேரத்தில் எல்லாம் மறந்துவிடும் போலிருக்கிறது."

அவர்கள் கீழே சென்றனர். ஒருவர் பக்கத்தில் ஒருவர் ஒட்டிக் கொண்டு இறங்கினர். அவள் தலையின் கிரீடம் இறங்குகையில் ஒருபுறமாக சரிந்ததைத்தவிர எல்லாம் நல்லபடியாகவே இருந்தன. மணவறைக்குள் அவர்கள் நுழையும்போது அவர்கள் விழிகள் மின்னின. அச்சிறிய அறையின் சன்னல் திரைச்சீலைகளூடாக மாலைச் சூரியன் நுழைந்திருந்தது. விருந்தினர்களூடாக அவர்கள் கடந்துபோகையில் பெண்கள் அவர்களை உன்னிப்பாக உற்றுப் பார்த்தனர். ஆண்கள் தங்களது தொண்டைகளை செருமிக்கொண்டனர். மேடையில் போதகர் அவர்களுக்காகக் காத்துக்கொண்டு விறைப்பாகவும், கம்பீரமாகவும் நின்றிருந்தார். அவர்களிருவரும் அவர் முன் பயபக்தியுடன் இரு சிறு பிள்ளைகளைப்போல எதிர்பார்ப்புடன் நின்றனர். அவர் தனது மூக்குக்கண்ணாடி வழியாக அவர்களை உன்னிப்பாக பார்த்துவிட்டு புத்தகத்தை விரித்துப் படிக்கத் துவங்கினார்.

"நம் தந்தையானவரான கடவுளின் பெயராலும் தேவகுமாரனான கடவுளின் பெயராலும், புனித ஆவியான கடவுளின் பெயராலும்..." அவரது வார்த்தைகளை அவர்கள் கவனமாகத் தொடர்ந்தனர். அவர்களைவிட வேறுயாரும் அவ்வளவு கவனமாகக் கேட்டிருக்க மாட்டார்கள்; அக்கணத்தின் புனிதத்தில் ஒரு சின்ன வார்த்தையைக்கூட தவறவிட்டு விடுவோமோ என்ற பயத்தில் கவனமாக இருந்தனர். ஜோனாஸ் வழக்கம்போல் புன்னகைக்க முயன்றான்; ஆனால் அது விளக்கமுடியாத மதிப்பின்பால் பிறந்தது அது. தனது தலையை ஒருபுறமாகச் சாய்த்து கவனமாகக் கேட்க முனைந்தான்; அவனது கைகள் பிணைந்திருந்தன, அவனுக்குச் சொல்லப்படும் வார்த்தைகளின் மேன்மையின்பால் எழுந்த மரியாதை அது. ஃப்ரீடாவும் தனது கைகளில் பூச்செண்டை இறுக்கமாகப் பிடித்துக்கொண்டு போதகரை நம்பிக்கையோடும் பணிவோடும், நன்றியுணர்வோடும் பார்த்துக்கொண்டு நின்றாள்.

அவர்கள் ஒன்றாக மண்டியிட்டபோது அதுதான் இதுவரை அனுபவிக்காத மிக இனிய அனுபவமாக இருந்தது. மாலைச் சூரியனின் வெளிச்சம் ஃப்ரீடாவின் மண உடைமீதும், முகத்திரை மேலும் பட்டு பிரகாசித்தது. அவளது மெல்லிய முகத்திரை அந்த இதமான மாலை வெயிலினாலேயே நெய்யப் பட்டதைப் போன்றிருந்தது. ஜோனாஸின் புத்தம் புது உடைகள் அவ்வெளிச்சத்தில் பளபளத்தன. அவர்கள் சன்னலுக்கு

எதிராக மண்டியிட்டிருந்ததால் அவர்களது மூடிய கண்களின் மேல் தெய்வீக ஒளி ஒன்று தீண்டி அந்தச் சுடர்ப் பிழம்பு அவர்களை அரவணைக்கிறமாதிரி உணர்ந்தனர். அவர்களைச் சுற்றி வைக்கப்பட்டிருந்த பூச்சாடிகளெல்லாம் அவ்வொளியில் பரவசத்துடன் பிரகாசித்தன. அக்கணம் ஒளியாலும் அழகாலும் நிரப்பப்பட்டிருந்தது.

அவர்களிருந்த உன்னதமான உணர்வுகளுக்கு சம்மந்தமேயில்லாமல் அங்கிருந்த விருந்தினர்கள் வேறு உலகில் இருந்தனர். அழைக்கப்பட்டதால் அங்கே வரநேர்ந்த கடமையில், வாசிக்கப்படும் கடவுளின் வாக்கியங்களைக் கேட்டபடி அமர்ந்திருந்தனர். திருமணங்களில் கலந்துகொள்ளும் பெண்களுக்கு வழக்கமாக ஏற்படுகின்ற நெகிழ்ச்சி அங்கிருந்த பெண்களிடமும் இருந்தது. இதுபோன்ற சந்தர்ப்பங்களில் எப்போதும் விசாரிக்கப்படுகிற வழக்கமான கேள்விகளுக்கு மற்றவர்கள் அனாவசியமான அக்கறையுடன் பதிலளித்துக்கொண்டிருந்தனர். அவர்கள் அனைவருக்குமே மணமக்கள் இருவரையும் நன்றாகவே பழக்கமிருந்தது அந்தத் திருமணத்தின் கூடுதல் சிறப்பு. அதுவும் ஜோனாசை அங்கிருப்பவர்களுக்கு அதிகமாகவே தெரியும்.

போதகர் தனியாக எந்த உரையும் நிகழ்த்தவில்லை, அதற்கு எந்த அவசியமும் இல்லை. ஆனால் நமது தந்தையானவரின் அருளாசியை வாசித்தார், அவர்களுக்கு அது இப்போது ஒலித்ததைப்போல இனிமையாக வேறெப்போதும் கேட்டதில்லை. அவை அவர்களுக்காகவே உருவாக்கப்பட்ட இரு புதிய பிரார்த்தனைகளாகவும், மறக்கமுடியாத வாசகங்களாகவும் தெரிந்தன, பிறகு அவர் புத்தகத்தை மூடிவைத்தார். மண நிகழ்ச்சி நிறைவடைந்தது. ஃப்ரீடாவும், ஜோனாஸம் நிரந்தரமாக மணவாழ்வில் இணைக்கப்பட்டு விட்டனர்.

அனைவருக்கும் ஒயின் பரிமாறப்பட்டது, முதலில் போதகருக்கு வழங்கப்பட்டதும் அவர் மணமக்களை வாழ்த்தினார். பிறகு வயதுவாரியாக உறவினர்களும், நண்பர்களும் வந்து வாழ்த்தினர். கண்ணாடிக் கோப்பைகளில் சூரியன் பளிச்சிட்டது. கோப்பைகளின் ‘க்ளிங்க்’ ஒலிகளுடன் வெயிலின் கண்சிமிட்டல்களும் ஒன்றாக இணைந்து அச்சிறிய அறையின் விழாக்கோலத்திற்கு ஜொலிப்பு கூட்டின. மணமக்களை விருந்தினர்கள் சூழ்ந்துகொண்டு தங்களின்

அன்பையும், வாழ்த்துக்களையும் வழங்க, ஜோனாஸிடமிருந்தும் ஃப்ரீடாவிடமிருந்தும் விவரிக்கமுடியாத பரவசம் ஒளியாக வீசியது. ஃப்ரீடாவின் பக்கத்தில் நின்றுகொண்டிருந்த ஜோனாஸ் தனது கனிவான முகத்தின் எல்லா சுருக்கங்களைக்கொண்டும் புன்னகைத்துக்கொண்டிருந்தான். அவனுக்காக வாழ்த்துக்களுடன் அவர்கள் ஒயின் அருந்த, அவன் தனது விரல் நுனிகளால் ஏதோ ஓர் அபூர்வமான மலரை ஏந்திக்கொண்டிருப்பதைப்போல அவனது கோப்பையை உயர்த்திப் பிடித்தான். அவனைச் சுற்றிலுமிருந்த கருணை வடிவான விழிகளுக்கு நன்றிகளைத் தெரிவிக்கும்முகமாக அனைவருக்கும் சிரம் தாழ்த்தி வணங்கிக்கொண்டேயிருந்தான். அவனே எதிர்பாராதவகையில் அனைவரிடமிருந்தும் கருணையும், ஆதரவும் கிடைத்துவிடுகிறது. பின் அந்தச் சூழல் சிறிது நிதானப்பட்டு அவர்கள் சன்னல்களை ஒட்டிப்போடப்பட்ட மேசைகளிலும், சோபாவிலும் அமர்ந்து அவர்களுக்குள் பேசிக்கொள்ளத் தொடங்கினர். ஜோனாஸ் மீண்டும் தனித்து விடப்பட்டான்.

ஆனால் அந்தப் பெண்கள் ஃப்ரீடாவைச் சூழ்ந்துகொண்டு, அவளது கரங்களைப் பற்றிக்கொண்டு, வெறும் வாழ்த்துக்கள் மட்டுமன்றி அவர்களது இதயபூர்வமான மகிழ்ச்சிகளையும், நிறைவையும் வெளிப்படுத்துகிற மாதிரி பிரியத்துடன் பேசிக் கொண்டிருந்தனர்.

"சரி ஃப்ரீடா, நீ விரும்பியது நடந்துவிட்டது, இப்போது மகிழ்ச்சிதானே?"

"ஆம் திருமதி லண்ட்க்ரென், உண்மைதான். ஒருவருக்கு எவ்வளவு சாத்தியமோ அந்தளவு எனக்கு மகிழ்ச்சிதான்."

எல்லா உறவினர்களுமே நெருக்கியடித்து முன்னேறி ஒரு வார்த்தையாவது அவளிடம் சொல்லிவிடுவதற்கு முயன்றனர்.

"எனவே உனக்கு திருமணமாகிவிட்டது, ஃப்ரீடா"

"ஆம் எம்மா அன்பே"

"ஓ, சரிதான். எப்படி விஷயங்கள் நடக்கப்போகின்றன என்பதை யாரால் அறியமுடிகிறது?"

"ஆமாம், இது இவ்வாறு முடியும் என்று யார் நினைத்திருப் பார்கள்?"

புகையிலை வியாபாரி வீட்டுப் பெண் குமாரி ஸ்வென்சன் குறுக்கே புகுந்து, "ப்ரீடாவுக்கு திருமணம் ஒருநாள் நடந்தே தீரும் என்று எனக்குத் தெரியும்; இவ்வளவு நாட்களாக ஃப்ரிடா ஜொஹான்சனுக்கு திருமணம் ஆகாதிருப்பது ஆச்சரியம்தானென்று பலமுறை நானே சொல்லியிருக்கிறேன்."

"ஆம். அப்படியேதான் நானும் நினைத்தேன். எனது கணவர் அந்தக் கிழவர் – எங்களிடம் பேசும்போது ஃப்ரீடாவுக்கு எங்கே திருமணம் நடக்கபோகிறது, என்பார். எனக்குத் தெரியும், எதையும் பொறுத்திருந்து பார்க்கவேண்டும், எப்படி ஆகும் என்று யாரால் உறுதியாகக் கணிக்க முடியும்? சரி நல்வாழ்த்துக்கள். ஃப்ரீடா கண்ணே, உனக்கு ஒருவாறாக இது முடிந்ததில் எங்களுக்கெல்லாம் மிகுந்த சந்தோஷம்."

"மிக்க நன்றி, நன்றி மடில்டா,"

இவ்வாறாக உரையாடல்கள் தொடர ஃப்ரீடா சந்தோஷத்துடன் சிரித்துக்கொண்டிருந்தாள். அவளுக்கு ஜோனாஸ் கிடைத்துவிட்டான் அல்லவா! அவர்கள் ஒருவருக்கொருவர் அன்பு ரசத்துடன் பார்வையைப் பரிமாறிக் கொண்டனர். அவர்களது பார்வைகள் இன்னமும் தெளிவாக நிலைப்படவில்லை. போதகர் ஒலித்த புனித வாக்கியங்கள் இன்னமும் அவர்களுக்குள் எதிரொலித்துக் கொண்டிருந்தன. இப்போது அவர்களுக்கு மூச்சு வாங்கிக்கொள்ள சிறிது அவகாசம் கிடைத்தது. இன்னும் சிறிது நேரத்திற்குத்தானே, எல்லாம் நல்லபடியாகவே நடந்து வருகிறது. ஓ... அனைவரும் எவ்வளவு இனிமையானவர்களாகவும், கனிவானவர்களாகவும் இருக்கின்றனர்! அவர்களின் சிலர் இந்த நிகழ்ச்சியில் கலந்து கொள்வதற்கென்றே வெகுதூரத்திலிருந்து வந்திருக்கின்றனர். அவர்களுக்காக இத்தனை பேர் குழுமியிருப்பது அவர்களுக்கே ஆச்சரியமாகத்தானிருந்தது. அங்கே எழுந்துகொண்டிருந்த பேச்சு குரல்களில் எதுவும் தெளிவாகக் கேட்கவில்லை; யாரைக் கவனிப்பது என்றும் புரியவில்லை. அவர்களது ஆரோக்கியத்திற்காக என்று அவர்கள் அருந்தியபோது எவ்வளவு அற்புதமாக இருந்தது!

இப்போது சமையலறையிலிருந்து தயாரிக்கப்பட்ட உணவுகளின் நறுமணம் அங்கே பரவியது. அந்தப் பெண்களுக்கு என்னென்ன சமையல்கள் செய்யப்பட்டிருக்கும் என்பதைக்

குறித்து பேச்சுவரத் துவங்கியது. நிச்சயம் மாமிச வறுவல் இருக்கும் – அது இருந்தாக வேண்டிய வழக்கமல்லவா! ஃப்ரீடா தனது சிறிய கடைமூலம் எவ்வளவு ஈட்டினாலும் தரமான உணவுகளைத்தான் தேர்ந்தெடுத்திருப்பாள். ஹல்டா உணவு பரிமாறும் பணியை ஏற்றுக்கொண்டாள். ஓ, அவளது சரிகையிட்ட ஏப்ரனோடுதான் வந்திருக்கிறாள்!

போதகர் அவனிடம் வந்து விடைபெற்றுக் கொண்டார். இதைப் போன்றதொரு திருமணத்தில் அவருக்கு எந்த வேலையும் அதிகமில்லை, மேலும் அவருக்கும் வீட்டில் வழக்கமான பணிகள் இருந்தன. அவருக்கு ஃப்ரீடாவைப் பற்றியோ, அவள் எவ்வளவு அளிப்பாள் என்பதைப் பற்றியோ எதுவும் தெரியாது. எப்படி அவர் அறிவார்?

ஃப்ரீடா அவர் இன்னும் சிறிதுநேரம் தங்கியிருப்பார் என்று நினைத்தாள்; தங்கவேண்டுமென்று விரும்பினாள். அது அந்த விழாவை இன்னும் சிறப்பாக்கியிருக்கும். ஆனால் அவர் போக வேண்டுமென்கிறார். சரி, திருச்சபையின் மதகுருவிற்கு எத்தனையோ பொறுப்புகள், பணிகள்; எவ்வளவோ ஆத்மாக்களுக்கு அவர் ஆற்றவேண்டிய இன்றியமையாத பணிகள் இருக்கின்றன, வெளிப்படையாக அவையெல்லாம் தெரியாவிட்டாலும். அவளும் ஜோனாசும் வாசல்வரை சென்று அவரை வழியனுப்பி வைத்தனர். ஜோனாஸ் அவரது கோட்டை வாங்கிக்கொண்டு தெருக் கதவைத் திறந்துவிட்டான். போதகர் உருவம் மரங்களுக்குப் பின்னால் மறையும்வரை தலைவணங்கி நின்றுகொண்டிருந்தான்.

உணவு இப்போது தயாராகிவிட்டிருந்தது. பக்கவாட்டு வரிசையில் போடப்பட்ட இரு முதன்மை இருக்கைகளில் மணமக்கள் அமர்ந்தனர். மற்றவர்கள் அவர்களைச் சுற்றி அமர்ந்து அவ்விருந்தைத் துவங்கினர். ஆண்களில் சிலர் அக்கிராமத்திற்கருகேயுள்ள ஏரி ஒன்றில் வந்து கலக்கும் கால்வாய் ஒன்றைப்பற்றி விரிவாக விவாதித்துக்கொண்டிருந்தனர். அங்கிருந்த சில விவசாயிகளுக்கு இந்த விஷயத்தை இவ்வளவு பெரிதாகப் பேசிக்கொண்டிருப்பதன் அவசியம் விளங்கவில்லை. ஆனால் அப்போது அவர்களுக்கு முன் மேசையில் பல்வகை உணவு வகைகளும் மதுவும் பரிமாறப்பட்டதும் மற்ற கவலைகள் மறைந்து உணவருந்தத் துவங்கினர். எத்தனை வகை பதார்த்தங்கள் அவர்கள் தேர்ந்தெடுத்துக்கொள்வதற்கு! வழங்கப்பட்ட மதுவும்

மோசமில்லை. எனவே மீண்டும் அதைக்கேட்டு வாங்கிக் கொண்டனர். அவர்கள் உற்சாகமாக உணரத்துவங்கினர். இப்போது ஃப்ரீடா திருமணம் செய்துகொண்டிருக்கிறாள். அவளது மகிழ்ச்சிகாக அவர்கள் திருப்தியாக விருந்தைச் சுவைக்க வேண்டும்.

“ஆகட்டும் ஜோனாஸ், இதில் ஒன்றை எடுத்துக்கொள், ஒன்றும் செய்யாது.”

“என்ன, அவன் குடிக்கவில்லையா?” ஓஸ்ட்ரகார்டைச் சேர்ந்த ஃப்ரீடாவின் மைத்துனன் எமில் மேசைக்கப்பாலிருந்து கூவினான். “அவனுக்கு ஒன்று தந்தேயாக வேண்டும்! ம், பிடி. ஒன்றை எடுத்துக்கொள். இது உன்னைச் சப்புக்கொட்டச் செய்யும், பார்.”

ஜோனாஸ் புன்னகையுடன் அதனை வாங்கிக்கொண்டான். வழக்கமாக அவன் அதைத் தீண்டுவதேயில்லையென்றாலும் அவர்கள் விரும்பும்போது அவன் சேர்ந்துகொள்ள வேண்டும்தானே.

அவர்களுடைய பேச்சுக்குரல்கள் அவர்களைச் சுற்றிச் சுழன்றன.

“ம்.... இது கல்யாணம் வரை சென்றிருப்பதைப் பார்க்கும்போது... யார் நினைத்திருப்பார்கள்!”

“ஓ, இதைவிட ஆச்சரியகரமான விஷயங்கள் நடக்கலாம். சிலதடவை அவர்கள் அவசரப்படுவதைப் பார்க்கையில் தவறாக ஏதேனும் நடந்துவிட்டதோவென்று ஆச்சரியமாக இருந்தது, ஆனால் அப்படி ஏதுமில்லை என்று நம்புகிறேன்!”

“ஜூலியஸ், வேண்டாம், இது வேண்டாம். சியர்ஸ்! நீ எப்போதுமே சரியான குறும்பன்!”

“இல்லவே இல்லை, ஏசுவே – அவர்கள் என்னுடன் காளைகளை மாற்றிக்கொள்ள விரும்பினால், அவர்களுடைய மிகச்சிறந்த காளைகளை எடுத்துக்கொண்டு மிச்சப்பணத்தையும் தந்துவிடுவேன். அவனிடமும் அதைச் சொல்லிவிட்டேன். ஓ நான் சென்றதிலேயே மட்டமான மாட்டுச்சந்தை அது.”

“உனக்கு குடிக்கக்கூட எதுவும் கிடைக்கவில்லையா?”

“இல்லை, அந்த இடம் மூடப்பட்டிருந்தது.”

"அப்படியானால் அங்கே எந்த வியாபாரமும் செய்ய முடியாது."

"ஹே, எமில் இங்கே வந்து நிரப்பு! உன் இடத்திலேயே ஊற்றிக் கொண்டிருக்காதே!"

வறுத்த மாமிசம் கொண்டுவரப்பட்டதற்குப் பின்பும் அவர்கள் குடித்துக்கொண்டிருந்தனர். அவனுக்கு விருப்பமில்லாவிட்டாலும் ஜோனாஸ் அவர்களுடன் கலந்துகொள்ள வேண்டியிருந்தது.

"நீ ஒரு விந்தையான பயல்தான், குடிக்கும் வழக்கம்கூடவா இல்லாமலிருப்பாய்!"

அவர்கள் சொல்வதற்காக சம்பிரதாயத்திற்கு ஒரே ஒரு துளி விட்டுக்கொண்டு கோப்பையை ஜோனாஸ் சீப்பினான். மாட்டேன் என்று சொல்லத்தெரியாத மனிதன் அவன். அவர்களும் அவனை ஒன்றும் கெடுக்க விரும்பவில்லை, சந்தோஷத்தில் கலந்துகொள்ளத்தான் அழைத்தனர்.

"காட்டமாக ஒன்று எடுத்துக்கொள், அப்புறம் உனது வலிமை எவ்வளவு அதிகமாகும் தெரியுமா? ஒரு முழுநாளுக்கான வேலை உன் முன்னால் இருக்கிறது, இதுவரை உன் வாழ்நாளில் செய்து பார்க்காத வேலை – நான் பந்தயம் கட்டுகிறேன்."

"ஃப்ரீடாவுக்கு உன்னிடம் திருப்தி ஏற்பட வேண்டுமென்றால் நீ வலுவாக 'தம்' பிடிக்கவேண்டும், அதற்கு இது உதவும்."

"நிறைய சமயமிருக்கிறது உனக்கு, ஜோனாஸ். எடுத்த எடுப்பிலேயே உன்னால் முடிகிறவரை கடினமாக உழைத்துக் காட்ட வேண்டுமென்பதில்லை"

"உன்னுடைய உணவக வேலையை விட்டுவிடப்போகிறாயா? ஓ, உனக்குத் தெரியாது. அவள் இதுவரை எதுவும் சொல்ல வில்லையா?"

"ஒருவேளை உன் முதுமையில் எம்பிராய்டரி விற்றுக் கொண்டிருப்பாய். மோசமில்லை, நல்ல வேலைதான். அப்புறம் இங்கே பூக்களையெல்லாம் பறித்துக்கொண்டிருக்கலாம். ஃப்ரீடா எவ்வளவு பயங்கரமாகப் பூத்தொட்டிகளை அடுக்கி வைத்திருக்கிறாள்!"

"என்ன யோசித்து வைத்திருக்கிறாய்? உன் கடையில் ஜோனாசை வைத்துக்கொள்ளப் போகிறாயா அல்லது வேறு ஏதாவது வேலையை தரப்போகிறாயா?"

ஃப்ரீடாவிற்கு பதில் சொல்ல வேண்டிய அவசியமில்லை. அவர்கள் அனைவரும் ஒரே நேரத்தில் கேட்டுக்கொண்டிருக்க, எதுவும் தெளிவாக இல்லை. தனது பெரிய, கனிந்த கண்களால் எதிரே நேராகப் பார்த்துக்கொண்டு அவள் அமர்ந்திருந்தாள். தலையிலிருந்த கிரீடம் இலேசாக ஒருக்களித்திருந்தாலும், தனது வெண்ணிற உடையில் அமைதியாகவும், கௌரவமாகவும் காணப்பட்டாள். அவ்வப்போது மேசைக்கடியில் ஜோனாசின் கைகளை அழுத்திப் பிடிப்பாள். பரிசுத்தமான இன்ப நிறைவில் அவர்கள் ஒருவரையொருவர் நோக்கிப் புன்னகைத்து ரகசியமான சந்தோஷத்தைப் பகிர்ந்துகொள்வர். அவளுக்குள் சோர்வு மெதுவாக இறங்கியது.

இப்போது இருட்டத் துவங்கிவிட்டது, ஹல்டா விளக்குகளை ஏற்ற ஆரம்பித்தாள். இனிப்பு பரிமாறப்பட்டது. மிகவும் அற்புதமாக அது வந்திருந்தது, ஆனால் ஃப்ரீடாவினால்தான் அதிகம் சாப்பிட இயலவில்லை, வெறும் ருசி மட்டும் பார்த்தாள். ஆம் நன்றாகத்தான் வந்திருக்கிறது. பட்ட சிரமத்திற்கு நல்ல பலன்தான். பிறகு கேக் வந்தது. எவ்வளவு அழகாக அலங்கரிக்கப் பட்டிருக்கிறது! நடுவில் ஜே எஃப் என்ற எழுத்துக்கள் பிரகாசமான சிவப்பு நிற ஜாமில் வரைப்பட்டிருந்ததை யாரும் கவனிக்கவில்லை, அதனைச் சுற்றி கொடி வேலைகள் மாதிரி அலங்காரங்கள் செய்யப்பட்டிருந்ததால். ஜோனாசும் அவளும் மட்டும் அதனைக் கவனித்துவிட்டனர். மேசைக்கடியில் ஒருவர் கையை மற்றவர் பற்றிக்கொண்டு மென்மையான, அன்பான பார்வையை பரிமாறிக் கொண்டனர். கேக்குடன் ஒயினும் பரிமாறப்பட்டது. போதகர் இந்நேரம் வரை தங்கியிருந்தால் இந்தச் சந்தர்ப்பத்தில் அவர்களுக்காக ஓர் உரை நிகழ்த்தியிருப்பார். அற்புதமாக உரை நிகழ்த்தக்கூடியவர் அவர். ஆனால் இதனையெல்லாம் பொருட்படுத்தாது கேக் காலியாகிக்கொண்டிருந்தது.

இதன்பிறகு காபி வரவேண்டும். அனைவரும் தமது இருக்கைகளிலிருந்து எழுந்து அறைக்குள் கலைய ஆரம்பித்தனர். கால்கள் இலேசாகத் தள்ளாட ஆண்கள் உற்சாகமாகப் பேசிக் கொண்டிருந்தனர். சுருட்டுகள் கைமாறின. காபி கோப்பைகளில் ஊற்றப்பட்டது.

“பிராந்தி வாங்கி வைக்கவில்லையா, ஃப்ரீடா?” என்றார் எமில்.

"இல்லை..." அதைத்தான் அவள் மறந்துவிட்டிருந்தாள். இதைப்போன்றதொரு நிகழ்ச்சியில் இவர்கள் இந்தளவிற்குக் குடிப்பார்கள் என்று அவள் நினைக்கவில்லை.

"இந்தமாதிரி சந்தோஷமானதொரு விழாவில், இப்படி கஞ் சத்தனமாக இருக்கலாமா?" என்றார் எமில். "இது திருமணம்! உனக்குத் தெரியுமா, இதில் பிராந்தி இருந்தே ஆகவேண்டும்! வெளியே நான் ஒரு பாட்டில் வைத்திருக்கிறேன். அதை எடுத்து வருகிறேன்." அவர் தள்ளாடிக்கொண்டே வாசலைத் தாண்டிச் சென்றார். ஒரு நிமிடத்தில் பாட்டிலுடன் திரும்பினார்.

"காபியில் ஒரு துளி விட்டுக்கொள்ளலாம்!"

அவர்கள் குடிக்க ஆரம்பித்தனர். வயல்வெளியில் நின்றுகொண்டு தூரத்தில் இருப்பவனிடம் கத்துவதைப்போல பக்கத்தில் இழுப்பவர்களிடமே இரைந்துகொண்டிருந்தனர். நெருங்கிய நண்பர்கள்கூட இப்போது பேசிக்கொண்டிருப்பதைப் பார்த்தால், ஒருவரை ஒருவர் வெட்டிச் சாய்த்துவிடப் போவதைப்போல ஒரே நேரத்தில் இரைச்சலாகக் கத்திக்கொண்டிருந்தனர். இரவு சாயச்சாய அவர்களின் போதையும் அதிகமானது, ஒருவர்மேல் ஒருவர் தள்ளாடிக்கொண்டு போதையில் நாற்காலிகள் உடைகிறமாதிரி கனமாக சாய்ந்தனர். கிராமத்திலிருந்து வந்தவர்கள் கொஞ்சம் கௌரவமாக நடந்துகொண்டாலும், இந்த விவசாயிகள் நடந்து கொள்வதுதான் அநாகரிகமாக இருந்தது. அந்த அறை பிராந்தியின் வாடையினும், சுருட்டுப் புகையிலும் நிரம்பியிருந்தது.

அந்தப் பெண்கள் பேசிக்கொள்வதே வேறுவிதமாக இருந்தது. ஒரு மூலையில் அவர்கள் கூடிக்கொண்டு அங்கே இல்லாத நபர்களைப்பற்றி பேசிக்கொண்டிருந்தனர். கடைசியாக அவர்கள் கலந்துகொண்ட விருந்திற்குப்பிறகு அவர்கள் மாவட்டத்தில் நடந்த விஷயங்களைப்பற்றி விவாதித்துக்கொண்டனர். பிறகு அவர்களுடைய உள்மனதில் இருந்தவையெல்லாம் ஒவ்வொன்றாக வெளியே வந்தன. கிசுகிசுப்பாகப் பேசிக்கொள்வதை உன்னிப்பாக கவனித்துக்கொண்டு, உதடுகள் உப்பிக்கொள்ள, கண்கள் விரிய, தலைகளை ஆட்டிக்கொண்டு அவர்கள் வம்பு பேச்சுகளில் மூழ்கினர். ஃப்ரீடா அவர்களோடு சிறிதுநேரம் அமர்ந்திருந்தாள். சமையலறையின் பக்கம், தன் பார்வையைத் திருப்பியதும்தான் அங்கே அவள் சொன்னபடி மலர்கள்

அலங்கரிக்கப்பட்டிருக்கவில்லை என்று தெரிந்தது. அங்கே சென்று அவற்றை முறைப்படுத்தினாள். பின் அறையின் நடுவில் நின்றுகொண்டு தன் கைகளைக் கோத்துக்கொண்டு அந்த அறையின் இரைச்சல்கள் அவளைச் சூழ்ந்திருக்க முன்னால் எரிந்துகொண்டிருந்த விளக்கிற்குள் வெறித்துக்கொண்டு நின்றிருந்தாள்.

“அசடு மாதிரி வெள்ளை உடையில் அலங்காரம் செய்து கொண்டிருக்கிறாள், பாரேன்.” அவளுக்குப் பின்னால் யாரோ சொன்னதைக் கேட்டாள். மெதுவாக ஜோனாசிற்கு அருகில் சென்று அமர்ந்துகொண்டாள், தன்னிச்சையாக அவள் விழிகளிலிருந்து நீர் தளும்பியது.

அவள் கன்னங்களில் கண்ணீர் நிதானமாக வழிந்தது. யாரும் கவனிக்கவில்லை. ஜோனாஸ் கவனித்துவிட்டான். பதற்றத்துடன் அவள் முதுகைத் தட்டினான். அவள் கைகளை எடுத்துக்கொண்டு மென்மையாக, ஆனால் கலவரத்துடன் திரும்பததிருமபக கேட்டான். சிறிதுநேரம் கழித்து அவனை அன்புடன் பார்த்து இனிமையாகப் புன்னகைத்தாள் அவனைப் பார்த்து எப்போதும் புன்னகைப்பதைபோல்.

“ஒன்றுமில்லை. அன்பே, சந்தோஷத்தால்தான்.” ஆனந்தக் கண்ணீர்தான். அவன் பெருமூச்செறிந்தான். அவளைப் பார்க்கும் போது அவள் சொன்னது உண்மைதான் என்று அவனுக்குத் தோன்றியது.

“அன்பே, ஜோனாஸ், நாம் மாடிக்குப் போகலாம்.”

அவர்கள் எழுந்தனர். அங்கிருந்தவர்களிடம் அன்போடும், மகிழ்வோடும் விடைபெற்றுக்கொண்டு அந்த அறையைவிட்டு வெளியேறி மாடிக்குச் சென்றனர்.

அனைத்தும் தயாராக இருந்தன. ஃப்ரீடா படுக்கையை அழகுற அலங்கரித்து வைத்திருந்தாள். அகலமான சரிகைகொண்ட படுக்கை விரிப்பைத் தனது கடையிலிருந்து எடுத்து வந்திருந்தாள். புதிதாகப் பறிக்கப்பட்ட மலர்கள் மேசையில் இருந்தன. பூவேலை பின்னப்பட்ட வெண்ணிறத் துகில் அலமாரியின் மேலும், மேசையின் மேலும் விரித்திருந்தது. திறந்து வைக்கப்பட்ட சன்னலின் வெளியே பின் கோடைக்காலத்தின் நிசப்தத்தில் பிரகாசமான நட்சத்திரங்கள் தெளிவான இருட்டு வானில் கண்சிமிட்டிக் கொண்டிருந்தன.

இங்கே எவ்வளவு அமைதியாகவும், நிசப்தமாகவும் இருக்கிறது, தங்கள் கரங்களால் ஒருவரை ஒருவர் சுற்றிக்கொண்டு, தெய்வீகமான சுகத்தில் ஆழ்ந்தனர். அவர்களுக்கு மட்டுமே உரித்தான அந்தப் பரிசுத்தமான இன்பம் அவர்களைச் சுற்றி மெதுவாகப் பரவி அந்த அறை முழுக்க நிரம்பியது. அவர்கள் அசைவேயற்று ஒருமையாகிவிட்ட ஆலிங்கனத்தில் நேரம் போவது தெரியாமல் நின்றிருந்தனர். கீழே இரைச்சல் தொடர்ந்துகொண்டிருந்தது, அது எதுவுமே அவர்கள் காதில் விழாதது ஆச்சரியம்தான்.

அவர்கள் தங்களது உடைகளைக் களைந்துவிட்டு படுக்கைக்குச் சென்றனர். அந்தத் தனிமையில் அவர்கள் ஒருவரை ஒருவர் அணைத்துக்கொண்டு, நம்பவேமுடியாத வியப்பில், ஒருவர்மேல் மற்றவர்கொண்ட ஆச்சரியத்தில், இதுவரை அவர்கள் உணர்ந்தேயிராத பிரமிப்பூட்டும் சுகத்தில் கட்டுண்டிருந்தனர். காதல் என்பது இவ்வளவு அழகானதாயிருக்குமென்று அவள் எப்போதும் நினைத்ததில்லை, அதைப்பற்றி பலமுறை யோசித்திருந்தாலும் இதைக் கற்பனை செய்யவே முடிந்ததில்லை. அவள் இதுவரை வாழ்ந்து வந்ததே இக்கணத்திற்காகத்தான். அவளும் ஜோனாசும் ஒருவரில் ஒருவர் கலந்த இந்த சங்கமத்திற்காகத்தான். அவன் தனது இரு கரங்களாலும் அவளை ஏந்தினான். இதுவரை அவன் சுமந்தவற்றிலேயே மிக உயர்வானது இதுதான், என்று அவன் நினைத்துக்கொண்டான். அவனிடம் தன்னை முழுதாக அவள் ஒப்படைத்தாள். அந்த ஒப்படைப்பில் வார்த்தைகளால் விளக்கமுடியாத அபூர்வமான அன்பு இருந்தது. அவன் அச்சந்தோஷ மயக்கத்தில் சரிந்ததும், தனது பொய்பற்களால் அவனைக் கடித்தாள். அவளுக்கும் விரைவிலேயே உணர்வுகள் மழுங்க ஆரம்பித்தன, ஆனால் அது காதல் உரையாடல் அல்லவா; மகோன்னதமான, தெய்வீகமான அக்காதல் அனைத்தையும் மந்திரத்தில் நிகழ்ந்ததுபோல் புனிதமாக்கி விட்டிருந்தது.

ஒருவர் பக்கத்தில் ஒருவர் அசைவற்று, அந்தப் பரவசமான களைப்பில், உன்மத்தம்கொண்ட சுகவுணர்வில் ஒருவர் கையை ஒருவர் பிடித்துக்கொண்டு மாசற்ற முழுமையான சந்தோஷத்தில் உணர்வழிந்து படுத்திருந்தனர். அந்நாளின் களைப்பில் ஜோனாஸ் தூக்கத்தில் ஆழ்ந்துபோனான். தலையணையில் அவளுக்கருகில் அவன் முகம் அழுத்தத் தூங்கிக்கொண்டிருக்கையில் மிகுந்த

அழகோடு அவளுக்குத் தோன்றினான். அவனது கேசத்தைக் கலைத்து விரல்களால் கோதிக்கொண்டு அந்தப் பாதி இருட்டைக் கண்களால் துழாவிக்கொண்டு, அவளுக்கும் சோர்வாக இருந்தாலும்கூட விழித்துக்கொண்டே படுத்திருந்தாள்.

எவ்வளவு அமைதி! அசாதாரணமான நிசப்தம். அவர்கள் இன்னமும் கீழே இருக்கிறார்களா, சென்றுவிட்டார்களா? அந்த ஆழம் காண இயலாத இரவின் மயக்கத்தில் அவளருகே படுத்திருக்கும் காதலனின் அருகாமையில், அவனது மெல்லிய குறட்டையொலியைத்தவிர அவளுக்கு வேறேதும் கேட்கவில்லை.

அவள் அவனுக்கடியில் தன்னை நுழைத்துக்கொண்டு இறுக அணைத்தபடி தூங்கிப்போனாள். அந்த ஆழ்ந்த தூக்கத்திலும் அவனது கைகள் அவளைச் சுற்றிப் பிடித்துக்கொண்டன. அந்த இருட்டில், இருவரும் ஒன்றாக கன்னங்கள் உரச, பாதித் திறந்த வாயுடன் மானசீகமான முத்தத்தில் புதைந்து உறங்கிக் கொண்டிருந்தனர். சொர்க்கத்திலிருந்து எழும் கீதத்தைப் போலவும், அங்கிருந்த ஒரே ஜீவன்களான அவர்களைச் சுற்றி நெய்யப்பட்ட தெய்வீக ஒளிப்பின்னல்கள் போலவும் அவர்களது படுக்கைக்குப் பின்னாலிருந்து வானில் நட்சத்திரங்கள் குவியல்குவியலாக எழும்பின. இருட்டு அதிகரிக்கஅதிகரிக்க அவற்றின் பிரகாசமும் எண்ணிக்கையும் கூடிக்கொண்டே வந்தன.

1915

இளவரசர் ஜெங்கியின் கடைசிக் காதல்

பிரெஞ்சு மூலம்: மார்கெரித் யூர்ஸ்னார்
தமிழில்: எஸ்.ஜனகநந்தினி

பெண்களைக் கவர்வதில் ஆசியாவை எப்போதுமில்லாத வியப்பில் ஆழ்த்தி ஒளிரும் 'ஜெங்கி' என்று அழைக்கப்பட்ட ஜெங்கி இளவரசர் தன்னுடைய ஐம்பதாவது வயதை அடைந்த போது அவர் தன் வாழ்க்கையின் இறுதிக்காலத்தை எதிர் நோக்கத் தயாராக வேண்டும் என்பதை உணர்ந்தார். தனது இரண்டாவது மனைவியான வயலட் இளவரசி முராஸாகியை, அவர் தமது பற்பல முரண்பாடானது சோகங்களுக்கிடையிலும், மிகவும் நேசித்தார். ஆனால் அவளோ, மாறுதல்களுக்குட்பட்டதும் கடினமானதுமான இவ்வுலக வாழ்வில் ஏதோவொரு தகுதியைப் பெற்றவர்கள் மட்டுமே செல்லக்கூடிய சொர்க்கங்களில் ஒன்றை அவரை முந்திக்கொண்டு அடைந்துவிட்டாள். அவளது புன்சிரிப்பையோ, இன்னும் சொல்லப்போனால் அழுவதற்கு முன் அவள் முகம் கோணுவதையோ, துல்லியமாக நினைவுகூர இயலாததற்கு ஜெங்கி தனக்குள்ளே வருந்தினார். அவர் எவ்வாறு தன் தந்தையின் இளம்வயது மனைவியுடன் உறவுகொண்டு தந்தையை ஏமாற்றினாரோ அவ்வாறே ஜெங்கியின் மூன்றாவது மனைவி, மேற்கு அரண்மனை இளவரசி, ஒரு இளம் உறவினருடன் உறவுகொண்டு அவரை ஏமாற்றினாள். உலகமெனும் மேடையில் அதே நாடகம் மற்றுமொருமுறை அரங்கேறியது. ஆனால் இம்முறை தனக்கு ஒரு

கிழவனின் கதாபாத்திரம்தான் கிடைக்கும் என்பது அவருக்குத் தெரிந்துவிட்டது. அதற்குப் பதிலாக ஒரு அமானுஷ்யமான பாத்திரத்தையே அவர் விரும்பினார். அதனால்தான் அவர் தனது பொருள்களையெல்லாம் பகிர்ந்தளித்துவிட்டு, தனது வேலையாட்களுக்கு ஊழியத்திலிருந்து ஓய்வளித்துவிட்டு, அருகில் இருந்த மலைச்சரிவில் கட்டுவதற்கு அவர் ஏற்கனவே அக்கறையுடன் ஏற்பாடு செய்திருந்த குடிலில் தனது எஞ்சிய நாட்களைக் கழிப்பதற்குத் தயாரானார். கடைசிமுறையாக அவர் ஊரைக் கடந்தபோது இரண்டொரு விசுவாசமிக்க நண்பர்கள் மட்டுமே, அவரிடமிருந்தும் அவருடைய முடிவின் விளைவாகத் தங்களுடைய இளமையிடமிருந்தும் விடைபெற வேண்டியிருந்ததை ஏற்றுக்கொள்ள முடியாதவர்களாக, அவரைப் பின்தொடர்ந்தார்கள். அந்த அதிகாலைப்பொழுதிலும் பெண்கள் தங்களுடைய முகங்களைக் கதவுகளின் வலைக்கண்கள்மீது அழுத்திக்கொண்டு அவரை வேடிக்கைப் பார்த்தார்கள். ஜெங்கி இன்னமும் அழகாகத்தான் இருக்கிறார் என்று அவர்கள் உரக்கவே கிசுகிசுத்ததைக் கேட்ட இளவரசருக்குத்தான் கிளம்ப வேண்டிய தருணம் வந்துவிட்டது என்பது மற்றொருமுறை நிரூபணம் ஆயிற்று.

வயல்காட்டின் நடுவில் அமைந்திருந்த குடிலை அடைவதற்கு அவர்களுக்கு மூன்று நாட்கள் ஆயின. நூறு வருடத்திய மேபிள் மரத்தின் கீழ் அந்தச் சிறிய வீடு அமைந்திருந்தது. அது இலையுதிர் காலமானதால் அந்த மரத்திலிருந்து விழுந்த இலைகள், வைக்கோலினால் ஆன அந்த வீட்டின் கூரையைத் தங்கக் கூரையாக ஆக்கியிருந்தன. முன்னொரு சமயம் சூறாவளியைப்போல இருந்த அவரது இளமைப் பருவத்தில், அந்நிய நாட்டில் தலைமறைவாக இருந்தபோது அனுபவித்த வாழ்க்கையைவிட இந்த ஏகாந்த வாழ்க்கை மேலும் எளியதாகவும் கருணையற்றதாகவும் இருந்தது. முற்றிலும் துறப்பது என்ற ஒரு உன்னத நிலை அளிக்கக்கூடிய மனநிறைவை இந்தப் பண்பாளரால் ஒருவழியாக ஆழ்ந்து அனுபவிக்க முடிந்தது. வெகு விரைவில் குளிர் காலத்தின் அறிகுறிகள் தென்பட்டன. குளிர் காலத்தில் அணியும் வெல்வெட் ஆடைகளின் மடிப்புமடிப்பான கொசுவங்களைப்போல மலைச்சரிவுகள் பனியால் மூடப்பட்டன. பனிமூட்டம் சூரிய ஒளியைத் திணறடித்தது. சூரிய உதயத்திலிருந்து அஸ்தமனம்வரை

கருமித்தனமான விளக்கின் மங்கிய ஒளியில் ஜெங்கி ஆன்மீக நூல்களைப் படித்தார். மிகவும் உணர்ச்சிபூர்வமான காதல் பாடல்களில் கிட்டாத ஒரு சுவை, ஜெங்கிக்கு இப்போது இந்தப் புனிதப் பாடல்களின் வரிகளில் கிட்டியது. ஆனால், தன்னுடைய பார்வை வெகுவிரைவாக மங்கிக்கொண்டே வருவதை அவர் உணர்ந்தார். எளிதில் துவண்டுவிடும் தன் பல காதலிகளுக்காக அவர் விட்ட கண்ணீரெல்லாம் அவர் கண்களை எரித்துவிட்டனவோ என்று அவருக்குத் தோன்றியது. அவரைப் பொறுத்தவரை இறப்பதற்கு முன்பாகவே இருள் தொடங்கிவிடக் கூடுமோ என்று உணரும்படியாகிவிட்டது. அவ்வப்போது தலைநகரத்திலிருந்து குளிரில் விறைத்துப்போன ஒருவன் கடிதங்களை எடுத்து வருவான். களைப்பினாலும் குளிரினாலும் கனத்துவிட்ட கால்களை அவன் தரையில் தேய்த்தபடி நடந்துவருவான். மறுவாழ்வில் ஏற்படக்கூடிய எண்ணற்றதும் நிச்சயமற்றதுமான சந்திப்புகளுக்கு முன்னமேயே இவ்வுலகில் அவரை மற்றுமொருமுறை காண விரும்பும் உறவினர்களிடமிருந்தும் நண்பர்களிடமிருந்தும் கொண்டுவரும் செய்திகளை அவரிடம் மிகவும் மரியாதையுடன் தெரிவிப்பான். ஆனால், அவரோ தன்னுடைய உற்றார் உறவினர்களுக்கிடையில் இனிமேலும் பரிதாபத்தையோ அல்லது மரியாதையையோ மட்டும் உண்டாக்கிவிடுவோமோ என்று அஞ்சினார். அவருக்கு வெறுப்பை அளித்த இந்த இரண்டு உணர்ச்சிகளைவிட மறதி என்பதே மேல் என்று தோன்றியது. முன்னொரு காலத்தில் தன் கவித்திறனுக்கும் எழுத்துத்திறனுக்கும் பெயர்போன இந்த இளவரசர், இப்போது வருத்தத்துடன் தலையாட்டிவிட்டு அந்தச் செய்தியாளனை வெற்றுக் காகிதத்துடன் திருப்பியனுப்பிவிடுவார். நாட்கள் செல்லச்செல்ல, தலைநகரத்துடன் இருந்த தொடர்பு குறைய ஆரம்பித்தது. இந்நாள்வரைக்கும் இந்த இளவரசர் தன் கைவிசிறியை லேசாகத் தட்டி நிகழ்த்திக்கொண்டிருந்த அந்தந்தப் பருவகால விழாக்கள், அவருக்கு வெகுதொலைவில், அவர் இல்லாமலேயே நிகழ்ந்துகொண்டிருந்தன. எந்த ஒரு தயக்கமும் இல்லாமல் தனிமைத் துயரை ஏற்றுக்கொண்ட ஜெங்கிக்கு இப்போது அழுவதைப் பற்றி வெட்கம் இல்லாததால், தனக்கு ஏற்கெனவே ஏற்பட்டிருந்த பார்வைக் கோளாறை ஓயாமல் அழுது மேலும்மேலும் மோசமாக்கிக்கொண்டார்.

அவருடைய முன்னாள் ஆசை நாயகிகளில் இரண்டொருவர் தாங்களும் அவருடன் வந்து, நினைவுகள் நிறைந்த அவரது தனிமையைப் பகிர்ந்துகொள்வதாகக் கூறினார்கள். மிக்க கனிவு ததும்பிய கடிதங்கள் பூக்கள் – உதிரும் – கிராமத்துப் பெண்ணிடமிருந்து வந்தன. சாதாரணக் குடும்பத்தில் பிறந்த, சுமாரான அழகுடைய அவள், ஜெங்கியின் முன்னாள் ஆசை நாயகிகளில் ஒருத்தி. அவருடைய மற்ற மனைவிமார்களுக்கு விசுவாசமிக்க பணிப்பெண்ணாக அவள் பணியாற்றியிருந்தாள். பதினெட்டு வருடங்களாகத் தனது வருத்தங்களுக்காக ஒருபோதும் அலுத்துக்கொள்ளாமல் இளவரசரிடம் தொடர்ந்து அன்பு செலுத்தினாள். எப்போதாவது அவர் அவளை இரவு நேரங்களில் சந்திப்பது உண்டு. மழைக்கால இரவுகளில் வானத்தில் காணப்படும் நட்சத்திரங்களைப்போல் அரிதான அந்தச் சந்திப்புகள் பூக்கள் – உதிரும் கிராமத்து பெண்ணின் பரிதாபமிக்க வாழ்வை ஒளிமயமாக்குவதற்குப் போதுமானவையாக இருந்தன. தனது அழகைப் பற்றியோ அல்லது மனோபாவத்தைப் பற்றியோ அல்லது பிறப்பைப் பற்றியோ எந்தவிதமான தவறான கற்பனைகளும் இல்லாத அந்தப் பெண் ஒருத்தி மட்டும்தான் அவருடைய அத்தனை ஆசைநாயகிகளிலும் ஜெங்கியிடம் கனிவுடையவளாக இருந்தாள். ஜெங்கி அவளைக் காதலிக்கக்கூடும் என்ற எண்ணமே அவளுக்குச் சாதாரண விஷயமாகப்படவில்லை.

அவளுடைய கடிதங்களுக்குப் பதில் இல்லாமல் போகவே, தனிமையில் வாழும் இளவரசரின் குடிலுக்கு, அவள் மிகச்சிறிய பரிவாரம் ஒன்றுடன் தன்னை அழைத்துப்போகுமாறு பணித்தாள். இலைகளாலும் கொடிகளாலும் அமைக்கப்பட்டிருந்த கதவை அவள் தயக்கத்துடன் தள்ளித் திறந்தாள். தன்னுடைய வருகைக்கு மன்னிப்புக் கோரும் பாவனையில், மெல்லியதொரு சிரிப்புடன் மண்டியிட்டாள். மிகவும் அருகில் வருபவர்களின் முகங்களை ஜெங்கியால் இன்னமும் இனம் கண்டுகொள்ள முடிந்த காலம் அது. கடந்தகாலத்தின் விரும்பத்தகாத நினைவுகளைத் தன்னில் தட்டி எழுப்பிய அந்தப் பெண்ணின்மேல் கசப்பானதொரு கோபம் அவரைப் பற்றியது. அவளின் வருகையைவிட அவள் கைகளில் இன்னமும் நிலைத்திருந்த அவரது கடந்தகால மனைவிகள் உபயோகித்த வாசனைத் திரவியம்தான் அதற்குக் காரணம். தன்னை ஒரு வேலைக்காரியாகவாவது அமர்த்திக்கொள்ளுமாறு

114 | உலகக் காதல் கதைகள்

அவள் அவரைத் துயரத்துடன் கெஞ்சினாள். ஜெங்கியோ அவருடைய இயல்புக்கு மாறாக, மனத்தில் சிறிதும் கருணை இல்லாமல் அவளை விரட்டிவிட்டார். ஆனால், அவளோ அவருக்குப் பணிவிடை செய்யும் சில வயதானவர்களுடன் தொடர்புகளை ஏற்படுத்திக்கொண்டாள். சில சமயங்களில் அவர்கள் அவளுக்குச் செய்திகளைத் தெரிவித்தவண்ணம் இருந்தார்கள். அவளும் தன் வாழ்க்கையில் முதன்முதலாக, கொடுமை நிறைந்தவளாக, தன் காதலனைக் காணுவதற்காக அந்தி வேளையை ஒரு பெண் எப்படிப் பொறுமையில்லாமல் எதிர்நோக்குவாளோ அதேபோல், ஜெங்கியின் பார்வை நாளுக்கு நாள் மங்கிக்கொண்டே வருவதைத் தொலைவில் இருந்தபடியே கவனித்துவர ஆரம்பித்தாள்.

அவர் முற்றிலும் குருடாகிவிட்டதைத் தெரிந்துகொண்டவுடன் அவள் தனது நகரத்து உடைகளைக் களைந்துவிட்டு இளம் குடியானவப் பெண்கள் அணிந்துகொள்ளும் குட்டையான, முரட்டுத்தனமான ஒரு அங்கியை அணிந்துகொண்டாள். வயல்களில் வேலை செய்யும் பெண்களைபோல் தன் தலைமுடியைப் பின்னலிட்டுக்கொண்டு கிராமத்துச் சந்தைகளில் விற்கப்படும் துணிகளும் மண்பாண்டங்களும் நிரம்பிய கூடையைச் சுமந்தவளாகத் தோற்றத்தை மாற்றிக்கொண்ட அவள், ஆட்டுக்குட்டிகளுக்கும் மயில்களுக்கும் இடையே தனிமை வாழ்க்கையை விருப்பத்துடன் தாமாகவே ஏற்றுக்கொண்டிருந்த ஜெங்கியின் இருப்பிடத்திற்குத் தன்னை அழைத்துப்போகச் செய்தாள். சகதியும் சோர்வும் தன்னுடைய இந்தப் பாத்திரத்திற்குப் பொருத்தமாக இருக்கும் என்பதால் தனது பயணத்தின் கடைசிப் பகுதியை அவள் நடந்தே கடந்தாள். வானிலிருந்து வசந்த காலத்தின் மென்தூறல்கள் சகதியில் விழுந்து சூரிய அஸ்தமனத்தின் கடைசிக் கிரணங்களை மறைத்தன. துறவிகளின் அங்கியை மட்டுமே அணியும் ஜெங்கி, அந்த நேரத்தில்தான் காலார நடப்பது வழக்கம். அவர் போகும் பாதையில் அவர் கால்களில் தடுக்காமல் இருப்பதற்காக மிகச் சிறிய கற்களைக்கூட அவரது வயதான வேலையாட்கள் கவனத்துடன் அகற்றிவிட்டிருந்தார்கள். ஒரு காலத்தில் அழகைப் பிரதிபலித்த அந்த முகம் இப்போது வெறுமையாகவும் சலனமற்றதாகவும் பார்வை இழப்பினாலும் வயோதிகத்தினாலும் மங்கியதாகவும், பளபளப்பை இழந்த கண்ணாடியைப் போல்

இருந்தது. பூக்கள் – உதிரும் – கிராமத்து பெண் பாசாங்கு இல்லாமலேயே அழ ஆரம்பித்தாள்.

ஒரு பெண்ணின் கேவல்களைக் கேட்ட ஜெங்கி திடுக்கிட்டு அந்தத் திசையை நோக்கி மெல்லத் திரும்பினார். "பெண்ணே... நீ யார்?" என்று கவலையுடன் கேட்டார்.

"என் பெயர் யூகிஃப்யூன். என் தந்தை ஸோஹை என்ற விவசாயி" என்று கூறிய அவள், கிராமத்துப் பேச்சுத் தொனியைக் கையாண்டாள். "எனக்கு அடுத்த பௌர்ணமியன்று திருமணம். அதனால் துணிமணிகளும் பாத்திரங்களும் வாங்குவதற்காக என் தாயாருடன் நகரத்திற்குச் சென்றேன். இப்போது மலைப் பாதைகளில் வழிதவறிவிட்டேன். காட்டுப் பன்றிகள், பிசாசுகள், ஆண்களின் காமவெறி, இறந்தவர்களின் ஆவி இவற்றைக் கண்டு எனக்குப் பயம். அதனால் நான் அழுகிறேன்."

"இளம் பெண்ணே, நீ முற்றிலும் நனைந்துவிட்டாயே என்று அவள் தோள்மீது கைவைத்தவாறு இளவரசர் கூறினார்.

ஆம், அவள் முற்றிலுமாக நனைந்துதான் விட்டிருந்தாள். மிகவும் பரிச்சயமான அந்த ஸ்பரிசம் அவளை உச்சியிலிருந்து உள்ளங்கால்வரை நடுங்கவைத்தது. ஆனால், ஜெங்கியோ அவள் குளிரினால் நடுங்குவதாக எண்ணினார்.

"என் குடிலுக்குள் வா" என்று இளவரசர் அன்புடன் அழைத்தார்.

"கரித்துண்டுகளைவிடச் சாம்பலே நிறைந்திருந்தாலும் என் வீட்டில் இருக்கும் நெருப்பில் நீ குளிர் காயலாம்."

ஒரு குடியானவப் பெண்ணின் வெகுளித்தனமான நடையைப் போலத் தன் நடை இருக்க வேண்டும் என்ற கவனத்துடன் அந்தப் பெண் அவரைப் பின்தொடர்ந்தாள். கிட்டத்தட்ட அணைந்துவிட்டிருந்த நெருப்பின் முன்னால் இருவரும் குத்துக் காலிட்டு உட்கார்ந்தார்கள். ஜெங்கி வெப்பத்திற்கு முன்னால் தன் கைகளை நீட்டினார். ஆனால், அந்தப் பெண்ணோ, தன் விரல்கள் குடியானவப் பெண்போல் இல்லாமல் நளினமாக இருந்ததனால், அவற்றை மறைத்துக்கொண்டாள்.

ஒரு நொடிக்கப்பால் ஜெங்கி "நான் ஒரு குருடன்" என்று பெரு மூச்சுடன் கூறினார். இளம் பெண்ணே, நனைந்திருக்கும் உன் உடைகளை நீ வெட்கப்படாமல் களைந்துவிட்டு நெருப்பின் முன்னால் வெற்றுடம்புடன் குளிர் காயலாம்."

மறுப்பேதும் கூறாமல் அந்தப் பெண் தன் குடியானவ அங்கியைக் களைந்தாள். மிகவும் வெளிறிய மஞ்சள் நிறத்தில் செதுக்கப்பட்டது போலிருந்த அவளுடைய மெல்லிய உடலை நெருப்பின் வெப்பம் ரோஜா நிறமாக ஆக்கிவிட்டிருந்தது. திடீரென ஜெங்கி முணுமுணுத்தார்.

“இளம் பெண்ணே, நான் உன்னை ஏமாற்றிவிட்டேன். நான் இன்னும் முற்றிலுமாகக் குருடனாகிவிடவில்லை. பனி மூட்டத்தினூடே நான் உன்னை அனுமானிக்கிறேன். ஒருவேளை அது உனக்கே உரித்தான அழகின் ஒளிவட்டமோ? இன்னமும் நடுங்கிக்கொண்டிருக்கும் உன் தோள்மீது என் கையை வைக்க விடு.”

இப்படித்தான் பதினெட்டு ஆண்டுகளுக்கும் மேலாக இளவரசர் ஜெங்கியைப் பணிவுடன் காதலித்த பூக்கள் – உதிரும் கிராமத்துப் பெண் மீண்டும் அவரது ஆசைநாயகி ஆனாள். ஒரு இளம் பெண்ணின் முதல் காதலின்போது ஏற்படக்கூடிய கண்ணீர்களையும் தயக்கங்களையும் நடிப்பதற்கு அவள் மறக்கவில்லை. அவளது உடம்பு வியப்பூட்டும்வகையில் இளமையாகவே இருந்தது. அவளது கூந்தலில் இருந்த ஒருசில நரைமுடிகளைக்கூடப் பார்க்கமுடியாத அளவுக்கு ஜெங்கியின் பார்வை மங்கியிருந்தது.

அவர்களது வருடல்கள் ஒருவழியாக முடிந்தபோது அந்தப் பெண் இளவரசரின் முன் மண்டியிட்டு உட்கார்ந்து கூறினாள்:

“இளவரசே, நான் உங்களை ஏமாற்றிவிட்டேன். நான் விவசாயி ஸோஹைஹியின் மகள் யூகிஃப்யூன்தான். ஆனால் நான் மலைப் பாதைகளில் வழி தவறவில்லை. இளவரசர் ஜெங்கியின் புகழ் கிராமம்வரை பரவியிருக்கிறது. உங்கள் அரவணைப்பில் காதலின் சுகம் காணுவதற்காக நான் முழு மனத்துடன்தான் இங்கு வந்தேன்.”

குளிர் காற்றின் தாக்கத்தினால் எப்படி ஒரு பைன் மரமானது ஆடுமோ அப்படித் தடுமாறிக்கொண்டே ஜெங்கி எழுந்தார்.

“எல்லா இரவுகளிலும் என்னை விழிப்புடன் வைத்திருந்த துடிப்பான கண்களையுடைய அழகிய இளவரசனின் உருவத்தை, என்னுடைய மிக மோசமான எதிரியின் நினைவைக் கிளறிவிட்டவளே, உனக்குத் துன்பம்தான்.... போய்விடு” என்று ஜெங்கி உரத்த கீச்சுக்குரலில் கத்தினார்.

பூக்கள் – உதிரும் கிராமத்துப் பெண் தான்செய்த தவறுக்கு வருந்தியவளாய் அங்கிருந்து அகன்றாள்.

பின்தொடர்ந்த வாரங்களில் ஜெங்கி தனியாக வருந்திக் கொண்டே இருந்தார். இவ்வுலகத்தின் பித்தலாட்டங்களில்தான் இன்னமும் சிக்கிக்கொண்டிருப்பதையும், மறுவாழ்வின் தொடக்கத்திற்கும் மறுமலர்ச்சிக்கும்தான் சிறிதுகூடத் தயாராகவில்லை என்பதையும் ஏமாற்றத்துடன் உணர்ந்தார். மெல்லிய மணிக்கட்டும், நீண்ட கூம்பு போன்ற மார்பகங்களும், உணர்ச்சியும் தயக்கமும் மேலிட்ட சிரிப்புகளும் உடைய பிறவிகளைப் பற்றிய ஆசைகளை விவசாயி ஸோஹையின் மகளின் வருகை அவர் மனத்தில் திரும்பவும் விழித்தெழச் செய்துவிட்டிருந்தது. பார்வை இழந்ததிலிருந்து உலகத்தின் அழகோடு அவருக்கு இருந்த ஒரே தொடர்பு ஸ்பரிசம் மட்டுமே. எந்தச் சுற்றுச்சூழலில் அவர் தஞ்சம் புகுந்தாரோ, அது அவருக்கு இப்போதெல்லாம் ஆறுதல் அளிக்கவில்லை. ஏனென்றால், சிற்றோடையின் ஓசை ஒரு பெண்ணின் குரலைவிடச் சலிப்பூட்டுவதாக இருந்தது. குன்றுகளின் சரிவுகளோ மேகங்களின் கீற்றுகளோ பார்வை உள்ளவர்களுக்காக ஏற்பட்டவை. மேலும், நம்மிடமிருந்து மிகவும் விலகியிருப்பதால் அவற்றைத் தொட்டுத் தடவி உணரவும் முடியாது.

இரு மாதங்கள் கழித்து பூக்கள் உதிரும் – கிராமத்துப் பெண் இரண்டாவது முறையாக முயற்சிசெய்தாள். இந்தமுறை அவள் தன்னுடைய உடையிலும் வாசனைத் திரவியத்திலும் கவனமாக இருந்தாள். உடைகளின் அமைப்பு குறுகியதாகவும் சாதாரண மானதாகவும் இருக்குமாறு பார்த்துக்கொண்டாள். சிற்றூரில் வசிக்கும் ஒரு கௌரவமான குடும்பத்தைச் சேர்ந்த அரசவையை ஒருபோதும் பார்த்திருக்காத, உலகைப் பற்றி அறிந்திராத ஒரு இளம் பெண்ணின் அறியாமையை உணர்த்தும்வகையில் அவள் உபயோகித்த வாசனைத் திரவியம் லேசான மணத்துடன் மிகச் சாதாரணமானதாக இருந்தது.

இந்தமுறை அவள் ஒரு பெரிய இருக்கையையும் அதைத் தூக்குபவர்களையும் அமர்த்தியிருந்தாள். நகரத்து இருக்கைகளில் இருக்கக்கூடிய சீரிய வேலைப்பாடுகள் இல்லாமல் அது இருந்தது. நள்ளிரவில் ஜெங்கியின் குடிலுக்கு அருகில் போய்ச் சேரும்படி அவள் திட்டமிட்டுக்கொண்டாள். மலையில் கோடைக்காலம்

ஆரம்பித்திருந்தது. மேபிள் மரத்தினடியில் உட்கார்ந்து சிள்வண்டு களின் ரீங்காரத்தை ஜெங்கி கேட்டுக்கொண்டிருந்தார்.

தன் முகத்தை ஒரு விசிறியால் பாதி மறைத்துக்கொண்டு அவரைச் சந்தித்த அவள், "என் பெயர் ஷஜோ. யாமாட்டோ ஊரைச் சேர்ந்த, ஏழாவது நிலையில் உள்ள ஸ்காஜூ என்ற பிரபுவின் மனைவி. 'இஸே' கோயில் செல்லுவதற்குப் புனித யாத்திரையை மேற்கொண்டு புறப்பட்டிருக்கிறேன். ஆனால் என் இருக்கைத் தூக்கிகளில் ஒருவரது கால் சுளுக்கிக்கொண்டதால், என் பயணத்தைச் சூரியோதயத்திற்கு முன்னால் தொடர முடியாது. அவதூறுகள் ஏற்படாமல் நானும் என் பணியாட்களும் தங்குவதற்கு ஏதுவாக ஒரு குடில் இங்கு இருக்கிறதா?" என்று குழப்பம் நிறைந்த குரலில் ஒரு முணுமுணுப்பைப் போல் கேட்டாள்.

"வயதான குருடனின் குடிலைவிட வேறெங்கு ஒரு இளம் பெண் அவதூறு வராமல் தங்க முடியும்?" என்று இளவரசர் கசப்புடன் கூறினார். "என் குடில் உன்னுடைய பணியாட்களுக்கு மிகவும் சிறியது. அவர்கள் அந்த மரத்தின் அடியில் தங்கட்டும். ஆனால் உனக்கு நான் என் குடிலில் இருக்கும் ஒரே படுக்கையைத் தருகிறேன்."

அவளுக்கு வழியைக் காட்டுவதற்காக அவர் தடவிக் கொண்டே எழுந்தார். ஒருமுறைகூட அவர் அவள் இருக்கும் திசையில் தன் கண்களை நிமிர்த்தவில்லை. இதிலிருந்து அவர் பார்வையை முற்றிலும் இழந்துவிட்டதை அவள் தெரிந்துகொண்டாள்.

காய்ந்த சருகுகளினால் செய்யப்பட்ட படுக்கையில் அவள் படுத்தவுடன், ஜெங்கி அந்தக் குடிலின் வாசற்படியில் மீண்டும் துயரத்துடன் அமர்ந்தார். சோகத்துடன் இருந்த அவருக்கு அந்த இளம் பெண் அழகாக இருந்தாளா என்பதுகூடத் தெரியவில்லை.

அந்த இரவு புழுக்கமாகவும் மேகங்களற்றும் இருந்தது. அந்தப் பார்வையற்றவரின் உயர்த்திய முகத்தின் மீது விழுந்த நிலா வெளிச்சத்தினால் அவரது முகம் வெள்ளை நிற ஜேட் கற்களினால் செதுக்கப்பட்டதுபோல் தோன்றியது. நீண்ட நேரம் கழித்து, அந்தப் பெண்ணும் தன் முரட்டுப் படுக்கையைவிட்டு எழுந்து வாசற்படியில் வந்து அமர்ந்தாள்.

“இரவுப்பொழுது அழகாக இருக்கிறது. எனக்குத் தூக்கம் வரவில்லை. என் நெஞ்சில் நிரம்பிய பாட்டுகளில் ஒன்றைப் பாட எனக்கு அனுமதியளியுங்கள்” என்று பெருமூச்சுடன் கூறினாள்.

பதிலுக்குக் காத்திராமல், இளவரசருக்கு மிகவும் பிடித்திருந்த, வயலெட் இளவரசி முன்பெல்லாம் பலமுறை பாடி, அவர் ரசித்த ஒரு காதல் பாட்டைப் பாடினாள். சலனமடைந்த ஜெங்கியோ தன்னை அறியாமலேயே, அந்நியமான அந்தப் பெண்ணை நெருங்கினார்.

“என்னுடைய இளமைக் காலத்தில் நான் விரும்பிய பாடல் களைத் தெரிந்துவைத்திருக்கும் இளம் பெண்ணே! நீ எங்கிருந்து வருகிறாய்? அந்தக் காலத்தின் மெட்டுக்களை இசைக்கும் யாழே, உன் தந்திகளின்மீது என் விரல்களைப் படர விடு.”

அவளது கூந்தலைக் கோதிய அவர், ஒரு நிமிடம் கழித்துக் கேட்டார்.

“அந்தோ! யாயாட்டோ நாட்டின் இளம்பெண்ணே, உன் கணவன் என்னைவிட அழகாகவும் இளமையாகவும் இல்லையா?”

“என் கணவர் அழகிலும் இளமையிலும் குறைந்தவராகவே தோன்றுகிறார்” என்று பூக்கள் – உதிரும் கிராமத்துப் பெண் சாதாரணமாகக் கூறினாள்.

இப்படியாக, இளவரசர் ஜெங்கிக்கு முன்னொரு காலத்தில் உரியவளாக இருந்த அவள், மாறுவேடத்தில் மீண்டுமொரு முறை ஆசைநாயகி ஆனாள். காலையில் சூடான கஞ்சி தயாரிப்பதற்கு அவருக்கு உதவினாள்.

“இளம் பெண்ணே! நீ திறமையானவளாகவும் மென்மையான வளாகவும் இருக்கிறாய். காதல் விவகாரங்களில் மிக மகிழ்ச்சியாக இருந்த இளவரசர் ஜெங்கிக்குகூட உன்னைவிட மென்மையான நாயகி இருந்திருப்பாள் என்று நான் நினைக்கவில்லை” என்று இளவரசர் ஜெங்கி கூறினார்.

“இளவரசர் ஜெங்கியைப் பற்றி நான் கேள்விப்பட்டதே இல்லையே” என்று தலையை ஆட்டியவாறே அந்தப் பெண் கூறினாள்.

“என்ன!” என்று ஜெங்கி கசப்பு மேலிடக் கத்தினார். ‘இவ்வளவு சீக்கிரம் அவர் மறக்கப்பட்டுவிட்டாரா?’

நாள் முழுவதும் அவர் உற்சாகமின்றி இருந்தார். அந்தப் பெண்தான் இரண்டாவது முறையாகத் தவறு செய்துவிட்டதைப் புரிந்துகொண்டாள். ஆனால், அவளைத் திரும்பி அனுப்புவதைப் பற்றி ஜெங்கி பேசவில்லை. புல்வெளிகளினூடே அவளது பட்டு அங்கி மென்மையாகச் சலசலத்ததைக் கேட்பது அவருக்கு மகிழ்ச்சியளிப்பதாகத் தோன்றியது.

இலையுதிர்காலம் வந்தது. மலையில் இருந்த மரங்களை யெல்லாம் அது ஊதா, தங்க நிற ஆடைகள் அணிந்த தேவதைகளாக – பனிக் காலத்தில் இறந்துவிடுகிற தேவதைகளாக மாற்றியது. அந்தச் சாம்பல் நிறப் பழுப்புகள், தங்க நிறப் பழுப்புகள், இளம் ஊதா நிறப் பழுப்புகள் போன்ற வண்ண மாற்றங்களைக் கவனமாக, ஆனால், யதேச்சையாகக் குறிப்பிடுவதுபோல் ஜெங்கிக்கு அந்தப் பெண் விவரித்துக் கொண்டிருந்தாள். ஒவ்வொருமுறையும் மிகவும் வெளிப் படையாக அவருக்கு உதவுவதுபோன்ற எண்ணம் ஏற்படாமல் தவிர்த்தாள். பூக்களைக்கொண்டு திறமையாகச் செய்யப்பட்ட நெக்லஸ்கள், மெருகூட்டப்பட்ட எளிமையான உணவுவகைகள், காயப்படுத்தக்கூடிய, உணர்ச்சிமயமான பழைய மெட்டுகளுக்குப் பதிலாகப் புதிய பாடல்கள் போன்றவற்றால் தொடர்ந்து ஜெங்கியை வசியப்படுத்தி வைத்திருந்தாள், ஏற்கனவே இதே திறமைகளை ஜெங்கியின் ஐந்தாவது ஆசைநாயகியாக அவள் இருந்த காலத்தில் அவர் அவளது தோட்டத்து வீட்டில் அவளைக் காண வரும்போது உபயோகித்திருக்கிறாள், ஆனால், அப்போது அவர் மற்ற காதல்களினால் திசைதிருப்பப்பட்டு அவற்றைக் கவனிக்காமல் இருந்துவிட்டார்.

இலையுதிர் காலத்தின் இறுதியில் சேற்று நிலங்களிலிருந்து நோய்க் கிருமிகள் கிளம்பின. அவற்றினால் மாசடைந்த காற்றில் பூச்சி இனங்கள் பல்கிப் பெருகின. ஒவ்வொரு முறை சுவாசிப்பதும் விஷம் கலந்த ஊற்றிலிருந்து தண்ணீரை ஒரு மடக்குக் குடிப்பதுபோல் இருந்தது. நோய்வாய்ப்பட்ட ஜெங்கி காய்ந்த இலைகளினால் ஆன தன் படுக்கையில், தான் தன் நோயிலிருந்து இனி மீண்டுவர முடியாது என்று புரிந்துகொண்டார். அவமானமூட்டும் பணிவிடைகளுக்குத் தன்னை ஆளாக்கிய நோயும் தன்னுடைய பலவீனமும் அந்தப் பெண்ணின் முன்னால் அவரைக் கூச்சத்துக்கு ஆளாக்கின. ஒவ்வொரு அனுபவத்திலும் ஒரே நேரத்தில் தனித்தன்மையையும்,

நெஞ்சை நெகிழ்த்தும் தன்மையையும் வாழ்நாள் முழுவதும் தேடி அனுபவித்த இந்த மனிதரால், இப்போது இந்தப் புதிய சோகமான அருகாமை இரு உயிர்களுக்கிடையில் எப்படி மெல்லிய காதல் உணர்வுகளையும் அளிக்கும் என்பதை உணர முடிந்தது.

ஒரு காலைப்பொழுதில் அந்தப் பெண் அவருடைய. கால்களைப் பிடித்துவிட்டுக்கொண்டிருக்கும்போது, ஜெங்கி தன் முழங்கையை ஊன்றிக்கொண்டு எழுந்து அவள் கைகளைத் தடவியவாறே, "இறக்கப் போகிறவனைக் கவனித்துக்கொள்ளும் இளம் பெண்ணே, நான் உன்னை ஏமாற்றிவிட்டேன். நான்தான் இளவரசர் ஜெங்கி," என்று முணுமுணுத்தவாறே கூறினார்.

"நான் உங்கள் அருகில் வந்தபோது ஒரு சிற்றூரின் அறியாப் பெண்ணாகத்தான் இருந்தேன்," என்று அந்தப் பெண் கூறினாள். "எனக்கு இளவரசர் ஜெங்கி யார் என்று தெரியாது. இப்போது அவர் மிகவும் அழகானவரும் ஆண்களிலேயே மிகவும் விரும்பப் பட்டவராகவும் இருந்தார் என்று தெரிகிறது. ஆனால், நான் உங்களைக் காதலிப்பதற்கு நீங்கள் இளவரசர் ஜெங்கியாகத்தான் இருக்க வேண்டும் என்பது அவசியமில்லை ."

ஒரு புன்முறுவலுடன் ஜெங்கி அவளுக்கு நன்றி தெரிவித்தார். அவரது கண்கள் மௌனமாகியதிலிருந்தே அவரது பார்வை அவருடைய உதடுகளில்தான் உயிர்ப்புக்கொண்டது என்று சொல்லும்படி இருந்தது.

"நான் இறக்கப்போகிறேன்" என்று வருத்தத்துடன் கூறினார். "பூக்கள், பூச்சிகள், நட்சத்திரங்களின் விதிதான் எனக்கும் என்று நான் வருத்தப்படவில்லை. எல்லாமே ஒரு கனவைப்போல் நடக்கும் இந்த உலகத்தில், மக்கள் எப்போதும் நிரந்தரமாக இருக்கவே விரும்புகிறார்கள். ஜடப்பொருள்கள், உயிர்கள், இதயங்கள் எல்லாம் அழியக்கூடியவைதான் என்று நான் முறையிடவில்லை. ஏனெனில், அவற்றின் அழகின் ஒருபகுதியே இந்தத் துரதிர்ஷ்டத்தினால் ஆனதுதான். என்னை எது மிகவும் கஷ்டப்படுத்துகிறதென்றால் அவை தனித்தன்மை கொண்டவையாக இருப்பதுதான். ஒரே ஒரு முறைதான் பெற முடியும் என்ற உள்ளொளியைப் பற்றிய நிச்சயம்தான் என் வாழ்நாளின் ஒவ்வொரு கணமும் என் ரகசிய சந்தோஷங்களில் மிகவும் தெளிவான ஒன்றாக இருந்தது. இப்போதோ ஒரே ஒரு முறைதான் அளிக்கப்படும் அசாதாரணமான விழாவில் தனியாகப் பங்கேற்கக் கூடிய சலுகை பெற்ற ஒரு மனிதனைப்போல் வெட்கப்பட்டு

நான் இறக்கிறேன். பிரியமான ஜடப் பொருள்களே, இனியும் உங்களுக்கு இருக்கும் ஒரே சாட்சி இறந்து கொண்டிருக்கும் பார்வையற்ற இந்த ஒருவன்தான்.... நான் விரும்பிய, சிரித்த முகமுடைய பெண்களை ஒத்த மற்ற பெண்களும் மலர்வார்கள். ஆனால், அவர்களுடைய புன்முறுவல் வித்தியாசமானதாக இருக்கும். என்னுள் காமத்தை உண்டாக்கிய மச்சம் அவர்களில் ஒவ்வொருவரிடமும் அவர்களின் வெளிர் மஞ்சள் நிறக் கன்னங்களில் ஒரு அணு அளவு மட்டுமே தள்ளி இருக்கும். தாங்கமுடியாத காதலின் சுமையினால் வேறு சில இதயங்கள் நொறுங்கும். ஆனால், அவர்களது கண்ணீர் நமது கண்ணீர் அல்ல. பூத்திருக்கும் வாதுமை மரங்களின் கீழே ஆசையினால் கசகசத்த கைகள் கோத்தபடி இருக்கும். மனிதனுக்குக் கிட்டும் ஒரு மகிழ்ச்சியான தருணத்தின்மீது பூமாரி பொழிவது ஒரு முறைதான் நிகழும். ஆ! வெள்ளத்தினால் அடித்துச் செல்லப்படும்போது ஒரு சில பழுப்பேறிய கடிதங்களையும், வெளிறிப்போன உள்ளர்த்தங்களையுடைய சில விஷயங்களையும் விட்டுச் செல்வதற்காகவாவது, காய்ந்திருக்கும் ஒரு துண்டு நிலத்தையேனும் கண்டுபிடிக்க விரும்பும் மூழ்கிக்கொண்டிருக்கும் ஒரு மனிதனைப்போல் நான் உணர்கிறேன். என் முதல் மனைவியே, நீ இறந்ததற்கு மறுநாள்தான் உன் காதலை நான் உணர்ந்தேன். உன்மேல் பச்சாதாபம் கொள்வதற்கு இனியும் நான் இல்லாதபோது நீல இளவரசியாகிய உன்னைப் பற்றிய நினைவுக்கு என்ன ஆகுமோ? தான் மட்டும்தான் என்னைக் காதலிக்க வேண்டும் என்று பொறாமையுடன் வேறொருத்தி போட்டியிட்டதால் என் கரங்களில் இறந்தவளே, வாலுபிலிஸ்–தோட்டத்து – வீட்டு – பெண்மணியின் துயரமான நினைவே, இனியும் உனக்கு என்ன ஆகுமோ? நம்பிக்கைத் துரோகத்துக்கு உடந்தையாகவும் இலக்காகவும் இருப்பதால் அனுபவிக்கும் துன்பங்களை எனக்கு மாறிமாறி உணர்த்திக்கொண்டிருந்த என்னுடைய அழகான மாற்றாந்தாயின், என்னுடைய மிக இளமையான மனைவியின் கள்ளங் கபடமான நினைவுகளே, உங்களுக்கு என்ன ஆகும்?

“வெட்கத்தினால் தோட்டத்து – வெட்டுக்கிளி – பெண் தன்னை மறைத்துக்கொண்டதனால், கூச்சத்துடன் புன்முறுவல் செய்யும் அந்தப் பெண்ணின் சாயல்களை ஒத்த, குழந்தைத் தனமான முகத்துடன் இருந்த அவளுடைய தம்பியிடம் ஆறுதலை நான் தேடிச்செல்லும்படி செய்த மென்மையான

நினைவே, உனக்கு என்ன ஆகும்? என் அரண்மனையிலும் என் இதயத்திலும் மூன்றாவது இடத்தில் இருந்தாலும், இருப்பதற்கு ஒப்புக்கொண்டு என்றும் மென்மையாக நடந்து கொண்ட நீண்ட–இரவு–பெண்ணே, இனியும் உன் அருமையான நினைவுக்கு என்ன ஆகுமோ? என்னிடம் என் கடந்தகாலத்தை மட்டும் நேசித்த குடியானவன் ஸோஹையின் பெண்ணே, பாவம், உன்னுடைய கிராமத்து நினைவுகளுக்கு என்ன ஆகும்? எல்லோரையும்விட, நீ, தற்சமயம் என் கால்களைப் பிடித்து விடும் சிறிய ஷஜோவின் இனிய நினைவே! ஒரு நினைவாக ஆவதற்குக்கூட நேரமில்லாதவளே! இனியும் உனக்கு என்ன ஆகுமோ? ஷுஜோ, உன்னை என் வாழ்க்கையில் வெகு முன்னரே சந்தித்திருப்பதற்கு விரும்பியிருப்பேன். ஆனால், இலையுதிர் காலத்தின் கடைசிக் கட்டத்திற்காக ஒரு பழத்தை ஒதுக்கிவைப்பதும் நல்லதே...'

தாங்க முடியாத துக்கத்தினால் தன் தலையை மீண்டும் தன் கெட்டியான தலையணையின் மீது சாயவிட்டார். பூக்கள் உதிரும் கிராமதது பெண் அவர்மீது கவிழ்ந்துகொண்டு நடுங்கும் குரலில் "உங்கள் அரண்மனையில் இன்னும் ஒரு பெண் இருந்ததில்லையா, பூக்கள் உதிரும் கிராமத்து பெண் என்பது அவளது பெயரில்லையா? நினைவுகூருங்கள்," என்று நடுங்கும் தாழ்ந்த குரலில் கூறினாள்.

ஆனால், ஏற்கெனவே ஜெங்கியின் முகம் இறந்தவருக்கே உரித்தான அமைதியின் சாயலை அடைந்துவிட்டிருந்தது. எல்லா வலிகளுக்கும் ஏற்பட்ட முடிவு அவரது முகத்திலிருந்து எல்லாவிதமான நிறைவையும் துயரத்தின் அறிகுறிகளையும் அழித்து விட்டிருந்தது. தனக்கு மீண்டும் பதினெட்டு வயதுதான் என்று ஜெங்கியையே நம்பச் செய்திருக்கும் என்று தோன்றியது. பூக்கள்உதிரும் – கிராமத்து பெண் எந்தவிதமான தயக்கமுமின்றி 'ஒ'வென்று கத்திக்கொண்டு தரைமீது 'தொப்'பென்று விழுந்தாள். அவளது உப்புக் கண்ணீர் புயல் மழையைப்போல் அவளது கன்னங்களை நாசமாக்கியது. கையினால் பிய்க்கப்பட்ட அவளுடைய தலைமுடிகள் பட்டுப் பொதிகள் போல் காற்றில் பறந்தன. ஜெங்கி மறந்துவிட்டிருந்த ஒரே பெயர் அவளுடைய பெயர் மட்டுமே.

1938

ஜிப்ஸி

ரஷிய மூலம்: மக்சீம் கோர்க்கி
தமிழில்: பூ. சோமசுந்தரம்

கடலிலிருந்து வீசிய ஈரித்த குளிர் காற்று கரையில் மோதிய அலைகளது ஓசையின் சிந்தனை நிறைந்த இசையையும் கரையோரப் புதர்களின் சலசலப்பையும் ஸ்தெப்பி வெளியில் பரப்பியது. சில வேளைகளில் காற்றின் வீச்சுக்கள் சுருக்கம் விழுந்த மஞ்சள் இலைகளை வாரி வந்து நெருப்பில் போட்டுத் தழலை மூண்டெரியச் செய்தன. அப்போது எங்களைச் சூழ்ந்திருந்த இலையுதிர் கால இரவின் இருட்டு திடுக்கிட்டு, மிரட்சியுடன் நகர்ந்தது. இடப்புறம் எல்லையற்ற ஸ்தெப்பி வெளியும் வலப்புறம் எல்லையற்ற கடலும் எனக்கு நேர் எதிரே ஜிப்ஸிக் கிழவன் மகார் சுத்ராவின் உருவமும் கணப்போது தோற்றம் அளித்தன. எங்களுக்கு ஐம்பது அடி தூரத்தில் இருந்த தன் ஜிப்ஸி முகாமின் குதிரைகளை அவன் காவல் காத்துக்கொண்டிருந்தான்.

சில்லிடும் காற்று அலைகள் சட்டையை விரித்து அவனுடைய மயிரடர்ந்த மார்பை வெளிக்காட்டி இரக்கமின்றி அடித்தன. அவனோ, அதைப் பொருட்படுத்தாமல் என் பக்கம் முகத்தைத் திருப்பியவாறு அழகும் வலிமையும் மிளிரும் பாங்கில் பாதி படுத்து, தன் பிரமாண்டமான சுங்கானிலிருந்து புகையை ஒரு சீராக இழுத்து அடர்ந்த புகைப்படலங்களை வாயாலும் மூக்காலும் விட்டுக்கொண்டிருந்தான். அவனது விழிகள் என் தலைக்கு மேலாகஸ் தெப்பியின் உயிரற்ற மௌன இருட்டில் எங்கோ அசைவின்றி நிலைத்திருந்தன. காற்றின் கடும் தாக்குதல்களிலிருந்து தப்பும்பொருட்டு ஓர் அங்க அசைவுகூடச்

செய்யாமல் அவன் வாய் ஓயாமல் என்னோடு பேசிக்கொண்டு போனான்.

“அப்படியானால், நீ சுற்றுப் பயணம் செய்கிறாயா? இது நல்லது! நீ தெரிந்தெடுத்தது அருமையான வேலை, தம்பீ. அப்படித்தான் செய்ய வேண்டும்: எங்கும் சுற்றிப் பார். திருப்தி ஆகிவிட்டதும் படுத்து உயிரை விடு. அவ்வளவுதான்!”

‘‘அப்படித்தான் செய்ய வேண்டும்“ என்று அவன் சொன்னதை நான் மறுத்தேன். என் சொற்களை இகழ்ச்சியுடன் முடிவு வரை கேட்டுவிட்டு அவன் தொடர்ந்தான்: “வாழ்க்கையா? வேறு மக்களா? கெக்கே! உனக்கு எதற்கு இதெல்லாம்? நீ யார், வாழ்க்கை இல்லையோ? மற்றவர்கள் நீ இல்லாமலே வாழ்கிறார்கள், மேற்கொண்டும் நீ இல்லாமலே வாழ்வார்கள். நீ யாருக்கேனும் வேண்டும் என்று எண்ணுகிறாயோ? நீ உணவு அல்ல, ஊன்றுகோல் அல்ல. உன்னுடைய தேவை ஒருவருக்கும் கிடையாது.

“கற்கவும் கற்பிக்கவும் வேண்டும் என்கிறாயா? மக்கள் இன்பம் பெறச் செய்யும் வித்தையைக் கற்க உன்னால் முடியுமா? ஊகும். முடியாது உன்னால். கொஞ்சம் தலை நரைக்கும் வரை பொறுத்திரு முதலில். அப்புறம் சொல்லு, என்ன கற்பிக்க வேண்டும் என்று. எதற்குக் கற்பிக்க வேண்டும்? தனக்கு வேண்டியது என்ன என்பது ஒவ்வொருவனுக்கும் தெரியும். புத்திசாலிகள் இருப்பதை எடுத்துக்கொள்கிறார்கள். அசடர்களுக்கோ, ஒன்றுமே கிடைப்பதில்லை. தவிர, அவனவன் தானே கற்றுக்கொள்கிறான்

“வேடிக்கையானவர்கள், உன்னுடைய இந்த மனிதர்கள். ஒரே கும்பலாகக் குமைந்து ஒருவரை ஒருவர் நசுக்குகிறார்கள். உலகத்திலேயோ, பார், இடங்கள் எவ்வளவு நிறைய’’ என்று ஸ்தெப்பியின் பக்கம் கையை அகல வீசினான். “அப்புறம், ஓயாமல் வேலை செய்கிறார்கள். எதற்காக? யாருக்காக? ஒருவனுக்கும் தெரியாது. மனிதன் உழுவதைப் பார்க்கும்போது அவன் வியர்வைத் துளியோடு தன் சக்தியையும் நிலத்தில் பெருக்குகிறான் என்று எண்ணத் தோன்றுகிறது. பின்னால் அதிலேயே கிடந்து அதிலேயே மக்கிப் போகிறான். அவனைச் சேர்ந்தது எதுவும் மிஞ்சுவதில்லை. தனது வயலிலிருந்து எதையும் அவன் பெறுவதில்லை. எப்படிப் பிறந்தானோ அப்படியே முட்டாளாக இறந்து போகிறான்.

“அவன் என்ன, தரையை நோண்டவும் தனக்குச் சவக்குழிகூடத் தோண்டிக்கொள்ள நேரம் இல்லாமல் மடியவுமா பிறந்தான்? அவனுக்குத் தெரியுமா விடுதலை என்ன என்பது? ஸ்தெப்பி வெளியின் பரப்பு புரியுமா? கடல் அலையின் பேச்சு அவன் நெஞ்சுக்குக் களிப்பூட்டுமா? அவன் அடிமை. பிறந்ததுமே அடிமை ஆகி விட்டான், வாழ்நாள் முழுவதற்கும். அதுதான் விஷயம்! அவனால் என்ன செய்ய முடியும்? கொஞ்சம் புத்தி வந்தால் சுருக்குப் போட்டுக்கொள்ள முடியும், அவ்வளவுதான்.

“நானோ, இந்த ஐம்பத்தெட்டு வயதுக்குள்ளே எவ்வளவோ பார்த்து விட்டேன். நான் கண்டதை எல்லாம் காகிதத்தில் எழுதினால் உன்னிடம் இருக்கிறதே, பை, இது மாதிரி ஆயிரம் பைகளில்கூடக் கொள்ளாது, தெரியுமா? எங்கே, சொல்லு பார்க்கலாம், எந்த இடங்களுக்கு நான் போகவில்லை என்று! உன்னால் சொல்ல முடியாது. நான் போயிருக்கிற இடங்கள் உனக்குத் தெரியக்கூடச் செய்யாது. எப்படி வாழவேண்டும் என்றால் போய்க்கொண்டே இருக்க வேண்டும், அவ்வளவுதான். ஒரே இடத்தில் நிரம்ப நேரம் நிற்கக்கூடாது – அதிலே என்ன இருக்கிறது? பகலும் இரவும் ஒன்றை ஒன்று துரத்திக்கொண்டு பூமியைச் சுற்றி ஓடுகின்றனவே, அதே மாதிரி வாழ்க்கையைப் பற்றிய சிந்தனையிலிருந்து ஓட வேண்டும் – அதன்மேல் கசப்பு ஏற்படாமல் இருப்பதற்காக. ஆழ்ந்து யோசனை செய்தோமோ, வாழ்க்கை கசந்துவிடும். எப்போதும் இப்படி நடக்கும். எனக்கும் இப்படி நேர்ந்தது. கெக்கே! நேர்ந்தது, தம்பீ...”

“நான் சிறையில் இருந்தேன், கலிச்சீனாவில். ‘நான் உலகத்தில் எதற்காக வாழ்கிறேன்?’ என்று சலிப்போடு எண்ணமிட்டேன். சிறையில் சலிப்பாய் இருந்தது, தம்பீ. அட, எவ்வளவு சலிப்பாய் இருந்தது, தெரியுமா? பலகணி வழியாகத் திடல் மேல் கண்ணோட்டியபோது ஏக்கம் என் நெஞ்சைக் கவ்விக்கொண்டது. கவ்விக்கொண்டு கிட்டி போட்டு நெருக்கிற்று. எதற்காக வாழ்கிறான் என்று எவன் சொல்லுவான்? ஒருவனும் சொல்லமாட்டான், தம்பீ. நம்மிடம் இந்தக் கேள்வியைக் கேட்கவும் தேவையில்லை. வாழ்ந்து கொண்டிரு, அவ்வளவுதான். அதோடு நடந்துகொண்டே இரு, சுற்றிலும் பார்வை செலுத்து, ஒருபோதும் ஏக்கமே உண்டாகாது. சிறைச்சாலையில் நான் இடுப்புக் கயிற்றால் தூக்குப் போட்டுக்கொள்ளத் தெரிந்தேன், அவ்வளவு ஏக்கம்!

"ஏதோ! ஒரு ஆளிடம் பேசினேன். கண்டிப்பான மனிதன், உங்களவன், ருஷ்யன். நாம் விரும்புகிற மாதிரி வாழக்கூடாது, வேதாகமத்தில் சொல்லி இருக்கிறபடி வாழ வேண்டும் என்றான். கடவுளைப் பணி, நீ கேட்பதை எல்லாம் அவர் தருவார் என்று சொன்னான். அவன் போட்டிருந்ததோ, ஒரே கந்தல், கிழிசல். கடவுளிடம் புத்தாடை கேட்டு வாங்கிக்கொள்ளேன் என்று சொன்னேன். அவனுக்குக் கோபம் வந்துவிட்டது. என்னைத் திட்டி விரட்டிவிட்டான். அதுவரையிலோ, மனிதர்களை மன்னிக்க வேண்டும், நேசிக்கவேண்டும் என்று சொல்லிக்கொண்டிருந்தான். என் பேச்சு துரைமகனாருக்கு உறைத்தது என்றால் என்னையும் மன்னித்திருக்கலாமே அவன். உபதேசம் பண்ண வந்துவிட்டான், பெரிதாக! உண்டியைச் சுருக்கு என்று உபதேசிப்பார்கள், தாங்களோ, நாளுக்குப் பத்து வேளை தின்பார்கள்."

மகார் நெருப்பில் துப்பிவிட்டு, சுங்கானில் புகையிலையை மறுபடி திணித்தவாறு பேசாதிருந்தான். காற்று முறையிடுவது போன்று மெல்லெனச் சீழ்க்கை அடித்தது. இருட்டில் குதிரைகள் கனைத்தன. ஆர்வம் பொங்கும், கனிவுள்ள பாட்டு ஜிப்ஸி முகாமிலிருந்து காற்றில் மிதந்து வந்தது. பாடியவள் அழகி நோன்கா, மகாரின் பெண். உள்ளத்திலிருந்து ஆழ்ந்து ஒலித்த அவளுடைய குரல் எனக்குப் பழக்கமானது. அவள் பாட்டுப் பாடினாலும் சரி, "வணக்கம்" என்று சொன்னாலும் சரி, அவளுடைய குரல் அதிருப்தியுடனும் பிடிவாதத்துடனும் எப்போதும் விந்தையாக ஒலித்தது. அவளுடைய பழுப்பேறிய மங்கலான முகத்தில் அரசிக்குரிய இறுமாப்பு குடிகொண்டிருந்தது. தனது அழகின் எதிர்க்க முடியாத கவர்ச்சி பற்றிய உணர்வும் தன்னைத்தவிர மற்ற எல்லோர் மேலும் இகழ்ச்சியும் ஒருவகை நிழல் படிந்து சுரித்த அவளுடைய கரும் பழுப்புக் கண்களில் சுடர்ந்தன.

மகார் சுங்கானை என்னிடம் கொடுத்தான்.

"புகை! குட்டி நன்றாகப் பாடுகிறாள், இல்லையா? அப்படிச் சொல்லு! இந்த மாதிரிப் பெண் உன்னைக் காதலிக்க வேண்டும் என்று ஆசைப்படுகிறாயா? இல்லையா? நல்லது! அதுதான் சரி. பெண்களை நம்பாதே, அவர்களிடமிருந்து ஒதுங்கிப் பிழை. பெண்ணுக்கு முத்தம் கொஞ்சுவது எனக்குச் சுங்கான் புகைப்பதை விட இன்பமானது. ஆனால் பெண்ணை முத்தம்

இட்டதுமே உன்னுடைய நெஞ்சில் விடுதலை மடிந்துவிடும். கண்ணுக்குத் தெரியாத ஒன்றால் அவள் உன்னைத் தன்னோடு கட்டிப் போட்டு விடுவாள். அதை அறுக்க முடியாது. உன் உள்ளம் முழுவதையும் நீ அவளுக்கு வழங்கி விடுவாய். மெய்யாக! பெண்களைக் கண்டால் தூர விலகு! எப்போதும் பொய் பேசுவார்கள்! உலகத்தில் எல்லாவற்றையும்விட அதிகமாக உன்னைக் காதலிக்கிறேன் என்பாள் ஒருத்தி. எங்கே, அவளைக் குண்டூசியால் கொஞ்சம் குத்திப்பார், அவள் உன் நெஞ்சை வகிர்ந்து விடுவாள். எனக்குத் தெரியும்! ஏகே, எனக்கு எவ்வளவோ தெரியும்! இந்தா, தம்பீ, நடந்த கதை ஒன்றைச் சொல்லுகிறேன், கேட்கிறாயா? இதை நினைவில் வைத்துக்கொள். வைத்துக்கொண்டாயானால் வாழ்நாள் பூராவும் கட்டில்லாத பறவையாக இருப்பாய்.

“ஜொபார் என்று இருந்தான் ஒரு ஜிப்ஸி இளைஞன், லோய்க்கோ ஜொபார் என்று. ஹங்கேரி பூராவும், சேக்கியாவும் ஸ்லோவானியாவும் கடலைச் சுற்றியுள்ள எல்லாத் தேசங்களும் அவனை அறிந்திருந்தன. துணிச்சல்காரப் பையன்! ஜொபாரைக் கொல்லுவதாக ஐந்து, பத்துப் பேர் சபதம் செய்யாத கிராமம் ஒன்றுகூட அந்த வட்டாரங்களில் இருக்கவில்லை. ஆனாலும் அவன் தன் போக்கில் வாழ்ந்து வந்தான். அவனுக்கு ஒரு குதிரை பிடித்துவிட்டது என்றால் அந்தக் குதிரைக்குக் காவலாக ஒரு முழுப் பட்டாளத்தை நிறுத்தினாலும் சரி, அவன் அதன் மேல் சவாரி செய்தே தீருவான்! ஏகே! அவன் யாருக்காவது பயந்தான் என்று நினைக்கிறாயா? கிடையாது. சாத்தான் தன் பேய்க் கூட்டம் முழுவதையும் திரட்டிக்கொண்டு ஜொபாரிடம் வந்தால் அவன் சாத்தானைக் கத்தியால் குத்தாவிட்டாலும் கடுமையாகத் திட்டி நொறுக்கியிருப்பான். பேய்களுக்கோ, ஒவ்வொன்றின் மூஞ்சியிலும் ஒரு உதை கட்டாயம் கொடுத்திருப்பான். இதில் சந்தேகமே கிடையாது.

“எல்லா ஜிப்ஸி முகாம்களும் அவனை அறிந்திருந்தன, அல்லது அவனைப்பற்றிக் கேள்விப்பட்டிருந்தன. அவனுக்குப் பிடித்தவை குதிரைகள் மட்டுந்தான், வேறு எதுவும் இல்லை. குதிரைகளும்கூட வெகு நேரத்திற்கு அல்ல. கொஞ்சம் சவாரி செய்வான், பின்பு விற்று விடுவான். பணத்தை யார் வேண்டுமானாலும் எடுத்துக் கொள்ளலாம். அவனுக்கு எதிலுமே ஆழ்ந்த பற்று கிடையாது. உனக்கு அவனுடைய நெஞ்சு வேண்டும் என்று வைத்துக்கொள். அவனே மார்பைப் பிளந்து

நெஞ்சைப் பறித்து உன்னிடம் கொடுத்து விடுவான், அதனால் உனக்கு நன்மை ஏற்பட்டால் போதும். அப்படிப்பட்டவனாக்கும் அவன், தம்பீ!"

"அந்தக் காலத்தில் எங்கள் முகாம் புக்கோ வினாவில் சுற்றிக் கொண்டிருந்தது. இது ஒரு பத்து ஆண்டுகளுக்கு முன்பு நடந்தது. ஒரு நாள் வசந்த கால இரவில் நாங்கள் சில பேர் உட்கார்ந்திருந்தோம். நான், படைவீரன் தனீலோ–இவன் கோஷத்தோடு* சேர்ந்து சண்டை போட்டவன்–கிழவன் நூர், மற்றவர்கள், தனீலோவின் மகள் ராத்தா எல்லோரும் இருந்தோம்."

"என் மகள் நோன்காவை அறிவாய் அல்லவா? பெண்ணரசி அவள்! ஊம், ஆனால் ராத்தாவை இவளோடு ஒப்பிடக்கூடாது, அது நோன்காவுக்கு நிரம்பப் பெருமை தருவதாகும். அவளை, இந்த ராத்தாவை, வார்த்தைகளால் வருணிக்கவே முடியாது. அவளுடைய அழகைப் பிடிலில் வேண்டுமானால் இசைக்கலாம். அதுவும் பிடிலைத் தன் சொந்த உள்ளம்போல அறிந்தவன் தான் இசைக்க முடியும். – "எத்தனையோ வாலிபர்களுடைய நெஞ்சுகளைக் கருக்கிவிட்டாள் அவள். அடேயப்பா, நிறைய நெஞ்சுகளை! மொரா வாவில் ஒரு பிரபு, கிழவன், முன்குடுமிக்கார உக்ரேனியன், அவளைக் கண்டு பிரமித்துப் போனான். குதிரையில் உட்கார்ந்து, காய்ச்சல் வந்தவன்போல் நடுங்கியபடி அவளைப் பார்த்துக்கொண்டிருந்தான். அழகன் அவன், திருநாளில் சாத்தான்போல. கோட்டில் தங்கச் சரிகைப் பூத்தையல். குதிரை காலை லேசாக அடித்தபோது இடையில் வாள் மின்னல்போலப் பளிச்சிட்டது. வாள் முழுவதும் நன்மணிகளால் இழைக்கப்பட்டிருந்தது. தொப்பியில் இள நீல மகமல் ஆகாயத்தின் துண்டுபோல இருந்தது. கிழப் பிரபு பெரிய மிடுக்கன்! பார்த்துக்கொண்டே இருந்தவன், ராத்தாவிடம், 'ஏய், இந்தா, முத்தமிடு, பை நிறையப் பணம் தருகிறேன்' என்றான். அவளோ, மறுபக்கம் திரும்பிக்கொண்டாள்,

அவ்வளவுதான்! 'நான் உன் மனதைப் புண்படுத்திவிட்டேன் என்றால் மன்னித்துவிடு, கொஞ்சம் அன்போடு பார்க்கவாவது செய்' என்று கிழப் பிரபு பணிவாய்க் கெஞ்சி, பணப்பையை அவளுடைய காலருகே எறிந்தான். பெரிய பணப்பை, தம்பீ! ஆனால் அவளோ, தற்செயலாகப்போல அதைச் சேற்றில் உதைத்துத் தள்ளினாள், அவ்வளவுதான்.

“அடி பெண்ணே!’ என்று பெருமூச்செறிந்து குதிரையைச் சவுக்கால் விளாறினான் அவன். புழுதிதான் படலங்களாகக் கிளம்பியது.

“அடுத்த நாள் அவன் மறுபடி வந்தான். ‘அவளுடைய தகப்பன் யார்?’ என்று முகாமில் இடிபோல முழங்கினான். தனீலோ வெளியே வந்தான். ‘உன் மகளை விலைக்குக் கொடு. என்ன வேண்டுமானாலும் வாங்கிக்கொள்! ‘தனீலோ அவனிடம் சொன்னான்: ‘பிரபு வம்சத்தவர்கள் தாம் தங்கள் பன்றிகள் முதல் மனச்சாட்சி வரை எல்லாவற்றையும் விலைக்குக் கொடுப்பார்கள். நான் கோஷத்தோடு சேர்ந்து சண்டை போட்டவன். எதையும் நான் விற்பனை செய்வதில்லை.” பிரபு இரைவதற்கு வாயெடுத்தான். அவன் கைவாளை உருவப் போயிற்று. ஆனால் எங்களில் ஒருவன் தீப் பிடித்த கற்றையைக் குதிரையின் காதில் நுழைத்துவிடவே அது சவாரிக்காரனோடு பாய்ந்தோடிற்று. நாங்களும் முகாமைப் பெயர்த்துக்கொண்டு கிளம்பி விட்டோம். ஒருநாள், இரண்டு நாள் நடந்தோம். பார்க்கிறோமோ, பிரபு எங்களை எட்டிப் பிடித்துவிட்டான்! ‘ஏய், ஆட்களே, ஆண்டவனுக்கும் உங்களுக்கும் முன் என் மனச்சாட்சி கறைபடவில்லை. பெண்ணை எனக்கு மணம் செய்துவையுங்கள். என் சொத்தை எல்லாம் உங்களோடு பகிர்ந்துகொள்கிறேன். நான் பெரும் பணக்காரன்!’ என்றான். அவன் அனலாய்ச் சிவந்திருந்தான். காற்றில் ஆடும் இறகுப் புல் போலச் சேணத்தின் மேல் ஆடினான். நாங்கள் யோசனை செய்தோம்.

“இந்தா, மகளே, பேசு!’ என்று மீசைக்குள் சொன்னான் தனீலோ.

“பெண் கழுகு தானாக விரும்பிக் காக்கைக் கூட்டுக்குப் போனால் என்ன ஆகும்?’ என்று ராத்தா எங்களிடம் கேட்டாள்.

“தனீலோ வாய்விட்டுச் சிரித்தான். நாங்களும் அவனோடு சேர்ந்து சிரித்தோம்.”

“நன்றாய்ச் சொன்னாய் மகளே! கேட்டாயா, சீமானே? காரியம் பலிக்கவில்லை. நீ புறாக்களைத் தேடு. அவை இணங்கி வரக்கூடியவை” என்றான் தனீலோ. நாங்கள் மேலே நடந்தோம்.

“அந்தச் சீமானோ, தொப்பியைக் கழற்றித் தரையில் எறிந்துவிட்டுப் பூமி அதிரக் குதிரையை விரட்டிக்கொண்டு போய் விட்டான். அப்பேர்ப்பட்டவளாக்கும் ராத்தா, தெரிந்துகொள், தம்பீ!

"ஆயிற்றா! ஒரு நாள் இரவில் நாங்கள் உட்கார்ந்திருந்தபோது, ஸ்தெப்பி வெளியில் இசை பெருகுவதைக் கேட்டோம். அருமையான இசை! அதைக் கேட்டு நாளங்களில் இரத்தம் சூடேறியது. அந்த இசை எங்கோ அழைத்தது. ஏதாவது பெரிய காரியம் செய்ய வேண்டும் என்ற ஆசை அந்த சங்கீதத்தால் எங்கள் எல்லோருக்கும் உண்டாயிற்று. எதைச் செய்த பிறகு வாழ்வது அவசியம் இல்லையோ, அல்லது வாழ வேண்டும் என்றால் உலகம் பூராவையும் ஆள்பவர்களாக வாழ வேண்டுமோ அப்பேர்ப்பட்ட காரியத்தைச் செய்யும் ஆசை. இதை நாங்கள் உணர்ந்தோம்.

"கொஞ்ச நேரத்தில் ஒரு குதிரையின் உருவம் இருட்டில் கண்ணுக்குத் தென்பட்டது. அதன் மேல் ஒருவன் உட்கார்ந்து எங்கள் பக்கமாக வந்துகொண்டே பிடில் வாசித்துக்கொண்டிருந்தான். நெருப்பின் பக்கத்தில் குதிரையை நிறுத்தி, பிடில் வாசிப்பதை விட்டுவிட்டுப் புன்னகையுடன் எங்களைப் பார்த்தான்.

"ஏகே, ஜொபார், நீயா அது!' என்று மகிழ்ச்சி பொங்க அவனைப் பார்த்துக் கூவினான் தனீலோ. 'இவன்தான் போய்க்கோ ஜொ பார்!'

"அவனுடைய மீசைகள் தோள்கள்மேல் படிந்து தலை முடியோடு சேர்ந்திருந்தன. விழிகள் பளிச்சிடும் நட்சத்திரங்கள் போலச் சுடர்ந்தன. புன்னகையோ, முழுச் சூரியன் போல ஒளி வீசிற்று, கடவுள் ஆணை! குதிரையோடு சேர்த்து ஒரே இரும்பு வார்ப்பில் வடித்தவன்போல் இருந்தான். நெகிடி நெருப்பின் வெளிச்சத்தில் குருதி படிந்தவன்போல நின்று பற்கள் மின்னும்படிச் சிரித்தான். அவன் என்னிடம் ஒரு வார்த்தை சொல்லவோ, இந்த உலகத்தில் நானும் வாழ்கிறேன் என்பதை வெறுமே கவனிக்கவோ செய்வதற்கு முன்பே என்னையே நேசிக்கிற அளவு அவன் மேல் அன்புகொள்ளத் தொடங்கி விட்டேன்! இது உண்மை அல்ல என்றால் நான் கடைத்தேறாமல் போவேனாக!

"பார்த்தாயா தம்பீ, எப்பேர்ப்பட்ட ஆட்கள் இருக்கிறார்கள் என்று! இப்படிப்பட்டவன் நம் விழிகளைக் கூர்ந்து பார்த்ததுமே நம் உள்ளத்தை ஆட்கொண்டு விடுகிறான். இதனால் நமக்குக் கொஞ்சங்கூட வெட்கம் உண்டாவதில்லை. தவிரப் பெருமையும் ஏற்படுகிறது. இந்த மாதிரி ஆளோடு சேர்ந்து

நாமும் மேலானவர்களாக மாறி விடுகிறோம். இந்த மாதிரி மனிதர்கள் கொஞ்சம் பேர்தான், நண்பா! அவர்கள் கொஞ்சம் பேர் என்றால் அதுவும் சரிதான். உலகத்தில் நல்லது நிறைய இருந்தால் அதை யாரும் நல்லதாக மதிக்க மாட்டார்கள். அப்படித்தான்! மேலே கேளு.

ராத்தா சொன்னாள்: "ஜொபார், நீ நன்றாக வாசிக்கிறாய்! இவ்வளவு நாதம் உள்ள, நுட்பமான பிடிலை உனக்கு யார் செய்து தந்தார்கள்?" அவனோ, சிரித்தான். 'நானேதான் செய்தேன். மரத்தால் செய்யவில்லை. நெஞ்சாரக் காதலித்த இளம் பெண்ணின் மார்புக் கூட்டால் செய்தேன். அவளுடைய இதயத்திலிருந்து நரம்புகள் முறுக்கிக்கொண்டேன். பிடில் இப்போதும் கொஞ்சம் அபஸ்வரம் பேசுகிறது, ஆனால் சரியாக வில் போட என்னால் முடியும்" என்றான்.

"பெண்ணினுடைய விழிகள் தன் உள்ளத்தில் காதல் நெருப்பை மூட்டிவிடக் கூடாது, ஆனால் தனக்காக ஏக்கத்தால் கலங்க வேண்டும் என்பதற்காக அவற்றை மங்கடிக்க முயல்வது நம்மவர்களின் வழக்கம் என்பது தெரிந்ததுதான். ஜொபாரும் இப்படியே செய்தான். ஆனால் அவன் முயற்சி பலிக்கவில்லை. ராத்தா ஒரு பக்கம் திரும்பி, கொட்டாவிவிட்டு, 'ஜொபார் புத்திசாலி, சாமர்த்தியசாலி என்றெல்லாம் கேள்விப்பட்டிருந்தேனே ஆட்கள் எப்படிப் பொய் சொல்லுகிறார்கள் பார்!' என்று கூறிவிட்டு அப்பால் போய்விட்டாள்."

ஜொபார் குதிரையிலிருந்து இறங்கி, 'ஏகே, அழகீ, உனக்குப் பற்கள் கூர்மை!' என்றான். அவன் கண்கள் பளிச்சிட்டன. 'வணக்கம், அண்ணன்மாரே! நான் உங்களிடம் வந்திருக்கிறேன்!' என்று சொன்னான்.

"விருந்தாளியை வரவேற்கிறோம்!' என்று அவனுக்குப் பதில் கூறினான் தனீலோ. முத்தமிட்டுக் கொண்டோம். கொஞ்ச நேரம் பேசிக்கொண்டிருந்த பின் படுத்தோம்... அயர்ந்து தூங்கினோம். காலையில் பார்க்கிறோமோ ஜொபாரின் தலையில் துணியால் கட்டு போட்டிருந்தது. என்ன ஆயிற்று? தூங்கிக்கொண்டிருந்த போது குதிரை குளம்பால் காயப்படுத்தி விட்டதாம்.

'ஏ, ஏ, ஏ! அந்தக் குதிரை யார் என்று புரிந்துகொண்டு நாங்கள் மீசைக்குள் குறுநகை செய்தோம். தனீலோவும் புன்சிரிப்பு சிரித்தான். என்ன விஷயம்? ஜொபார் ராத்தாவுக்கு

ஏற்றவன் அல்லவோ? அல்லவாம்! அட, பெண் என்னதான் அழகி ஆனாலும் அவள் மனது குறுகலானது, சின்னது. அவள் கழுத்தில் ஒரு மணங்கு தங்க நகைகள் பூட்டினாலும் இருப்பதைவிட மேலானவள் ஆக அவளால் முடியாது. இது கிடக்கட்டும்!

"அந்த இடத்திலே நாங்கள் நெடுங்காலம் வசித்தோம். அந்தச் சமயத்தில் எங்கள் காரியங்கள் நன்றாக இருந்தன. ஜொபார் எங்களோடு இருந்தான். அருமையான தோழன் அவன்! விவேகம் உள்ளவன், கிழவன்போல. எல்லாக் காரியத்திலும் தேர்ந்தவன். ருஷ்ய எழுத்தும் மகயார் எழுத்தும் படித்துப் புரிந்துகொண்டான். சிலவேளைகளில் அவன் பேசத் தொடங்கினால் ஆயுள்பூராவும் உறங்காமல் அவனுடைய பேச்சைக் கேட்டுக்கொண்டிருக்கத் தோன்றும்! பிடில் வாசித்தான், என்றால், உலகத்தில் வேறு எவனாலும் அப்படி வாசிக்க முடியாது. இது பொய்யானால் என் தலையில் இடி விழட்டும்! பிடில் நரம்புகள் மேல் அவன் வில் போடுவதைக் கேட்டதும் நம் இருதயம் திடுக்கிடும். இன்னொரு இழுப்பு இழுப்பான், கேட்டு நெஞ்சுத் துடிப்பு நின்றுவிடும். அவனோ, பிடில் வாசித்துக்கொண்டே புன்னகை செய்வான். அவன் வாசிப்பதைக் கேட்டு ஒரே நேரத்தில் அழவும் சிரிக்கவும் ஆசை உண்டாகும். ஒருசமயம் யாரோ கசப்புடன் முனகுவது போலவும் உதவி கேட்பது போலவும் கத்தியால் அறுக்கிற மாதிரி நெஞ்சை வகிர்வது போலவும் இருக்கும். மறுசமயம், ஸ்தெப்பி வெளி ஆகாயத்துக்குக் கதைகள் சொல்லும், துயரக் கதைகள். அருமைக் காதலனுக்கு விடைகொடுத்து அனுப்பும் பெண் அழுவாள்! அருமைக் காதலன் ஸ்தெப்பி வெளியில் காதலியைக் கூவி அழைப்பான். திடீரென்று ஹேய்! கட்டில்லாத, உயிர்த் துடிப்புள்ள பாட்டு இடி போல முழங்கும். இந்தப் பாட்டுக்கு இசைய வானத்தில் சூரியனே நடனம் ஆடுவது போல இருக்கும்! அப்படியாக்கும் தம்பீ அவன் வாசிப்பான்!

"கேட்பவனுடைய உடம்பின் ஒவ்வொரு தசை நாரும் அந்தப் பாட்டைப் புரிந்துகொள்ளும். அவன் அதற்கு அடிமை ஆகி விடுவான். ஜொபார் மட்டும் அப்போது, 'கத்திகளை எடுத்துக்கொண்டு கிளம்புங்கள், தோழர்களே!' என்று கூவி இருந்தால் நாங்கள் எல்லோரும் அவன் காட்டிய ஆளுடன் கத்திச் சண்டைக்குக் கிளம்பி இருப்போம். ஒருவனை என்ன வேண்டுமானாலும் செய்ய அவனால் முடிந்தது. எல்லோரும் அவனை நேசித்தோம். மனமார நேசித்தோம். ராத்தா ஒருத்திதான்

அவனை மதிக்கவில்லை. அவ்வளவோடு விட்டிருந்தாலும் போகிறது எனலாம். அவளோ, ஜொபாரை நையாண்டி வேறு செய்து வந்தாள். அவனுடைய நெஞ்சைக் கடுமையாகப் புண்படுத்தினாள், நிரம்பக் கடுமையாக! ஜொபார் பற்களை நெறுநெறுப்பான், மீசையைப் பிடித்து இழுப்பான். அவன் கண்கள் அடியற்ற பள்ளத்தைவிடக் கருமையாகத் தெரியும். சில வேளைகளில் அவற்றில் பளிச்சிடும் ஒளியைக் கண்டு உள்ளம் திகில் அடையும். ராத்திரி வேளையில் ஜொபார் ஸ்தெப்பியில் வெகுதூரம் போவான். அவனுடைய பிடில் காலை வரை அழுது கொண்டிருக்கும். அழுதுகொண்டே ஜொபாரின் விடுதலையைப் புதைக்கும். நாங்கள் படுத்துக்கொண்டு இசையைக் கேட்டபடி என்ன செய்வது என்று யோசிப்போம். இரண்டு பாறைகள் ஒன்றின் பக்கம் மற்றது உருளும்போது அவற்றுக்கு நடுவே நிற்கக்கூடாது, காயப்படுத்திவிடும் என்று அறிந்திருந்தோம். இப்படிக் காலம் கழிந்தது.

"ஒரு நாள் நாங்கள் எல்லோரும் கூடி உட்கார்ந்து காரியங்களைப் பற்றிப் பேசிக் கொண்டிருந்தோம். அலுப்பு தட்டிவிட்டது. 'ஜொபார், பாட்டுப் பாடு, நெஞ்சைக் குதூகலப்படுத்து!" என்று கேட்டுக் கொண்டான் தனிலோ. தனக்குக் கொஞ்ச தூரத்தில் வானத்தை நோக்கியவாறு படுத்திருந்த ராத்தாவின் மேல் கண்ணோட்டிவிட்டு, நரம்புகளை மீட்டினான் ஜொபார். மெய்யாகவே இளம் பெண்ணின் இருதயத்தால் ஆனது போலப் பிடில் இசை மொழி பேசத் தொடங்கிற்று. ஜொலார் பாடினான்:

"எய்-யை! எரியுது நெஞ்சிலே தீ,
எல்லை அற்றது ஸ்தெப்பி!
கையிலே உறுதி, காற்றைப் போலே
கடுகிடும் என் புரவி!'

"ராத்தா தலையைத் திருப்பி, பாடியவனின் விழிகளை உற்றுப் பார்த்துச் சிரித்துக்கொண்டாள். அவனுடைய முகம் காலை வானம் போலக் குப்பென்று சிவந்தது.

"ஏய், அப்பா - ஏய்! என்றன் அன்புத் தோழா!
ஏறிப் பாய்வோமா முன்னே?
மையிருள் போர்த்திட்ட ஸ்தெப்பிக்கப்பால்
வரவேற்கும் வைகல் நம்மை!
எய்-யை! பாய்ந்து எதிர் கொள்வோம் பகலை.

இது எழும்பிப் பறந்திடுவாய்!
மெய்யாய் நீ பிடரியினால் மதியழகி
மேல் மட்டும் இடித்திடாதே!'

"அவன்தான் எப்படிப் பாடினான்! இப்போது யாரும் அந்த மாதிரிப் பாடுவதில்லை! ஆனால் ராத்தாவோ நீரை வடி கட்டுபவள் போல வார்த்தைகளைச் சொட்டினாள்:

'நீ அவ்வளவு உயரே பறக்காதே, ஜொபார், சம நிலை தவறிக் குப்பற விழுந்து விடுவாய் சேற்றுக் குட்டையில். மீசை அழுக்காகி விடும், ஜாக்கிரதை, ஜொபார் அவளை வன விலங்கு போல முறைத்துப் பார்த்தான், ஆனால் ஒன்றும் பேசவில்லை. பொறுத்துக்கொண்டு மேலே பாடினான்:

"ஏய்-அப்பா! இருவரும் உறங்குகையில்
இங்கே நாள் புலர்ந்திடலாம்.
ஐயையோ! நாண நெருப்பிலே நாம்
அப்போது பொசுங்கிடுவோம்!'

"இதுதான் பாட்டு!' என்றான் தனிலோ. இந்த மாதிரிப் பாட்டை நான் ஒரு போதும் கேட்டதில்லை. நான் பொய் சொன்னால் சாத்தான் என்னைச் சுங்கான் ஆக்கிக்கொள்ளட்டும்!

"கிழவன் நூர் மீசையைச் சிலுப்பினான், தோள்களைக் குலுக்கினான். ஜொபாரின் துணிச்சல் நிறைந்த பாட்டு எங்கள் எல்லோருக்கும் பிடித்திருந்தது! ராத்தா ஒருத்திக்குத்தான் அது பிடிக்கவில்லை."

'கழுகின் கத்தலைக் கோரணி காட்டி இப்படித்தான் ஒரு தரம் கொசு ரீங்காரம் செய்தது' என்றாள் அவள், எங்கள் மேல் வெண்பனி உருண்டையை எறிவதுபோல.

"ராத்தா, ஒருவேளை உனக்குச் சவுக்கடி கேட்கிறதோ?' என்று அவளை நெருங்கினான் தனீலோ. ஜொபாரோ, தொப்பியைத் தரையில் வீசினான். அவன் முகமெல்லாம் மண் போலக் கறுத்தது.

"பொறு, தனீலோ! முரட்டுக் குதிரைக்கு எஃகுக் கடிவாளம் போட வேண்டும்! உன் மகளை எனக்குக் கட்டிக் கொடு!' என்றான்.

"இது முறையான பேச்சு!' என்று நகைத்தான் தனீலோ. 'முடியுமானால் தாராளமாகக் கட்டிக்கொள்!'

“நல்லது!’ என்றான் ஜொபார். பின்பு ராத்தாவிடம் சொன்னான்: ‘இந்தா, பெண்ணே, நான் சொல்லுவதைக் கொஞ்சம் கேள், பிகு பண்ணிக் கொள்ளாதே! உன் மாதிரிப் பெண்கள் நிறையப் பேரை நான் கண்டிருக்கிறேன், ரொம்ப நிறையப் பேரை! ஒருத்திகூட என் உள்ளத்தை உன்போல வசீகரிக்கவில்லை. ஆ, ராத்தா, என் இதயத்தை ஆட்கொண்டு விட்டாய் நீ! நல்லது, அதனால் என்ன? நடப்பது நடந்தே தீரும். தவிர..... ஒருவன் தன்னையேவிட்டு விலகியோட உதவும் குதிரை எங்கும் கிடையாது! கடவுளும் என் மானமும் உன் தகப்பனும் இந்த எல்லா ஆட்களும் சாட்சிகளாக உன்னை மனைவியாக ஏற்றுக்கொள்கிறேன். ஆனால் என் விடுதலைக்கு மட்டும் குறுக்கே வராதே. நான் கட்டற்ற மனிதன், என் விருப்பம்போல வாழ்வேன்!’ இப்படிச் சொல்லி, பற்களைக் கடித்துக்கொண்டு கண்கள் பளிச்சிட அவளிடம் போனான். அவள் பக்கம் அவன் கையை நீட்டியதை நாங்கள் கண்டோம். ராத்தா இந்த ஸ்தெப்பி வெளிக் குதிரைக்குக் கடிவாளம் போட்டுவிட்டாள் என்று நினைத்தோம்! திடீரென்று பார்க்கிறோமோ, ஜொபார் கைகளை ஆட்டித் தடாலென்று தரையில் மல்லாக்க விழுந்தான்! அவன் பின் மண்டை தரையில் மோதிற்று...

“என்ன விந்தை? அவன் மார்பில் துப்பாக்கிக் குண்டு தாக்கியது போல் இருந்தது. உண்மையில் ராத்தாதான் சவுக்கு வாரை அவன் காலில் வீசி மாட்டி, அவனைத் தன் பக்கம் இழுத்தாள். அதனால்தான் ஜொபார் விழுந்தான்.’

“ராத்தா அதற்குள் மறுபடி படுத்து அசைவின்றி ஏளனமாக வாய்க்குள் சிரித்தாள். என்ன நடக்கும் என்று . நாங்கள் பார்த்துக் கொண்டிருந்தோம். ஜொபார் தரையில் உட்கார்ந்து தலை வெடித்துவிடும் என்று அஞ்சுபவன்போல அதைக் கைகளால் அழுத்திப் பிடித்துக்கொண்டிருந்தான். அப்புறம் எழுந்திருந்து ஒரு வரையும் பார்க்காமல் ஸ்தெப்பி வெளியில் நடந்தான். ‘அவனைக் கவனித்துக் கொள்!’ என்று நூர் என்னிடம் கிசுகிசுத்தான். இரவின் இருட்டில் நான் ஜொபாரின் பின்னே ஸ்தெப்பியில் ஊர்ந்தேன். அப்படியாக்கும் சேதி, தம்பீ!”

மகார் சுங்கானிலிருந்து சாம்பலைத் தட்டிக் கொட்டிவிட்டு அதில் மறுபடி புகையிலை திணிக்கலானான். நான் மேல் கோட்டை இன்னும் நன்றாகப் போர்த்துக்கொண்டு படுத்தவாறே அவனுடைய முதிய வதனத்தை நோட்டம் இட்டேன்.

வெயிலாலும் காற்றாலும் அது கறுத்திருந்தது. அவன் கடுமையும் கண்டிப்பும் தோன்றத் தலையை அசைத்து வாய்க்குள்ளாக ஏதோ கிசுகிசுத்தான். அவனுடைய நரைத்த மீசை ஆடியது. காற்று அவன் தலை மயிரைப் பரத்தியது. மின்னல் தாக்கியதால் கரிந்துவிட்டாலும் இன்னமும் விறலும் உறுதியும் தன் வலிமையில் பெருமையும் கொண்ட முதிர்ந்த ஓக் மரத்துக்கு நிகராகக் காணப்பட்டான் அவன். கடல் முன்போலவே கரையோடு இரகசியம் பேசிக்கொண்டிருந்தது. காற்று அதன் கிசுகிசுப்பை அதேபோல ஸ்தெப்பி வெளியில் பரப்பிக்கொண்டிருந்தது. நோன்கா பாடுவதை நிறுத்திவிட்டாள். வானில் அடர்ந்திருந்த மேகங்கள் இலையுதிர் கால இரவை இன்னும் இருண்டது ஆக்கிக்கொண்டிருந்தன.

"குனிந்த தலையும் சாட்டை வார்கள்போலத் தொங்கிய கைகளுமாக ஜொபார் கால் போன திக்கில் நடந்தான். ஓடைப் பள்ளத்தை அடைந்ததும் கல்லின்மேல் உட்கார்ந்து பெருமூச்செறிந்தான். அதைக் கேட்டு இரக்கத்தால் என் நெஞ்சில் உதிரம் பெருகிற்று, ஆனாலும் நான் அவனை நெருங்கவில்லை. துயரத்தை வார்த்தைகளால் துடைக்க முடியாது அல்லவா? அதனால்தான்! ஒரு மணி, இரண்டு மணி, மூன்று மணி ஆகியும் அவன் அசையாமல் உட்கார்ந்திருந்தான்.

"நான் கொஞ்சதூரத்தில் படுத்திருந்தேன். நிலாக் கால இரவு. சந்திரன் ஸ்தெப்பி முழுவதிலும் வெள்ளியாக ஒளி பரப்பிற்று. தூரத்திலும் எல்லாம் கண்ணுக்குத் தெரிந்தன.

"ராத்தா முகாமிலிருந்து வேகமாக வந்ததைத் திடீரென்று கண்டேன்.

"எனக்கு மகிழ்ச்சி உண்டாயிற்று! 'அடேயப்பா, என்ன மிடுக்கு! துணிந்தவள் இந்த ராத்தா!' என்று எண்ணிக் கொண்டேன். அவள் அவனை நெருங்கினாள். அவன் காதில் ஒன்றும் படவில்லை. அவள் அவனுடைய தோள் மேல் கையை வைத்தாள். ஜொபார் திடுக்கிட்டான் முட்டிப்பிடித்த கைகளை விரித்துத் தலையை நிமிர்த்தினான். அக்கணமே குதித்தெழுந்து கட்டாரியை உருவினான்! இதோ பெண்ணை வெட்டிப் போட்டு விடுவான் என்பதைக் கண்டேன். முகாமுக்குக் கேட்கும்படிக் கூச்சலிட்டு அவர்களிடம் ஓடிப்போக நினைத்தேன்.

"எறிந்து விடு! தலையைச் சுக்கல் ஆக்கி விடுவேன்!' என்ற சொற்கள் அதற்குள் காதில் பட்டன. பார்க்கிறேனோ, ராத்தாவின் கையில் ரிவால்வர், அவள் ஜொபாரின் நெற்றியைக் குறி வைத்து ரிவால்வரைப் பிடித்திருந்தாள். பேய் மகள்! 'இப்போது இரண்டு பேரும் பலத்தில் சமம், மேலே என்ன நடக்கும்?' என்று எண்ணமிட்டேன்.

"ராத்தா ரிவால்வரை இடைவாரில் செருகிக்கொண்டு ஜொபாரிடம் சொன்னாள்: 'கேள். நான் உன்னைக் கொல்ல வரவில்லை, சமாதானம் செய்துகொள்ள வந்தேன். கட்டாரியை எறிந்து விடு!' அவன் கட்டாரியை எறிந்துவிட்டு அவளை முறைத்துப் பார்த்தான். அந்தக் காட்சி அதிசயமாய் இருந்தது, தம்பீ! இரண்டு பேர் நின்று ஒருவரை ஒருவர் காட்டு விலங்குகள் போலப் பார்த்துக்கொண்டிருந்தார்கள். இவ்வளவிற்கும் இரண்டுபேரும் நிரம்ப நல்லவர்கள், துணிவு உள்ளவர்கள். தெளிந்த நிலா அவர்களைப் பார்த்தது, நானும் பார்த்தேன் அவ்வளவுதான்.

"நான் சொல்வதைக் கேள், ஜொபார். நான் உன்னைக் காதலிக்கிறேன்!' என்றாள் ராத்தா. அவனோ கைகளும் கால்களும் கட்டப்பட்டவன்போல வெறுமனே தோள்களை மட்டும் அசைத்தான்.

"நான் வீரர்களைப் பார்த்திருக்கிறேன். நீ அவர்களைவிட அதிகத் துணிச்சல் உள்ளவன், அகத்திலும் முகத்திலும் அழகன். நான் கண் சாடை செய்தாலே போதும், அவர்களில் ஒவ்வொருவனும் தன் மீசையைச் சிரைத்துக்கொண்டிருப்பான். நான் விரும்பினால் அவர்கள் எல்லோரும் என் காலில் விழுந்திருப்பார்கள். ஆனால் பயன் என்ன? அவர்கள் ஏற்கெனவே பெரிய துணிச்சல்காரர்கள் அல்ல. நான் அவர்கள் எல்லோரையும் பெட்டைகள் ஆக்கி இருப்பேன். துணிந்த ஜிப்ஸிகள் உலகில் கொஞ்சம் பேர் தான் மீதி இருக்கிறார்கள், ஜொபார், கொஞ்சம் பேர் தான். நான் ஒருபோதும் எவனையும் காதலிக்கவில்லை, ஜொபார், ஆனால் உன்னைக் காதலிக்கிறேன். அதோடு விடுதலையையும் நான் விரும்புகிறேன்! ஜொபார், உன்னைக் காட்டிலும் அதிகமாக விடுதலை மேல் அன்புகொண்டிருக்கிறேன். நீ இல்லாமல் எனக்கு வாழ முடியாது, அப்படியே நான் இல்லாமல் உன்னாலும் வாழ முடியாது. ஆகையால் தான் நீ உள்ளத்தாலும் உடலாலும் என்னுடையவன்

ஆக வேண்டும் என்று ஆசைப்படுகிறேன், கேட்டாயா?’ அவன் ஏளனச் சிரிப்பு சிரித்தான்.

“கேட்டேன்! உன் பேச்சைக் கேட்க உள்ளத்துக்கு மகிழ்ச்சியாய் இருக்கிறது. எங்கே, இன்னும் சொல்லு!’

‘இன்னும் நான் சொல்வது இதுதான். ஜொபார், நீ எவ்வளவுதான் போக்கு காட்டினாலும் நான் உன்னை வசக்கி விடுவேன், நீ என்னவன் ஆகி விடுவாய். ஆகவே நேரத்தை வீண் போக்காதே. என் முத்தங்களும் கொஞ்சல்களும் உனக்காகக் காத்திருக்கின்றன... நான் உன்னை ஆரத் தழுவி முத்தமிடுவேன், ஜொபார்! என் முத்தங்களின் மோகத்தில் உன் துணிச்சல் நிறைந்த வாழ்வை மறந்து விடுவாய். ஜிப்ஸி வீரர்களுக்கு மகிழ்ச்சி ஊட்டும் உன் ஆவேசப் பாட்டுக்கள் அப்புறம் ஸ்தெப்பி வெளியில் முழங்கமாட்டா. கனிவுள்ள காதல் பாட்டுக்களை எனக்காக, ராத்தாவுக்காக, நீ பாடுவாய்... ஆகையால் நேரத்தை வீணாக்காதே. நான் இப்படிச் சொன்னேன். இதற்கு அர்த்தம் என்ன என்றால் நாளைக்கு நீ மூத்த தோழருக்குப் போல எனக்குப் பணிவாய். முகாம் முழுவதற்கும் முன்பாக என் காலைத் தொட்டு வணங்குவாய், என் வலது கையை முத்தமிடுவாய். அப்போதுதான் நான் உன் மனைவி ஆவேன்.’

“பேய் மகளுடைய ஆசையைப் பாரேன்! இது ஒருபோதும் கேள்விப்படாத சேதி. பழங்காலத்தில் கருமலைவாசிகளிடம் இந்த மாதிரி வழக்கம் இருந்ததாம், கிழவர்கள் சொல்லுவார்கள். ஆனால் ஜிப்ஸிகளிடம் ஒருபோதும் கிடையாது! தம்பீ, எங்கே, இதைவிட வேடிக்கையானது எதையேனும் இட்டுக் கட்டிச சொல்லு பார்க்கலாம்! ஒரு வருஷம் பூராவும் மண்டையைப் போட்டு உடைத்துக்கொண்டாலும் உன்னால் சொல்ல முடியாது!

“ஜொபார் ஒரு பக்கம் நகர்ந்து, நெஞ்சில் காயம்பட்டவன் போல ஸ்தெப்பி எங்கும் கேட்கும்படி வீரிட்டான். ராத்தா திடுக்கிட்டாள், ஆனால் பதைப்பை வெளியே காட்டிக் கொள்ளவில்லை.”

‘நல்லது, நாளைக்குச் சந்திப்போம். நான் சொன்னபடி அப்போது நீ செய்ய வேண்டும், கேட்டாயா, ஜொபார்!’

“கேட்டேன்! செய்வேன்’ என்று முனகி அவள் பக்கம் கையை நீட்டினான் ஜொபார். அவளோ, அவனைத் திரும்பிக்கூடப்

பார்க்கவில்லை. ஜொபார் காற்றில் முறிந்த மரம்போலத் தள்ளாடி, பொருமி அழுதுகொண்டும் சிரித்துக்கொண்டும் தரையில் விழுந்தான்.

"இப்படி அவனை வதைத்து எடுத்தாள் பாழும் ராத்தா. நான் சிரமப்பட்டு அவனுக்கு மயக்கம் தெளிவித்தேன்.

"ஏகே! மனிதர்கள் துன்பத்தில் உழல்வது எந்தச் சாத்தானுக்குப் பிரீதி? மனிதனுடைய நெஞ்சு துயரத்தால் பிளந்து தேம்பு வதைக் கேட்க யாருக்கு விருப்பம்? நீயே யோசித்துப் பார்!...

"நான் முகாம் திரும்பி எல்லாவற்றையும் பெரியவர்களுக்கு விவரித்தேன். அவர்கள் ஆலோசனை செய்து இதன் முடிவு என்ன ஆகிறது என்று பொறுத்திருந்து பார்க்கத் தீர்மானித்தார்கள். நடந்தது இதுதான். மாலையில் நாங்கள் எல்லோரும் நெருப்பைச் சுற்றிக் குழுமியபோது ஜொபாரும் வந்தான். அவன் கலங்கி, ராத்திரிக்குள் பயங்கரமாக மெலிந்து போயிருந்தான். அவனுடைய கண்கள் குழி விழுந்திருந்தன. விழிகளைத் தாழ்க்கிக்கொண்டு தலையை நிமிர்த்தாமலே எங்களிடம் சொன்னான்:

'சேதி இதுதான், தோழர்களே. நேற்று இரவு நான் என் நெஞ்சைத் துருவிப் பார்த்தேன். பழைய கட்டற்ற வாழ்க்கைக்கு அதில் இடம் இல்லை என்பதைக் கண்டேன். அதில் ராத்தா ஒருத்தி மட்டுமே வாழ்கிறாள்–அவ்வளவுதான்! இதோ பாருங்கள், அழகி ராத்தா புன்னகை செய்கிறாள், ராணிபோல! என்னைவிட அதிகமாகத் தன் விடுதலையை அவள் நேசிக்கிறாள். நானோ, என் விடுதலையைக் காட்டிலும் மேலாக அவளைக் காதலிக்கிறேன். நான், துணிவுள்ள லோய்க்கோ ஜொபார், இவளைச் சந்திக்கும்வரை வாத்துக்களோடு வேட்டைப் பருந்து விளையாடுவது போலப் பெண்களோடு சரசமாடிக் கொண்டிருந்தேன். இவளுடைய அழகு என்னை எப்படிப் பணிய வைத்துவிட்டது என்பதை எல்லோரும் பார்க்கும்விதத்தில் இவள் ஆணையிட்டபடி இவளுடைய காலைத் தொட்டு வணங்குவது என்று முடிவு செய்துவிட்டேன். பிறகு இவள் என் மனைவி ஆவாள், என்னைக் கொஞ்சி முத்தம் இடுவாள். ஆகவே, உங்களுக்குப் பாட்டுக்கள் பாடவும் இப்போது எனக்கு விருப்பம் இல்லை. என் விடுதலை போய்விட்டதிலும் வருத்தம் இல்லை! அப்படித்தானே, ராத்தா?'– "அவன் விழிகளை உயர்த்தி ராத்தாவைக் கூர்ந்து பார்த்தான். அவள் பேசாமல் கண்டிப்புடன் தலையசைத்துக் கையினால் தன் காலைச் சுட்டிக்காட்டினாள்.

நாங்கள் பார்த்துக்கொண்டிருந்தோம், ஆனால் ஒன்றையும் புரிந்துகொள்ளவில்லை. ஒரு பெண்ணின்–அவள் ராத்தா என்றாலும்கூட– காலில் லோய்க்கோ ஜொபார் விழுவதைப் பார்க்காதிருப்பதற்காக எங்கேனும் போய்விடலாமா என்றுகூட நினைத்தோம். எங்களுக்கு எதனாலோ வெட்கமாக இருந்தது, வருத்தமும் ஏக்கமும்கூட ஏற்பட்டன."

'ஊம்!' என்று ஜொபாரை அதட்டினாள் ராத்தா.

'ஏகே, அவசரப்படாதே. நேரம் இருக்கிறது. அப்புறம் உனக்கு அலுத்துக்கூடப் போய்விடும்...' என்று நகைத்தான் ஜொபார். எஃகு கணகணப்பது போலக் கெக்கலித்தான்..

'ஆக, விஷயம் எல்லாம் இவ்வளவுதான், தோழர்களே! என்ன பாக்கி இருக்கிறது? ஆமாம், என் ராத்தாவின் இருதயம் அவள் எனக்குக் காட்டிய மாதிரி அவ்வளவு கடினமானதா என்று சோதித்துப் பார்ப்பது பாக்கி இருக்கிறது. சோதித்துத்தான் பார்த்து விடுகிறேனே, என்னை மன்னியுங்கள், சகோதரர்களே!'

"ஜொபார் என்ன செய்ய விரும்புகிறான் என்று ஊகிக்கக்கூட எங்களுக்கு நேரம் கிடைக்கவில்லை, அதற்குள் ராத்தா தரையில் கிடந்தாள். அவளுடைய நெஞ்சில் பிடிவரை பாய்ந்திருந்தது ஜொபாரின் வளை கத்தி. நாங்கள் மலைத்துப் போனோம்."

"ராத்தா கத்தியை உருவி ஒருபக்கத்தில் எறிந்தாள். தன் கருங் கூந்தல் கற்றையால் காயத்தை அழுத்திக்கொண்டு புன்னகையுடன் கணீரென்று தெளிவாகச் சொன்னாள்:

'விடை கொடு, ஜொபார்! நீ இப்படிச் செய்வாய் என்பது எனக்குத் தெரியும்!...' – அப்புறம் அவளுடைய உயிர் பிரிந்து விட்டது.

"புரிந்துகொண்டாயா அவளை, தம்பீ? அப்படிப்பட்ட வளாக்கும் – நான் என்றும் கடைத்தேற வகை இன்றிப் பாழாய்ப் போவேனாக –அந்தப் பேய் மகள்!"

"ஆ! நானும் உன் காலில் விழுந்து வணங்குகிறேன், செருக்குள்ள அரசி!' என்று ஸ்தெப்பி வெளி அதிர முழங்கினான் ஜொபார், பின்பு தரையில் விழுந்து, உயிரற்ற ராத்தாவின் கால்களோடு உதடுகளைப் பொருத்திக்கொண்டு அசையாது கிடந்தான். நாங்கள் இறந்தவளுக்கு வணக்கம் தெரிவிப்பதற்காகத் தொப்பிகளைக் கழற்றிக் கைகளில் வைத்துக்கொண்டு பேசாமல் நின்றோம்.

“இந்த மாதிரி விவகாரத்தில் ஒருவன் என்ன சொல்ல முடியும் தம்பீ? ஒன்றும் முடியாது! ‘இவனைக் கட்டிப் போட வேண்டும்!’ என்று அரை மனதாகச் சொன்னான் நூர். லோய்க்கோ ஜொபாரைக் கட்டிப்போட ஒருவனுக்கும் கை வந்திருக்காது. யாருக்குமே கை வந்திருக்காது, நூர் இதை அறிந்திருந்தான். அவன் கையை உதறிவிட்டு அப்பால் போய்விட்டான். தனீலோவோ, ராத்தா ஒரு பக்கம் விட்டெறிந்த கத்தியை எடுத்து, நரை மீசையைச் சிலுப்பிய வண்ணம் நீண்ட நேரம் அதைப் பார்த்துக்கொண்டிருந்தான். அந்தக் கத்தியில் ராத்தாவின் இரத்தம் இன்னும் சூடு ஆறவில்லை. கத்தி வளைவாகவும் கூர்மையாகவும் இருந்தது.”

“பின்பு தனீலோ ஜொபாரை நெருங்கி அவன் முதுகில் இருதயத்துக்கு நேராகக் கத்தியைச் செருகினான். ராத்தாவின் தகப்பன் ஆயிற்றே, கிழப் படைவீரன் தனீலோ!”

‘ஜொபார் தனீலோ பக்கம் திரும்பி, ‘இதுதான் வேண்டும்!’ என்று தெளிவாகச் சொல்லிவிட்டு ராத்தாவை எட்டிப் பிடிக்கப் போய்விட்டான். – “நாங்கள் பார்த்தோம். மயிர்க் கற்றையுடன் கையை மார்பில் அழுத்தியபடிக் கிடந்தாள் ராத்தா. அவளுடைய திறந்த விழிகள் நீலவானத்தில் நிலைத்திருந்தன. அவள் காலருகே விழுந்து கிடந்தான் வீரன் லோய்க்கோ ஜொபார். தலைமயிர்ச் சுருள்கள் அவன் முகத்தில் விழுந்திருந்தன. முகம் தெரியவில்லை.”

“நாங்கள் நின்றபடி யோசனை செய்தோம். கிழவன் தனீலோவின் மீசை துடித்தது. அடர்ந்த புருவங்கள் நெரிந்தன. வானத்தை நோக்கியவாறு பேசாதிருந்தான். நிலவுபோல நரைத்திருந்த நூர் முகம் குப்புறத் தரையில் படுத்து, விம்மி அழுதான். அவனுடைய முதிய தோள்கள் நடுநடுங்கின.

“அழுவதற்குக் காரணம் இருந்ததே, தம்பீ!

“...நீ போகிறாய். நல்லது, உன் வழியில் போ, அக்கம் பக்கம் திரும்பாதே. நேராகவே போ. ஒருவேளை நீ வீணாக மட்கிப் போகாமல் தப்பிவிடலாம். அவ்வளவுதான், தம்பீ!’

மகார் பேச்சை நிறுத்தி, புகையிலைப் பையில் சுங்கானை வைத்துவிட்டு மேல் சட்டையை மார்பில் சேர்த்து இறுக்கிக்கொண்டான். மழை தூறியது, காற்று வலுத்தது, கடல் சீற்றத்துடன் ஆழ்ந்து முழங்கியது. குதிரைகள் அணையும் தறுவாயில் இருந்த நெருப்பின் அருகே ஒன்றன் பின் ஒன்றாக

வந்து அறிவு சுடர்ந்த பெரிய விழிகளால் எங்களைப் பார்வையிட்டு, கெட்டியான வளையமாக எங்களைச் சூழ்ந்து அசையாமல் நின்றன.

"ப்பப் பா, ஹை!" என்று அவற்றை நோக்கிக் கொஞ் சலாகக் கத்தி, தன் அன்புக்குரிய கரும் புரவியின் கழுத்தை உள்ளங்கையால் தட்டிக் கொடுத்தான் மகார். பின்பு என்னைப் பார்த்து, "உறங்க நேரம் வந்துவிட்டது!" என்று சொல்லி, மேல் சட்டையால் தலைக்கு முக்காடிட்டுக்கொண்டு வலிய மேனியைத் தரையில் கிடத்தி மௌனமானான்.

எனக்குத் தூங்க விருப்பம் இல்லை. நான் ஸ்தெப்பியின் இருளில் பார்வையைச் செலுத்தினேன். அரசிக்குரிய எழிலும் பெருமிதமும் வாய்ந்த ராத்தாவின் உருவம் என் கண்களுக்கு முன் காற்றில் நீந்தியது. கருங்கூந்தல் கற்றையுடன் கையை மார்புக் காயத்தில் அழுத்திக் கொண்டிருந்தாள். அவளுடைய பழுப்பேறிய மெல்லிய விரல்களின் இடுக்கு வழியாக இரத்தம் துளித்துளியாகப் பெருகி நெருப்பாய்ச் சிவந்த நட்சத்திரங்களாகத் தரையில் சொட்டியது.

அவளை அடியொற்றிப் பின் தொடர்ந்து நீந்தினான் துணிவுள்ள வீரன் லோய்க்கோ ஜொபார். அடர்ந்த கருமயிர்ச் சுருள்கள் அவனுடைய முகத்துக்குத் திரையிட்டிருந்தன. குளிர்ந்த பெரிய கண்ணீர்த் துளிகள் அவற்றுக்கு அடியிலிருந்து சொரிந்தன...

மழை வலுத்தது. லோய்க்கோ ஜொபார், முதிய படை வீரன் தனீலோவின் மகள் ராத்தா என்னும் ஜிப்ஸி அழகர்களின் பெருமிதம் வாய்ந்த இணையைப் போற்றி ஏக்கம் ததும்பிய ஆழ்ந்த பாட்டைப் பாடியது கடல்.

அவர்கள் இருவருமோ, இரவின் இருளில் ஓசையின்றி நீந்தியவாறு சுற்றிச்சுற்றி வந்தார்கள். செருக்குள்ள ராத்தாவுக்கு இணையாக வர அழகன் ஜொபாரால் முடியவே இல்லை.

1892

காதல் கதை

ஆங்கிலத்தில்: வில்லியம் ஸரோயன்
தமிழில்: புதுமைப்பித்தன்

"இந்தப் பக்கத்திலேயே உட்கார்ந்துகொள்ளுகிறீரா அல்லது அந்தப் பக்கமாக உட்காருகிறீரா?" என்று சிகப்புக் குல்லா கேட்டான்.

"ஊம்ம் .....?" என்று அந்த வாலிபன் கேட்டான்.

"இந்தப் பக்கமே சரிதானே?" என்று சிகப்புக் குல்லா கேட்டான்.

"ஓ!" என்றான் வாலிபன். சரிதான். 'சிகப்புக் குல்லாவுக்கு ஒரு டைம் (அமெரிக்க சில்லறை) கொடுத்தான். சிகப்புக் குல்லா அந்த சின்ன மெல்லிய காசை வாங்கிக்கொண்டு வாலிபனுடைய கோட்டை மடித்து ஸீட்டில் வைத்தான்.

"சிலருக்கு ஒரு பக்கம் பிடிக்கும், இன்னும் சிலருக்கு மறுபக்கம் பிரியம்" என்றான் அவன்.

"என்ன?" என்றான் வாலிபன்.

'சிலருக்கு ரயில்லெ போகும்போது ஒரு பக்கத்திலிருந்து கொண்டு சிலதைத்தான் பார்க்கப் பிரியம். இன்னும் சிலருக்கு போகும்போதும் வரும்போதும் இரண்டு பக்கமும் எப்படி இருக்கு என்று பார்க்க ஆசை. ஆனால் இதற்கு எதிரிடையாகவும் மனுஷாள் இருக்கிறார்கள். ஒரு ஸ்திரீக்கு வெய்யில் மேலே படுவதிலே பிரியம். உடம்புக்கு நல்லது என்று படுத்திருப்பாள்.

வரும்போது அந்தப் பக்கத்திலெ வெயிலிலே உட்காரணுமாம், இந்தமாதிரி இதை எல்லாம் வாலிபனுக்கு விவரமா சொல்லணுமா, எல்லாத்தையும் சொல்ரதுன்னா ரொம்ப நேரமாகுமே, மேலும் இன்னிக்கி காலெ மொதல்லெ இருந்தே உடம்புக்கு ஒருமாதிரியாக இருக்கு, எல்லாவிடத்திலும் முகத்தை சிரிச்சாப்பிலே வைத்திருக்க முடியலியே, அப்படியிருந்தால்தானே நல்லது' என சிகப்புக் குல்லா நினைத்தான்.

'நான் அப்படி இருக்கணும்னுதானே எல்லாரும் எதிர் பார்க்கிறார்கள்' என்றும் நினைத்தான்.

'இந்த வாலிபன் குமாஸ்தாவாக இருக்கவேண்டும். ஞாயிற்றுக்கிழமை – லீவு – அதுதான் ஒரு பெரிய நகரத்திலிருந்து – இன்னொரு சின்ன ஊருக்கு குசாலாகப் போயிட்டு அன்னிக்கே திரும்ப நினைச்சிருக்கான்; ஆனா ஏன் இந்த வாலிபன் எதையோ பறிகொடுத்த மாதிரி, எல்லாரும் சொல்ராளே – லோகத்துக்கே செத்துப்போன மாதிரி – ஏன் இருக்கணும்னுதான் புரியலெ. பையன் சிறிசு. காலேஜ் பட்டம் இருக்காது; ஹைஸ்கூல் வரை படிச்சுப்புட்டு, ஏதாவது ஒரு ஆபீஸ்லே வேலெ கெடச்சிருக்கும், இருபத்திமூணு வயசுன்னு சொல்லலாம், காதலோ என்னமோ. எப்படி இருந்தாலும் யார் மேலும் எந்த நிமிஷத்திலும் காதல் கொண்டுவிடுவான். தூண்டுகோல் வேண்டாம்' என சிகப்புக் குல்லா நினைத்தான். சோகமோ, கனவோ கண்ணில் குடியிருக்கு – வர்ணப்பட்டும், வளர்ந்த கேசமும், வயணமான மெதுவான சர்மமும் தென்பட்டால் கட்டாயம் காதல்கொள்வான்.

திடீரென்று விழித்துக்கொண்ட மாதிரி வாலிபனுக்கு சொப்பனாவஸ்தை நீங்கினது; சிகப்புக் குல்லாவுக்கு என்னமோ ஒரு மாதிரியாப் போச்சு.

"ஓ, கோழிக்கனவு மாதிரி கண்டுகொண்டிருந்து விட்டேன்" என்றான் வாலிபன்.

அவன் தனது தலை வலது பக்கத்தருகில் விரல்களை ஆட்டிக் காண்பித்தான். அந்தப் பக்கம்தான் கோழிக்கனவு தோணும் என்று நினைக்கிறவர்கள் செய்கிற மாதிரி.

"உனக்கு பக்ஷிஷ் குடுத்தேனா?" என்றான்.

சிகப்புக் குல்லாவுக்கு ஒரு மாதிரியாப் போச்சு.

"ஆமாம் சார்" என்றான்.

வாலிபன் தன் முகத்துக்கு நேராக இடது விரல்களை ஆட்டினான்.

“என்ன செய்கிறேன் என்பது எப்பவும் அடிக்கடி மறந்து போகும். ரொம்ப காலம் கழித்து, சில வருஷத்துக்கு அப்புறம்தான் ஞாபகம் வரும். நான் உனக்கு எவ்வளவு குடுத்தேன்?”

‘பையன் என்ன விளையாடுறானோ, வேலை உடுறானா, என்னா நேத்து பொறந்தே எங்கிட்ட இந்த’ – என நினைத்தான் சிகப்புக் குல்லாய். ‘அவன் குடுத்தது ஒரு டைம்; ஐந்து டாலர் தங்க நாணயம் எதுவும் குடுத்தேன்னு கதைவுட்டான்னா இதுதான் குடுத்தேன்னு காமிச்சுப்புடுவேன்.’

“நீ ஒரு டைம் குடுத்தே” என்றான்.

“வருத்தப்படறேன், இந்தா” என்றான் வாலிபன்.

சிகப்புக் குல்லாவுக்கு இன்னொரு டைம் கொடுத்தான்.

“தாங்ஸ், சார்” என்றான் சிகப்புக் குல்லா.

“நாம வரும்போது என்னமோ சொன்னியே?” என்றான் வாலிபன்.

“பிரமாதமா ஒன்னுமில்லெ. சில பேருக்கு ஒரு பக்கத்திலே உக்காரப் பிரியம், இன்னஞ் சில பேருக்கு அந்தப் பக்கத்திலே இருக்கப் பிரியம்னேன்” என்றான் சிகப்புக் குல்லா.

“அப்படியா, இது சரிதானே” என்றான் வாலிபன்.

“சரிதான், வெய்யில் படாத இடத்திலே இருக்கணும்னு பிரியமில்லாட்டா” என்றான் சிகப்புக் குல்லா.

“இல்லெ, எனக்கு வெய்யில் பட்டா பரவா இல்லெ” என்றான் வாலிபன்.

“சுகமா இருக்கு” என்றான் சிகப்புக் குல்லா.

“அப்படித்தானா” என்று பகல் வெளிச்சத்தைப் பார்க்கிற மாதிரி வாலிபன் ஜன்னல் வழியாக எட்டிப்பார்த்தான்.

“இங்கே எல்லாம் சூரியன் படாது, கூரை போட்டிருக்கிறார் கள். ஊருக்கு வெளியே வண்டி போரப்ப நல்லா வெய்யில் உழும். கலிபோர்னியாக்காராளுக்கு எல்லாம் அது பிடிக்கிறதில்லை. அந்தப் பக்கமாக போய் உட்கார்ந்துகொள்வார்கள். நியூயார்க்கிலிருந்தா?” என்றான் சிகப்புக் குல்லா.

அந்த வாலிபன் நியூயார்க்கிலிருந்துதான் வர்றான் என்று சொல்லுவதற்கு ஆதாரமே இல்லெ, வேறே எந்த எடத்திலிருந்தும் வர்றான் என்று சொல்றதுக்குக்கூட அத்தாட்சி இல்லெ.

அப்படி இருக்கலாமோன்னு சிகப்புக் குல்லா நெனச்சான், கேட்டான்.

"இல்லெ, நான் கலிபோர்னியாவெவிட்டு வெளியே போனதே கிடையாது" என்றான் வாலிபன்.

சிகப்புக் குல்லாவுக்கு அவசரம் ஒன்றுமில்லை. இருந்தாலும் ரயில்லெ நடமாட்டம் ஜாஸ்தியாயிட்டது. ஜனங்கள் குப்பங் குப்பமாக வண்டிக்குள் வந்தார்கள். வேறு சிகப்புக் குல்லாக்கள் பெட்டியும் பையும் தூக்கிக்கொண்டு ஓடியாடித் திரிந்தார்கள். இருந்தாலும் அவன் 'காலைத் தேச்ச' மாதிரி நின்று பேச்சுக் கொடுத்துக்கொண்டிருந்தான். கொஞ்சம் தள்ளி உட்கார்ந்திருந்த பெண் இவர்கள் பேச்சைக் கவனித்துக்கொண்டிருந்தாள். வாலிபனும் தானும் அவள் மனசில் பதிகிற மாதிரி நினைத்துக்கொண்டான். அவன் என்ன நினைத்தால் என்ன ! ரசமான பேச்சு, நல்லதனமாக, வாழ்வு –அந்தஸ்தில் வேறுவேறு துறையில் இருக்கும் இரண்டு மனுஷாளிடை, அமெரிக்கருக்கும் மேற்கத்தியாருக்கும் உள்ள சகோதர பாவத்தோடு நடக்கிறது.

நானும் கலிபோர்னியாவைவிட்டு வெளியே போனதே இல்லேங்றான் சிகப்புக் குல்லா.

"உன்னைப் பார்த்தா ரொம்பச் சுத்தி இருப்பேன்னு சொல்லணும்" என்றான் வாலிபன்.

"ஆமாம். அப்படித்தான். ரயில்லெதான் வேலை. அதுக்குப் பக்கத்திலையாவது, இப்படியா பதினெட்டு வயசிலேருந்து முப்பது வருஷத்தை கழித்துவிட்டேன். ஆனா இந்த மாகாண எல்லைக்கு அப்பாலெ காலடி வைக்கலென்றது நெசம்" என்றான் சிகப்புக் குல்லா.

"ஆனா இந்தப் பக்கமா வர்ரவங்க ரொம்பப் பேர பாத்திருக்கேன்" என்றான் மீண்டும்.

"நியூயார்க்குக்குப் போகப்படாதுன்னு இல்லே. என்னிக்காவது போனாப் போச்சு" என்றான் வாலிபன்.

"உன்னெப் போல வாலிபன் போகணும்னு ஆசெப்படரதிலே குத்தம் ஒண்ணுமில்லெ. இந்த வட்டாரத்திலெ நியூயார்க் ரொம்ப நல்லாத்தான் இருக்கணும்" என்றான் சிகப்புக் குல்லா.

“லோகத்திலேயே பெரிய பட்டணம்” என்றான் வாலிபன்.

“ஆமாம்” என்றான் சிகப்புக் குல்லா. தன்னை ரொம்ப வருத்தத்தோடு இழுத்துக்கொண்டு போகிற மாதிரி அங்கிருந்து புறப்பட்டான்.

“சுகமாய் போய் வா” என்றான்.

“நல்லது” என்றான் வாலிபன்.

சிகப்புக் குல்லா வண்டியைவிட்டுப் போய்விட்டான். வாலிபன் ஜன்னல் வழியாக எட்டிப் பார்த்தான். அந்தப் பக்கத்தில் உட்கார்ந்திருக்கிற பெண் தன்னைப் பார்க்கிறாள் என்பதைத் தலையை உள்ளே இழுக்கும்போது பார்த்துவிட்டான். அவள் அவசரமாகத் தலையை அந்தப் பக்கம் திருப்பிக்கொண்டாள். அவளைத் தட்டுக்கெட வைக்காமல் இருக்க இவன் கழுத்து சுளிக்கிக்கொள்ளும்படி அவசரமாகத் திரும்பினான். வெளியே பார்த்துக்கொண்டு ஜன்னல் பக்கத்திலிருந்த தலையை உடனே திருப்பி பழைய இடத்துக்குக் கொண்டு வந்தான். அதே சமயத்தில் கடைசியாக எத்தனையோ இடத்துக்குப் போக ஆரம்பிச்சுட்டோம். அவளைப் போல் பலரைப் பார்க்க ஆரம்பிச்சுட்டோம், யாராவது ஒருத்தியெ கலியாணம் பண்ணிக்கொண்டு எங்கேயாவது ஒரு இடத்திலே குடியேறி, வீடும் வாசலுமா... கொஞ்ச நாளிலே குஞ்சும் குழந்தையுமா வாழ ஆரம்பிச்சுட்டோம் என நினைக்க ஆரம்பித்தான்.

ரொம்ப ஆசையாத்தான் இருந்தது என்றாலும் அவளெ கொஞ்ச நேரம் பாக்கலெ. கடைசியா அவளைப் பார்த்தான், தட்டுக்கெட்டு முழித்தான், முகம் சிவந்தது, வாயை மென்று முழுங்கிக்கொண்டு சிரிக்க ரொம்ப சிரமப்பட்டுப் பார்த்தான், முடியல்லே. அந்தப் பெண்ணாலையும் முடியல்லே.

வண்டி புறப்பட்டு பத்து நிமிஷம் கழிச்சு நடந்தது. அப்பொ ரயில் ரசமான சத்தம் கொடுத்துக்கொண்டு மலைப்பாங்கு வழியாக ஓடிக்கொண்டிருந்தது. ஆச்சரியமான சக்தி (காதல் மாதிரி), சிரித்துப் பேச, இயற்கையாய்ப் பேச வசதி அவளை மெதுமெதுவாகப் பேச்சுக்கொடுத்து கடைசியில் காதலிக்க வசதி எல்லாவற்றையும் ரயில் அளித்தது.

அப்புறம் ஒரு நிமிஷம்வரை இருவரும் ஒருவரையொருவர் பார்த்துக்கொண்டிருந்தார்கள். அப்புறம் நாலு நிமிஷம் கழித்து

அப்படியே பார்த்தார்கள். எதிர்ப்பக்கத்தில் ஜன்னல் வழியாகத் தெரிவதைப் பார்ப்பதுபோல பாவனை செய்துகொண்டு பார்த்தார்கள். கடைசியாக இருவரும் ஒருவரையொருவர் பார்த்துக்கொண்டே இருந்தார்கள், வெளியில் பார்க்கிற மாதிரி.

கடைசியாக வாலிபன் கேட்டான், "நியூயார்க்கிலிருந்து வருகிறாயா?" என்று.

என்ன சொல்லுகிறோம் என்று அவனுக்கு தெரியல்லே. என்னடா அசட்டுத்தனமா இருக்கேன்னு நினைத்துக்கொண்டான். சினிமாப் படங்கள்ளெ இந்த ரயில் காட்சியில் தோன்றும் வாலிபர் மாதிரி இருக்க முடியல்லே.

"ஆமாம் அங்கிருந்துதான் வரேன்" என்றாள் அந்தப் பெண்.

"என்ன?" என்று கேட்டான் வாலிபன்.

"'நியூயார்க்கிலிருந்து வருகிறாயா'ன்னு என்னைக் கேட்கலெ?" என்றாள் பெண்.

"ஓ, ஆமாம் கேட்டேன்" என்றான் வாலிபன்.

"ஆமாம், அங்கிருந்துதான்" என்றாள் பெண்.

"நீ நியூயார்க்கிலிருந்து வருகிறாய் என்று எனக்குத் தெரியாது" என்றான் வாலிபன்.

"உனக்குத் தெரியாதுன்னு எனக்குத் தெரியும்" என்றாள் அவள்.

சினிமா படத்திலே அந்த வாலிபர்கள் சிரிக்கிற மாதிரி சிரிக்க அந்த வாலிபன் ரொம்பக் கஷ்டப்பட்டான்.

"உனக்கு எப்படித் தெரியும்?" என்றான் அவன்.

"ஓ எனக்குத் தெரியாது" என்றாள். "சேக்ரமன்டோவுக்கு போகிறியா?"

"ஆமாம்" என்றான். "நீ?"

"நானுந்தான்" என்றாள்.

"ஊரெ விட்டுவிட்டு அவ்வளவு தூரத்திலே என்ன செய்யறே?" என்றான்.

"நியூயார்க் என் ஊரில்லெ. அங்கே நான் பிறந்தேன். வளர்ந்ததெல்லாம் ஸான் பிரான்ஸிஸ்கோவில்தான்" என்றாள்.

“நானும் அங்கேதான் வளர்ந்தேன், அங்கேயேதான்” என்றான்.

“நானும் அப்படித்தான். சில மாசமாத்தான் நியூயார்க்கி லிருக்கேன்” என்றாள்.

“நான் பிறந்தது ஸான் பிரான்ஸிஸ்கோவில்” என்றான்.

“இங்கே நிறைய எடமிருக்கே, வெயில் சுகமாக இருக்கும்” என்றான், வாலிபன் ரொம்ப சிரமத்தின்பேரில்.

“சரி” என்றாள்.

நடைபாதையைத் தாண்டி அவன் உட்கார்ந்திருப்பதைத் தாண்டி உட்கார்ந்தாள்.

“ஞாயிற்றுக்கிழமெ டிக்கட் குறைச்சல் இல்லியா; சேக்ர மென்டோவுக்குப் போகலாம்னு நெனச்சேன்” என்றான்.

“நான் அந்த எடத்திற்கு மூன்று தடவை போயிருக்கிறேன்” என்றாள்.

வாலிபனுக்கு சந்தோஷமாக இருந்தது. வெயிலும் சுள் என்று சுகமாகக் காய்ந்தது. பெண்ணும் அற்புதமாக இருந்தாள். அவன் நினைப்பு தப்பாதெ போனாக்கா, திங்கட்கிழமை காலையில் வேலைச்சீட்டுக் கிழியாமப் போனாக்கா, அமெரிக்கா சண்டை ஆரம்பிக்காமல் போனாக்கா – ஆரம்பிச்சா சிப்பாயாகச் சேர்ந்து காரணமே இல்லாமெ செத்து விழவேண்டியதுதான் – என்னிக்காவது ஒருநாள் முயன்று அவளைப் பழக்கம் பிடிச்சு கலியாணம் செய்துகொண்டு குடியும் குடித்தனமுமாக......

அவனும் வெயிலில் சாய்ந்துகொண்டான். ரயில் ரசமாக சப்தித்து ஓடியது. காதலோடு சிரித்தான். அவளும் காதலுக்குத் தயாரானாள்.

1940

ஃஃஃ

ஸ்தெபானின் காதல்

ரஷிய மூலம்: வசீலி ஷுக்ஷீன்
தமிழில்: பூ. சோமசுந்தரம்

வசந்த காலத்தில், ஏப்ரல் மாதத்தில், ஸ்தெபான் யெமெல்யானவ் காதல் கொண்டான் கன்னி நிலத்தவள் ஏல்லா மீது. அவளை அவன் இரண்டே தடவைகள்தான் பார்த்திருந்தான். ஒருதரம் அவளை நகரத்திலிருந்து கிராமத்துக்குத் தன் லாரியில் கொண்டுவிட்டான். ஒன்றுமில்லை. அக்கம்பக்கமாக உட்கார்ந்து பேசாதிருந்தார்கள். நொடிகளில் ஒன்றரை டன் லாரியைத் தூக்கித்தூக்கிப் போட்டது... பெண் ஸ்தெபான் பக்கம் சாய்ந்தாள். இப்படிச் செய்வதை நானே விரும்பவில்லை என்பது உங்களுக்குக் கட்டாயம் புரியும் என்று சொல்ல நினைப்பவள் போல் ஒவ்வொரு முறையும் கூச்சத்துடன் அவனைப் பார்த்தாள், இருக்கையின் ஓரத்துக்கு நகர்ந்துகொண்டாள். ஸ்தெபானோ, பொருட்படுத்தவில்லை. பெண்ணை அவன் பார்க்கக்கூட இல்லை. "அமூர் ஆற்றின் அலைகள்'' என்ற பாட்டின் மெட்டை வாய்க்குள் சீழ்க்கை அடித்தவாறு மின்கலத்தைப் பற்றி எண்ணமிட்டுக்கொண்டிருந்தான் (அவனுடைய லாரியின் மின்கலத்தில் ஆற்றல் குறைந்திருந்தது).

கிராமத்தை நெருங்கினார்கள். பெண் கைப்பையைத் திறந்து பணம் எடுக்க முற்பட்டாள்.

ஸ்தெபானின் கன்னங்கள் லேசாகச் சிவந்தன.

"அட விடுங்கள்..."

"ஏன்?'' பசிய, தெளிந்த விழிகளின் பார்வையை அவன் மேல் வீசினாள் பெண். "என்ன?"

“ஒன்றும் இல்லை.” ஸ்தெபான் லாரியை முடுக்கிப் படு விரைவாக ஓட்டிப் போய்விட்டான்.

“இவ்வளவு அழகானவர்களும் இருக்கிறார்களே!” என்று பெண்ணைப் பற்றி நினைத்துக்கொண்டான். அவ்வளவுதான். பின்பு அவளை மறந்துவிட்டான்.

அல்தாய் பிரதேசத்தின் கடினமான சாலைகளில் வாரக் கணக்காக லாரி ஓட்டினான். கிடைத்த இடத்தில் இரவைக் கழித்தான். வேறு பெண்களை–அழகானவர்கள், அவ்வளவு அழகு இல்லாதவர்கள், எல்லா வகையானவர்களையும் கண்டான். உலகத்தில் பெண்களுக்குப் பஞ்சமா என்ன? எல்லோரையும் பற்றி எண்ணத் தொடங்கினால் மண்டை வீங்கிவிடும்.

ஏப்ரல் வந்தது.

ஒரு சனிக்கிழமையன்று ஸ்தெபான் ஊர் திரும்பினான். நீராவிக் குளியறையில் குளித்தான், பூத்தையல் வேலை செய்த சட்டையையும் புதிய, மென்மையான குருமத தோல் சோடுகளையும் போட்டுக்கொண்டான், வீட்டில் காய்ச்சிய கெட்டியான பீர் ஒரு குவளை பருகினான், நாடகம் பார்ப்பதற்காகப் பொழுதுபோக்குக் கழகத்துக்குப் போனான்.

சொந்த கிராமத்துக்காரர்கள் நடிக்க இருந்தார்கள். சொந்த ஆட்கள் நடித்தபோது ஸ்தெபானுக்கு நிரம்பப் பிடித்திருந்தது. சுவாரசியமான விஷயம். ஒருவனை எத்தனையோ ஆண்டுகளாக அறிந்திருக்கிறோம். பொழுதுபோக்குக் கழகத்துக்கு வருகிறோம். பார்த்தால், அதே கிரீஷா நவ சேலவ், நீண்ட தாடியும் மூஞ்சியுமாக மேடைமேல் ஓடியாடுகிறான், கடூரமான குரலில் கத்துகிறான்:

“உன்னை உயிரோடு புதைத்து விடுவேன், இன்னானே!” என்று.

இந்த மாதிரி சந்தர்ப்பங்களில் ஸ்தெபான் எப்போதும் கெக்கலித்தான். அக்கம் பக்கத்தில் இருந்தவர்கள் உஷ்ஷென்று சீறி, அவனுக்கு ஒன்றுமே புரியவில்லை என்றார்கள்.

ஸ்தெபான் மேடைக்குப் பக்கத்தில் உட்கார்ந்து பார்க்கத் தொடங்கினான். பார்க்கிறானோ, அவன் நகரத்திலிருந்து ஏற்றிவந்த அதே பெண் மேடையில் தோன்றினாள். அதேமாதிரி அழகாக இருந்தாள். ஆனால் அமைதியும் ஏதோ ஒருவிதத்தில்

நிரம்பப் பெருமிதமும் உள்ளவளாகக் காணப்பட்டாள். தலை சற்றே பின் சாய்ந்திருந்தது, சணல் நிறப் பின்னல் இடுப்புவரை தொங்கியது. சிவப்புச் சோடுகள் அணிந்திருந்தாள். மெதுவாக நடந்தாள், தலையை மெதுவாகத் திருப்பினாள், ஆனால் குரலில் ஏதோ சொந்தம் தொனித்தது. ஸ்தெபான் எதனாலோ கிளர்ச்சி அடையத்தொடங்கினான். அவளை அவன் உடனே அடையாளம் கண்டுகொண்டான். ஆனால் அவள் அவ்வளவு அழகானவள் என்று அவன் நினைக்கவில்லை. அதாவது, அவள் அழகானவள் என்று அறிந்திருந்தான், ஆனால் இவ்வளவு அழகானவள் என்று எண்ணவில்லை.

பிறகு மேடைக்கு வந்தான் துடுக்கான ஓர் இளைஞன், வாஸ்கா செமியோனவ், கூட்டுப்பண்ணைக் கணக்கன். ஹாட்டும் மூக்குக் கண்ணாடியும் அணிந்து அவனும் நிரம்பப் பெருமிதத்துடன் இலகினான். வேறு சமயமாய் இருந்தால் இந்தச் சந்தர்ப்பத்தில் ஸ்தெபான் கட்டாயம் கடகடவென்று சிரித்திருப்பான். ஆனால் இப்போது அவனுக்குச் சிரிப்பு வரவில்லை. அவன் பெண்ணைப் பார்த்தவாறு, இந்த வாஸ்காவுடன் அவள் என்ன செய்யப் போகிறாள் என்று தெரிந்துகொள்வதற்காகக் காத்திருந்தான். பெண்ணின் கண்கள் பளிச்சிட்டதையும் அவள் எதற்கோ அஞ்சியவள்போல மேனி முழுவதையும் குறுக்கிக்கொண்டதையும் அவன் கண்டான். ஸ்தெபானுக்கு அவள்மேல் இரக்கமாய் இருந்தது.

"நீ எதற்காக வந்தாய்?" என்று கேட்டாள் அவள்.

"நீ இல்லாமல் என்னால் வாழ முடியாது!" என்று இந்த முட்டாள் வாஸ்கா ஹால் முழுதிலும் கேட்கும்படி உரக்கச் சொன்னான்.

"போய் விடு" என்றாள் பெண். ஆனால் அவள் அதைச் சொன்னவிதம், "போகாதே" என்பதுபோலத் தொனித்தது.

"நான் போக மாட்டேன்" என்று அவளுக்கு இன்னும் கிட்டத்தில் வந்தான் வாஸ்கா.

ஸ்தெபான் பெஞ்சு விளிம்பைக் கைகளால் இறுகப் பற்றிக் கொண்டான். இந்த வாஸ்கா இவ்வளவு லகுவில் போய்விட மாட்டான் என்று அவன் அறிந்திருந்தான். அவன் கண் மூடிக் கண் திறப்பதற்குள், இதெல்லாம் எதில் போய் முடியும் என்று எண்ணிப் பார்ப்பதற்குள், கணக்கப் பிள்ளை பெண்ணின்

தோளை லாகவமாகத் தழுவி, இடது கை மேல் அவளைச் சற்றே சாய்த்து முத்தமிட்டு விட்டான். முத்தத்துக்குப் பின் பெண்ணின் உதடுகளை ஸ்தெபான் பார்த்தான். அவை சிறிது வீங்கி, லேசாக ஈரம் படிந்து பாதி திறந்திருந்தன. நாணமும் மகிழ்ச்சியும் ததும்பிய புன்னகையில் நடுங்கின. ஸ்தெபானின் கண்கள் இருண்டன. அவன் எழுந்து பொழுதுபோக்குக் கழகத்திலிருந்து வெளியேறினான்.

வெளியே தூணில் சாய்ந்துகொண்ட அவனால் வெகு நேரம் தன் நிலைக்கு வர முடியவில்லை.

"ஏன்தான் இப்படி?.." என்று எண்ணமிடலானான்.

...மூன்று நாட்கள் ஸ்தெபான் தன் வசமின்றி வளைய வந்தான். (லாரியைச் செப்பனிடும் நிலையத்தில் நிறுத்தி இருந்தான்.) அந்தப் பெண்ணின் பெயர் ஏல்லா என்றும் அவள் வரோனெழ் நகரத்தைச் சேர்ந்தவள் என்றும் டிராக்டர் குழுவில் கணக்குத் தணிக்கையாளியாக வேலை செய்வதாகவும் விசாரித்துத் தெரிந்துகொண்டான். அவ்வளவுதான். நாடகத்தில் நடிக்கும்போது மட்டுமீறிக் கைமிஞ்ச வேண்டாம் என்று வாஸ்கா செமியோனவிடம் சொல்ல நினைத்தான், ஆனால் உரிய நேரத்தில் அந்த எண்ணத்தை மாற்றிக்கொண்டான். இது வெறும் நடிப்புத்தானே, உண்மை அல்லவே. இதைப் பெரிதுபடுத்தினால் ஆட்கள் கேலி செய்வார்கள்.

ஒரு நாள் மாலையில் ஸ்தெபான் தன் குருமத்தோல் சோடுகளுக்குப் பளபளப்பாக மெருகேற்றி அணிந்துகொண்டு ...ஏல்லாவின் இருப்பிடத்துக்குப் புறப்பட்டான் (அவள் முதிய கூக்ஸின் தம்பதிகளின் வீட்டில் வசித்து வந்தாள்). வீட்டு வாயில்வரை போன ஸ்தெபான் சற்று நேரம் தயங்கி நின்றுவிட்டுத் திரும்பி அப்பால் போய்விட்டான். கிராமத்துக்கு வெளியே, ஆற்றங்கரைக்குப் போனான். ஈரத்தரையில் உட்கார்ந்து கைகளால் முழங்கால்களைக் கட்டிக்கொண்டு தலையை அவற்றின்மேல் கிடத்தியவாறு பொழுது புலரும்வரை உட்கார்ந்திருந்தான். எண்ணமிட்டான்.

அந்த நாட்களில் அவன் இளைத்துப் போனான். ஆழ்ந்த, கடுமையான ஏக்கம் அவனுடைய கண்களில் குடி கொண்டது. அவன் அனேகமாகச் சாப்பிடவில்லை. ஒன்றன் பின் ஒன்றாகச் சிகரெட்டுகளைப் புகைத்தவாறு ஓயாமல் சிந்தித்தவண்ணமாய் இருந்தான்...

"எதற்காக நீ இப்படி?" என்று அவனிடம் கேட்டார் தகப்பனார்.

"சும்மாதான்..." ஸ்தெபான் சிகரெட்டுத் துணுக்கைச் சோட்டினால் மிதித்து அணைத்துவிட்டு, எங்கோ ஒருபுறம் பார்த்தவாறு மறு சிகரெட்டை எடுப்பதற்காகப் பைக்குள் கையை விட்டான்.

இந்த நாட்களில் அவன் ஒரு தரம்கூட ஏல்லாவைப் பார்க்கவில்லை. பொழுதுபோக்குக் கழகத்துக்குப் போவதை நிறுத்தி விட்டான்.

நான்காம் நாள் தகப்பனாரிடம் தெரிவித்தான்:

"மணம் செய்துகொள்ள விரும்புகிறேன்."

"அப்படியா? யாரைக் கட்டிக்கொள்ள விரும்புகிறாய்?" என்று கேட்டார் ஸ்தெபானுடைய தகப்பனார் யெகோர் செவெரியானிச்.

"இந்த... புதிய பெண்ணை... கணக்குத் தணிக்கையாளியை..." என்று தணிவாகக் கூறினான் ஸ்தெபான், தந்தையை நேரே பார்க்காமல் சிடுசிடுப்புடன் சன்னலுக்கு வெளியே நோக்கியவாறு.

யெகோர் செவெரியானிச் சிந்தனை செய்தார்.

"உனக்கும் அவளுக்கும் பழக்கம் உண்டா?"

"ஆ... ஆ..." என்று குழறினான் ஸ்தெபான். "கிடையாது."

"நான் பெண் பேசப் போக மாட்டேன்" என்று கண்டிப்பாகச் சொன்னார் யெகோர்.

"ஏன்?"

"வயது காலத்தில் அவமானப்பட நான் விரும்பவில்லை. இந்த மாதிரிப் பெண் பேசுவது என்ன என்பது எனக்குத் தெரியும். நான் போவேன், பெண்ணுக்கோ, பாவம், ஒன்றுமே தெரியாது. முதலில் அவளோடு பேசி முடிவு செய்துகொள். எல்லாரும் செய்வது போல, கொஞ்சம் அளவளாவு. அப்புறம் பெண் கேட்கப் போவோம். இல்லாவிட்டால்... ஸ்தெபான், எப்போதுமே நீ ஆய்ந்தோர்ந்து பாராமல் காரியம் செய்கிறாய். நானும் உனக்கு எவ்வளவோ சொல்லிச்சொல்லிப் பார்த்து விட்டேன், எல்லாம் வீண்."

யெகோரின் தகப்பனார் செவெரியான் தாத்தா இந்தப் பேச்சைக் கேட்டுக் கொண்டிருந்தார். உடம்பு சரியில்லாததால் அவர் அடுப்புப் பரண் மேல் படுத்திருந்தார்.

"பாருங்கள் ஐயா, எப்பேர்ப்பட்ட துரைமகனார் கிளம்பி இருக்கிறார் என்று! பெண் பேசப்போக மாட்டாராம்" என்று கோபத்துடன் சொன்னார். "உன் மணப்பெண்ணை வீடு வரை கொண்டுவிட உனக்குப் பதிலாக நான் போனேனே, அதை மறந்து விட்டாயோ?"

யெகோர் செவெரியானிச் சிடுசிடுப்புடன் முகத்தைச் சுளித்து, சிகரெட்டு பற்ற வைத்துக்கொண்டார். நெடுநேரம் பேசாதிருந்தார். என்னத்தைப் பேசுவது? இளம் பருவத்தில் அவரும் ஸ்தெபான் போலவே பெண்ணை ஏறெடுத்துப் பார்க்கவே கூசினார்.

"என்னால் போக முடியுந்தான்" என்று பேசத் தொடங்கினார். "ஆனால்... அவள் உனக்கு வாழ்க்கைப்பட மாட்டாள் என்று நினைக்கிறேன்."

"வாழ்க்கைப்படுவாள்!" என்றார் செவெரியான் தாத்தா. "இந்த மாதிரிப் பையனுக்கு எந்தப் பெண்ணும் வாழ்க்கைப்படுவாள்."

ஸ்தெபான் நெஞ்சு சில்லிடுவதை உணர்ந்தான். 'வாழ்க்கைப்பட மாட்டாள் என்று ஏன் நினைக்கிறீர்?" என்று தந்தையிடம் கேட்டான்.

"அவள் நகரத்துப் பெண் ஆயிற்றே... சைத்தானுக்கே வெளிச்சம் அவர்களுக்கு என்ன வேண்டும் என்பது. நீ பின் தங்கியவன் என்பாள்."

"நீயேதான் பின்தங்கியவன், யெகோர்" என்று மறுபடி விளாசினார் செவெரியான் தாத்தா. "இப்போதெல்லாம் பெண்கள் இதைப் பார்ப்பதில்லை. இப்போது பெண்கள் முன்னைவிடப் புத்திசாலிகள் ஆகிவிட்டார்கள். நான் வயதானவன், இருந்தாலும் இதை அறிவேன்."

வியாழக்கிழமை காலை முதல் தகப்பனாரும் மகனும் பெண் பேசப் போவதற்கு ஏற்பாடுகள் செய்யலானார்கள்.

ஸ்தெபான் பூத்தையல் போட்ட சட்டையை மறுபடி அணிந்து, கண்ணாடியின் முன் நீண்டநேரம் நின்று, படியாத முரட்டுத் தலைமயிரை வாரிக்கொண்டான்.

யெகோர் செவெரியானிச் வலியால் முகத்தைச் சுளித்தவாறு, வளையாத கரு விரல்களால் புதிய சராயின் வழுவழுப்பான பொத்தானைப் பிடித்துக் குறுகலான துளையில் படு சிரமத்துடன் நுழைத்து மாட்டினார்.

"தைக்கிறார்கள் பார், படுபாவிகள்!" என்று திட்டினார். "என்ன செய்தாலும் சரி, நுழையமாட்டேன் என்கிறது. இது நாசமாய்ப் போக."

ஸ்தெபான் தலை வாரிக்கொண்டு இன்னும் எப்படிச் சிங்காரித்துக் கொள்வது என்று யோசனை செய்தவாறு அறை நடுவே நின்றான்.

"டை கட்டிக்கொள்" என்று யோசனை சொன்னார் தாத்தா.

"பூத் தையல் சட்டைக்கு அது இசையாது" என்று விளக்கினான் ஸ்தெபான்.

முடிவில் தயாரானார்கள்.

யெகோர் செவெரியானிச் பெரிய உள்ளங்கையால் பின் மண்டையைத் தொட்டுக் குழப்பத்துடன் தந்தையைப் பார்த்தார்.

"வோத்காவைக் கொண்டு போகவா வேண்டாமா? இப்போது இவர்களுடைய வழக்கங்கள் எல்லாம் புது மாதிரியாக மாறி இருக்கின்றனவே, ஒன்றுமே விளங்கவில்லை."

தாத்தா செவெரியான் சற்று யோசனை செய்தார்.

"புட்டியைப் பையில் வைத்துக்கொள். தேவைப்பட்டால் கையோடு இருக்கும்" என்று சொன்னார்.

போனார்கள்.

வெயிலொளியும் கலகலப்பும் நிறைந்த பகல். ஓடைகள் பெருகின. வானம் நீர்க் குட்டங்களில் பிரதிபலித்தது. அதன் நீலத் துணுக்குகள் கரு நிலத்தின் மேல் இங்கும் அங்கும் மகிழ்ச்சியுடன் பளிச்சிட்டன. ஏப்ரல் வழிகளில் களி பொங்கக் கும்மாளம் போட்டுக்கொண்டிருந்தது.

பேசாமல் நடந்தார்கள். சோடுகளில் சேறு படிந்து விடக்கூடாது என்பதற்காக நீர்க்குட்டங்களை எச்சரிக்கையாகச் சுற்றிச் சென்றார்கள்.

கூக்ஸின் தம்பதிகள் பெரிய வீடு கட்டிக்கொண்டிருந்தார்கள்.

முதல் இரண்டு அறைகளில் ஒருவரும் இல்லை. யெகோர் செவெரியானிச் சோர்வு அடைந்தார். கிழவர் கூக்ஸினிடம் பேச்சு கொடுப்போம், உரையாடலின்போது, "நாங்கள் உங்களிடம் வந்திருப்பது ஒரு காரியமாக..." என்று சொல்வோம் என்று எண்ணி இருந்தார். கிழவனார் அவருக்குக் கட்டாயம் உதவி இருப்பார். இப்போதோ நேரே அந்தப் பெண்ணின் அறைக்குப் போக வேண்டும்.

தகப்பனாரும் மகனும் ஒருவரை ஒருவர் பார்த்துக்கொண்டு அந்த அறைக்கு நடந்தார்கள்.

யெகோர் சுட்டு விரலால் கதவை எச்சரிக்கையாகத் தட்டினார்...

"வாருங்கள்!" என்ற பதில் அறையிலிருந்து வந்தது.

ஸ்தெபானின் இதயம் வலியுடன் துள்ளியது.

யெகோர் செவெரியானிச் கதவின் ஒரு பாதியை மெதுவாகத் திறந்து, சிரமத்துடன் அறைக்குள் புகுந்தார். ஸ்தெபான் அவர் பின்னே சென்றான். நிலை அருகே நின்றார்கள்.

அவர்களுக்கு நேர் எதிரே மேசை அருகில் வாஸ்கா செமியோனவ் உட்கார்ந்திருந்தான். அவன் பக்கத்தில் நெருக்கமாக உட்கார்ந்திருந்தாள் ஏல்லா.

தேநீர் பருகிக்கொண்டிருந்தார்கள். வாஸ்கா கோட்டு இல்லாமல் மஞ்சள் பட்டுச் சட்டை அணிந்து, லேசாக ஒளி வீசும் அளவுக்கு மழித்த முகத்துடன் விளங்கினான். சொந்த வீட்டில் இருப்பவன் போல விட்டாற்றியாக உட்கார்ந்திருந்தான். அவன் கொஞ்சம் சாய்ந்துகொண்டுகூட இருந்ததாகத் தோன்றியது. ஸ்தெபானையும் அவனுடைய தகப்பனாரையும் பரிவும் மட்டித்தனமும் ததும்ப நோக்கினான்.

ஏல்லா இருக்கையிலிருந்து அனாயாசமாகத் துள்ளி எழுந்து, விருந்தினருக்கு நாற்காலிகள் போட்டாள்.

"வாருங்கள், தயவுசெய்து உட்காருங்கள்."

யெகோர் செவெரியானிச், வாஸ்காமீது கண்ணோட்டிவிட்டு உள்ளே வந்து அமர்ந்தார். பின்பு மகனைத் திரும்பிப் பார்த்தார். ஸ்தெபானின் கன்னமெல்லாம் கன்றிச் சிவந்து காந்தியது. தரையில் வேரூன்றி விட்டவன்போல் நின்றான்.

"உட்காருங்கள், என்ன நிற்கிறீர்கள்?" என்று குதூகலமாக மொழிந்தாள் ஏல்லா. "நீங்கள் என்ன, இவரைப் பார்த்ததே இல்லையோ?"

ஸ்தெபான் உட்கார்ந்து, தொப்பியை முழங்கால்கள் மேல் வைத்துக் கொண்டான்.

சிறிது நேரம் பேசாதிருந்தார்கள்.

ஏல்லாவுக்குச் சிரிப்பு வந்தது. அவள் ஸ்தெபானையும் யெகோரையும் வாஸ்காவையும் மாறிமாறிப் பார்த்துக் கொண்டிருந்தாள். வாஸ்காவுக்கும் ஒன்றும் புரியவில்லை.

"வந்த காரியத்தைச் சொல்லுங்கள், தோழர்களே" என்று ஸ்தெபான் பக்கம் திரும்பி, "எனக்கு உங்களை நினைவு இருக்கிறது" என்று மகிழ்ச்சியுடன் கூறினாள் ஏல்லா. "ஒருதரம் நகரத்திலிருந்து உங்கள் லாரியில் பயணம் செய்தேன். நீங்கள் அப்போது ஒரே கோபமாக இருந்தீர்கள்."

ஸ்தெபான் வேதனையுடன் புன்னகை செய்தான்.

வாஸ்காவோ கிண்டலாகப் பேசுவது அவசியம் என்று நினைத்தான்.

"சவாரிகள் பிடிக்கிறாற்போல் இருக்கிறதே, ஸ்தெபான் யெகோரிச்? மோசம்!..."

யெகோர் செவெரியானிச் வாஸ்காவின் மழமழப்பான முகத்தை இன்னொரு தரம் பார்த்துவிட்டு எருது போலத் தலையைத் தாழ்த்திக்கொண்டு மறைக்காமல் சொன்னார்:

"நாங்கள், அம்மா, உன்னைப் பெண் பேச வந்திருக்கிறோம்."

எதிர்பாராமையால் ஏல்லா வாயைச் சற்று திறந்தாள். "எப்படி?..."

"ஊம், பெண் பேசுகிற வழக்கப்படிதான்! இவன்தான் என் மகன்", யெகோர் ஸ்தெபானின் பக்கம் தலையசைப்பால் சுட்டினார். "நீ இவனுக்கு வாழ்க்கைப்பட வேண்டும் என்று இவன் ஆசைப்படுகிறான், அதாவது நீ சம்மதித்தால்."

ஏல்லா ஸ்தெபான் மேல் கண்ணோட்டினாள்.

அவன் இரத்தம் கட்டிப்போகும் அளவுக்கு முட்டிகளை இறுக்கி முழங்கால்கள் மேல் வைத்து அவற்றைக் கூர்ந்து பார்த்துக்

கொண்டிருந்தான். அவனுடைய நெற்றியில் முத்துமுத்தாக வியர்வை துளித்தது. அவன் அதைத் துடைக்கவில்லை.

"அதாவது கலியாணமா?..." என்று கேட்ட ஏல்லா முகம் சிவந்தாள்.

"வேறு என்ன?" என்று பெருமூச்சு விட்டான் ஸ்தெபான். பின்பு வாஸ்காவின் விழிகளை நோக்கினான். வாஸ்கா கெக்கலி கொட்டியவாறு நாற்காலியில் அசைந்தாடினான். பிறகு அவன் ஏல்லாவைக் கண் கொட்டாமல் பார்த்தான். அவள் மேசை அருகே நின்றாள். நாணத்தால் சிவந்தவளாய், உடையில் ஒட்டிய தூசியை வெண்மையான விரல்களால் கவனமாக அகற்றினாள்.

"நேரம் ஆக்கி விட்டாய், ஸ்தெபான்" என்று உரக்கக் கூறிய வாஸ்கா மறுபடி நாற்காலியில் அசைந்தாடினான். "தாமதம் செய்துவிட்டாய்" என்றான்.

இந்தத் தடவை ஸ்தெபான் அவன்மேல் பார்வை செலுத்தவில்லை. கண்ணை எடுக்காமல், கோரிக்கையுடனும் ஆழ்ந்த முறையிலும் ஏல்லாவை நோக்கியவாறு காத்திருந்தான். அவனுடைய கூச்சம் எதனாலோ போய்விட்டது.

ஏல்லா திடீரெனத் தலையை நேரே நிமிர்த்தினாள். பசிய, தெளிந்த விழிகளால் ஸ்தெபானைப் பார்த்தாள். நாணமும் கொஞ்சலும் கண்டனமும் ஏற்பும், அவற்றோடு கூடவே, வருணிக்கமுடியாத வனப்பும் கூச்சமும் புகலின்மையும் உள்ள ஒன்றும் அந்தப் பார்வையில் இருந்தன. ஸ்தெபானின் நெஞ்சு களி துள்ளியது. அவர்களுக்கு இடையே என்னதான் பிறந்துவிட்டது என்றோ, ஏன் பிறந்தது என்றோ யாராலும் விளக்கி இருக்க முடியாது. இதைப் புரிந்துகொண்டவர்கள் அவர்கள் இருவர் மட்டுமே. அவர்களுங்கூடப் புரிந்துகொள்ளவில்லை. உணர்ந்தார்கள்.

இந்த நேரம் பார்த்து வாஸ்கா உளறித் தொலைத்தான்:

"நாங்கள் விரைவில் மணம் செய்துகொள்ளப் போகிறோம், ஸ்தெபான்."

இந்தச் சொற்கள் படு அசட்டுத்தனமாக ஒலித்ததால், இப்படிப் பேசி இருக்க வேண்டாம் என்று அவனே நினைத்துக்கொண்டான்.

யெகோர் செவெரியானிச் எழுந்து அறைக்கு வெளியே போகப் புறப்பட்டார், ஆனால் ஏல்லா திடீரென்று சுய

நினைவுக்கு வந்தவள் போலத் திடுக்கிட்டு, ஓரளவு அவசரம்கூடப் பட்டுக்கொண்டு சொன்னாள்:

“எங்கே கிளம்பி விட்டீர்கள்? நீங்கள் பெண் பேச வந்த அழகு இதுதானா? நான் உங்களுக்கு இன்னும் ஒன்றும் சொல்ல வில்லையே.”

அவள் விரைவில் தன்னைக் கட்டுப்படுத்திக்கொண்டாள். ஸ்தெபானை அவள் பார்க்கவில்லை, ஆனால் ஸ்தெபான்... அவள் தன்னைப் பார்க்கிறாளா இல்லையா என்பது ஸ்தெபானுக்கு முக்கியம் அற்றதாக இருந்தது. நாணத்தாலும் மகிழ்ச்சியாலும் அவன் உள்ளம் நிறைந்து பொங்கியது. அவனை இடத்திலிருந்து கிளப்பவோ போய் விடுமாறு கட்டாயப்படுத்தவோ எந்தச் சக்தியாலும் அப்போது முடிந்திராது.

யெகோர் செவெரியானிச் நின்றார். வாஸ்கா முகம் சிவந்து குழப்பத்துடன் உட்கார்ந்தான். எதையோ புரிந்துகொள்ளத் தொடங்கியதால் அவனுக்கு நெஞ்சு பகீரென்றது.

“உட்காருங்கள். தேநீர் பருகுவோம், வாருங்கள்” என்றாள் ஏல்லா.

தொடக்கத்தில் ஏல்லா தடுமாறினாள். பின்பு தன்னம்பிக்கையும் முதலில் இருந்ததற்கு மாறான வேறுவகை மகிழ்ச்சியும் ததும்பப் பேசத் தொடங்கினாள். இந்த மகிழ்ச்சியில் உறுதி தொனித்தது.

அப்போது கட்டாயமாக நடக்கவிருந்த ஒன்றை எல்லோரும் எதிர்பார்த்தார்கள்.

“ஒருவேளை, நான் போய் விடுவதே மேலோ?” என்று உரக்க வினவினான் வாஸ்கா. ரோசத்தால் அவன் குரல் நடுங்கியது. வாஸ்கா அழிந்து போனான். முற்றாக, அறவே மடிந்து போனான். தன்னைக் காப்பாற்றிக்கொள்ள அவன் முயற்சிகூடச் செய்யவில்லை. “அப்படித்தான் நான் நினைக்கிறேன்” என்று ஸ்தெபானும் உரக்கச் சொன்னான். அவன் கொஞ்சம் அவசரப்பட்டுவிட்டான். அப்படி அவனும் சொல்லியிருக்க வேண்டாம்... ஆனால் வேறு எதுவும் செய்வதற்கில்லை. அவர்கள் இரண்டு பேர் இருந்தார்கள். ஒருவன் போகவேண்டி இருந்தது. இருவரும் முரட்டுத்தனமாக நடந்துகொண்டார்கள். யாராவது ஒருவனை ஏல்லா மன்னிக்க வேண்டியதாயிற்று.

வாஸ்கா இம்முறையும் ஸ்தெபான்மீது பார்வை செலுத்த வில்லை. ஏல்லாவைப் பார்த்தான். ஏல்லா மறுபடி முகம் சிவந்து யெகோர் செவெரியானிச்சை நோக்கினாள். அவரோ, இன்னமும் அறை நடுவில் நின்றவாறு மூவரையும் ஒருவர் மாற்றி ஒருவராகப் பார்த்துக்கொண்டிருந்தார். அங்கே நடப்பது என்ன என்பதை அவரால் அறவே புரிந்துகொள்ள முடியவில்லை. ஏல்லா மகிழ்வின்றி நகைத்தாள்.

"நல்ல நிலைமைதான் போங்கள்! யாரேனும் உதவி செய்யக்கூடாதோ? ஊம், எதற்காக நீங்கள் நிற்கிறீர்கள்? உட்காருங்களேன்!"

அவள் காலால் லேசாகத் தரையில் அடிக்கக்கூடச் செய்தாள். அவளுக்குச் சங்கடமாக இருந்தது.

வாஸ்கா நாற்காலியிலிருந்து எழுந்தான். கோட்டைப் போட்டுக்கொள்ளத் தொடங்கினான். எதனாலோ மிக மெதுவாக அதை அணிந்துகொண்டான். கடைசியில் எப்போது அதைப் போட்டு முடிப்பான் என்று எதிர்பார்த்து எல்லோரும் காத்திருந்தார்கள்.

"அட பாவமே, ஸ்தெபான், எனக்கு உன் மேல் இரக்கமாய் இருக்கிறது" என்றான் வாஸ்கா..

பின்பு அறையிலிருந்து போனான். நிலையில் நின்று இன்னொரு தரம் திரும்பிப் பார்த்தான். வன்மமும் களிப்புமாக எல்லோர் மேலும் கண்ணோட்டினான், வெளியே போய்க் கதவைப் படீரென்று சாத்தினான்.

சற்று நேரம் அறையில் நிசப்தம் நிலவியது.

ஸ்தெபான் நெற்றி வியர்வையை மெதுவாகத் துடைத்துக் கொண்டான். புன்னகை செய்தான்.

"இல்லை, நீங்கள் எப்படி வேண்டுமோ செய்யுங்கள், ஆனால் நான் இப்போது குடிக்கப் போகிறேன்" என்று கூறி மேசை அருகே சென்றார் யெகோர் செவெரியானிச். "இந்த மாதிரிப் பெண் பேசியதால் நான் களைத்துக்கூடப் போய்விட்டேன்" என்றார்.

1973

ஐஐ

காதல்

ரஷியமூலம்: பரீஸ் பொலிவோய்
தமிழில்: பூ.சோமசுந்தரம்

"அதோ அந்த மூலையில் மேசை அருகே உட்கார்ந்து சாப்பிட்டுக்கொண்டிருக்கிறார்களே, அந்தத் தம்பதிகளை ஒரு முறை பாருங்கள். நன்றாகப் பார்த்துக்கொள்ளுங்கள். இங்கே வசதிப்படாது, ஆனால் அப்புறம் என் வீட்டில் அவர்களைப் பற்றிச் சுவையான கதை உங்களுக்குச் சொல்கிறேன்."

எங்கள் நிர்மாண வட்டாரத்தின் கட்சி ஸ்தாபனத் தலைவர் இவான் ஃபியோதரவிச் குஸ்மிச்சோவ் ஆட்களை மோப்பங் காண்பதில் ஆச்சரியகரமான திறமை வாய்ந்தவர். ஒவ்வொருவரிடத்திலும், அவர் எவ்வளவுதான் சாதாரணமானவராகத் தோன்றினாலும், எதாவது ருசிகரமான விஷயத்தைக் கண்டறிவது அவருக்கு முடியும். அவருடைய இந்தத் திறமையை நான் அறிந்திருந்தபடியால் அவர் காட்டிய ஆணையும் பெண்ணையும் மெதுவாக நோட்டமிட்டேன்.

அவன் ஒற்றை நாடி தேகத்தினன். அடர்ந்து, சுருண்டு நரையோடிய கரிய கேசம். கூரிய பக்கத் தோற்றம். எடுப்பான, ஓரளவு பருமனான மோவாய். துருத்திய கன்ன எலும்புகள். இதழ்க் கோடிகளில் ஆழ்ந்த ரேகைகள். ஏதோ காரியத்தில் மும்முரமாக ஈடுபட்டிருப்பதுபோலக் கத்தியையும் முள்ளையும் லாகவமாகச் செலுத்தி அவன் மௌனமாக உணவருந்திக்கொண்டிருந்தான். அவள் பொன் நிறத்தினள். வாட்டசாட்டமான, ஆனால் பொருத்தமுள்ள அங்க அமைப்பு வாய்ந்த மேனி. பரந்த முகம்.

இணைந்த கரும் புருவங்கள் அதற்குக் கடுமையும் ஊக்கமும் நிறைந்த தோற்றத்தை அளித்தன. அவள் அணிந்திருந்த நீண்ட அங்கியைத்தவிர அவளது தோற்றத்தில் குறிப்பிடத்தக்க அம்சம் எதுவுமில்லை.

ஆனால் அவள் நடந்துகொண்ட மாதிரியில், அதிலும் தன் கூட்டாளிக்கு அவள் கடுகு மசியலையும் முள்ளங்கியையும் மிளகுப்பொடியையும் பார்த்துப்பார்த்து எடுத்துக் கொடுத்த விதத்தில், பேணும்தன்மை, தாய்மை மிளிர்ந்தது. நிர்மாணத் தொழிலாளிகள் நிறைந்திருந்த இந்த உணவு விடுதியில் இப்பெண் தானே சொந்தக்காரி போல நடந்துகொண்டாள்.

இங்குள்ளவர்கள் எல்லாரும் இந்தப் பெண்ணுக்கு வணக்கம் செலுத்துகிறார்கள் என்பதும், அவள் இதற்குப் பழக்கப்பட்டவள் என்பதும் தெளிவாகத் தெரிந்தன.

அன்று மாலை குஸ்மிச்சோவும் நானும் கட்சிச் செயலக அறையில் சந்தித்தோம். நிர்மாண என்ஜினியர் செயலகம் போலக் காணப்பட்ட அந்த அறை பெரியதன்று. மேசைமீதும், புத்தக அலமாரிகளிலும், சன்னல் குறடு மேலும், இரும்புப் பெட்டியின் உச்சியிலும் எங்கும் சிமெண்டு ஜாடிகளும், மண்ணின் மாதிரிகளும், பலவகைக் கருவிகளின் மாடல்களும் நிறைந்திருந்தன.

செயற்கைத் தோல் சோபாவில் என்னை அமர்த்திவிட்டு, குஸ்மிச்சோவ் தானும் சிறுவர்களைப்போல் கால்களை மடக்கிக்கொண்டு என் அருகே அமர்ந்து என் பக்கமாக முகம் முழுவதையும் திருப்பினார். அதில் புன்னகை தவழ்ந்தது. குறும்புத்தனமான அந்தப் புன்னகை, அவரது உதட்டோரங் களிலும் கண்களிலும் மட்டுமல்ல, அவரது இளமை குன்றிய முகத்தின் ஒவ்வொரு ரேகையிலும் பளிச்சிட்டது. ஏற்கெனவே வாக்களித்திருந்தபடி அவர் கதையைத் தொடங்கினார்:

“கவர்ச்சிகரமான தம்பதிகள், அல்லவா? ரொம்ப சரி. இப்போது கதையைக் கேட்கத் தயாராகுங்கள். இது அசாதாரணமான கதை என்பதை எடுத்த எடுப்பிலேயே சொல்லிவிடுகிறேன். அந்த மனிதனைப் பற்றி நீங்கள் ஏற்கெனவே கேள்விப்பட்டிருக்கிறீர்கள். நமது உழைப்பு வீரர்களைப் பற்றிப் பேசுகையில் இவன் பெயரையும் நான் குறிப்பிட்டேன். அவன்தான் யெகோர் உஸ்த்தீனோவ், கொத்தர் குழுத் தலைவன்.

அவளைப் பற்றியும் நீங்கள் அவசியம் கேள்விப்பட்டிருப்பீர்கள். அவள்தான் ல்யூபோவ் சாபான். எங்களது முதிய கொத்து மேஸ்திரி ஒருவன் குறிப்பிட்டதுபோல, அவள் "பெருங்குரல் பெண்மணி". அவளும் ஒரு கொத்தர் குழுவின் தலைவி. அந்தந்த மாதம் எல்லாரிலும் நன்றாக வேலை செய்யும் குழுவிடம் கொடுத்து வைக்கப்படும் வெற்றிக் கொடியைஅவளது குழு சென்ற மாதந்தான் யெகோரின் குழுவிடமிருந்து பறித்துக் கொண்டது. இருவரும் கம்யூனிஸ்டுகள்."

கதைஞர் திருப்தியுடன் உள்ளங்கைகளை ஒன்றோடொன்று தேய்த்துக்கொண்டார்.

"ஆகா, உங்களுக்குக் கதையில் சுவை பிறந்துவிட்டது அல்லவா? நான்தான் சொன்னேனே, எங்களிடமுள்ள சிலரைப் பற்றிப் பேசப்பேச, கேட்கக்கேட்கத் தெவிட்டாது என்று... நல்லது, இப்போது இவ்விருவர் கதைக்குத் திரும்புவோம். யெகோர் உஸ்த்தீனோவ் முதலாவது கொத்தர் கூட்டத்துடன் இங்கே வந்தான்; நேரே திலீப்பரிலிருந்து. திலீப்பர் நீர் மின் நிலையம் கட்டுவதில் உழைத்தான், புகழ் அடைந்தான், விருது பெற்றான். திலீப்பர் வேலை முற்றுப்பெற்றதும் நேரே எங்களிடம் வந்துவிட்டான். கொத்துவேலை தொடங்கிவைக்கும் கௌரவத்தை நாங்கள் அவனுக்கு அளித்தோம். அணையின் வானக்கிடங்கில் முதல் கனமீட்டர் காங்கிரீட் போட்டவன் அவன்தான். ஒரு பத்திரிகையின் முகப்புப் பக்கத்தில் உஸ்த்தீனோ வின் புகைப்படம் வெளியாயிற்று. இந்தப் படத்திலிருந்துதான் எல்லாம் ஆரம்பித்தது என்று சொல்லலாம். அதுதான் இந்தக் கதை முழுவதற்கும் வித்து... "மேற்படி சஞ்சிகை வெளியான இரண்டொரு வாரத்திற்கெல்லாம் இங்கே, கட்சிச் செயலகத்தில் என்னைப் பார்க்க வந்தாள் ஒரு பெண். அவளை எனக்கு முன்பின் தெரியாது. பெயர் ல்யூபோவ் சாபான், கட்சி உறுப்பினர், இங்குள்ள மருத்துவ நிலையத்தில் தாதியாக வேலை செய்ய அனுப்பப்பட்டிருக்கிறாள் என்று பரிந்துரைக் கடிதத்தில் கண்டிருந்தது.

"அவளோடு பேச்சுக் கொடுத்தேன். அவள் நல்ல கம்யூனிஸ்ட் என்று எல்லாவகையிலும் விளங்கியது. பள்ளிப் படிப்பையும் மருத்துவப் பயிற்சியையும் முடித்தபின்பு போரில் தொண்டு புரிந்தாளாம். காயமடைந்தாளாம், கௌரவ விருது பெற்றாளாம். போர்முனையில்தான் கட்சியில் சேர்ந்தாளாம். போருக்குப்

பின்பு இராணுவச் சேவையிலிருந்து விடுபட்டுத் தன் சொந்த இடமான உக்ரையினுக்குத் திரும்பினாளாம். அங்கே பெரிய கூட்டுப்பண்ணை ஒன்றில் குழந்தைகள் பராமரிப்பு வேலையில் மும்முரமாக ஈடுபட்டிருந்தாளாம். ஒரே வார்த்தையில், உண்மையிலேயே ரொம்ப நல்ல பெண், திறமைசாலி என்று எனக்குப்பட்டது. அவளோடு பேசிக் கொண்டிருக்கும்போதே, சிசு பராமரிப்பு நிலையம் பற்றி நிர்மாண வட்டாரத் தலைவருடன் உரையாடியது என் நினைவுக்கு வந்தது. அப்போது எங்கள் சிசு பராமரிப்பு நிலையத்தில் வேலைகள் ஒழுங்காக நடைபெறவில்லை. அதைச் சரிவர மேற்பார்க்கத் தகுந்த ஆள் எங்களுக்குக் கிடைக்கவில்லை.

"சிசு பராமரிப்பு நிலையத்தில் வேலை பார்க்கச் சம்மதந் தானா என்று லயூபோவ் சாபானைக் கேட்டேன். 'இதென்ன கேள்வி? தேவையாயிருந்தால் குழந்தைகள் இல்லத்தில் வேலை பார்க்கிறேன். நான் இங்கே இளைப்பாறுவதற்காக வரவில்லையே. எங்கே வேண்டுமோ வேலை கொடுங்கள். என் உடம்பில் வலுவென்னவோ வேண்டியது இருக்கிறது. திறமையும் அவ்வளவு இருந்தால் நன்றாயிருக்கும்" என்றாள் அவள். அவளுடைய பதில் எனக்கு மிகவும் பிடித்திருந்தது. விடைபெற்றுக்கொண்டு கதவுப் பக்கம் போனவள் சடக்கென்று திரும்பி, 'உஸ்த்தீனோவ் என்பவர் இங்கே வேலை செய்கிறாரா என்று சொல்ல முடியுமா? முழுப்பெயர் யெகோர் உஸ்த்தீனோவ். அவருடைய புகைப்படம்கூடச் சமீபத்தில் பத்திரிகையில் வெளியாயிற்றே' என்று கேட்டாள்.

"உஸ்த்தீனோவ் இங்கேதான் வேலை செய்கிறார். கட்சியின் எங்கள் கிளைச் செயலகத்தில் அவர் பெயர் பதிவாகியிருக்கிறது" என்று பதில் சொன்னேன்.

"இதைக் கேட்டதும் அவள் புருவங்களைச் சற்றே உயர்த்தி (அவளுடைய இந்த வழக்கத்தை இன்று நீங்கள் கவனித்திருக்கலாம்) மிகமிகத் தணிந்த குரலில் (இம்மாதிரி ஆட்கள் தணிந்த குரலில் பேசினால் விந்தையாயிருக்கிறது), 'ஆமாம், இந்த உஸ்த்தீனோவ் மணமானவரா என்ன?' என்று கேட்டாள். அவளுடைய கேள்வி என்னைத் திகைக்க வைத்து விட்டது என்பதை ஒப்புக்கொள்கிறேன். 'அவர் உங்களுக்கு என்ன வேண்டும்? சொந்தக்காரரா?' என்று வினவினேன். 'இல்லை. ரொம்பக் காலத்துக்கு முந்திப் பழக்கமுண்டு. இப்போது அவர்

என்னை மறந்துகூடப் போயிருக்கலாம், இப்படிச் சொன்னதும் அவள் முகமெல்லாம் ஜிவுஜிவென்று சிவப்பேறி, மூக்கந்தண்டில் வியர்வை அரும்பியது.

"எனக்கு நினைவிருக்கிறபடி உஸ்த்தீனோவ் விதுரன் என்றும், வேண்டுமானால் ஒரே நொடியில் நிச்சயமான தகவலை விசாரித்துச் சொல்ல முடியும் என்றும் கூறினேன். ஆனால் அவள் அதைக் கேட்கக் காத்திராமல் எறிந்த பந்து போல விருட்டென்று அறைக்கு வெளியே போய்விட்டாள். இதென்னடா இப்படி? ஒருவேளை இவள் அவனுடைய முன்னாள் மனைவியாயிருப்பாளோ என்று நினைத்தவனாய் உஸ்த்தீனோவ் பூர்த்தி செய்திருந்த பத்திரத்தை எடுத்துப் பார்த்தேன். இல்லை, அவன் விதுரன், அவனுக்கு மூன்று குழந்தைகள் என்று அதில் தெளிவாகக் குறித்திருந்தது. சந்தர்ப்பம் வாய்க்கும்போது உஸ்த்தீனோவிடமே சாபானைப் பற்றிக் கேட்டு விடுவது என்று தீர்மானித்தேன். அச்சமயம் சந்தர்ப்பமே வாய்க்கவில்லை.

"நல்லது. ல்யூபோவ் சாபான் தன்னுடைய வேலைத் திறமையை உடனே காட்டிவிட்டாள். சிசு பராமரிப்பு நிலையத்தில் காரியங்கள் எல்லாம் மளமளவென்று சீர்பட்டன. ஒரு மாதத்துக்குக் கொஞ்சம் அதிகமாகியிருக்கும், அவ்வளவுதான், அதற்குள் நான் பெருமை அடித்துக்கொள்ளவில்லை எங்கள் சிசு பராமரிப்பு நிலையம் இந்த மாவட்டம் முழுவதற்கும் எடுத்துக்காட்டாக விளங்கலாயிற்று.

"ஒன்று மட்டும் உங்களிடம் ஒப்புக்கொள்ள வேண்டும். சாபான் வேலை தொடங்கிய முதல் இரண்டொரு வாரங்கள் எங்களில் ஒவ்வொருவருக்கும் அவளிடமிருந்து பிழைப்பது பெரும்பாடாகி விட்டது. அவள் ஒழுங்குபடுத்த ஆரம்பித்தபின் அவளுடைய அறிக்கையைக் கேட்கும்பொருட்டு கட்சிக் குழு இரண்டு தடவை கூடியது; வட்டாரத் தொழிற்சங்கத்தினர் அவளுடைய அவசரக் கோரிக்கைகளுக்கு இணங்கி, குழந்தைகளின் தேவைகளைக் கவனிப்பதற்காக ஒரு குழு நியமித்தனர்; அவளுடைய வற்புறுத்தலின் பேரில் எங்கள் என்ஜினியர்களின் மனைவிகள் அவளுக்குக் கூடமாட உதவி செய்தார்கள்; விநியோக நிர்வாகிகளோ, ஒரேயடியாகக் கிலிபிடித்துப் போனார்கள்; அவள் குரல் காதில் விழவேண்டியதுதான், எடுப்பார்கள் ஓட்டம். ஆனால் வெகு தூரமல்ல. அவளிடமிருந்து தப்புவதெங்கே? மறுகணமே அவள் கோழிக் குஞ்சின் மேல் கழுகு பாய்வது

போலப் பாய்ந்து பற்றிக்கொள்வாள். தனக்கு வேண்டியதை எல்லாம் கக்க வைத்த பிறகுதான் அவர்களை விடுவாள்.

"ஒரு தடவை எங்களைப் பார்வையிட அமைச்சர் வந்தார். நிர்மாண வேலையாட்களின் தேவைகள் விஷயத்தில் அவர் ரொம்பக் கண்டிப்பானவர் என்பதை நீங்கள் கேள்விப்பட்டிருப்பீர்கள். முதலாவதாக வேலையைப் பார்வையிடுவார், பின்பு இருப்பிட வசதிகளைக் காட்டச் சொல்லுவார். அவரை மட்டும் ஏய்க்க முடியாது! இந்த முறையும் அப்படித்தான். ஒவ்வொரு குழாயிலிருந்தும் தண்ணீரைத் தாமே ருசி பார்த்தார். பின்பு உணவு விடுதியில் நேரே சமையலறைக்குப் போய் ஒவ்வொரு பாத்திரத்திலிருந்தும் ஒரு கரண்டி எடுத்து மாதிரி பார்த்தார். அப்புறம் இருப்பறைக்கு வருகை. அன்றோ இருப்பறையில் நல்ல ரேடியோ செட்களோ மோட்டார் சைக்கிள்களோ இல்லை. பின்பு கேட்பானேன்! எங்கள் விநியோக முகவர்களுக்குச் சரியான படிப்பினை கிடைத்தது. கடைசியில் அமைச்சர் சிசு பராமரிப்பு நிலையத்தையும் பார்வையிட்டார். அங்கே போனதும் நாங்கள் எல்லாரும் அப்பாடா என்று பெருமூச்சு விட்டோம். எதைப் பார்த்தாலும் பளிச்சென்று துப்புரவாக மின்னியது. குழந்தைகள் தளதளவென்றிருந்தார்கள். அவர்களது ரோஜாக் கன்னங்கள் ஆப்பிள் பழங்களைப் போல் உருண்டையாயிருந்தன. அமைச்சர் புன்முறுவலுடன் ல்யூபோவ் சாபான் பக்கம் திரும்பி, 'நன்றி. இங்கே உங்கள் விடுதியில் எல்லாம் நன்றாயிருக்கின்றன' என்றார். அதற்கு அவள் என்ன சொன்னாள் என்று நினைக்கிறீர்கள்? 'தோழர் அமைச்சர் அவர்களே, நீங்கள் எங்களிடம் எதிர்பார்ப்பது மிகமிகக் குறைவு' என்று வெட்டொன்று துண்டிரண்டாகப் பேச ஆரம்பித்தாளே பார்க்க வேண்டும்! 'இதைப் போய் நன்றாயிருக்கிறது என்று சொல்கிறீர்களே. திட்டப்படி எங்கள் குழந்தைகளுக்கு இரட்டை மாடி வீடு கிடைத்திருக்க வேண்டும். அது எங்கே? இந்தத் தோட்டத்தை நாங்கள் சொந்த உழைப்பைக்கொண்டு போட்டோம். ஆனால் இதற்கு வேலி எங்கே? எங்கள் பெண்கள் இந்தக் கன்றுகளை எல்லாம் தங்கள் கையினால் நட்டது ஆடுகளுக்குச் சுவையான உண்டி அளிப்பதற்கு என்று நினைக்கிறீர்களா?' இப்படி ஒன்றுக்குப்பின் ஒன்றாகப் பொழிந்து தள்ளிவிட்டாள். 'இது ஒரு பெரிய நிர்மாண தலம். இங்கே உள்ள ஒவ்வொன்றும் எல்லாவற்றிலும் நல்லதாக, அழகானதாக இருக்க வேண்டும்...' என்றாள்.

எங்களில் சிலர் அமைச்சரை அச்சத்துடன் ஓரக்கண்ணால் பார்த்தோம். ஒன்றுமில்லை, கேட்டுக்கொண்டிருந்தார். ஆழ்ந்த கவனத்துடன் கேட்டுக்கொண்டிருந்தார், ஆனால் கண்களில் மட்டும் சிரிப்பு மின்னிட்டது. 'நீங்கள் சொல்வது சரி, ரொம்ப சரி' என்றார் அவர். அத்தோடு அவள் விட்டுவிட்டாள் என்று நினைக்கிறீர்களா? அதுதான் இல்லை. 'சொல்வது சரி என்பது எனக்கே தெரியும். நான் சொன்னவை எல்லாம் குழந்தைகளுக்குக் கிடைக்குமா இல்லையா? அதைச் சொல்லுங்கள் முன்னே' என்று கேட்டாள். 'கிடைக்கும், திட்டத்தில் குறிப்பிட்டிருப்பவை எல்லாம் கட்டாயமாகக் கிடைக்கும்' என்று அமைச்சர் பதிலளித்தார்.

"அப்படிப்பட்டவள் இந்த லபூபோவ் சாபான். எங்கள் பெண்கள் எல்லாரும் அவளைத் தலையில் தூக்கிவைத்துக் கொண்டாடினார்கள். எங்களுக்கும் ஒரே மகிழ்ச்சி. குழந்தைகள் இல்லத்தை மேல்பார்ப்பதற்கு அவளைவிடத் தகுந்தவள் தேடினாலும் கிடைத்திருக்க மாட்டாள் அல்லவா?

"ஒருநாள் மாலை நான் இந்தச் செயலகத்தில் தன்னந்தனியாக உட்கார்ந்து ஓர் அறிக்கை தயாரிப்பதற்காகப் படித்துக்கொண்டும் விவரங்கள் சேகரித்துக்கொண்டும் இருந்தேன். திடீரென்று கதவைத் தட்டிய சத்தம் கேட்டது. பார்த்தால், ல்யூபோவ் சபான் வந்து நிற்கிறாள். 'இவ்வளவு நேரங்கழித்து வந்ததற்கு மன்னிக்க வேண்டும்' என்று சொல்லிவிட்டு, என்னைத் தனிமையில் பார்க்க விரும்பியதாகக் கூறினாள். இப்போது நீங்களும் நானும் உட்கார்ந்திருக்கிறோமே, அதே சோபாவில் உட்கார்ந்து கொண்டாள். "இதோ பாருங்கள், ஒரு விஷயம் முன்னதாகவே பேசித் தீர்த்துக்கொள்வோம். நான் சொல்லப் போவது எல்லாம் வெறும் வெட்டிப் பேச்சல்ல. எல்லாவற்றையும் முன்னதாகவே நன்றாக யோசித்து முடிவு செய்திருக்கிறேன்' என்று பீடிகை போட்டாள்.

"புரிகிறது. விஷயமென்ன?" என்றேன்.

"விஷயம் இதுதான்: சிசு பராமரிப்பு நிலையத்து வேலையிலிருந்து எனக்கு விடுதலை அளியுங்கள். அதோடு கொத்து வேலைப் பயிற்சிப் பள்ளியில் நான் சேருவதற்கு உதவி செய்யுங்கள். அங்கே பெண்களை விருப்பத்துடன் சேர்த்துக்கொள்வதில்லையாம். அதனால்தான் கேட்கிறேன்.'

"நான் அவள் மனத்தை மாற்ற முயன்றேன், ஆனால் அவள் மசியவில்லை.

"என்ன நேர்ந்தது? யாராவது தவறாக நடந்து கொண்டார்களா? குழந்தைகளோடு பாடுபடுவது சலித்துப் போயிற்றா? இல்லை, ஒருவேளை களைத்துப் போய்விட்டீர்களா? விடுமுறை வேண்டுமா? ஏதாவது ஓய்வு விடுதிக்குப் போக விரும்புகிறீர்களா?' என்று கேட்டேன்.

"அவள் வேண்டாம் என்று தலையை அசைத்தாள்.

"என்னிடம் தவறாக நடந்து கொள்வதற்கு யார் இருக்கிறார்கள்? குழந்தைகளோ, எனக்கு உயிர். களைப்படைய என்னால் முடியவே முடியாது. அப்படியெல்லாம் ஒன்றும் நேர்ந்துவிடவில்லை. நான் கொத்து வேலை கற்றுக்கொள்வதற்கு அனுமதி கொடுங்கள்" என்றாள். அதோடு கூடவே, "குழந்தைகள் இல்லத்தில் வேலைகள் ஒழுங்காக நடந்து வருகின்றன. வேலையாட்கள் தேர்ச்சி பெற்று விட்டார்கள். மேல்பார்வைக்கும் ஓர் ஆளைக் குறிப்பிடுகிறேன். அவளைவிடத் தகுந்தவர் கிடைப்பது அரிது" என்று மிகவும் அறிவுப்பொருத்தமாக விளக்கினாள். தன் வேலைக்கு ஓர் என்ஜினியரின் மனைவி பெயரைச் சிபாரிசு செய்தாள். அந்தப் பெண் அற்புதமான அறிவுள்ளவள்.

"அப்புறம் நான் என்ன சொல்ல முடியும்? 'அப்படியானால், சரி. பொறுப்பை ஏற்றுக்கொள்வதற்கு ஒருவர் இருக்கிறார், உங்களுக்கும் கொத்து வேலைப் பயிற்சி பெறுவதற்கு மனப்பூர்வமான ஆர்வம் இருக்கிறது. ஆகவே நிர்மாண வேலைத் தலைவரிடம் உங்களைப் பற்றிச் சிபாரிசு செய்கிறேன்' என்று சொன்னேன்.

"அவள் எனக்கு நன்றி தெரிவித்தாளேதவிர வெளியே போகவில்லை. "இன்னும் ஏதாவது இருக்கிறதா?' என்று கேட்டேன். "ஆம், இருக்கிறது. உங்கள் யெகோர் உஸ்த்தீனோவ் இன்னும் பொது விடுதியிலே தனியாகயிருக்கிறார். அவருடைய மூன்று குழந்தைகளும் காலூகாவில் அவருடைய கிழ அத்தையுடன் இருக்கிறார்கள். இது சரியல்ல. நமது புதிய வீடுகள் ஒன்றில் அவருக்குத் தனி இருப்பிடம் அளிக்கப்பட வேண்டும். குழந்தைகளைப் பிரிந்திருப்பது தகப்பனுக்கு எளிதென்று நினைக்கிறீர்களா?'

“அவன் என்னிடம் ஒருபோதும் இதைப்பற்றி என்னிடம் சொல்லவில்லை?’

“அது அவரது சுபாவம். வேலைக்காக என்றால் தொண்டை கிழியக் கத்துவார். தனக்காக என்றால் குளிர் காலத்தில் பனிக்கட்டித் துண்டு கேட்பதற்குக்கூடக் குரல் எழும்பாது. இத்தகைய விஷயங்களை ஒருவர் கேட்கும்வரை காத்திராமல் நீங்களே முடிவு செய்திருக்க வேண்டும்.’

“மறுநாள் நான் யெகோருடன் பேசினேன். அவனுடைய சொந்த விஷயங்களைப் பற்றி ல்யூபோவ் கூறியதெல்லாம் சரி என்று அறிந்து எனக்கு வெட்கம் உண்டாயிற்று. ல்யூபோவைப் பற்றி உஸ்த்தீனோவிடம் விசாரிப்பதற்கு இப்போதுதான் முதல் முறையாக எனக்குத் தருணம் வாய்ந்தது. ஆகவே துருவித்துருவிக் கேட்டேன். சாதாரணமாகவே அவன் கமுக்கமான பேர்வழி. இப்போது ல்யூபோவ் பெயரைக் கேட்டதுமோ வாயை இறுக்க மூடிக்கொண்டு விட்டான். எங்கள் பேச்சின்பொழுது தரையையே குத்திட்டுப் பார்த்தவண்ணமாய் இருந்தான். அவனிடமிருந்து ஒவ்வொரு வார்த்தையையும் நான் நெம்புகோல் போட்டு எடுக்க வேண்டியதாயிற்று.

“இந்த ல்யூபோவ் சாபான் இருக்கிறாளே, நல்ல மாதிரி’ என்றேன்.

“மோசமில்லை” என்றான்.

“ரொம்ப காலமாகப் பழக்கமுண்டோ ?”

“எட்டு ஆண்டுகளாக.”

“ஒரே ஊர்க்காரர்களா?”

“இல்லை. சண்டை நாள்களில் இரண்டு பேரும் ஒரே மருத்துவமனையில் சிகிச்சை பெற்றோம்.”

“உங்களுக்குள் காதல்கீதல் ஏதாவது?” அவன் வறட்டுச் சிரிப்புச் சிரித்தான்.

“அப்போது என் மனைவி உயிரோடு இருந்தாள். தவிர மருத்துவமனையிலே காதல் எப்படி? நிறையப் பேசிக் கொண்டோம் என்பது உண்மைதான், ஆனால் போர் வீரர்களின் முறையிலே, வாழ்க்கையைப் பற்றியும் மற்ற விஷயங்களைப் பற்றியும்.”

“நல்லது, இப்போது?”

“இப்போது ஒருவரையொருவர் பார்க்கும்போது ‘வணக்கம்’, ‘போய் வருகிறேன்’ என்று பொதுவாகச் சொல்லிக்கொள்கிறோம். கட்சிக் கூட்டங்களில் சந்திக்கிறோம். அவள்தான் இப்போது எப்படி ஆகிவிட்டாள் பாருங்களேன்! இந்த வட்டாரம் முழுவதற்கும் அவள்தான் எல்லாரிலும் முதல் இல்லையா?’

“அவளுக்குக் கொத்து வேலை கற்றுக்கொள்ள வேண்டுமாம். உன் கருத்து என்ன? அனுமதிக்கலாமா?’ – “இந்தக் கேள்வி அவனைத் திடீரென்று தட்டி எழுப்பியதுபோலத் தென்பட்டது. ஆனால் கண நேரத்திற்குத்தான். மறுகணமே அவன் முன்போலவே பட்டும்படாததுமாக, ‘இது உங்கள் விவகாரம். அவள் கொத்து வேலையில் நல்ல தேர்ச்சி பெறுவாள் என்பது எனக்குத் தெரியும். எப்போதுமே அவள் எதில் முனைந்தாலும் அதை அடைந்தே தீருவாள். அவள் மாதிரியே அப்படி... ஆமாம், வேறு எதாவது என்னிடம் கேட்க வேண்டுமா உங்களுக்கு?’ என்றான்.

யெகோர் உஸ்த்தீனோவ் சொன்னது சரியாயிற்று. அரை ஆண்டுக்குள்ளேயே ல்யூபோவ் சாபான் கொத்து வேலைக்காரி ஆகிவிட்டாள். அதுவும் எப்படிப்பட்ட வேலைக்காரி! கஞ்சி போட்டு இஸ்திரி செய்த கௌனும் வெள்ளை வெளேரென்ற தலைக்குட்டையுமாகவே அவளைப் பார்த்து எங்களுக்கெல்லாம் வழக்கமாகிவிட்டது. ஆகவே பயிற்சி முடிந்தபின் கித்தான் உடையும் முரட்டுக் கையுறைகளும் கனத்த ரப்பர் காலணிகளுமாக அவளை எதிரே கண்டபோது விசித்திரமாயிருந்தது. ஆனால் புதிய வேலையும் நொடிப்போதில் அவளுக்குக் கைவந்துவிட்டது. அவள் கற்ற கல்வி, அவளுடைய இயல்பான திறமைகள் ஆகியவற்றுடன்கூட, அவளுடைய அறிவு வேட்கை, தன் வேலையில் ஒவ்வொரு புது விஷயத்தையும் கற்றுக்கொண்டு தீர வேண்டும் என்ற உண்மையிலேயே அடக்க முடியாத ஆசை, அவளுடைய முன்னேற்றத்துக்கு உதவுகிறது என்று நான் நினைக்கிறேன். எங்கள் கட்சி உறுப்பினர்களின் அரசியல் பயிற்சி பற்றி ஒருமுறை அறிக்கை தயாரித்தபோது அவர்களுடைய நூலகப் பதிவுச் சீட்டுக்களைப் பார்வையிட்டேன். அடேயப்பா, அந்த ஓர் ஆண்டில் ல்யூபோவ் சாபான் படிக்காத புத்தகமே கிடையாது என்று தோன்றியது! அவ்வளவு புத்தகங்கள் அவள் சீட்டில்!

“புதிய வேலையின் நெளிவுசுளிவுகளைத் தெரிந்து கொண்டபின்பு ல்யூபோவ் சாபான் தயக்கமின்றி மளமளவென்று முன்னேறினாள். சில மாதங்களில் அவள் குழுத் தலைவி பதவிக்கு உயர்த்தப்பட்டாள். அது முதல்தான் யெகோர் உஸ்த்தீனோவுடன் அவளுடைய தகராறுகள் ஆரம்பமாயின.

“நிர்மாணம் பற்றி விவாதிக்கும்பொருட்டு எப்போது கூட்டம் கூடினாலும் ல்யூபோவ் மேடை மீது ஏறி, ஒருவர் பாக்கியில்லாமல் சலித்து எடுத்து விடுவாள். அதிலும் யெகோர் உஸ்த்தீனோவை எல்லாரையும்விடக் கடுமையாக. அவளுடைய வார்த்தைகளை உதறித்தள்ளுவதோ, பதில் பேசாமல் அலட்சியமாகவிட்டு விடுவதோ நடவாது. அவள்தான் வெற்றுச் சொல் பேசுவதே கிடையாதே. ஒவ்வொரு சொல்லும் காரியார்த்தமானது. யெகோரால் போனால் போகிறதென்று விடவே முடியாது. அதனால்தான் இரண்டு பேருக்கும் மோதல்கள் எற்படும். அவன் நல்ல வேலையாளி, புது வழிகளைக் கண்டுபிடிப்பவன். திலீப்பர் நீர்மின் நிலையத்தில் பல ஆண்டுகள் வேலை செய்து அநுபவம பெற்றவன். அவன் வேலை செய்த குழுவினரும் எல்லாவகையிலும் அவனுக்கு ஏற்றவர்கள். அவனுடைய சொல்லுக்கு எல்லாரும் மதிப்புக் கொடுப்பார்கள், அது அவனுக்குப் பழக்கமாகி விட்டது. லயூபோவ் இப்படி எடுத்தெறிந்து பேசுவதைக்கேட்டு அவனுக்கு ரோசம் பொத்துக்கொண்டு வரும்.

“அனுபவம் என்னவோ என்னிடம் ஏராளமாக இருக்கிறது, யெகோர் உஸ்த்தீனோவ். ஆனால் அதை மற்றவர்களுக்கு முழுதும் வழங்குவதற்கு மனம் வருவதில்லை. ஒரு சில தந்திரங்களை உள்ளக்குள்ளே பதுக்கி வைத்துக்கொள்வதும் இந்த யுக்திகளால் சுளுவாக முதலிடத்தைத் தட்டிக்கொண்டு போவதும் உனக்கு வழக்கமாகி விட்டன” என்பாள்.

“அவன் அநுபவ அறிவைக்கொண்டு அவளைத் தாக்கப் பார்ப்பான். அவளோ, விக்ஞான அறிவால் அவனை மடக்கி விடுவாள். பெரிய ஆள் அவள். சொந்த யோசனையின் பேரில் அவளாகவே சிமெண்ட் ஆராய்ச்சி நிலையத்துடனும் லெனின்கிராட் என்ஜினீயரிங் நிலையத்துடனும் கடிதப் போக்குவரத்து தொடங்கினாள். புதுப்புது தகவல்கள் எல்லாம் அங்கிருந்து அவளுக்குக் கிடைக்கின்றன.”

“ஆரம்பத்தில் புதுமுறைகள் பற்றிய அறிவைமட்டும் கொண்டு அவள் யெகோரைத் தாக்கிவந்தாள். ஆனால் பின்போ,

வேலையில் அதிக உற்பத்தித்திறனால் அவனைத் திக்குமுக்காடச் செய்துவிட்டாள். அதற்கு முன்பு யெகோருடன் ஒப்பிடுவதற்கு எவரும் இல்லை. அவனுக்கு ஈடு இணை ஒருவருமே கிடையாது. திட்டத்தில் குறித்த அளவுக்குமேல் அதிகப்படியாக ஐம்பது சதவிகிதமாவது நிறைவேற்றாமல் அவனுடைய குழுவினர் ஒருபோதும் இருந்ததில்லை. விழா நாள்களுக்கு முன்போ குறித்த அளவுக்கு இரண்டு மடங்கு நிறைவேற்றிவிடுவார்கள். இதற்காக அவனை எல்லாரும் பாராட்டுவார்கள். இப்போது என்னவென்றால் ல்யூபோவும் அவன் குழுவினரும் அவனை நெருங்கிவந்து விட்டார்கள்; அவன் குதிகாலில் இடறத் தொடங்கி விட்டார்கள். அவன் ஒரு துளி தளர்ந்தானோ, போச்சு, அவர்கள் கட்டாயமாக முந்திவிடுவார்கள், முந்தியும் விட்டார்கள். போங்களேன். இப்போது வெற்றிச் செங்கொடி ல்யூபோவ் சாபானின் குழு வசம் இருக்கிறது.

"உஸ்த்தீனோவுக்கு இதெல்லாம் வேம்பாய்க் கசப்பதாகவும் ல்யூபோவின் பெயரைக் கேட்கவே அவனுக்கு வெறுப்பாயிருப்பதாகவும் கட்சி உறுப்பினர்களான கொத்தர்கள் என்னிடம் சொன்னார்கள். உஸ்த்தீனோவ் இப்போது முன்னிலும் அதிகமாக மௌனம் சாதிக்கலானான். கடப்பாரை கொண்டு கெல்லினால்கூட அவன் வாயிலிருந்து ஒரு வார்த்தை வரவழைக்க முடியவில்லை என்றால் பார்த்துக்கொள்ளுங்களேன்! கடைசியில் நிலைமை எந்த அளவுக்குப் போய்விட்டதென்றால் அவள் அறைக்குள் நுழைவதும் உஸ்த்தீனோவ் அறையிலிருந்து வெளியேறுவதும் ஒன்றாய் நடக்கும். இந்தத் தகராறு சொந்த விவகாரத்தின் வரம்பைமீறிப் போகிறது என்று கண்டு நாங்கள் கட்சிக் குழுவைக் கூட்டி அவர்கள் இருவரையும் அழைத்தோம். 'நீங்கள் இருவரும் கட்சி உறுப்பினர்கள். கட்சியைச் சேராதவர்களுக்கு எத்தகைய உதாரணம் நீங்கள் காட்டுகிறீர்கள்...' என்று குத்திக்காட்டி அவர்களை வழிக்குக் கொண்டுவர முயன்றோம். அவர்கள் வாயே திறக்கவில்லை. 'நமது இரண்டு தலைசிறந்த கொத்தர் குழுக்களின் தலைவர்களாகிய நீங்கள் ஒருவருக்கொருவர் உதவி செய்யவேண்டாமா, மற்றவர்களுக்கு முன்னேற வழி செய்ய வேண்டாமா?' என்று சொன்னோம். இருவருக்கும் முகம் சிவந்துவிட்டது. குரல் எழும்பவில்லை. நாங்கள் சொன்ன இடித்துரைகளை எல்லாம் தரையில் வைத்த கண் நிமிர்த்தாமல் கேட்டுக் கொண்டிருந்தார்களேதவிர இருவரில் ஒருவராவது வாய் திறக்கவில்லை."

“உங்கள் சண்டைக்குக் காரணம் என்ன என்று கட்சிக் குழுவுக்கு விளக்கும்படி கோருகிறோம்” என்றோம்.

இதைக் கேட்டதும் உஸ்த்தீனோவ் கடகடவென்று சிரித்து, ‘அவளே சொல்லட்டும். நம்மில் எல்லாரையும்விடக் கெட்டிக்காரி ஆயிற்றே அவள். எல்லாருக்கும் கற்றுக்கொடுக்கிறாள் அல்லவா?’ என்று சொன்னான்.

ல்யூபோவ் அவனை ஏறெடுத்துப் பார்க்காமலே, “இல்லை, அவரே விளக்கட்டும். அவரிடம் அபாரமான அனுபவம் இருக்கிறது. இந்த அனுபவக் களஞ்சியம், புதுமையானது எதையும் பார்க்கவிடாதபடி அவர் கண்களை மறைக்கிறது” என்றாள்.

ஆக இருவருக்கும் இன்னொரு சொற்போர் தொடங்கி விட்டது. அவர்களுடைய இந்தப் போக்கு காரணமாகக் கட்சிக் குழு அவர்களைக் கண்டிப்பது அவசியமாகிவிட்டது.

“அவர்களை வழிக்குக்கொண்டு வருவதில் அன்றைக்கு எங்களால் ஒன்றும் முடியவில்லை என்று ஒப்புக்கொள்கிறேன். சம்பிரதாயப்படி பார்த்தால் எல்லாம் சரிவரத்தான் நடந்தேறியது. தங்கள் காரியத் தொடர்புகளை ஒழுங்குபடுத்திக் கொள்வதாக இருவரும் வாக்களித்தார்கள். இனிமேல் கம்யூனிஸ்டுக்கு உரிய முறையில் மற்றவர்களின் குறைகூறலைக் காது கொடுத்துக் கேட்டு அவற்றுக்கிணங்க நடப்பதாக உஸ்த்தீனோவ் உறுதி மொழிந்தான். அதெல்லாம் கச்சிதமாகத்தான் முடிந்தது. இருந்தாலும் எனக்கென்னவோ சாராம்சத்தில் ஒரு சிக்கலும் தீரவில்லை, அவர்களுடைய பிணக்குக்குக் காரணம் என்ன என்று தெளிவாகவில்லை, எனவே அது அகற்றப் படவில்லை என்று பட்டது. நான் ஏதோ சாக்குச் சொல்லி உஸ்த்தீனோவை நிறுத்திக்கொண்டேன். அவன் புதிய வீட்டுக்குக் குடியேறியது முதல் நாங்கள் இருவரும் அநேகமாக அண்டை வீட்டுக்காரர்கள் ஆகிவிட்டோம். ஆகையால், கட்சிச் செயலகத்திலிருந்து ஒன்றாகவே புறப்பட்டோம். இருவரும் தனியே வழி நடக்கையில் அவனை எப்படியாவது மனத்தைத் திறந்து பேச வைத்துவிடலாம் என்று எண்ணினேன். அது ஆகிற காரியமா? முள்ளம்பன்றி முட்களைத் துருத்திக்கொண்டு பந்து போல் சுருண்டு விடுமே, அப்படிக் கெட்டியாகச் சுருண்டுவிட்டான் அவன். பல்லைக் கடித்துக்கொண்டு ஒவ்வொரு வார்த்தையையும் துப்புவதுபோலப் பேசினான்.

“தெரியாமல் ஒருவர் மனத்தை ஒருவர் புண்படுத்தி விட்டீர்களோ ஒருவேளை?’

“இல்லை.”

“எதாவது பழைய தகராறோ?”

“எங்கிருந்து?”

“அப்படியானால் ஒருவேளை உங்களுக்குள் பொறாமையா என்ன, உங்களைச் சைத்தான் வாரிக்கொண்டு போக?’

இதற்கு அவன் ஒன்றும் பதில் சொல்லவில்லை. பற்களை மட்டும் முன்னிலும் இறுக்கக் கடித்துக்கொண்டான். கன்னத்துத் தசைநார்களெல்லாம் விறைத்து நின்றன. ஒருவேளை இந்த ஆள் அந்தப் பெண் ல்யூடோவ் சாபான் மேல் கண்தலை தெரியாமல் காதல்கொண்டு விட்டானோ என்று அப்போதுதான் என் மூளையில் உதித்தது. அந்த நிலைமையில் இப்படித் தோன்றியது விசித்திரந்தான் என்று நினைக்கிறீர்களல்லவா? அது சரியே, இருந்தாலும் வாழ்க்கையிலே எதுதான் நடப்பதில்லை?...

எதோ போகிறபோக்கில் சொல்வது போல், ல்யூபோவ் சாபான் இங்கே முதல் தடவை வந்ததுமே அவனைப் பற்றி விசாரித்தது, அவனுக்குத் தனி வீடு கொடுக்க வேண்டும் என்று ஆர்ப்பாட்டம் செய்தது, அவன் குழந்தைகளைப் பற்றிக் கவலை காட்டியது எல்லாவற்றையும் நான் அவனிடம் சொன்னேன். என் வார்த்தைகளையெல்லாம் அவன் மௌனமாக, ரொம்பக் கவனிக்காததுபோலக் கேட்டுக்கொண்டிருந்தான். ஆனாலும் அவனுக்குள் விறைப்பும் வேதனை தரும் இறுக்கமும் உண்டாவது போல எனக்குப்பட்டது. திடுமென அவன் நின்றான்.

“என்னிடம் எதற்காக நீங்கள் பிரசாரம் செய்கிறீர்கள்? அவள் எப்பேர்ப்பட்டவள் என்பதைத்தான் மருத்துவமனையில் பார்த்தபோது முதலே அறிவேனே. உலகமெல்லாம் தேடினாலும் அவளைப்போல் இன்னொருத்தி கிடைப்பாளோ என்னவோ. அவள் மட்டும், ஓ..” அவன் கோபத்தோடு கையை உதறிவிட்டு, ‘போய்வருகிறேன்’ என்று மரியாதைக்குக்கூடச் சொல்லாமல், எதிர்ப்பட்ட முதல் சந்துக்குள் திரும்பி விரைந்து நடந்துவிட்டான்.

எனக்கு நன்றாக நினைவிருக்கிறது, உஸ்த்தீனோவுடன் இந்தப் பேச்சு நடந்தது வியாழக்கிழமையன்று. அடுத்த திங்கள்கிழமை நிர்மாண தலத்தை நான் பார்வையிட்டுக் கொண்டிருந்தபோது

ஓர் ஆள் மூச்சுத்திணற என்னிடம் ஓடிவந்து, 'அணையில் விபத்து! சிமெண்டு பிளாக்கு கொக்கியிலிருந்து நழுவி விட்டது, உஸ்த்தீனோவுக்குப் பலத்த காயம்' என்று கத்தினான்.

அணை அருகாமையில்தான் இருந்தது. எனவே நான் விபத்து நடந்த இடத்திற்கு ஒரே ஓட்டமாகப் போய்ச்சேர்ந்தேன்.

'யெகோர் உஸ்த்தீனோவ் கித்தான் விரிப்பில் படுத்திருந்தான். இரத்தம் எங்கும் தென்படவில்லை. மூச்சு இழைந்துகொண்டிருந்தது. கண்கள் மூடியிருந்தன. மெழுகு பொம்மைபோல் அசையாமல் கிடந்தான். அவன் அருகே மருத்துவரும் தாதியும் மும்முரமாக வேலையில் ஈடுபட்டிருந்தார்கள். இந்த மாதிரிச் சந்தர்ப்பங்களில் எப்போதும் நடப்பதுபோலவே, காயமடைந்தவனைச் சுற்றி ஒரு கும்பல் கூடியிருந்தது. இருந்தாலும் அங்கே நிலவிய மௌனத்தில் யெகோர் மிகக் கஷ்டத்துடன் கர் கர் என்றுவிட்ட மூச்சுக்கூடக் கேட்டது...

திடீரென்று ஒரு பெருங்கூச்சல், நெஞ்சைப் பிளக்கும் பெண்குரல் கேட்டு எங்கள் உடம்பெல்லாம் புல்லரித்தது. ஆடையும் தலையும் ஒரே அலங்கோலமாய், அழுது புலம்பிக்கொண்டு வந்த ஒரு பெண் எல்லாரையும் இடித்து விலக்கி, உஸ்த்தீனோவ் கிடந்த இடத்துக்குச் சென்று, வெட்டுண்ட மரம் போலத் தடாலென்று அவன் அருகே விழுந்தாள்.

"யெகோர், என் கண்ணே, என்ன நேர்ந்தது? என் கட்டிக் கரும்பே, கண்ணைத் திறந்து பாரேன்!" என்று அழுதாள், பாருங்கள், நெஞ்சு வெடித்துவிடும் போல அழுதாள். இதைக் கேட்டதும் உஸ்த்தீனோவ் கண்களைத் திறந்தான். அந்தப் பெண்பிள்ளையை ஒரே ஆச்சரியத்துடன் பார்த்தான். தன் மீதே அவனுக்கு நம்பிக்கை உண்டாகவில்லைபோல் இருந்தது. தான் காண்பது உண்மைதானா, இல்லை சுர வேகத்தில் தோன்றும் மயக்கமா என்று நிச்சயப்படுத்திக் கொள்பவன்போல் வெறித்து நோக்கினான். திடீரென்று அவன் கண்கள் பளிச்சிட்டன. அந்தக் காட்சி என் மனத்தில் மிகமிகத் தெளிவாகப் பதிந்தது. படுகாயமடைந்து இப்போதுதான் உணர்வு பெற ஆரம்பித்திருந்த இந்த மனிதனின் கண்களில் ஒளிவிட்டது தூய்மையான இன்பம். வெளியாளாகிய நான் அதைக் காண்பது முறையாகாது என்று எனக்குப்பட்டது. பின்பு அந்தப் பெண் அவனை மார்போடு தழுவிக்கொண்டு அவன் தலைமயிரை வருடியவாறே, "நீ பிழைத்திருக்கிறாய், உயிரோடிருக்கிறாய், என் அன்பே, என்

செல்வமே, எத்தனை ஆண்டுகளாக உன்னை நெஞ்சிலே வைத்துப் பேணிவந்தேன்!" என்று மெல்லிய குரலில் மொழிந்தாள். அவள் கண்களிலிருந்து பெருகிய கண்ணீர் அவன் முகத்தின்மேல் முத்துமுத்தாகச் சிந்தியது.

தலைவிரி கோலமாய், சீர்குலைந்து, கண்ணீரும் கம்பலையுமாக விளங்கிய இந்தப் பெண் வேறு எவருமில்லை, ல்யூபோவ் சாபான்தான் என்பது அப்போதுதான் என் அறிவுக்கு எட்டியது. எனக்கு ஒரே வியப்பாய்ப் போய்விட்டது. ஆம், அது அவளேதான். எனக்கோ நம்புவதே கஷ்டமாயிருந்தது. நம்மை அறியாமலே பிறருடைய இரகசியத்தில் குறுக்கிட்டுவிட்டோமே என்ற எண்ணத்தால் எனக்கு ஒரே கூச்சமாய்ப் போய்விட்டது. அங்கிருந்த மற்றவர்களும் இதே உணர்ச்சியினால் மறுபுறம் திரும்பிக்கொண்டு மெதுவாக நழுவத்தொடங்கினார்கள். மருத்துவர் தமது கருவிகளைத் தோல் பைக்குள் வைப்பதில் முனைந்திருந்தார். நிலைமை என்ன என்று அவரைக் கேட்டேன்.

"மோசமில்லை. எலும்புகள் எல்லாம் உருப்படியாக இருக்கின்றன. இவ்வளவு லேசாகத் தப்பியது அவன் அதிர்ஷ்டம்தான்" என்று சொல்லிவிட்டு ஸ்யூபோவ் சாபான் பக்கம் திரும்பி "இந்தா அம்மா அவனை அலட்டாதே. அவனுக்கு இப்போது அமைதி வேண்டும் தழுவுவதெல்லாம் அப்புறம் வீட்டிலே செய்துகொள்ளலாம்" என்றார்.

வீட்டிலே என்ற சொல் கேட்டதுமே ஸ்யூபோவ் சாபான் சட்டென்று நிமிர்ந்து எழுந்து நின்று கலைந்த தலைமயிரை முற்றாகக் கட்டிக்கொண்டாள். அவள் முகத்தில் எப்போதும் போன்ற கடுகடுப்பு வந்துவிட்டது. சற்று முன்பு சாதாரணப் பெண்பிள்ளை போலக் கண்ணீர்விட்டுக் கதறி அழுதவள் இவளல்ல என்னும் படியாயிருந்தது அந்த உருமாற்றம். யெகோர் முனகினான். ல்யூபோவ் சட்டென்று அவனைப் பார்த்தாள். அவள் கண்களின் மீண்டும் மென்மை வந்துவிட்டது. பெண்மைப் புன்முறுவல் இந்த உதடுகளிலிருந்து இனி நீங்காது, கரு நாவல் கனிகள் போன்ற இந்தக் கண்களில் ஒளிரும் காதல் சுடர் இனி என்றும் மங்காது என்று நான் அறிந்துகொண்டேன்.

"ல்யூபோவ் சாபானும் உஸ்த்தீஇனோவும் தங்கள் உள்ளங்களின் உறவைப் புரிந்துகொள்வதற்கு இந்த விபத்துத்தான் உதவியது.

"இந்த விபத்து நடக்காவிட்டால் என்ன நேர்ந்திருக்குமோ, யார் கண்டது? அவர்களுடைய ஆழ்ந்த செருக்கும், எங்களுடைய குறுகிய பார்வையும் சேர்ந்து அவர்களை ஒருவரையொருவர் நெருங்கவொட்டாமல் தனிமைப்படுத்தியிருக்கும் ஒரு வார்த்தைகூடச் சொல்லிக்கொள்ளாமல் இருவரும் பிரிந்து போயிருப்பார்கள்."

இப்போது உள்ளதைச் சொல்லுங்கள், கதை எப்படி, சுவையானதா இல்லையா? சந்தேகமில்லாமல் சுவையானது. கட்சி வேலையில் ஈடுபட்டிருக்கும் என் போன்றவர்களுக்கு இதனால் ஒரு படிப்பினையும் கிடைக்கிறது. மக்களை ஆழ்ந்து அறிந்துகொள்ள வேண்டும், உரிய தருணத்தில் அவர்களுக்கு உதவ வேண்டும் என்பதுதான் அந்தப் படிப்பினை.

"மேலே சொல்வதற்கு என்ன இருக்கிறது? இரண்டு பேரும் மணம் செய்துகொண்டார்கள். அவன் குழந்தைகளுக்கு அவள் ஆதர்சத் தாயாக விளங்குகிறாள். நிர்மாண சம்பந்தமான சட்டங்களில் தொண்டை கிழிய விவாதிப்பது மட்டும் இன்னும் நடந்து வருகிறது. ஆனால் ஒன்று யெகோர் இப்போது தன் தவறுகளை ஒப்புக்கொள்ள ஆரம்பித்திருக்கிறான். திருமணம் பதிவானபோது அவள் அவனுடைய குலப்பெயரைத் தனதாக்கிக் கொண்டாள். இந்த ஆறுமாதமாக அவளுடைய பாஸ்போர்ட்டில் ல்யூபோவ் உஸ்த்தீனோவா என்ற பெயரே காணப்படுகிறது. ஆனால் நாங்கள் எல்லாரும் அவள் கணவன் உள்பட ல்யூபோவ் சாபான் என்றே அவளை அழைக்கிறோம்.

இவ்வளவுதான் கதை. ஆர்வமூட்டுவது என்று தோன்றினால் நீங்கள் பிரசுரித்துக்கொள்ளலாம்."

1961

காதற்கதை

இத்தாலி: கிரேஸியா டெல்டா
தமிழில்: க.நா.சுப்ரமணியம்

"நான் எதற்காக உயிர் வாழ வேண்டும்?" என்று அலுப்புடன் தன்னையே கேட்டுக்கொண்டான் ஸெராவினோ. "எனக்கு வயது இருபதுக்கு மேலாகிவிட்டது. எதிலும் ஈடுபாடில்லை; திறமையில்லை; அதிர்ஷ்டமுமில்லை. நான் ஏழை; ரத்தம் செத்தவன்; சந்தோஷமில்லாதவன். ஜோராக உடுக்க என்னிடம் ஒரு கறுப்பு ஆடைகூடக் கிடையாது. ஒரு சமயம் ஒரு கதை எழுதிப் பத்திரிகைக்கு அனுப்பினேன்; அது மறுநாளே திரும்பி வந்துவிட்டது. என்னைப் படிக்க வைப்பதற்காக என் பெற்றோர் கணக்கற்ற தியாகங்கள் செய்ய வேண்டியிருந்தது; அவர்கள் அவ்வளவு ஏழைகள். நானும் ஏதோ படித்துப் பாஸ் பண்ணிவிட்டேன். என்ன லாபம்? என்னுடைய கட்டாய ராணுவ சேவை காலம் முடிந்தபின் என் வாழ்க்கை எப்படிப்பட்டதாக இருக்கும்? திவ்வியமாகத் தானிருக்கும், கேட்பானேன்? கடைசியில் சாக வேண்டியதுதான். வேறு என்ன?

வாழ்க்கையில் பற்றுதல் உள்ளவர்களுக்கு சாவு, தற்கொலை என்னும் சிந்தனையே பயங்கரமானதாக இருக்கும். ஸெராவினோவுக்கு அப்படியில்லை. தற்கொலை செய்து கொள்வதைப் பற்றி அவன் சிந்திப்பது இது முதல் தடவையல்ல. ஆயுள் முழுவதும் ஒரே ஊரில் வாழ்ந்து அலுத்தவர்கள் வேறு ஊருக்குப் போவதைப் பற்றிச் சிந்திப்பதுபோல அவன் சாவைப் பற்றிச் சிந்தித்தான்.

அவன் மிகவும் மிருதுவான, இரக்கமான சுபாவம் படைத்தவன்; உள்ளத்தில் அன்பு நிறைந்தவன். பூனைக்குட்டியைப் பிடித்து அவஸ்தைப்படுத்திக் குறும்புக்காரச் சிறுவர்கள் விளையாடுவதுபோல விதி தன்னுடன் விளையாடுகிறது என்று அவன் நினைத்தான். இந்த நிலைமையில் சாவைப் பற்றிய சிந்தனைகள் அவனுக்கு இன்பமாக இருந்தன என்பதில் ஆச்சரியம் என்ன?

பாசறையின் வெளிக்கதவை அணுகிக்கொண்டிருந்த ஒரு குள்ள சோல்ஜர் உரக்கப் பாடியதைக் கேட்டு ஸெராவினோ ஆச்சரியத்துடன் திரும்பிப் பார்த்தான். அந்தப் பாட்டின் எதிரொலியேபோல் அமைந்திருந்தன. வாழ்க்கையில் துயரத்தைத்தவிர வேறு எதுவுமே கிடையாது என்றும், துயரத்தின் முடிவு சாவிலேதான் என்றும் அந்த சோல்ஜர் பாடிக்கொண்டிருந்தான். ஸெராவினோவுக்கு வேறு ஒருவர் இதைச் சொல்லியும் காட்ட வேண்டுமா என்ன?

சாவைப் பற்றிய சிந்தனைகள் சதா அவன் உள்ளத்தைப் பாதித்தன. ஆனால் ஏதாவது ஒரு மகத்தான காரியத்தைச் சாதித்துவிட்டுத்தான் சாக வேண்டுமென்று அவன் தீர்மானித்திருந்தான். தற்கொலை செய்துகொள்வதனால்கூட அதை வீர மரணமாக மனிதர்கள் அங்கீகரிக்கும்படிச் செய்துவிட வேண்டும் என்று அவன் விரும்பினான். அவன் பேராசைக்காரனும் அல்ல; கர்வியும் அல்ல. ஆனால் இந்த விஷயத்தில் மட்டும் அந்தரங்கத்தில் அவனுக்கு அளவு கடந்த ஆசை இருந்தது. தன்னுடைய வீர மரணத்தைப் பற்றி அவன் பகற் கனவுகள் காண்பது தினசரிக் காரியம்தான்.

தான் யாராவது ஒரு பணக்கார அழகியையோ கல்யாணமான ஒரு கலை ராணியையோ காதலிப்பதாக அவன் கனவு காணுவான். அவளும் அவனையே காதலிப்பாள். ஆனால் எத்தனையோ இடையூறுகள் குறுக்கிடும். காதல் பூர்த்தியாகாமல், அவன் தற்கொலை செய்துகொள்ளுவான். இவ்வளவும், சொல்ல வேண்டுமா, கனவில்தான். முடிவாகத் தன் காதலுக்குத் தற்கொலை என்ற முத்தாய்ப்பு வைக்க அவன் உண்மையிலேயே தயாராக இருந்தான். ஆனால் காதலிக்கக்கூடிய அழகியைத் தான் காணவில்லை. என்ன பண்ணுவது?

கவிதை நிறைந்த தன் கனவுகள் வெறும் கனவுகளே என்றும் பலிக்காதவை என்றும் ஸெராவினோ அறிவான். ஏழைகளின் அதிர்ஷ்டம் அவ்வளவுதான். அவர்களுடைய சாவிலேகூடக் கவிதைக்கு இடம் கிடையாது. பட்டினி கிடந்தோ, மனம்

உடைந்தோதான் அவர்கள் இறக்கலாம். வேறுவிதமான வீர மரணம் அவர்களுக்கு இல்லை. இந்த ஞாபகம் ஸெராவினோவை இன்னும் அதிக துக்கத்தில் ஆழ்த்தியது.

நோய்வாய்ப்பட்டுத் தேறி பலஹீனமாய்ப் படுக்கையில் கிடக்கும் போது மனிதனுக்கு எல்லையற்ற கனவுகள் தோன்றும். சாவைப் பற்றி ஸெராவினோவின் கனவுகள் அத்தன்மையனவாக இருந்தன. அன்று மாலை வழக்கத்தையும்விட அதிகமாகவே கவிதைக் கனவுகள் நிறைந்த சோகத்தில் அவன் ஆழ்ந்து கிடந்தான். இடம், பொருள், பொழுது எல்லாம் அவனுடைய துக்கமயமான சிந்தனைகளைத் தூண்டி கோபத்தை அதிகப்படுத்துவதற்கு உதவின.

அந்த மலைத்தீவில் அவன் வந்து சேர்ந்து ஒரு வாரம் ஆகிறது. கட்டாய ராணுவ சேவை காலத்தை அந்தப் பாசறையில்தான் அவன் கழித்தாக வேண்டும். அந்தப் பாசறையை ஒட்டித் தீவின் உச்சியிலே ஒரு சிறைச்சாலையும் இருந்தது. சிறைச்சாலையின் வெள்ளையடித்த சுவர்கள் எல்லாவற்றிற்கும் மேலாகச் சிகரம் போல உயர்ந்து நின்றன ஸெராவினோவின் சிந்தனைகளில் சாவு என்ற ஞாபகம் உயர்ந்து நின்றதுபோல. நாலா பக்கங்களிலும் அழகிய கடல், அற்புதமான சோக நாடகத்துக்கு இதைவிடச் சிறந்த பின்னணிப் படுதா எங்கு கிடைக்கும்?

இடம் இப்படி காலம்? இலையுதிர் காலத்தில் மாலை நேரம். மாலை வெய்யிலில் கடல் தங்கமும் நீலமுமாகப் பளபளத்தது. அதுவும் குளிரால் நடுங்குவதுபோல இருந்தது. அந்தி மயங்கும் நேரத்தில் நெடுக எல்லாம் கண்ணில் பட்டனவேதவிர ஒன்றும் பளிச்சென்று படவில்லை. தீவைச் சுற்றிலும் கடலோரத்தில் வளர்ந்திருந்த தாழையும் நாணலும் காற்றில் சலசலத்தன. யாரோ தூரத்தில் அழுது புலம்புவதுபோல இருந்தது அந்த ஓசை. பாசறையிலும் அதற்கப்பாலும் கேட்ட அந்தச் சலசலப்பு சோல்ஜர்களின் உள்ளங்களில் எவ்வளவோ துக்க சிந்தனைகளை எழுப்பிற்று. முடிவற்ற துயரத்தின் கீதங்களை இலையுதிர்க் காற்றே இசைக்க வல்லது!

மலைமேலிருந்த பாசறையின் அகண்ட வாசலில் நின்றுகொண்டிருந்தான் ஸெராவினோ, அடிவாரத்துக்குச் செல்லும் சரியான பாதையைப் பார்த்துக்கொண்டு நின்றான். அடிவாரத்தில் பாதையின் கோடியில் கிலமான சத்திரம் ஒன்று தெரிந்தது. மேல் மூச்சு வாங்க ஒரு கிழ மதகுரு பாதையில் ஏறி வந்து கொண்டிருந்தார். பாசறையின் வாசலை அணுகியதும் அவர், "சிறை அதிகாரி இருக்கிறாரா?" என்று கேட்டார்.

"இருக்கிறார்" என்று குள்ள சோல்ஜர் மரியாதையாகவே பதில் அளித்தான்.

"சிறையில் யாரோ ஒரு கைதி சாகக் கிடக்கிறானாமே! யார் அது? காலையில் யாருக்கும் ஒன்றும் இல்லையே?"

"ஆமாம். திடீரென்று ஏதோ வலிப்பு மாதிரி வந்துவிட்டது."

"போகிறேன்" என்று சொல்லிவிட்டு மதகுரு சிறைச்சாலையை நோக்கிப் பாதையில் மேலே நடந்தார்.

ஸெராவினோவுடன் நின்று கொண்டிருந்த நண்பன் அவன் ஒரு சங்கீதப்பித்தன் ஒரு விவாதத்தைத் தொடங்கினான். ஸெராவினோ கேட்டான்: "தீராத நோய்வாய்ப்பட்டவர்களும், ஆயுள் கைதிகளும் ஏன் தற்கொலை செய்து கொள்ளக்கூடாது? இறப்பதுதான் தங்கள் கடமை என்று ஏன் அவர்களுக்குத் தெரிவதில்லை?"

"சிறைவாசம் முடிந்துவிடும், நோய் தீர்ந்துவிடும் என்ற நம்பிக்கையுடன்தான் அவர்கள் உயிர் வாழ்கிறார்கள். எவ்வளவு சிரமமான வாழ்க்கை நடத்தினாலும், வாழ்க்கை அழகு நிறைந்ததுதான், வாழ்வதே ஒரு வெற்றி, வியாதி அதிகரிக்க அதிகரிக்க, சிறையின் கெடுபிடிகள் நெருக்கநெருக்க மனிதனுக்கு வாழ்க்கையில் ஈடுபாடும் 'உற்சாகமும்' பிடிப்பும் அதிகரிக்கின்றன. இதுகூடத் தெரியாதா உனக்கு?" என்று சங்கீதப் பித்தன் சொன்னான். அவன் கண்கள் ஏதோ ஆனந்தத்தைக் கண்டனபோல் ஜ்வலித்தன.

"நீ சொல்வதெல்லாம் வீண் வார்த்தைகள், வெறும் வார்த்தைகள், செல்வமின்றி, தேக சுகமின்றி, சுதந்திரமின்றி வாழ்வதும் வாழ்வாகுமா? இறக்கை ஒடிந்த பின்னும் பறவை என்று சொல்லலாமா?" என்று கவிதை நிறைந்த வார்த்தைகளால் ஆட்சேபித்தான் ஸெராவினோ.

மற்றவன் சொன்னான்: "எனக்கு தேக சௌக்கியம் இல்லை. ஊரையும் உற்றாரையும்விட்டு வந்திருக்கிறேன். கட்டாய ராணுவ சேவை என்கிற நிர்ப்பந்தத்தில் மாட்டிக்கொண்டிருக்கிறேன். இப்படியெல்லாம் இருந்தும் எனக்குத் திருப்திதான். திருப்தியற்ற வர்கள் வாழ்க்கையில் அதிகமாகக் கஷ்டப்பட வேண்டியதுதான்."

"உனக்கு மனுஷ்ய உணர்ச்சிகளே குறைவு!"

இந்த விவாதம் திடீரென்று முடிவடைய நேர்ந்தது. மாலைக் கடன்களுக்காகப் பாசறை அதிகாரி சோல்ஜர்களைக் கூப்பிட்டுக்

கொண்டிருந்தான். வீட்டுக் கூரைமேல் நின்று கூவும் கோழியின் குரல்போல அவன் குரல் கணீரென்று ஒலித்தது.

நிழல்கள் நீண்டன. துரிதமாகவே இருட்ட ஆரம்பித்துவிட்டது. மேலே வானம் இரும்புத் தகட்டைப்போல வர்ணமற்ற நிறத்தை காட்டிற்று. காற்றில் நடுங்கி ஆடிய தாழைகளுக்கப்பால் கடல் புதியதோர் ஊதா வர்ணம் காட்டிற்று. அடிவாரத்தில் பாழடைந்த சத்திரத்துக்குள்ளே மங்கிய விளக்கொளி தெரிந்தது. காற்று அடித்துச் சற்று ஓய்ந்தது; தூரத்துச் சலசலப்பும் சற்றே ஓய்ந்திருந்தது. சோல்ஜர்களின் பெயர்களை அதிகாரி சொல்வதும் அவர்கள் 'பிரஸெண்டு' சொல்லுவதும்தவிர சிறிது நேரம் அங்கு வேறு ஒரு சப்தமும் இல்லை. சில சோல்ஜர்களின் குரல் கணீரென்று ஒலித்தது; சிலருடையது கசந்து அலுப்புத் தட்டியவர்களின் குரல்போல ஒலித்தது. சங்கீதப் பித்தன் கிறீச்சிட்டான். ஸெராவினோவின் குரலோவெனில் எங்கேயோ தூரத்தில் காற்றுக்கும் அப்பாலிருந்து ஒலிப்பதுபோல ஒலித்தது

அதிகாரி போனபின் சோல்ஜர்களின் ஆட்டமும் பாட்டும் மறுபடியும் ஆரம்பித்துவிட்டன. அவர்களுடைய பேச்சிலும் காரியத்திலும் வாழ்க்கையில் அவர்களுக்கிருந்த கசப்பும் அலுப்பும் தொனித்தன. குற்றவாளிகளுக்கென்று ஏற்பட்டிருந்த அச்சிறையில் தாங்களும் வந்து மாட்டிக்கொள்ள நேர்ந்ததைப் பற்றி அவர்களுக்கு எழுந்த ஆத்திரத்தையும் வருத்தத்தையும் மறக்க விரும்பியவர்களாக அவர்கள் சப்தம் போட்டு ஏதேதோ பிதற்றிக் கொண்டிருந்தார்கள். துயரம் மட்டும் அல்ல; அவர்களுக்கு விதியினிடமே கோபம்கோபமாக வந்தது. அன்று இரவு சிறைக்காவலுக்கென்று தேர்ந்தெடுக்கப்பட்டிருந்த சோல்ஜர்கள் மற்றவர்கள் எல்லோரையும்விட அதிகமாகச் சப்தம் போட்டுக் கொண்டிருந்தார்கள். அவர்களுள் ஸெராவினோ ஒருவன்தான் மௌனமாக இருந்தான்.

◆

அன்று நள்ளிரவில் கடலுக்கு மேல் செங்குத்தாக நிமிர்ந்து நின்ற ஒரு கற்பாறைமேல் ஸெராவினோ காவல் காத்து நின்றான்.

காற்று ஓய்ந்துவிட்டது. வானத்தில் நட்சத்திரங்கள் நிறைந்திருந்தன. கடல் மணம் கமழ்ந்த குளிர்காற்று வசந்தத்தின் இனிய இரவுகளை ஞாபகமூட்டியது. தீவில் நடப்பதையெல்லாம் கண்காணிப்பதுபோல மலை உச்சியில் பச்சை விளக்கு ஒன்று

– ராட்சதக் கண்போல் – எரிந்து கொண்டிருந்தது. பச்சை வெளிச்சம் கடலில் ஓர் அகண்ட விசிறியாக விழுந்தது. இரவில் அந்த வெளிச்சம் விழுந்த இடத்தில் கடல் விசித்திரமான வர்ணம் காட்டிற்று.

ஒரு செம்படவனின் படகு கடலில் மிதந்துகொண்டிருந்தது. அவன் இரவில் அத்தீவுக்கருகே மீன் பிடிக்க சர்க்கார் அனுமதி பெற்றவனாக இருப்பான்; 'ஆய்ஸ்டர்'கள் பிடிக்க வந்திருப்பான். படகில் ஒரு 'காஸ்லைட்' எரிந்துகொண்டிருந்தது. சிவப்பு ஆடை அணிந்த செம்படவன் அவ்வெளிச்சத்தில் நின்றுகொண்டிருந்தது யாரோ மந்திரவாதி மந்திர உபாசனை செய்துகொண்டிருப்பதுபோல இருந்தது.

தீவின் பல மூலைகளில் மினுக்மினுக்கென்று பல விளக்குகள் எரிந்துகொண்டிருந்தன.

காவல் 'ட்யூடி'யில் அகப்பட்டுக்கொண்ட போதெல்லாம் ஸெராவினோவுக்கு ஆத்திரம் பொங்கும். அவன் டால்ஸ்டாயின் கட்டுரைகளைப் படித்தவன். தனிமனிதர்களின் உரிமைகளைப் பற்றிச் சிந்தித்துப் பார்க்கப் பழகியவன். யாருக்காக, ஏன், அவன் அப்படி இரவில் கண்விழித்துக் காவல் காத்து நின்று கஷ்டப்பட வேண்டும்? அர்த்தமற்ற ராட்சத சக்தி ஒன்று அது அவன் கடமை என்று நிர்ணயித்து அதைச் செய்ய அவனை ஏவியிருந்தது. தன்னைவிடச் சகலவிதங்களிலும் கேவலமான அல்பமான மனிதர்களால் இயங்குவது இந்த ராட்சத சக்தி என்று ஸெராவினோ எண்ணிப் புழுங்கினான். அங்கு ஆதிக்கம் செலுத்திய அந்த ராணுவ அதிகாரியும் மற்ற அதிகாரிகளும் தன்னைவிட எந்தவிதத்தில் சிறந்தவர்கள் என்று அவன் யோசித்துப் பார்த்தான். 'கார்ப்பொரல்' குடியானவன்; 'ஸார்ஜெண்டு' ஒரு அம்பட்டன். இவர்கள்தான் அவனுக்கு வேலை ஏவினார்கள். அவர்களும்தான் என்ன? சுயஞானம் அற்றவர்கள்; தானாக எதையும் செய்யும் சக்தியை இழந்தவர்கள்; அவர்களைத்தான் எஜமானர்களாக அவன் அங்கீகரிக்க வேண்டியிருந்தது. உச்சிப்பாறையில் எரிந்துகொண்டிருந்த பச்சை விளக்கைப் போலவே அவர்களும் ஜடமாகத்தான் இருந்தார்கள். பாறைகளில் மோதி உடையும் அலைகளைப்போல இதெல்லாம் வியர்த்தம் தானே என்று எண்ணினான் ஸெராவினோ.

அவனுடைய துன்பமயமான வாழ்க்கையிலே அவனுக்கிருந்தது தூக்கம் என்கிற ஒரே ஒரு ஆறுதல்தான்.

அதையும் பிடுங்கிக்கொள்ள யாரோ வந்து முளைத்து விட்டார்கள் என்றால் அவனுக்குக் கோபம் வராதா? அதுமட்டும் அல்லவே. சவக்குழியில் உயிருடன் அடக்கம் செய்யப்பட்டவர்கள்போல் வாழும் இந்தக் கைதிகளை அவன் ஏன் காவல் காத்த நிற்க வேண்டும்? அவர்களில் யாருமே அவனுக்குத் தீங்கிழைத்தவர்கள் அல்ல; தீங்கிழைக்க நினைத்தவர்களும் அல்ல. இந்த அர்த்தமற்ற காரியத்துக்கு என்ன காரணம் என்று யாருக்குத்தான் தெரியும்? காதலற்ற, வீரமற்ற, வீண்வாழ்வு வாழ அவனைக் கட்டாயப்படுத்திய அதே சக்திதான் இதற்கும் காரணமாக இருக்குமோ? அப்படித்தான் இருக்கும். கீழே கடல் அலைகள் ஒன்றன்பின் ஒன்றாய் கற்பாறை மேல் மோதிச் சிதறிக்கொண்டிருந்தன. அதேபோல அவன் வாழ்நாட்களும் ஒன்றன்பின் ஒன்றாகச் சூன்யம் என்கிற கற்பாறையில் மோதிக் கழிந்துகொண்டிருந்தன.

செம்படவன் படகைச் செலுத்திக் கொண்டுபோய் ஒரு மூலை திரும்பி மறைந்துவிட்டான். கண்ணுக்கெட்டிய வரையில் பச்சையும் நீலமும் கலந்த ஒரே இருட்டு. வானத்தில் மின்னிய பொறிகள் அந்த இருட்டை அதிகப்படுத்திக் காட்டின.

ஸெராவினோவுக்கு தூக்கம் கண்ணைச் சுழட்டியது. சோகச் சிந்தனைகள் அவனுக்குத் தாலாட்டுப் பாடின. அலைகடலின் ஓயாத அழுகையும் அவன் சிந்தனைகளுடன் லயித்து இசைந்தது. மாலையில் அந்தக் குள்ள சோல்ஜர் பாடிய பாட்டின் வார்த்தைகளை முணுமுணுத்துக்கொண்டு அவன் நின்றான். தன்னை உத்தேசித்தே அந்தப் பாட்டு அமைந்திருந்தது என்று ஸெராவினோ நினைத்தான். அந்தப் பாட்டின் பாவம்தான் எவ்வளவு அழகாயிருந்தது. பள்ளியில் சேர்ந்து படிக்க ஆரம்பித்த காலத்தில் அவன் கனவுகளுக்குப் பின்னணியாக இருந்துகொண்டு உற்சாகமூட்டிய கீதங்களை ஞாபகமூட்டியது அது.

இரவு நிச்சலனமாக, நட்சத்திரங்கள் நிறைந்ததாக இருந்தது. ஆனால் மாலைப்பொழுதைப்போல் இன்பமானதாக கனவுகள் நிறைந்ததாக இல்லை. ஸெராவினோவின் மனதில் சாவு என்பதைத்தவிர வேறு ஒரு கனவும் இல்லை. சாவு என்ற காதலியின் வரவைத்தான் அவன் எதிர்பார்த்துக் காத்திருந்தான். அவள் தன் அருகில் வந்து நிற்பதுபோல அவன் இதற்குமுன் எவ்வளவோ சந்தர்ப்பங்களில் உணர்ந்ததுண்டு. இன்றும் இரவுக்காற்றில் அவள் வருகிறாள் என்றும் அறிக்கை மிதந்து வருவதை அவன் உணர்ந்தான். அது ஓர் உணர்ச்சியேதவிர வேறு

அல்ல. அலையாக அடிக்கவில்லை அது; காற்றாக மோதவில்லை; வாசனையாக வீசவில்லை; இசையாக ஒலிக்கவில்லை. ஆனால் சாவின் வாசனை, அசைவு, கீதம் எல்லாம் காற்றிலே மிதந்து வருவது அவனுக்குத் தெளிவாகத் தெரிந்தது. அவள் வந்துவிட்டாள், வந்துவிட்டாள் என்று அவனுடைய உடம்பில் ஒவ்வொரு நரம்பும் நாட்டியமாடித் துடித்தன. துன்பத் துடிப்பா அது? அல்ல. இன்பத்தின் சாரமே அவ்வுணர்ச்சி. வார்த்தைகளுக்கு, ஏன், உணர்ச்சிகளுக்குமே எட்டாத ஒரு பாவம் அது. சாவின் மூச்சே அவன்மேல் படுவதுபோல இருந்தது. அழகிய மிருதுவான கைகள் கொண்டு மெய் புளகிக்க அவன் ஸ்பரிசித்தாள் அவள். அவளுடைய கறுப்பு ஆடை தன் மேலே பட்டதில் அவன் எல்லையற்ற ஆனந்தம் கொண்டான். அவனை ஒருதரம் அணைத்து முத்தமிட்டுவிட்டு அவள் மேலே சென்றுவிட்டாள்.

'மாலையில் மதகுரு சொன்னாரே, அந்தக் கைதியை நாடி சாவு செல்லுகிறாள். போகும் வழியில் தன் பக்தனான என்னையும் ஓர் அணைப்பு அணைத்துவிட்டுப் போகிறாள். ஆமாம்; எனக்கு நன்றாக ஞாபகம் இருக்கிறது. என் அம்மாவை அழைக்க வந்த சாவு என்னை அன்று லேசாகத் தீண்டிவிட்டுத்தான் சென்றாள். அவள் ஸ்பரிசத்தின் இனிமையை என்ன என்று சொல்வது?'

கற்பாறையின் ஓரத்திலிருந்து பாதை வரையில் அவன் ஒரு தரம் நடந்தான். தூக்கம் கண்ணைச் சுழட்டிற்று. அவனால் மேலே ஓர் அடி கூட எடுத்து வைக்க முடியவில்லை. காலைத் தொட்டுவிட்டுக் கொண்டு ஒரு பாறையின் மேல் உட்கார்ந்து விட்டான். துப்பாக்கியை மடியில் போட்டுக்கொண்டான். அமானுஷ்யமானதோர் சக்தி அவன் கண்களை மூடிவிட்டது.

கண்கள் மூடியிருந்தபோதிலும் முதலில் சில விநாடிகள், திரைக்கப்பால் இருப்பதெல்லாம் மந்திரத்தால் தெரிவதுபோல, எல்லாம் தெளிவாகத் தெரிந்தது வர்ணமற்ற கடல்; மங்கிய மஞ்சள் விளக்குகள்; நட்சத்திரங்கள்; கலங்கரை விளக்கம்போல உச்சியில் எரிந்த விளக்கு. அவன் காலடியில் அலை கடல் வெப்பமான ஆழ்ந்த பெருமூச்சுவிட்டுக் கொண்டிருந்தது. ஒரு மந்திர வீணை, மாயத்தால் கட்டுண்டு இன்ப கீதத்தை எழுப்புவதற்குப் பதிலாக துன்பத்தை அள்ளி விசிறிக் கொண்டிருப்பதுபோல இருந்தது.

தூக்கம்! தூக்கம்! தூக்கமாக வந்தது. தீராத தூக்க வேட்கையின் அவதியை அவன் அப்போது உணர்ந்தான்.

அண்டையில் யாரோ திருட்டுத்தனமாக அடிமேல் அடிவைத்து நடப்பதுபோலச் சப்தம் கேட்டது. ஸெராவினோவின் சிந்தனைகள் திரும்பத் திரும்ப சிறையில் சாகக்கிடந்த கைதியின் பக்கம் சென்று மீண்டன. அவன் செத்துவிட்டானோ என்னவோ! மற்றது எது எப்படியானால் என்ன? அவன் தூங்கிவிட்டான்; கவலையற்று ஆழ்ந்து உறங்கிவிட்டான். அவனை யாரும் இனி எழுப்பித் தொந்திரவு கொடுக்க முடியாது. அந்தக் கைதியை ஸெராவினோவுக்குத் தெரியும். கல் உடைக்கும் போது அவனை அடிக்கடி பார்த்திருந்தான். சற்று உயரமானவன், மெலிந்தவன்; கூனலாகவும் இருப்பான். சதா அவன் முகத்திலே புன்னகை குடிகொண்டிருக்கும். சிறையில் இருந்தவர்களில் அவனைச் சற்று நல்லவனாகவே மதிக்கலாம்.

◆

யாரோ பதுங்கிப்பதுங்கி நடப்பதுபோல இருந்தது. ஸெராவினோ கண்ணைத் திறந்துப் பார்த்தான். தூக்கம் கலையத் தன் தலையை ஒருதரம் உலுக்கிக்கொண்டான். சிறையிலிருந்து தப்பி ஓடிய கைதிகளைப் பற்றி வழங்கும் கதைகள் பல அவன் ஞாபகத்துக்கு வந்தன. சில மாதங்களுக்கு முன் அதே சிறையில் நடந்த சம்பவத்தைப் பற்றிப் பிறர் சொல்லி அவன் கேட்டிருந்தான். எழுபது வயதிருக்கும் ஒரு கிழக்கைதியும், இன்னும் நால்வரும் வெகு தந்திரமாகச் சிறையிலிருந்து தப்பி, ஒரு செம்படவனின் உதவியால் தீவைவிட்டு வெளியேறி விட்டனர். ஒளிந்துகொள்ள இடம் இல்லாமல் வேறு ஒரு தீவில் ஏழெட்டு நாட்கள் சுற்றித் திரிந்தார்கள். மிருகங்களை வேட்டையாடுவதைப்போல அவர்களை வேட்டையாடி ராணுவ அதிகாரிகள் பிடித்துக்கொண்டு வந்து மறுபடியும் அடைத்துப் போட்டுவிட்டார்களாம்.

கனவா அது? அல்லது உண்மையே தானோ? காலடிச் சப்தம் கேட்டதே! பாதையில் சுவர் ஓரமாகப் பதுங்கிப்பதுங்கி யாரோ ஒருவன் போய்க்கொண்டிருந்தான்; சந்தேகத்துக்கு இடமேயில்லை.

"யார் அங்கே?"

ஸெராவினோவினுடைய குரல் வழக்கத்துக்கு விரோதமாகத் தெளிவாகவும் கணீரென்றும் ஒலித்தது. சிறிது நேரம் அங்கு மறுபடியும் மௌனம் நிலவியது. யாரோ ஆள் போகிறான் என்று தான் நினைத்தது தவறோ என்று அவன் சந்தேகப்பட்டான்.

ஆனால் அதே விநாடி ஒரு மனிதன் பாதையில் இறங்கித் தன்னை நோக்கி வருவதை அவன் கண்டான்.

"யார்? யார் அங்கே?"

ஸெராவினோ எதற்கும் தயாராகத்தான் இருந்தான், எனினும் அவனுக்கு நடுக்கலெடுத்துவிட்டது.

"சப்தம் போடாதே!" என்று மெதுவாகச் சொல்லிக் கொண்டே அந்த உருவம் அவனை நெருங்கிற்று. அதற்குத்தான் என்ன தைரியம்! தன்மேல் விழ இருந்த அடியைத் தடுக்க விரும்பியதுபோல அந்த உருவத்தின் கரங்கள் நிண்டு நின்றன. அல்லது எதையாவது கெஞ்சிக்கேட்டு அப்படித் தன் கைகளை நீட்டியதோ? அவ்வுருவம் ஸெராவினோவுக்கு வெகு சமீபத்தில் வந்து நின்றது.

ஸெராவினோவின் பயம் அடுத்த விநாடி ஆச்சரியமாக மாறியது. சிறைக்குள் சாகக் கிடப்பதாகச் சொல்லப்பட்ட அந்தக் கிழக் கைதி தன் முன் நிற்பதை அறிந்தான்.

"நில்லு, இல்லாவிட்டால் சுட்டுவிடுவேன்."

நீட்டிய கைகளை மடக்காமல் அந்தக் கைதி ஸெராவினோ வின் காலடியில் மண்டியிட்டு வணங்கினான்.

"எங்கே கிளம்பினாய்?" என்று ஸெராவினோ உரக்க அதட்டிக் கேட்டான்.

தாழ்ந்த ஆனால் திடமான குரலில், கெஞ்சுதலாகப் பதில் அளித்தான் கைதி: "உரக்கப் பேசாதே! என்னை வேண்டுமானால் கட்டிப் போட்டுவிடு. யாரையும் அழைத்து என்னை ஒப்புவித்து விடாதே. நீயும் கிறிஸ்தவன்தானே? கொல்லாதே என்னும் கிறிஸ்துவின் உபதேசம் உனக்குத் தெரியாதா? நான் கிழவன். உன் அனுமதி இல்லாமல் போகமாட்டேன். சந்தேகமிருந்தால் என் கைகளைக் கட்டிப் போட்டுவிடு."

"பிதற்றாதே! எங்கே கிளம்பினாய்? சொல்லு" என்று மிகவும் கண்டிப்பான குரலில் அதட்டினான் ஸெராவினோ.

கிழவன் தூக்கிய கைகளைத் தாழ்த்திவிட்டு மிகவும் சாந்தமாகவே, "சிறையிலிருந்து தப்பி ஓடக் கிளம்பினேன்" என்றான். கண்டிப்பு, கடுமை எல்லாம் சரிதான். ஆனால் காவல் காத்து நின்றவனும் ஒரு கிறிஸ்தவன்தான் என்ற நம்பிக்கையுடன் அவன் மேலும் சொன்னான்: "என்னை விட்டுவிடு. நான் தப்பிச் சென்றது இவ்வழியாகத்தான் என்று யாருக்குமே தெரியவராது."

"சும்மா கிட. இல்லாவிட்டால் உன்னைச் சுட்டு வீழ்த்தி விடுவேன் நான். அதிகாரிகளிடம் உன்னை இப்போதே ஒப்புவித்து விடுகிறேன்."

அந்தக் கிழவன் இதைக் கேட்டதும் மண்டியிட்டபடியே ஸெராவினோவை இன்னும் நெருங்கி இன்னும் தாழ்ந்து வணங்கினான். அடிக்குப் பயந்த நாய்க்குட்டி தன் எஜமானின் காலைச் சுற்றிக் கொள்வதுபோல இருந்தது கிழவனின் இச்செய்கை.

"மகனே! கிறிஸ்தவ சகோதரனே! அதிகாரிகளைக் கூப்பிடாதே, வேண்டாம்" என்று கெஞ்சினான்.

ஸெராவினோ உடனே ஒன்றும் செய்துவிடாமல் மௌனமாக நிற்பதைக் கண்டதும் கிழவனுக்குச் சற்றுத் தைரியம் பிறந்தது. எழுந்து பின்வருமாறு சொன்னான்: "யாரையும் கூப்பிடாதே! நான் சொல்வதை முழுவதும் கேள். சிறையிலிருந்து தப்ப வேறு வழி காணாமல் நான் சீக்காளி வேஷம் போட்டு ஏமாற்றிவிட்டுக் கிளம்பி விட்டேன். நான் வருவேன் வருவேன் என்று வெளியே ஒரு பெண் எனக்காக இருபது வருஷங்களாகக் காத்திருக்கிறாள். என் மனைவி அவள். தான் சாகக் கிடப்பதாகவும், சாகுமுன் என்னை ஒருவர் தரம் பார்க்க விரும்புவதாகவும் அவள் கடிதம் எழுதியிருக்கிறாள். அவளைத் திருப்தி செய்ய நான் விரும்புகிறேன். என்னை மணந்து வாழ்நாள் முழுவதும் அவதியே பட்டவள் அவள். இந்தத் துளி இன்பம்கூட அவளுக்குக் கிடைக்காமல் போய்விடக்கூடாது என்பதுதான் என் ஆசை. அவள் மரணப் படுக்கையில் என்னை எதிர்பார்த்து உயிர் வைத்துக்கொண்டு காத்திருக்கிறாள். நான் போகாவிட்டால் அவள் மனம் உடைந்துவிடும். என்னிடம் நீ கருணை காட்டத்தான் வேண்டும். இல்லாவிட்டால் என் கதி என்ன? சகோதரனே! கிறிஸ்தவனே! உன் காலடியில் விழுந்து நான் உன் கருணையை வேண்டுகிறேன். எனக்காக இல்லாவிட்டாலும், துர்ப்பாக்கியவதியான அந்தக் கிழவியை உத்தேசித்தாவது என்னைப் போகவிடு. அவள் சாகக் கிடக்கிறாள்; வாழ்க்கையில் அவள் பட்டுள்ள கஷ்டங்கள் அனந்தகோடியாகும். இம்மாதிரியான சங்கடத்தில் மாட்டிக்கொண்டது உன் தகப்பனாராக இருந்தால் நீ என்ன செய்வாய்? என்னைப் போகவிடு. நீ என் சகோதரனைப்போல. பின்னர் ஒரு காலத்தில் என் நன்றி உனக்கு உதவும். உனக்காக என்னால் ஆனதைச் செய்வேன்."

ஸெராவினோவின் மௌனத்தால் அதிக தைரியம் கொண்டவனாக கிழவன் மேலும் வற்புறுத்திக் கெஞ்சினான்; “இதோ பார், இப்படி இறங்கி நான் மறைந்துவிடுவேன். என் காலடிச் சுவடுகூட இந்தக் கற்பாறையில் தெரியாது, நான் போன வழியைக் காட்ட, என்னைக் காணவே இல்லை என்று நீ சாதித்துவிடலாம். கிழவனிடம் கருணை காட்டியதற்காகக் கடவுள் உனக்கு அருளுவார்.”

எல்லாம் ஏதோ கனவில் நடப்பதுபோல இருந்தது. அதிகாரிகளை எழுப்பிக் கைதியை அவர்களிடம் ஒப்படைப்பது தன் கடமையென்று அவன் உணர்ந்தான். ஆனால் அதைச் செய்ய அவனுக்கு மனம் வரவில்லை. கனவுகளில் ஏற்படுமே அதுபோல அவன் அசையவும் சக்தி இல்லாமல், மாயத்தால் கட்டுண்டவனைப் போல நின்றான். கைதியினுடைய வார்த்தைகளும், கெஞ்சுதலும் அவன் உள்ளத்தை நெகிழச் செய்தன. கருணை பெருக்கெடுத்தது அவன் உள்ளத்தில். வயதாகியும் இவ்வளவு கஷ்டப்பட்டும் அந்தக் கிழவன் வாழ்க்கையில் இன்னமும் நம்பிக்கை வைத்திருந்தான் என்பது ஸெராவினோவுக்கு ஆச்சரியமாக இருந்தது. துக்க சாகரத்தில் அழுந்திவிடாமல் அந்தக் கிழவன் நீந்திச் சமாளித்துக்கொள்ள முயன்றானே!

இவ்வளவு நாளாகத் தான் கண்டு கொண்டிருந்த கனவுகளெல்லாம் பலிதமாகும் நாள் வந்துவிட்டது என்று ஸெராவினோ அப்பொழுது எண்ணினான். எதற்கு மதிப்பு அதிகம் தன் உயிருக்கா, அல்லது இந்தக் கிழவனுடையதற்கா என்று அவன் விசாரிக்கத் தாமதிக்கவில்லை. தான் வருந்தி அழைத்த வீர மரண சந்தர்ப்பம் இப்பொழுது கிடைத்து விட்டதென்று அவன் எண்ணினான். அவன் அங்கு இறந்துகிடந்தால், கைதி தப்பி ஓடிவிட்டதையும் ஞாபகம் வைத்துக்கொண்டு, அவன் தன் கடமையை நிறைவேற்றுவதில் மாண்டு போனான் என்று ஜனங்கள் முடிவு கட்டிவிடுவார்கள். அவனைப் பாராட்டுவார்கள். வீரமரணத்துக்கு ஏற்ற சந்தர்ப்பம் வேறு வாய்க்காது என்று ஸெராவினோ எண்ணினான்.

“போ. போய்விடு... ஓடு” என்றான் ஸெராவினோ.

போகுமுன் அந்தக்கிழவன் மறுபடியும் ஒருதரம் அவனை வணங்கினான். பிறகு நிமிர்ந்து நின்று இரு கைகளையும் தூக்கி அவனை ஆசீர்வதித்தான்; “என் மகனே! ஆனந்தமும்

ஐசுவரியமும் தாமே உன்னைத்தேடி வந்து அடையும்! உன் கருணையைப் போலவே உன் அதிர்ஷ்டமும் எல்லையற்றதாக இருக்கும்!"

ஸெராவினோவின் கண்கள் நிறைந்தன. கிழவன் பாறைமேல் ஏறி அப்பால் இறங்கி மறைந்தான். கூழாங்கற்கள் சில உருண்டு புரண்டு கடலில் விழும் சப்தம் கேட்டது.

◆

ஸெராவினோ யோசனையில் ஆழ்ந்தான். "ஆனந்தமும் அதிர்ஷ்டமுமா? எனக்கா? அதெல்லாம் நடக்காது. என்னைவிட அதிர்ஷ்ட ஹீனன், துக்கத்தால் பீடிக்கப்பட்டவன் இவ்வுலகில் யாருமே இருக்க மாட்டான்!" என்று அவன் சிந்தித்தான்.

அவனுடைய வாழ்க்கையில் சிகரம் போன்ற அந்த விநாடியில் அவனுடைய மனத்தில் மேன்மையான சிந்தனைகள் எதுவும் தோன்றவில்லை; நேர்த்தியான ஞாபகங்கள் எதுவும் எழவில்லை. நல்ல இனிமையான தின்பண்டங்கள் எதையுமே தான் தின்றதில்லையே என்று எண்ணி வருந்தினான். மலிவான செருப்புகளை எவ்வளவு நாள் அதிகமாக உபயோகிக்க முடியும் என்று அவன் பட்ட பாடுகள், கறுப்பு அங்கி ஒன்று வேண்டும் என்கிற அவனுடைய நிறைவேறாத நீண்டகால ஆசை, மாரிக் காலத்துக்கு உதவக் கம்பளிச் சட்டைகள் வாங்க அவன் தினம்தினம் சிரமப்பட்டு மீதம் பிடிப்பது இதுபோன்ற அற்ப விஷயங்கள்தான் அப்போது அவனுக்கு ஞாபகம் வந்தன. துயரத்தின் சாரமே இது; சோகத்தின் எல்லை இதுதான். அவனிடம் இருந்த உடமைகள் எல்லாம் பழையவைதான்; மலிவானவைதான்; உபயோகப்பருவம் கடந்தவைதான். அவனுடைய ஆத்மாவும் அப்படியே தானோ? என்னவோ யார் சொல்ல முடியும்?

ஆனால் அதெல்லாம் எப்படியானால் என்ன இப்பொழுது? எல்லாம் ஒருவழியாக முடிந்துவிட்டது. விதியுடன் அவனுடைய போராட்டம் முடிவுறும் விநாடி நெருங்கிக்கொண்டிருந்தது. விதியின் கைகளிலிருந்து அவன் ஒரே அடியில் இரண்டு ஆத்மாக்களை மீட்டுவிட்டான் தன்னையும், தப்பி ஓடிவிட்ட கிழக்கைதியையும். வாழ்க்கை என்னும் சவக் குழியினின்றும் தப்பிக் கிளம்பி ஓடும் விநாடி நெருங்கிவிட்டது என்று ஸெராவினோ உணர்ந்தான்.

◆

துப்பாக்கியைத் தன் மார்ப்புக்கெதிரே நீட்டிப் பிடித்துக் கொண்டு நின்றான் அவன். தன் உயிரைத்தியாகம் செய்யத் தயாராக நின்றான்.

அவன் வாழ்க்கையில் காதல் இடம் பெறவில்லை; நம்பிக்கை இல்லை. வேறு எதுவுமே இல்லை. ஆனால் அவன் சாவிலே கருணை இருந்தது. கருணை என்னும் ஒரு மாயவெள்ளம் அவன் உள்ளத்தை நிறைத்தது.

அவன் செத்ததை எண்ணி யாரும் அழமாட்டார்கள். ஆனால் உலகில் பிறந்து கஷ்டப்படுகிறவர்கள் எல்லோருடைய துயரங்களையும் மனத்தில் வைத்துக்கொண்டு, ஏசு கிறிஸ்துவைப் போல, அவர்கள் சார்பாக அழுதுகொண்டே அவன் உயிர்துறப்பான்.

“போய் விடுகிறேன்!”

நட்சத்திரங்களின் ஒளி அவன் கண்ணில் படவில்லை; கடலின் ஓலம் அவன் காதில் விழவில்லை. சாவு எனும் திரைநடுவே விழுந்து எல்லாவற்றையும் மறைத்துக்கொண்டது.

“போய் விடுகிறேன்!”

துப்பாக்கியின் குதிரையைத் தட்ட அவன் முயன்றபோது அது கை வழுக்கிக் கீழே விழுந்துவிட்டது. பாறைமேல் அது விழுந்த சப்தம் கடகடவென்று ஒரு விநாடி இரவின் அமைதியைக் கெடுத்தது.

◆

அந்தச் சப்தம் கேட்டுத்தான் ஸெராவினோ விழித்துக் கொண்டான். அவனுக்கு நடுக்கம் எடுத்தது. மேலே நட்சத்திரங்கள் மினுமினுத்தன; கீழே அலைகள் முணுமுணுத்தன. அவன் துப்பாக்கி உண்மையிலேயே கற்பாறைமேல் விழுந்துகிடந்தது. சில விநாடிகள் அவனால் அசையவே முடியவில்லை. கனவுதான் என்றாலும் அந்தக் கனவின் வேகமும் பாவமும் அவனைக் கட்டிப்போட்டு விட்டதுபோல் இருந்தது.

தான் இந்தக் கனவு கண்டு கொண்டிருந்த அதே விநாடியில் சீக்காய்ப் படுத்திருந்த கிழக் கைதி மனிதர்கள் கையிலிருந்து தப்பிப் போய்விட்டான், இறந்துவிட்டான் என்று ஸெராவினோ மறுநாள் கேள்விப்பட்டான்.

◆

சாயங்கால வேளை. பட்டுப்படுதாக்கள் காற்றில் அலைவதுபோல தாழையும் நாணலும் தூரத்தில் சலசலத்துக் கொண்டிருந்தன. ரோஜா நிறமான மேகங்கள் ஆகாயத்தில் வரிசை வரிசையாக மிதந்து சென்றுகொண்டிருந்தன. சிவப்புக் கலந்ததங்கமாகப் பளபளத்த கடல் அலைகள் லேசாக விசிறி அடித்துக்கொண்டிருந்த காற்றில் எழ மறுத்தன.

சோல்ஜர்களுக்கு ஒரு மணி நேரம் 'ட்யூடி' ஒன்றும் கிடையாது. கட்டிப்போடப்பட்ட நாய்கள்போல அவர்கள் வெளி முற்றத்தில் நின்றுகொண்டு ஊளையிட்டுக் கொண்டிருந்தார்கள். இந்த ஓய்வு நேரத்தை ஸெராவினோ பாசறை வாசலில் நின்றபடி சாவைப் பற்றிய சிந்தனைகளில் கழிப்பது வழக்கம். ஆனால் வழக்கத்துக்கு விரோதமாக அவன் இன்று தன் அறையில் உட்கார்ந்து ஏதோ கதை எழுதிக் கொண்டிருந்தான்.

சோல்ஜர்களின் கூச்சல் லேசாகத்தான் அவன் காதில் பட்டது. பட்டதும் கூச்சலாகப் படவில்லை. ஏதோ மிகவும் துக்ககரமான இசைபோலப் பட்டது. எழுதிக் கொண்டிருக்கையில் அவன் மனத்தில் சொல்லவொண்ணாத உணர்ச்சிகள் கொந்தளித்தன. ஏதோ கைக்கு எட்டாத ஒன்றைக் குறித்துக் கடவுளைப் பிரார்த்தித்து கெஞ்சிக்கேட்க வேண்டும் என்று அவனுக்குத் தோன்றிற்று. யாரையாவது சபித்து அழித்துவிட்டால் தேவலை என்றிருந்தது. வாய்விட்டு அலறி அழுதால் தேவலைபோல இருந்தது. சாதாரணமாக அற்ப விஷயங்கள்கூட அப்பொழுது ஏதோ ஒருமாயத்தால் விசுவரூபம் எடுத்துவிட்டன போல இருந்தது. அவன் எதிரே மேஜைமேல் கிடந்த ஒரு துளித்தண்ணீர் பிரபஞ்சத்தையே விழுங்கிவிடக்கூடிய பரந்த கடலாக மாறிக் காட்சி அளித்தது. அத்துளியில் பட்டுப் பளபளத்த சூரிய ரச்மி உலகையே எரித்துவிடக்கூடிய அளவுக்கு நெருப்பையும் வெளிச்சத்தையும் கக்குவது போல இருந்தது.

மேஜைமேல் ஒரு கறுப்புப்பூனை உட்கார்ந்திருந்தது. அதனுடைய மஞ்சள் நிறமான கண்கள் எழுதிக் கொண்டிருந்த ஸோல்ஜரையே உற்றுக் கவனித்துக்கொண்டிருந்தன. ஒவ்வொரு சமயம் அது தன்னுடைய முன்னங்காலை நீட்டி அவன் கையிலிருந்த பேனாவைப் பிடுங்க முயற்சித்தது.

சில சமயம் ஸெராவினோவின் நண்பனான அந்த சங்கீதப் பித்தனும் அதே மேஜையில் வந்து உட்கார்ந்து ஒரு கவிதைக் கதையின் பகுதிகளை எழுதுவான்; பூனை அவனிடமும் அதே

விளையாட்டைத் தொடங்கும். ஆனால் அவன், "ஷ், ஷ்" என்று அதை விரட்டி விடுவான்.

ஸெராவினோ எழுதினான் பல நாட்கள் மாலை நேரத்தில் மேஜையண்டை உட்கார்ந்து எழுதினான். கடைசியில் ஒருநாள் எழுதி முடித்துவிட்டுக் கடைசிப் பக்கத்தில் கையெழுத்திட்டான்.

இதைக் கவனித்த சங்கீதப்பித்தன் கேட்டான்: "வாசிக்கலாமா?"

"வேண்டாம்... என்னால்..." என்று ஸெராவினோ இழுத்தான். ஆனால் நண்பன் வற்புறுத்திக் கேட்டதன் பேரில் கொடுத்துவிட்டான்.

கதை ஒரு தினசரிக் குறிப்பு உருவத்தில் எழுதப்பட்டிருந்தது. நிஸிடாத்தீவில், சிறைச்சாலையில் காவல் புரிந்த ஒரு சோல்ஜர் ஒரு கைதியிடம் கருணை காட்டுகிறான். நாளுக்கு நாள் அக்கருணை வளருகிறது. தான் சிறையை விட்டுத் தப்பிப்போக அவன் உதவி செய்ய வேண்டும் என்று கைதி அவனைக் கேட்கிறான். அந்தக் கைதி ஒரு கொத்தன். சிறைச்சாலைக்கு வெளியே சில கட்டிடங்களை எழுப்ப அதிகாரிகளால் அவன் ஏவப்படுகிறான். தப்பி ஓட சந்தர்ப்பங்கள் கிடைக்கின்றன. கருணை காட்டும் சோல்ஜருடன் பேசிப்பேசி அவன் மனத்தை இளக்கவும் நிறையச் சந்தர்ப்பங்கள் வாய்க்கின்றன. தான் வாழ்க்கையில், அநியாயமாய், துரதிருஷ்டவசமாகப் பட்ட துன்பங்களை எல்லாம் கைதி உருக்கமாக விவரிக்கிறான். சோல்ஜருக்குக் கடமை என்ற ஞாபகம் இருக்கிறது. கடமை தவறக்கூடாது என்ற சிந்தனையுடன் கருணை என்ற சிந்தனை போராடுகிறது. முடிவில் கருணையே வெற்றி பெறுகிறது. ஓர் இரவு தான் காவல் காத்து நிற்கும்போது அக்கைதியைத் தப்பி ஓடவிட்டு விடுகிறான். கடமை தவறியதற்காகத் தன்னையும் சுட்டுக்கொண்டு இறந்துவிடுகிறான்.

இந்தக்கதை அற்புதமான, மனுஷ்யத்வம் நிறைந்த கதையாக சங்கீதப்பித்தனுக்குத் தோன்றிற்று. அவன் உள்ளத்தை உருக்கிற்று. நல்ல கதைகளைப் பற்றி வழக்கமாகச் சொல்வதுபோல, "ரஷ்யக் கதை மாதிரி இருக்கிறது இது" என்று அவன் சொன்னான்.

ஸெராவினோவுக்குக் கோபம் வந்தது. "ஏன்? இத்தாலியக் கதை என்று சொல்லக்கூடாதா? இம்மாதிரி ஒரு சம்பவம் என் வாழ்க்கையிலேயே நேர்ந்ததாக வைத்துக்கொள்ளேன்" என்றான்.

"நீ இன்னும் உயிருடன் இருக்கிறாயே?"

“உண்மையில் நேர்ந்ததுதான் இது. ஆனால் கனவில் நடந்தது.”

“கனவிலா?”

“ஆமாம், கனவிலேதான். அதாவது நம் வாழ்க்கையில் ஒரு பகுதியை நாம் கனவு என்று ஒதுக்கி விடுகிறோமே அப்பகுதியில் நேர்ந்தது. மனுஷ்ய வாழ்க்கையில் கனவுகள்தான் முக்கியமான பகுதிகளோ என்னவோ, யார் சொல்ல முடியும்? உண்மை மயங்கிக் கனவாக மாறும் தருணம் நமக்குத் தெரியவா செய்கிறது?”

“இப்பொழுது நான் தூங்குகிறேனா? விழித்திருக்கிறேனா?” என்றான் சங்கீதப்பித்தன் கேலியாக.

இதை வைத்து அவர்களிடையே வழக்கம்போல முடிவற்ற விவாதம் மூண்டது. விவாத விஷயத்தைப் பற்றி அவர்கள் ஒத்துப் போகவில்லை. ஆனால் முடிவில் ஒரு விஷயம் நிச்சய மாயிற்று. ஸெராவினோவினுடைய வசன கதைகளையும், சங்கீதப்பித்தனுடைய கவிதைக் கதையையும், தனித்தனியாகத் தபால் செலவு செய்து அனுப்புவதைவிட ஒரே தபாலில் சேர்த்து அனுப்பிவிடலாம் என்று தீர்மானமாயிற்று; மிலன் நகரில் இருந்த ஒரு பத்திரிக்கைக்கு இரண்டையும் அப்படியே அனுப்பி வைத்தார்கள்.

அந்தப் பத்திரிக்கையின் ஆசிரியரிடமிருந்து ஏதாவது பதில் வரும் என்று அவர்கள் வெகு நாள் எதிர்பார்த்துக் காத்திருந்தார்கள். ஒரு பதிலும் வரவில்லை.

◆

சிதலமாகிக்கொண்டிருந்த ஒரு பழைய வீட்டில் இரண்டு அறைகளை வாடகைக்கு எடுத்துக்கொண்டு அவற்றில் ஸெராவினோ வசித்து வந்தான். ஒரு காலத்தில் யாரோ பெரிய மனிதர்கள் வாழ்ந்து அதற்குமேல் வாழ லாயக்கில்லை என்று விட்டுவிட்டுப்போன வீடு. வீட்டின் மாடிக்குச் செல்ல சாந்து பூசாத மாடிப்படி இருந்தது. படியில் கணக்கற்ற பல்லிகளும், சிலந்திப் பூச்சிகளும் நிரந்தரமாகக் குடியிருந்தன. அந்தப் பல்லிகளும் சிலந்திப் பூச்சிகளும்போல ஸெராவினோவும் அவ்வீட்டில் வசித்து வந்தான். தன் வாழ்க்கையும் அந்தப் பாழடைந்த வீட்டைப் போலத்தான் இருந்தது என்று அவனால் சிந்திக்காமல் இருக்க முடியவில்லை. கூரையில்லாமல் நின்ற அந்த வீட்டுக்கும் அவனுக்கும் என்ன வித்தியாசம்? காரண காரியம் ஏதுமே இல்லாமல் அவனுக்கும் அந்த வீட்டுக்கும் ஒரே மாதிரியாக வயசாகிக்கொண்டிருந்தது.

வீட்டுக்குப் பின்னால் மலையும் காடும்தான் இருந்தன. வசந்தத்தின் இரவுகளில் காட்டு மரங்களின் வாசனை வீசும். அவனுடைய வீட்டுக்கும் பள்ளிக்கூடத்துக்கும் இடையே ஒரு பழத்தோட்டம் இருந்தது. தோட்டம் கவனிப்பவரின்றி வீணாகிக் கொண்டிருந்தது. தனிமையை விரும்புவோருக்கு இதைவிடச் சிறந்த இடம் கிடைக்காது; அங்கு காற்றிலே துக்கமயமான சிந்தனைகள் மிதந்து வருவதுபோல இருக்கும். விசேஷமாக இலையுதிர் காலத்தில் இந்தத் தனிமையும் துக்கபாவமும் அதிகரித்து ஆளையே அமுக்கிவிட முயலுவதுபோல இருக்கும்.

இப்படிப்பட்ட இலையுதிர் காலத்தில் ஒருநாள் உலகமெல்லாம் கறுப்புப்போர்வை போர்த்துத் துக்கத்தில் ஆழ்ந்து கிடந்தது. தனது வாழ்க்கையின் சூன்யம் எல்லாம் பரிபூர்ணமாகத் திரண்டு அன்று தன் முன் நின்றது என்று ஸெராவினோ எண்ணினான்.

ஹாலந்து தேசத்து தபால் முத்திரையுடன் ஸெராவினோவுக்கு ஒரு கடிதம் வந்திருந்தது. தன் கையிலிருந்த அந்த நீல உறையை வெகுநேரம் பிரிக்காமல் ஆச்சரியத்துடன் அவன் பார்த்துக் கொண்டே நின்றான். மேல் விலாசம் முத்துமுத்தாக அழகாக எழுதப்பட்டிருந்தது. அந்த எழுத்தை அவன் அதற்கு முன் எங்கேயோ கண்டிருந்தான்? எங்கே? யோசித்துப்பார்த்தான். சட்டென்று ஞாபகம் வரவில்லை.

வாலிபப் பருவத்தின் கனவுகள் ஞாபகம் வந்தன. தான் கதைகள் எழுதுவதாகவும், அவற்றைப் பத்திரிகைகள் ஆனந்தத்துடன் அங்கீகரித்துப் பிரசுரிப்பதாகவும், அவற்றைப் படித்துவிட்டு அன்பர்கள் பாராட்டிக் கடிதங்கள் எழுதுவதாகவும் அவன் கனவுகள் காண்பது அந்தக் காலத்தில் சகஜம். தன் பெயர் அன்பர்களின் கடிதங்களின்மேல் முத்துமுத்தாக இந்த மாதிரி அழகாக எழுதி யிருக்கும் என்று அவன் கனவு கண்டதுண்டு.

ஆத்திரத்துடன், உள்ளம் கொள்ளாத உணர்ச்சியுடன் உறையைப் பிரித்து ஸெராவினோ கடிதத்தைப் பார்த்தான்.

◆

ஐயா,

மிலன் ரெவ்யூ என்கிற பத்திரிகையில் 'கருணை' என்னும் தங்களுடைய அதியற்புதமான கதையை நான் வாசித்தேன். அதனுடைய ஜெர்மன், டச்சு பாஷை உரிமைகளைத் தாங்கள் இன்னும் விற்கவில்லையானால், அதை நான் இரண்டு

மொழிகளிலும் வெளியிட விரும்புகிறேன். ஜெர்மன் மொழி பெயர்ப்பை வியன்னாவின் சிறந்த பத்திரிகையான டீஜீட்டில் வெளியிட ஏற்பாடு செய்வேன். நான் ஜெர்மனி தேசத்தவள்தான். ஆனால் என்னுடைய தாயின் பெற்றோர்கள் டச்சுக்காரர்கள். நானும் ஹாலந்தில் தான் வசிக்கிறேன்; அதனால் எனக்கு டச்சு மொழியும் நன்றாக வரும். இத்தாலி தேசத்திலும் பிரயாணம் செய்திருக்கிறேன்; கொஞ்ச காலம் வசித்திருக்கிறேன். இத்தாலியப் மொழியும் எனக்கு நன்றாகத் தெரியும். உங்கள் கதையை நான் நன்றாக மொழிபெயர்ப்பேன்; அதைப்பற்றித் தாங்கள் சந்தேகப்பட வேண்டியதில்லை.

நேபிள்ஸ் நகரில் எனக்கு நண்பர்கள் இருக்கிறார்கள். வருஷாவருஷம் நான் கோடையில் அவர்களுடன் தங்குவதுண்டு. சென்ற வருஷம் அப்படித் தங்கியிருக்கும்போது தாங்கள் கதையில் வர்ணித்திருக்கும் நிஸிடாத் தீவுக்கும் போயிருக்கிறேன். இதனாலேயும் தங்கள் கதை எனக்குப் பிடித்திருந்தது.

சன்மான விஷயமாகத் தாங்கள் கவலைப்பட வேண்டிய தில்லை. டீஜீட் அளிக்கும் சன்மானம் முழுவதையும் நேரில் தங்களுக்கே அனுப்பச் சொல்லிவிடுகிறேன்.

இதைத்தவிர தாங்கள் வேறு கதைகள் எழுதியிருந்தால் அவை பற்றிய விவரங்களையும் வேண்டுகிறேன். தங்கள் வாழ்க்கைக் குறிப்புகளும் அனுப்பினால் உபயோகிக்கலாம்; மொழிபெயர்ப்புடன் சேர்க்க உதவும்.

தங்களுடைய அன்பார்ந்த பதிவைச் சீக்கிரமே எதிர் பார்க்கிறேன். கதையைப் பற்றி என் மனங்கனிந்த பாராட்டுதலை ஏற்றுக்கொள்ளுவீர்கள் என்று நம்புகிறேன்.

எலிஸபெத் கெர்க்கர்.

◆

பெயரும் புகழும் அதிர்ஷ்டமும் வரும்போது அளவு கடந்த ஆனந்தத்தையே கொண்டுவரும் என்று ஸெராவினோ எண்ணியிருந்தான். அப்படி இருக்க இந்தக் கடிதம் ஏன் அவனுக்குப் பயங்கரமானதோர் உணர்ச்சியைத் தந்தது?

கடிதத்தை இரண்டாவது முறை படித்துப் பார்த்துக்கூட அவனுக்குத் தைரியம் வரவில்லை. இதெல்லாம் வெறும் கனவா? மிரள மிரள சுற்றுமுற்றும் விழித்துப் பார்த்தான். தூக்கம் இல்லையேயென்று தன்னையே கிள்ளிப் பார்த்துக்கொண்டான்.

கடைசியில் அந்தக் கடிதத்தை மறுபடியும் ஒருமுறை படித்துப் பார்த்தான். தனக்கு விரோதமான அசுர சக்தி ஒன்று பாய்ந்து வந்து அந்த ஐசுவரியத்தைப் பிடுங்கிக்கொண்டு போய்விடுமோ என்று பயந்தவன் போல யார் கண்ணிலும் படாமல் அதை ஒளித்து வைத்துக்கொண்டான்.

பெயரும் புகழும் கிடைத்துவிட்டது என்று எண்ணிய வுடனே அவனுக்கு வேறு ஓர் எண்ணமும் உதித்தது. பொறாமைகொண்ட சாதாரண மக்கள் அவன் சந்தோஷத்தைக் கெடுக்க முயலுவார்கள்! வழக்கமாக அவனுக்கு வாழ்க்கையில் உள்ள கசப்பு திடீரென்று மறைந்துவிட்டது. பிறரைப்பற்றி, இவ்வளவு நாளாக இல்லாத புதுமையாக, அவன் அன்புடனும் இரக்கத்துடனும் சிந்திக்கத் தலைப்பட்டான். தன்னிடம் பொறாமை கொள்ளக்கூடிய ஜனங்களிடம்கூட அவனையும் அறியாமலே அவனுக்கு அனுதாபம் பிறந்துவிட்டது. சந்தோஷம் இல்லாமையே அவர்களுடைய பொறாமைக்குக் காரணம் என்று அவன் எண்ணினான். முடிவில் மற்றது எல்லாவற்றையும் மறந்துவிட்டு அவன் ஆனந்த சாசகரத்தில் மூழ்கினான். ஆனால் அதிலும் ஒரு துளி துக்கம் கலந்திருந்தது, இந்த ஆனந்தம் நீடித்து நிற்க வேண்டுமே என்று!

ஜன்னல் கதவுகளை எல்லாம் திறந்துவிட்டு அவன் மேஜையண்டை போய் உட்கார்ந்தான். இலையுதிர் காலம். பிரபஞ்சமெல்லாம் வர்ணமற்று துக்கத்தில் ஆழ்ந்திருந்தது. ஆனால் அவன் கண்ணில் இந்த வர்ணமின்மையும் துக்கமும் படவேயில்லை. அடிவானத்துக்கப்பால் கோடி சூரியப்பிரகாசம் உடையதாய் எல்லையற்றதாய் இன்பமே மூச்சானதாய் இருந்த ஒரு பிரதேசம்தான் அவன் கண்ணில்பட்டது. இலையுதிர் காலத்தின் துன்பமயமான ஓசைகள் அவன் காதில் விழவேயில்லை. பிரபஞ் சத்தின் ஆனந்த கீதம்தான் அவன் காதில் ஒலித்தது.

அந்த அற்புதமான, ஆனந்தமான, முடிவில்லாத நாழிகையை அவன் தன் ஆயுள் உள்ள அளவும் மறக்கவில்லை.

◆

அன்புமிக்க அம்மணி,

தாங்கள் வேண்டும் மொழிபெயர்ப்பு உரிமைகளை நான் நன்றியுடன் தங்களுக்கு அளிக்கிறேன். உங்கள் கடிதத்தின் வரவால் என் வாழ்க்கையில் ஏற்பட்டுள்ள மாறுதல்களை என்னால் விவரிக்க முடியாது. தாங்களே ஊகித்து அறிந்துகொள்ள வேண்டியதுதான்.

நான் ஓர் எழுத்தாளனே அல்ல. என்னைப் பற்றிய முழு விவரங்களையும் தாங்கள் அறிய விரும்புகிறபடியால், சொல்லியே விடுகிறேன். நான் ஓர் ஆரம்பப் பள்ளிக்கூட ஆசிரியன். ஏழ்மை என்ற சிறைப்பட்டவன். எங்கேயோ கண்காணாத பிரதேசத்தில் ஒரு தாழ்ந்த ஆசிரியனாகக் காலம் தள்ளிவருகிறேன். இவ்வுலகிலேயே நான் தனிமனிதன். என் தனிமையை நான் எப்படித் தாங்கள் அறியும்படிச் சொல்வது? வெகு தூரத்துக்கு அப்பாலிருந்து வரும் தங்களுடைய அன்புக்குரல் என் தனிமையில் எனக்குப் புதுத்தெம்பையும், உற்சாகத்தையும், நம்பிக்கையையும் தரப்போதியதாக இருக்கிறது என்றால் அதிலிருந்தே தாங்கள் என் தனிமையின் தரத்தை ஒருவாறு அறிந்துகொள்ளலாம் அல்லவா? நான் நம்பிக்கை இழந்து உயிர் வாழ இனி அவசியம் இல்லை என்று சிந்தித்துக்கொண்டிருந்த காலத்தில் தங்கள் கடிதம் வந்து எனக்குப் புத்துயிர் அளித்தது.

உண்மையில் தங்கள் கடிதம் வரும்வரையில் என் 'கருணை' மிலன் ரெவ்யூவில் பிரசுரமாகியிருந்த விஷயம்கூட எனக்குத் தெரியாது. துக்ககரமான ஒரு காலத்தில்தான் அதை எழுதினேன். அதில் உண்மையான உணர்ச்சி பாவம் நிறைந்திருப்பதால்தான் அது தங்களுக்குப் பிடித்திருக்கிறது என்று எண்ணுகிறேன். கதையில் விவரித்திருப்பது போன்ற சந்தர்ப்பத்தில் நான் மாட்டிக்கொண்டிருந்தால் அப்படியே கைதியிடம் கருணை காட்டியிருப்பேன் என்ற உணர்ச்சியுடன்தான் நான் எழுதினேன். இன்னும் ஒன்றும் சொல்லிவிடுகிறேன். அந்தக் கதை பூராவும் என் கனவிலே நடந்ததுதான்.

அந்தக் கனவின் பாவ வேகத்தை நான் என்னவென்று சொல்லுவேன்? கண்ணுக்கு முன் நடந்ததுபோல எல்லாம் என் மனத்தில் அப்படியே ஆழ்ந்து பதிந்துவிட்டது. அந்தக் கிழக்கைதியின் முகம் இன்னும் என் கண்முன் நிற்கிறது. அவன் முகபாவத்தை என்னால் என்றுமே மறக்க முடியாது. அதற்கப்புறம் நான் துக்கத்தில் அழும்போதும், மனக்கசப்புடன் வாழ்க்கையைப் பற்றிச் சிந்திக்கும் போதும் அவனுடைய கடைசி வார்த்தைகள் எனக்கு ஞாபகம் வரும். விதி என்னைக் கேலி செய்து கைகொட்டி பரிகசிப்பதுபோல இருக்கும். கனவில் அன்று நான் அக்கைதிக்கும் காட்டிய கருணை வீணாகிவிடவில்லை என்று எனக்கு இன்று தோன்றுகிறது.

ஓர் ஆயுள் காலத்தில் எவ்வளவோ தினுசான நாழிகைகள் இருக்கும். என் ஆயுளில் ஆனந்தம் என்ற நாழிகை வந்துவிட்டது.

தங்கள் கடிதம் என் கையில் வந்து சேர்ந்தது முதல் நான் வாழ ஆரம்பித்துவிட்டேன். முடிவற்ற தூக்கம் தூங்கி இன்று விழித்தெழுந்து விட்டவனைப்போல நான் இருக்கிறேன். இவ்வளவு நாள் என்னுடன் கட்டுண்டு கிடந்த விதவிதமான சக்திகள் இப்பொழுது சீறிக்கொண்டு வெளிக் கிளம்புகின்றன. எனக்குத் தோழர்களே கிடையாது கிடைக்கமாட்டார்கள் என்று நான் எண்ணியிருந்தேன். யாருடைய நட்பும் அன்பும் இல்லாமலேதான் வாழ்க்கை பூராவும் பாலைவனப் பாதையிலே நடக்க வேண்டியவன் நான் என்று எண்ணியிருந்தேன். என் உள்ளத்தில் குரல் எவ்வளவோ தூரம் பாய்ந்து எட்டியிருக்கிறது என்று இப்பொழுது அறிகிறேன். என்னை ஒத்த ஆத்மாக்கள் என் குரலுக்கும் எதிரொலியாக எழுந்து ஒலிக்கின்றன என்று நான் தங்கள் கடிதம் மூலம் அறிகிறேன். என் கதையைப் பலர் படிப்பார்கள்; எனக்குப் பெயரும் புகழும் வரும் என்று நான் இப்பொழுது சந்தோஷப்படவில்லை. எனக்குப் பெயரும் புகழும் தேவையே இல்லை. என்னைப்போன்ற ஆத்மாக்களும் உலகில் இருக்கின்றன; என் குரல் அவர்களை எட்டுகிறது என்ற அறிவு எனக்கு எல்லையற்ற இன்பத்தைத் தருகிறது. வாழ்க்கையிலே ஒரு புது உற்சாகமும் ஆர்வமும் தோன்ற போதாதா?

மறுபடியும் ஒரு தரம் தங்களுக்கு என் நன்றியைத் தெரிவித்துக்கொள்ளுகிறேன். கணக்கில் அகப்படாத நன்மையைத் தங்கள் கடிதம் எனக்கு அளித்திருக்கிறது. நான் என்றும் மறக்கமாட்டேன். நன்றியுள்ள,

ஸெரா விநோ ராஸி

◆

ஐயா,

தங்கள் கடிதம் கிடைத்தது. என்னிடம் மதிப்பு வைத்துத் தாங்கள் எழுதியுள்ள விஷயங்களுக்கு வந்தனம். தங்களுடைய உயர்ந்த மனோபாவம் கடிதத்தில் நன்கு பிரகாசிக்கிறது. தங்களுடைய நட்பு எனக்குக் கிடைத்தது பற்றி நான் வெகுவாகச் சந்தோஷப்படுகிறேன். முதல் கடிதத்தைப் போலவே உணர்ச்சியும் உண்மையும் கலந்து திகழும் பல கடிதங்களை நான் தங்களிடமிருந்து எதிர்பார்க்கிறேன். தாங்கள் வயது அதிகம் ஆகாதவர் என்று தெரிகிறது. தங்களைவிட நான் வயதானவள் என்று எண்ணுகிறேன். தங்களுடைய நூல்களை மொழிபெயர்ப்பவளாக மட்டுமல்லாமல் என்னைத் தங்களுடைய

சிநேகிதையாகவும் அங்கீகரிக்க வேண்டுமென்று வேண்டிக் கொள்ளுகிறேன்.

தங்கள் கதையைப் போலவே தங்கள் கடிதமும் என் உள்ளத்தைக் கவர்ந்தது. ஏதோ ஓர் அழகிய நாவலில் ஓர் அத்தியாயம்போல இருந்தது தங்கள் கடிதம்.

'கருணை' என்ற கதை ஒரு விசேஷ காரணத்தினால் என் மனத்தை வெகுவாகக் கவர்ந்தது. அதில் உள்ள உண்மையான உணர்ச்சி என் உள்ளத்தைச் சற்று அதிகமாகவே தாக்கியது.

என் தகப்பனாருக்கு நண்பர் ஒருவர் இருந்தார். அவரை நான் என் தகப்பனாரைப் போலவே நேசித்திருந்தேன். அவருடைய இரண்டாவது மனைவி யாருடனோ சோரம் போனாள் என்று அவளை அவர் கொன்றுவிட்டார். அதற்காக அவரைப் பிடித்துச் சிறையிலிட்டு விட்டார்கள். சிறையிலிருந்து அவர் தப்பி ஓட முயற்சித்தார். அப்பொழுது அவர் சிறைக்காவலாளி ஒருவனால் சுட்டுக்கொல்லப்பட்டார். அவருடைய வரலாற்றை அறிந்த எனக்குத் தங்கள் கதை பிடித்திருந்ததைப் பற்றி ஆச்சரியம் என்ன? தவிரவும் தங்கள் எழுத்தில் உண்மை ஒளியும், தெளிவும் கூடித் திகழ்கின்றன. தாங்கள் மேலும்மேலும் இம்மாதிரிக் கதைகள் எழுதிப் பிரசுரிக்க வேண்டும் என்று நான் கேட்டுக் கொள்ளுகிறேன்.

நானும் சில கதைகள் எழுதியிருக்கிறேன். இத்தாலிய கவிகள், கதைகள் சிலவற்றை மொழிபெயர்த்திருக்கிறேன். ஹாலந்தில் வசிக்கும்போது அதாவது வருஷத்தில் பாதி நாளுக்கு மேல் நானும் ஒரு ஆரம்பப் பள்ளிக்கூடம் நடத்துகிறேன். நம் இருவருடைய வாழ்க்கையும் ஓரளவு ஒத்தே இருக்கிறது. ஆனால் தங்களுக்கிருப்பதைவிட எனக்கு வாழ்க்கையில் நம்பிக்கை அதிகம். அதனால் நான் தங்களுக்குச் சொல்லுவது என்னவென்றால், வாழ்க்கையில் தாங்கள் அதைரியப்பட வேண்டிய அவசியமே கிடையாது. சில சமயம் ஏழ்மையைக்கூட ஓர் ஐசுவரியம் என்றே சொல்ல வேண்டி இருக்கிறது. ஏழையின் ஆயுட்காலம் வீணாகி விடாது. ஆத்மபூர்வமான உண்மை வாழ்வு வாழ ஏழையினால்தான் முடியும். கஷ்டமோ, நஷ்டமோ, சுகமோ, சௌகரியமோ எதுவுமே ஏழை தானாகவே செய்துகொள்கிறான். பிறரை நம்பி அவன் வாழ்க்கை நடத்துவதில்லை. திறமை மட்டும் இருக்குமானால் அவன் ஒரு லட்சியத்தைக்கொண்டு சிறப்பாக வாழலாம். மனிதர்களுக்க உள்ள வியாதிகளிலே ஏழ்மை என்பது

அவ்வளவு கொடியது அல்ல என்றே நான் நினைக்கிறேன். மற்றபடி எல்லாம் விதியைப் பொறுத்தது. மனிதர்களிடமிருந்து மறைத்துமறைத்து வைத்திருக்கும் ஆஸ்திகளை எல்லாம் அவன் தானாகவே ஒரே விநாடியில் கொடுத்தாலும் கொடுப்பாள். யார் சொல்ல முடியும்?

நான் சொல்ல விரும்பியதைத் தெளிவாகச் சொல்லவில்லை என்பது பற்றித் தங்கள் மன்னிப்பை வேண்டுகிறேன். இதைவிடத் தெளிவாகச் சொல்ல எனக்குத் தெரியவில்லை. தங்களுடையதைப்போல அழகான உணர்ச்சி ததும்பும் நடையைக் கையாள எனக்கும் ஆசைதான். ஆனால் அந்த நடையின் ரகசியம் எனக்குத் தெரியவில்லை.

நமது நட்பு முற்றி நாம் ஒருவரையொருவர் நன்கு அறிந்துகொள்ளும் நாளை ஆவலுடன் எதிர்பார்க்கிறேன் இத்யாதி... இத்யாதி.

◆

இத்யாதிகள் நிறையவே இருந்தன. ஆனால் அவற்றில் உண்மை தொனிக்கவில்லை ஸெராவினோவுக்கு.

“அவள் பணக்காரியாக இருப்பாள். தங்கபிரேம் போட்ட மூக்குக் கண்ணாடி அணிந்திருப்பாள். ஏழ்மைத்தனத்தின் அல்லல்களை நேரில் பட்டறியாது ஏழ்மையே சொர்க்கம் என்று பேசிக் கொண்டிருக்கும் கோஷ்டியைச் சேர்ந்தவள்போல இருக்கிறது” என்று அவன் எண்ணினான்.

அது எப்படியானால் என்ன? அவன் அவளுக்கு அடிக்கடி கடிதம் எழுதினான். கடிதங்கள் மட்டுமல்ல; பத்திரிகைகளுக்கு கதைகளும் எழுதினான். எழுதுவதில் பயிற்சி ஏற்பட்டது; இன்பமும் ஏற்பட்டது. தன்னுடைய வீட்டையும் மாணவர்களையும் சுற்றுப்புறத்தையும் விவரிப்பதில் அவனுக்கு அலாதியான திருப்தி ஏற்பட்டது. வாழ்க்கையில் அவனுக்கு இதுகாறும் இருந்துவந்த அலுப்பு சலிப்பெல்லாம் மறைந்துவிட்டது.

காதற் கதையின் முதல் அத்தியாயமாக இருவருக்கும் இடையே கடிதங்கள் சென்று வந்தன. அவை காதற் கடிதங்கள் அல்ல. இலக்கிய விசாரமும் நட்பும் ஆதரவும் நிறைந்த கடிதங்கள். எழுத ஆரம்பிக்கிற புதிதில் இம்மாதிரிக் கடிதங்கள் ஆசிரியர் களுக்கும், ஆசிரியைகளுக்கும் வருவது சகஜம்தானே! அந்தக் கடிதங்களை இங்கு விவரமாகத் தரவேண்டிய அவசியம் இல்லை.

அந்தக் கடிதப்போக்கு வரவு பதினெட்டு மாதங்கள் நடந்தன.

◆

இலையுதிர்காலம் இரண்டு மழை பெய்து ஈரமாகவும், குளிராகவும் இருந்தது. உஷ்ணம் அதிகமாயிருந்த ஒரு வசந்தகாலம். சகிக்க முடியாத வெய்யில் காய்ந்த ஒரு கோடை. வசந்தத்தைப் போலப் புழுக்கமாக இருந்த இரண்டு மாரிக்காலங்கள் இப்படியாக ஒன்றரை வருஷம் சென்றது.

அவ்வளவு நாள் அவன் வாழ்ந்து கடந்துவிட்ட ருதுக்கள் எதையும் பற்றி ஸெராவினோவுக்கு ஞாபகமே இருந்ததில்லை. ஆனால் இந்த ஆறு ருதுக்களில் ஒவ்வொரு நாளும் எப்படி இருந்தது என்பதை அவன் அறிவான். வசந்தத்தின் வெப்பத்தையும், மாரிக்காலத்தின் சுகத்தையும் அவன் அறிந்து அனுபவித்தான்.

இன்பத்திற்கு இடையே துன்பம் கலந்தேதான் இருந்தது. கிராமத்தில் எல்லோரும் அவனைப் புகழ்ந்து பாராட்டத் தலைப்பட்டார்கள். டீஜீட் பத்திரிகை ஆசிரியர் அவனுடைய கதை வெளியான இதழில் பத்துப்பிரதிகள் அனுப்பி வைத்தார். தபால் மூலம் எழுபது பிளாரின்கள் சன்மானமும் அனுப்பினார். தன் கதை பிரசுரமாகி யிருப்பதை ஸெராவினோ தானாக யாரிடமும் சொல்லியே இருக்க மாட்டான். ஆனால் அது தபாலாபீஸ் மூலம் வெளிவந்துவிட்டது.

கிராமத்து அழகி அவனை அன்பு நிறைந்து ததும்பும் கண்களுடன் பார்க்கத் தலைப்பட்டாள். ஆனால் அவனோ அதைக் கவனிக்கவே இல்லை.

மாரிக்காலம் குளிராகவும் துன்பம் தருவதாகவும் இருந்திருந்தால்கூட அவன் அந்தக்குளிரையும் துன்பத்தையும் லட்சியம் செய்தே இருக்கமாட்டான். அவனுடைய சுற்றுப்புறமெல்லாம் இப்பொழுது அழகாகவும் ஒளி நிறைந்தும் இருப்பதாக அவன் உணர்ந்தான். அன்பு என்னும் அழகு அவன் வாழ்க்கையில் புகுந்துகொண்டு விட்டது. தன்னை ஒரு சகோதர ஆத்மா காதலிக்கிறது என்று அவன் உணர்ந்தான். அவன் உள்ளத்திலும் காதல் பிறந்தது. அவனைக் காதலிப்பதாக அறிவுறுத்தி எலிசபெத் இதுவரையில் ஒரு வரிகூட எழுதவில்லை; அவனும் அதைப்பற்றி ஒன்றும் எழுதவில்லை. சில விஷயங்கள் யாரும் வாயைத் திறந்து எதுவும் சொல்லாமலே தெள்ளென விளங்கிவிடும். இந்தக் காதல் விஷயமும் அப்படித்தான்.

முன் ஒரு காலத்தில் ஸெராவினோ லட்சியக் காதலலைப் பற்றிக் கனவு காண்பதுண்டு. அதேபோலத்தான் இப்பொழுதும் அவன் காதலித்தான். தன் காதல் பூர்த்தியாகும் என்று அவன் நம்பவும் இல்லை; எதிர்பார்க்கவும் இல்லை. காதல் பூர்த்தியை அவன் வேண்டவும் இல்லை. காதல் என்ற லட்சியத்துக்காக அவன் காதலிக்கத் தயாராக இருந்தான். எலிஸபெத் பணப்பெருமையும் குலப்பெருமையும் படைத்தவளாக இருப்பாள் என்று ஸெராவினோ எண்ணினான். அவள் எல்லா விஷயங்களிலுமே தனக்கு எட்டாதவளாக இருப்பாள் என்று எண்ணிப் பார்ப்பதில் அவனுக்கு ஒரு திருப்தி.

எலிஸபெத் ஒரு கடிதத்தில் பின்வருமாறு எழுதியிருந்தாள்: "எனக்கும் என்னைக் காதலிப்பதாக ஒரு நாள் சொல்ல உத்தேசித்திருக்கும் ஆடவனுக்கும் இடையே கடக்க முடியாத ஒரு சிறு இடைஞ்சல் ஆழ்ந்தது; ஆத்மார்த்தமானது. பலரால் அதைத் தாண்டி என்னை நெருங்கி அணுக முடியாது."

அது என்ன இடைஞ்சல் என்று ஸெராவினோ கேட்கவில்லை. அவள் தன்னுடைய இளவயதில் ஏதாவது தவறு செய்திருக்கலாம். இதெல்லாம் பற்றி அவன் யோசிப்பானேன்? கவலைப்படுவானேன்? அவன் அவளுடைய காதலை நாடித் தேடப் போவதில்லை; அவளை வேண்டப் போவதில்லை.

காதல் என்ற கனவு வாழ்க்கையில் பரிணமித்த பின் அவன் சாவைப் பற்றிச் சிந்திப்பதையே விட்டுவிட்டான்.

◆

இரண்டாவது வசந்தமும் வந்தது. அவன் வசித்த வீட்டின் வெளிச்சுவர்களின் மேல் செடிகளும் கொடிகளும் படர்ந்து பூத்துக் குலுங்கின. மலைக்காட்டிலிருந்து ரகம் புரிபடாத இன்பமான வாசனைகள் வீசின.

ஈஸ்டர் விடுமுறையில் ஸெராவினோ நேபிள்ஸ் நகருக்குச் சென்றான். அங்கு கடையில் பட்டுச் சொக்காய் வாங்கி அணிந்து கொண்டான். கடையிலிருந்த நிலைக்கண்ணாடி முன் நின்ற அதைப் போட்டுக்கொள்ளும்போது அது தனக்கு ஏற்றதாகவே இருந்தது என்றும், தான் உண்மையிலேயே அழகன்தான் என்றும் அவன் எண்ணினான். முதல்நாள் பத்திரிகையில் படித்த ஒரு விஷயம் அவனுக்கு ஞாபகம் வந்தது. பணக்கார அமெரிக்க சீமாட்டி ஒருத்தி பார்க்க அழகாய் இருந்தான் என்பதற்காக ஒரு கூலியாளை மணந்துகொண்டாள் என்று முந்திய தினம்தான் பத்திரிகைகளில் பிரசுரம் ஆகியிருந்தது.

கடையிலிருந்து நேரே அவன் கவூர் ஹோட்டலுக்குக் கிளம்பினான். அவனை எதிர்நோக்கி அங்கேதான் எலிஸபெத் காத்திருந்தாள்.

அந்தப் பணக்கார அந்நிய பெண்ணுக்கு எதிரே தான் அமைதியை இழக்கக்கூடாது, ஏதோ கௌரவமாகப் பார்த்துப் பேசிவிட்டுத் திரும்பிவிட வேண்டும் என்று ஸெராவினோ தீர்மானித்திருந்தான். கடையை விட்டுக்கிளம்பும்போது சாவதானமாக நிம்மதியாகத்தான் கிளம்பினான். ஆனால் இன்னும் பாதி வழி இருக்கையிலே அவன் உள்ளம் துடித்தது, படபடத்தது, என்ன தீர்மானித்தாலும் அமைதியாயிருப்பது சாத்தியமாக இல்லை. கடைத்தெருவில் சிறிது நேரம் நின்று நிதானப்படுத்திக்கொள்ள முயன்றான்.

கடைத்தெருவில் கூட்டம் சற்று அதிகம்தான். பலவிதமான வண்ணஆடைகள் அணிந்திருந்த ஆண்களும் பெண்களும் குறுக்கும் நெடுக்கும் போய்க்கொண்டிருந்தார்கள். காற்று லேசாக அடித்துக்கொண்டிருந்தது. வெண்மையான சிறு மேகங்கள வான வீதியில் மிதந்து கொண்டிருந்தன. ஏதோ பிரசங்கம் கேட்கப்போகும் மனிதர்கள்போல அவை ஒரே திசை நோக்கி நகர்ந்து கொண்டிருந்தன.

பூக்கடையில் அன்று நின்று அவன் ஒரு ரோஜாச் செண்டு வாங்கினான். அந்தக்கடையில் ஓர் அழகிய வாலிபன் நாகரிகமான ஆடை அணிந்துகொண்டு நின்றான். ஸெராவினோவால் தன்னை அவனுடன் ஒப்பிட்டுப் பார்க்காமல் இருக்க முடியவில்லை. சற்றுமுன் பணக்கார அமெரிக்கச் சீமாட்டியையும் கூலியாளையும் பற்றித் தான் எண்ணியது பற்றி ஸெராவினோ நாணம் அடைந்தான்.

◆

இரண்டு மணி நேரத்துக்குப் பிறகு அவனும் அழகி எலிஸபெத் கெர்க்கரும் கடற்கரை ஓரத்தில் நிஸிடாத் தீவைப் பார்த்துக்கொண்டு நின்றார்கள்.

இத்தாலி தேசத்துப் பெண்ணே போல எலிஸபெத் அழகாக இருந்தாள். அவள் மூக்குக் கண்ணாடி அணிந்திருக்கவில்லை. அவளுடைய தலைமயிரும் கண்களும் இருண்ட கருப்பாக இருந்தன. மங்கிய தங்கம் போன்ற நிறம். அழகிய சிவந்த உதடுகள். முத்துப்போன்ற பற்கள். வாயில் சுலபமாக நுழையாத பெரிய இத்தாலிய வார்த்தைகளை அவள் உச்சரிக்க முயலும்போது

அவள் வாய் கோணிற்று. அவள் முகத்தில் அது ஒன்றுதான் ஸெராவினோவுக்குப் பிடிக்கவில்லை.

அவள் சொன்னாள்; "நீல நுரை தெரிக்கும் இந்த அலைகடலைப் பார். ஜெர்மன் மொழியில் 'கிடைக்காத கடிதங்கள்' என்றும் ஓர் அற்புதமான நூல் உண்டு. எனக்கு அதில் இரண்டொரு வாக்கியங்கள் ஞாபகம் வருகின்றன. "அவள் ஜெர்மன் மொழியில் அந்த நூலிலிருந்து இரண்டு வாக்கியங்களைச் சொன்னாள். "கடல் கண்ணாடி போலத் தெளிவான பரப்பாகப் பரந்திருந்தது. மேலே எட்டாத உயரத்தில் அதன்மேல் கவிழ்த்திருந்தது வானம். கரை ஓரத்திலே காதலர் இருவர் உட்கார்ந்திருந்தனர். வாலிபம், காதல், இதுபோன்ற இன்னும் பல மாயங்களால் கட்டுண்டவர்கள் அவர்கள்."

ஸெராவினோவுக்கு ஜெர்மன் மொழி தெரியாது. அவள் சொன்ன வாக்கியங்களின் அர்த்தத்தை அவன் புரிந்துகொள்ளவில்லை. ஆனால் இத்தாலிய மொழி பேசும்போது கோணிய அவளுடைய வாய், தாய்மொழியைப் பேசும்போது எவ்வளவு அழகாக இருக்கிறது என்று எண்ணியவனாய் அவள் வாயைப் பார்த்துக்கொண்டே நின்றான். தாகத்தால் வருந்தும் ஒருவன் கனிந்த பழத்தைப் பார்ப்பதுபோலப் பார்த்துக்கொண்டு நின்றான். அவன் பார்வையைக்கண்ட எலிஸபெத் மேலே பேசாமல் நின்றாள். வெகுவாகக் கஷ்டப்பட்டுத் தன் கண்களை ஸோராவினோ அப்பால் திருப்பிக்கொண்டான். தன் மனத்தில் இருந்ததைக் காட்டிக்கொள்ள அவன் விரும்பவில்லை. ஏழை என்றாலும் கௌரவத்தை இழக்காதவன் என்ற வேஷத்தை அவள் முன் சரிவரப் போட்டுக்காட்ட அவன் முயன்றான்.

"நீ இப்பொழுது சொன்னதின் அர்த்தம் என்ன?"

எலிஸபெத் மொழிபெயர்த்துச் சொன்னாள்.

◆

அந்த விநாடி முதல் தன்னுடைய அமைதியை இழக்க ஆரம்பித்து விட்டான் ஸெராவினோ. தன்னுடைய கௌரவத்தைப் பற்றிய சிந்தனையைக் காற்றில் பறக்கவிட்டுவிட்டான். அவள் சொன்னதன் அர்த்தம் என்ன? அவள் தன்னைக் காதலித்தாள் என்பது மட்டுமல்ல. அவள் தன் காதலை வேண்டினாள் என்றும் ஸெராவினோவுக்குப் பட்டது. இந்த சந்தர்ப்பத்தைச் சரியானபடி பயன்படுத்திக்கொள்ள அவன் விரும்பினான். ஆனால் எப்படி ஆரம்பிப்பது, என்ன சொல்வது என்றுதான் அவனுக்குத் தெரியவில்லை, தன்னம்பிக்கையும் போதவில்லை.

எலிஸபெத் யார்? அவள் எங்கிருந்து வந்தவள்? கல்யாணம் ஆகாதவள்தானா? நல்லவளா? பரிசுத்தமானவளா? ஓர் இடைஞ் சலைப் பற்றி முன்பு ஒரு தரம் எழுதியிருந்தாளே, அது என்ன?

அவர்கள் இருவரும் அன்று காலைப்பொழுது முழுவதையும் கடற்கரை ஓரத்திலிருந்த பானொலி என்ற கிராமத்திலேயே கழித்துவிட்டார்கள். அங்கிருந்த ஒரு சின்ன ஹோட்டலின் தோட்டத்தில் தங்கள் பகல் உணவை முடித்துக்கொண்டார்கள். ஹோட்டல்காரக் கிழவனும் மற்றவர்களும் அவர்கள் புதிதாகக் கல்யாணமான தம்பதிகள் என்று எண்ணி அவர்களை அப்படியே வரவேற்று அன்புடன் உபசரித்தார்கள்.

சாப்பாடானதும் வாடகைக்கு ஒரு படகு பேசிக்கொண்டு அவர்கள் இருவரும் நிஸிடாத் தீவுக்குப் போகக் கிளம்பினார்கள். வசந்தத்தின் மிருதுவான காற்று கடலின் மேல் படிந்து வீசிக்கொண்டிருந்தது. தங்கமும் நீலமுமான மலர்களால் தொடுக்கப்பட்ட பிரமாண்டமான மாலைகள் போலக் கடல் அலைகள் காட்சி அளித்தன. பச்சை மலைகளுக்கும், நீலத் தீவுகளுக்கும் உச்சியில் மேகங்கள் தங்க முடிசூட்டின. எலிஸபெத்தின் மெல்லிய அழகிய உருவம் நீலக்கடலில் பிரதிபலித்துத் தெரிந்தது. ஆனால் அந்தப் பொழுதின் இன்பத்தை அவள் அனுபவித்ததாகத் தெரியவில்லை. அவள் சிந்தனைகள் எங்கேயோ சென்று லயித்திருந்தன. அழகிய அவளுடைய முகம் இருண்டு கிடந்தது. தன்னுடன் ஸெராவினோ வந்திருந்ததைக்கூட மறந்துவிட்டவள்போல அவள் உட்கார்ந்திருந்தாள்.

நிஸிடாத் தீவு நெருங்கிற்று. வர்ணம் தீட்டப்பட்ட வீடுகளும், நீலக் கற்பாறைகளுக்கும், செங்குத்தான மலைகளும் எல்லாவற்றிற்கும் உச்சியில் வெள்ளை அடிக்கப்பட்ட சிறைச்சாலை என்னும் சவக்குழியின் சுவர்களும் தெளிவாகத் தெரிந்தன.

எலிஸபெத் நிமிர்ந்து பார்த்தாள். தீவை அடைந்து கரையில் இறங்கும்போது ஸெராவினோவின் கையில் தன் கையைக் கோர்த்துக்கொண்டு இறங்கினாள். இறங்கித் தெருவில் நடக்கையில் அவள் சொன்னாள்: "பழைய காலத்துக் காதற் கதைகளிலெல்லாம் ஓர் அத்தியாயம் வரும். அதில் காதலர்கள் இருவரும் ஏதாவது ஒரு பழைய கோட்டையையோ கோயிலையோ அல்லது காட்டையோ சுற்றி ஆனந்தமாகத் திரிந்துவிட்டு வரக் கிளம்புவார்கள். இந்த அத்தியாயத்தில்

ஆசிரியன் தன்னுடைய சரித்திர ஞானத்தையும் இயற்கை வியப்பையும் மத உணர்ச்சியையும் காட்டி வாசகர்களை மயக்குவான். இடையில் காதலர்கள் இருவரும் கருத்தொருமித்துத் தங்கள் உள்ளங்களைத் திறந்து காட்டிக்கொள்ளுவார்கள். நம்முடைய விஷயமோ என்றால் அலாதியானதாக இருக்கிறது. நம்மைப்போல இதற்குமுன் எந்த ஜோடியும் பொழுதுபோக்காக ஒரு சிறைச்சாலையைப் பார்க்க வந்திருக்கமாட்டார்கள் என்பது நிச்சயம்."

"உண்மைதான்" என்றான் ஸெராவினோ.

அவன் குரல் நடுங்கிற்று. அவன் உள்ளம் துடித்தது. எலிஸபெத் என்ன சொல்லிக்கொண்டிருந்தாள்? எதை உத்தேசித்து அவள் இப்படியெல்லாம் பேசினாள்? தன் உள்ளத்தையும் திறந்து காட்ட வேண்டிய வேளை நெருங்கிவிட்டதா?

ஸெராவினோ கையை நீட்டினால் போதும் அவளை மார்புடன் சேர்த்து இறுக அணைத்துக்கொண்டு விடலாம். அவன் செய்ய விரும்பியது என்னவோ, அதுதான். ஆனால் தைரியம் வரவில்லை. எலிஸபெத் தன்னுடன் சும்மா விளையாடினாளே தவிர வேறு ஒன்றும் இல்லை என்று அவன் எண்ணினான். அவள் அவனைக் காதலிப்பதும் சாத்தியமான விஷயமா என்ன? ஏழை ஆரம்பப் பள்ளிக்கூட ஆசிரியன் அவன், அவளுடைய பட்டாடையின் சரசரப்பைக் கண்டு அஞ்சினான். பயங்கொள்ளி என்ற பட்டத்துக்கும் இடம் வைத்துக்கொண்டுவிடக் கூடாது என்று அவன் எண்ணினான்.

பாதையின் இரண்டு பக்கங்களிலும் நெடுகச் சுவர் எழுப்பப்பட்டிருந்தது. சுவரில் இருந்த கதவுகளின் மூலம் அருகில் பச்சையும் அப்பால் கடலின் நீலமும் தெரிந்தன. பாதையில் அவர்கள் இருவரையும்தவிர வேறு யாருமே இல்லை.

திடீரென்று அவர்கள் பாதையிலே ஒரு திருப்பம் திரும்பினார்கள். எதிரே ஒரு பாறை தென்பட்டது. அதன்மேல் ஏறினார்கள். கடலுக்குமேல் அப்பாறை செங்குத்தாக உயர்ந்து நின்றது. பாறையின் கீழ்ப்பாகத்தில் அலைகடல் மோதி முணுமுணுத்தது.

திடீரென்று எலிஸபெத் கேட்டாள்: "இது மாதிரி இடம் தானே?"

"ஆமாம்."

கனவில்போல இருந்தது ஸெராவினோவுக்கு. தன்னுடைய சென்ற கால வாழ்க்கை எல்லாம் எப்படித் திடீரென்று நினைவுக்கு வந்தது என்று எண்ணி அவன் ஆச்சரியப்பட்டான். சென்றதெல்லாம் போக, இப்பொழுதோ? இப்பொழுது அவன் அங்கு நின்றான் காதலனாக காதலிக்கப்பட்ட வனாகவும்தானோ? அவன் பக்கத்தில் நின்றவள் அழகி; அறிவு உள்ளவள். பறவைகளையும் மேகங்களையும் அலைகளையும் போல எங்கிருந்தோ எவ்வளவோ தூரத்திலிருந்து வந்து அவன் பக்கத்தில் நின்றாள். அவன் ஒரு வார்த்தை சொன்னால் போதும். தன்னுடைய ஐசுவரியத்தையும் அழகையும் அவனிடம் ஒப்புவிக்க அவள் தயாராக இருந்தாள்.

திடீரென்று எழுந்த தைரியம் பறந்து ஓடிப்போகுமுன் அவன் ஓர் அசாதாரணமான வேகத்துடன் அவள் பக்கம் திரும்பி அவளைக் கட்டி அணைத்துக்கொண்டான்.

எலிஸபெத் அவனைத் தடுக்கவில்லை. தலை நிமிர்ந்து பெருமையுடன் அவனைப் பார்த்தாள். அவள் கண்கள் நிறைந்திருப்பதை அவன் கண்டான்.

கெஞ்சுதலாக அன்பு ததும்பும் குரலில் ஸெராவினோ கேட்டான். "ஏன்? அழுகிறாயே! என்னை மன்னித்துவிடு. நான் பைத்தியக்காரன். ஆனால் நான் உன்னிடம் வேண்டுவது ஒரே ஒரு வார்த்தைதான். நீ என்னை நேசிப்பதாகச் சொல்லிவிடு அது போதும். அதற்குப் பிறகு நான் உன்முன் வரவே மாட்டேன் நீ என்னைக் காணவே வேண்டியதில்லை வேண்டியதில்லை" என்று குழந்தைப்போலத் திரும்பத்திரும்பச் சொன்னான். அவள் முகத்தில் படர்ந்திருந்த சோக பாவம் அவனை மீளாத் துயரத்தில் ஆழ்த்தியது.

அவன் துயருற்றதைக் கண்டு எலிஸபெத் தன் கண்களைத் துடைத்துக்கொண்டாள். மனத்தையும் தேற்றிக்கொள்ள முயன்றாள். அவன் முகத்தோடு முகம் வைத்து முத்தமிட்டாள். "அதற்காக இல்லை" என்றாள். "நான் உன்னையேதான் காதலிக்கிறேன். என் கண்கள் நிறைந்ததற்கு வேறு காரணம் உண்டு. அதை யாரிடமும் சொல்ல வேண்டாம் என்று தான் நான் எண்ணி இருந்தேன். ஆனால் அதை இப்பொழுது உன்னிடம் சொல்லியே விடுகிறேன். பின்னர் சொல்லத் தைரியம் வராது. எழுதியிருந்தேனே. உனக்கு ஞாபகம் இருக்கிறதா? ஏன் தகப்பனாரின் நண்பர் ஒருவர் சிறையிலிருந்து தப்பி ஓட

முயன்றதாகவும் அவரை ஒரு காவலாளி சுட்டுக்கொன்று விட்டதாகவும் எழுதியிருந்தேனே? என் தகப்பனாரின் அந்த நண்பர் வேறு யாரும் இல்லை. என் தகப்பனாரேதான்...”

“எலிஸபெத், எலிஸபெத்!”

அவன் முகம் சட்டென்று வெளுத்தது. உதடுகள் துடித்தன. அவனால் வேறு ஒரு வார்த்தையும் பேசமுடியவில்லை.

எலிஸபெத் மேலும் சொன்னாள். “உன் குரல் வெகு தூரத்துக்கு அப்பாலிருந்த என்னைக்கட்டி இழுத்தது இதனால்தான். நீ அன்று காவல் ‘டியூடி’யில் இருந்திருந்தாயானால் என் தகப்பனாரிடம் அநுதாபம்கொண்டு கருணை காட்டி அவரைத் தப்பிப்போக விட்டிருப்பாய் அதேபோல என்னிடமும் நீ இப்போது கருணை கொள்ளவேண்டும்...”

ஆனால் முடிவில் அவள்தான் அவனிடம் கருணை காட்ட வேண்டிய நேர்ந்தது. அவள் தன்னைவிட்டுப் பிரிந்து போய்விடுவாளோ என்ற பயத்துடன் குழந்தைபோல நடுநடுங்கிக்கொண்டு நின்ற ஸெராவினோவைப் பார்த்து அவள் புன்னகை புரிந்தாள். கண்ணில் ஈரம் காயுமுன், தலையைச் சாய்த்துக்கொண்டு அவனை அணைத்து அவன் உதடுகளில் முத்தமிட்டாள்.

1915

செம்மணி வளையல்

ரஷிய மூலம்: அலெக்சாந்தர் குப்ரின்
தமிழில்: முகமது செரீபு

L.van Beethoven. 2Son (Op.2. No2)
Largo Appassionato

1

ஆகஸ்டு மாத நடுவிலே, அமாவாசைக்கு முன்பாக, கருங்கடல் வடக்குக் கடற்கரைக்குச் சற்று விசித்திரமான, மோசமான பருவச்சூழ்நிலை திடீரென்று வந்தது. பனி மண்டலம் அந்த நிலத்தின்மீதும் கடலின்மீதும் சூழ்ந்திருந்தது, ஒரு வெறிபிடித்த காளையைப் போல பகலும் இரவும் அந்தப்பெரிய கலங்கரை விளக்கினுடைய சங்கு கர்ஜித்தது. அல்லது பிறகு, தண்ணீர்த்தூசி போல நுண்ணிய தன்மை வாய்ந்த மெல்லிய தூறல், காலை முதல் மறுநாள் காலைவரை தொடர்ந்து அழுத்தமாக விழுந்து, களிமண் பாதைகளையும், நடைபாதைகளையும், வண்டிகளும் வண்டித் தொடர்களும் நீண்ட நேரம் அழுந்திப் போகுமாறு, ஒரு சேற்றுமடுவாக மாற்றியது. அல்லது அதன் பிறகு ஒரு பயங்கரப் புயற்காற்று வடமேற்குத் திசையிலிருந்த ஸ்டெப்பி நிலத்திலிருந்து வீசத்தொடங்கியது; மரஉச்சிகள் அசைந்தன, ஒரு பெரிய புயலிலே அலைகள்போல பெருமூச்சு விட்டன. யாரோ ஒருவர் கனமான காலணிகளோடு அதன்மீது வேகமாக ஓடியதுபோல, இரவு நேரத்தில் வீடுகளின் இரும்புக் கூரைகள் ஆரவாரம் செய்தன,

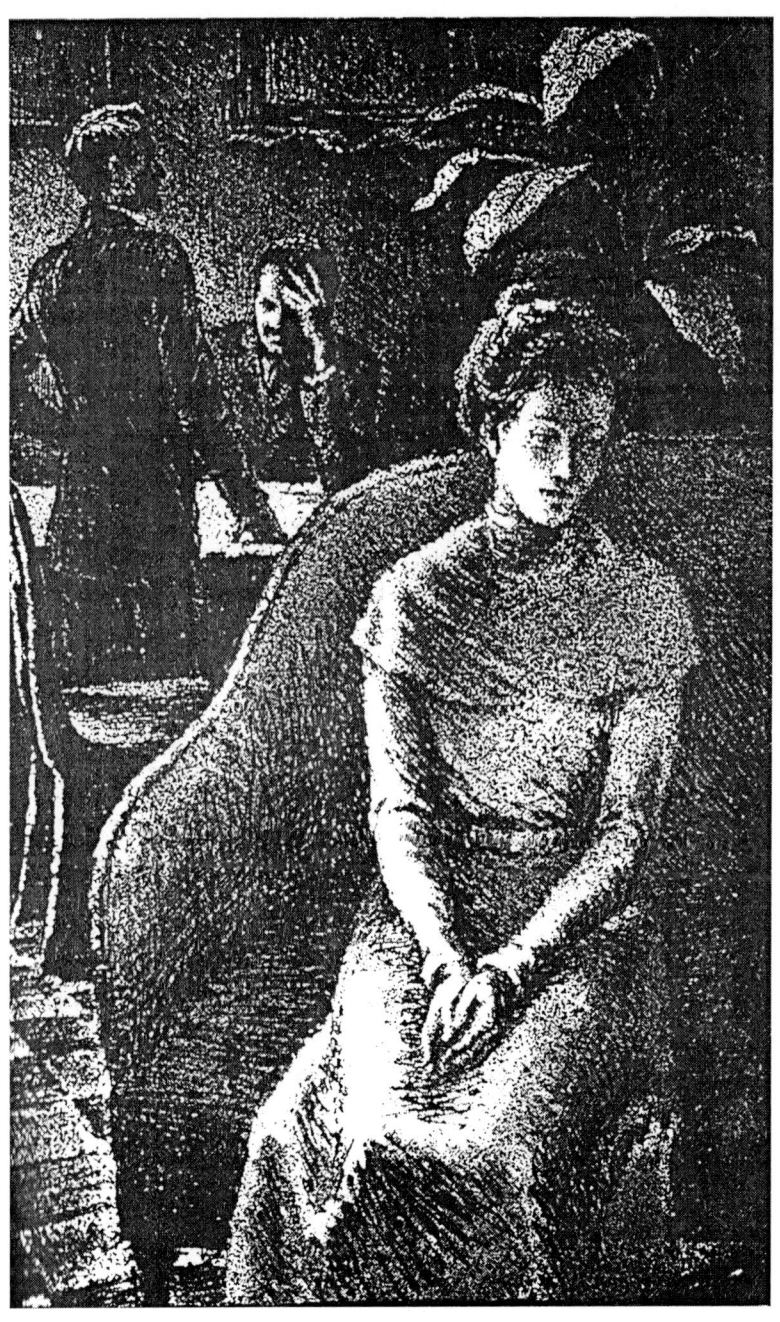

சன்னல் சட்டங்கள் ஆடின, கதவுகள் பேரொலி எழுப்பின, புகைப்போக்கிகளில் பயங்கரமான ஊளைச் சத்தம் கேட்டது. கடலில் பல மீன் பிடிப்படகுகள் அவற்றினது திசைக்கூறுகளை இழந்துவிட்டன, அவற்றில் இரண்டு திரும்பிவரவே இல்லை; ஒரு வாரத்திற்குப்பிறகு அந்த மீனவர்களுடைய பிணங்கள் கரைக்கு அடித்துத் தள்ளப்பட்டன.

புறநகர்ப்பகுதி கடற்கரைத் தங்குமிடத்திலுள்ள மக்கள் – பெரும்பாலும் கிரேக்கர்களும், யூதர்களும், எல்லாத் தெற்கத்திக்காரர்களையும்போல, வாழ்க்கையிலே பிரியமும், மிகுதியான அச்சமும்கொண்டவர்கள் – வேகமாக நகருக்குத் திரும்பிக்கொண்டிருந்தார்கள். அந்த மணற்பாங்கான நெடுஞ்சாலை நெடுகிலும் பெருஞ்சுமைகளை ஏற்றிய பாரவண்டிகள் முடிவில்லாதபடி தொடர்ச்சியாகப் போய்க்கொண்டிருந்தன. அதில் பாய்கள், சோஃபாக்கள், பெட்டிகள், நாற்காலிகள், சலவைச் சட்டங்கள், சமவார்கள் போன்றவை மிகுதியாகச் சுமத்தப்பட்டிருந்தன. அத்தூறலின் தெளிவற்ற மென்துகில் வழியே அது பரிதாபகரமான பயங்கரமான காட்சியாக இருந்தது. மோசமான நிலையில் இருந்த மூட்டை முடிச்சுகள் அத்தனை அருவருப்பாகவும், அத்தனை கவர்ச்சியற்றும் பிச்சைக்காரத்தனமாகவும் காணப்பட்டன. வண்டிகளின் உச்சியின்மீது உட்கார்ந்துகொண்ட வீட்டு வேலைக்காரி களும், சமையல்காரிகளும் இரும்புச்சாமான்கள், பாத்திரங்கள் அல்லது கூடைகள் போன்றவற்றைக் கைகளில் வைத்துக் கொண்டிருந்தார்கள்; களைத்துப் பெருமூச்சுவிட்ட குதிரைகளும் அவ்வப்பொழுது நின்றுவிட்டன, அவற்றினுடைய முழங்கால்கள் தடுமாறிக்கொண்டிருந்தன, விலாப்புறங்களில் வியர்த்துக்கொட்டின. கம்மிய குரலில் வசைசொல் கூறிக் கொண்ட வண்டியோட்டிகள் மழைக்குப் பாதுகாப்பாகத் தங்களைச் சுற்றிப் போர்த்திக்கொண்டார்கள். மிகவும் வருந்தத்தக்க காட்சியாக, மக்கள் கைவிட்டுப்போன வீடுகள், அழிக்கப்பட்ட பூப்படுக்கைகள், உடைக்கப்பட்ட கண்ணாடிகள், கைவிடப்பட்டுப் போன நாய்கள், சிகரெட்டுத் துண்டுகள், துண்டுத்தாள்கள், உடைந்த பாத்திரங்கள், அட்டைப் பெட்டிகள் மருந்துப்போத்தல்கள் போன்ற கூளங்களுடன் இப்போது காலியாக வெட்டவெளியாக இருந்தன.

ஆனால் பருவச்சூழ்நிலை ஆகஸ்டு பின் பகுதியிலே திடீரென்று மாறியது. அப்போது அமைதி வந்தது, மேகமற்ற நாட்களும் வந்தன. ஜூலையில் இருந்ததைவிட சூரிய ஒளி வாய்ந்ததாகவும், மிகப்பக்குவம் வாய்ந்ததாகவும், நாட்கள் வந்தன. வறண்ட வயல்களில் குட்டையாக வெட்டப்பட்டிருந்த மஞ்சள் நிற அரிதாள் கட்டைகளின்மீது இலையுதிர் காலச் சிலந்தி நூல் மைக்காபோல மின்னின. மரங்கள் அவற்றினுடைய அமைதியைத் திரும்பப்பெற்று மிக அடக்கமாக இலைகளை உதிர்த்துக்கொண்டிருந்தன.

மேற்குடியினரின் தலைவரின் மனைவி இளவரசி வேரா நிக்கலாயெவ்னா ஷேயினா தனது புறநகர் வீட்டைவிட்டு நீங்க முடியாமல் இருந்தாள்; ஏனெனில் அவளது நகரத்து வீட்டில் மராமத்து வேலைகள் இன்னமும் முடிவடையவில்லை. இப்போது அந்த இன்பகரமான நாட்களால், அமைதியாலும், தனிமையாலும், தூய காற்றாலும், தெற்குநோக்கிக் கூட்டமாகப் பறந்து செல்கின்றபோது தந்திக்கம்பிகளின் மீதிருந்த சிட்டுக்குருவிகளின் கலகலப்பொலியாலும், கடற்கரையிலிருந்து மெதுவாக வீசிய, கொஞ்சுகின்ற உப்புக்கலந்த தென்றலாலும் பெருமகிழ்ச்சியடைந்தாள்.

2

மேலும், அன்றையநாள் செப்டம்பர் பதினேழு அவளுடைய பிறந்த நாளாகும். தனது குழந்தைப் பருவத்தினுடைய நெஞ்சார நேசித்த தூரமான நினைவுகளோடு அவற்றைத் தொடர்புபடுத்தி அதை எப்போதுமே அவள் நேசித்து வந்திருக்கிறாள். ஒருவித அதிசயமான மகிழ்ச்சியை அது கொண்டுவரும் என்று எப்போதுமே அவள் எதிர்பார்த்தாள். காலையில் அவசர வேலை நிமித்தம் நகரத்திற்குப் புறப்படுவதற்கு முன்பு, அவளுடைய கணவன் பேரிக்காய் வடிவமுடைய முத்துக்களால் ஆன பிரகாசமான காதணிகள் உள்ள ஒரு பெட்டியை அவளுடைய இரவு மேசையின்மீது வைத்துச்சென்றார். அந்தப்பரிசு அவளது மகிழ்ச்சியான மனநிலையை மேலும் அதிகப்படுத்தியது.

அவள் வீட்டிலே தனியாக இருந்தாள். அவர்களோடு வழக்கமாக வசித்து வந்த, அவளுடைய திருமணமாகாத

சகோதரன் நிக்கலாய், துணை அரசு வழக்குரைஞர், வழக்கு விசாரணைக்காக நகரத்திற்குப் போயிருந்தார். அவளுடைய கணவன் அவர்களுடைய நெருக்கமான ஓரிரு நண்பர்களைத்தவிர மற்றவர்களை அழைத்து வரவில்லை என்று உறுதி கூறியிருந்தார். அவளுடைய பிறந்தநாள் கோடைப்பருவத்தின்போது இருந்தது அதிருஷ்டமானது, ஏனெனில் நகரத்தில் ஒருபெரும் விருந்திற்காக அவர்கள் அதிகமான பணம் செலவழிக்க வேண்டி வந்திருக்கும். அதேவேளை இங்கே செலவுகளை மிகக்குறைந்த அளவுக்குக் குறைத்துக்கொள்ளமுடியும். சமூகத்தில் அவருடைய செல்வாக்கிற்கு மாறாக அல்லது அதன் காரணமாகக்கூட, வரவையும் செலவையும் சரிக்கட்டுவதற்கு இளவரசன் ஷேயினுக்குக் கஷ்டமாக இருந்தது. அவருடைய முன்னோர்களால் மிகப்பெரும் குடும்பச்சொத்து ஏறக்குறைய நாசமாக்கப்பட்டுவிட்டது. அதேசமயத்தில் அவருடைய நிலை, வருமானத்திற்கு மேலாக வாழும்படி கட்டாயப்படுத்தியது; வரவேற்புக் கொடுத்தல், நன்கொடைகள் வழங்குதல், நல்ல ஆடையணிதல், குதிரைகளை வைத்துக்கொள்ளுதல் போன்ற பிற. இளவரசி வேரா, தனது கணவனிடம் வைத்திருந்த முந்தைய உணர்ச்சிகரமான அன்பு, ஓர் உண்மையான நீடித்த நட்பாக மாறியபோது, அவருடைய முழுமையான அழிவிலிருந்து காப்பாற்றுவதற்கு எல்லா முயற்சிகளையும் எடுத்துக்கொண்டாள். அதைப்பற்றி அவர் சந்தேகிக்காதபடி, அவளுக்கு வேண்டிய பல பொருள்கள் இன்றியே கழித்தாள், வீட்டு நிர்வாகத்தையும் முடிந்தளவுக்குச் சிக்கனமாக நடத்தினாள்.

விருந்து மேசைக்கான பூக்களைக் கவனமாக வெட்டிக் கொண்டு, அவள் இப்போது தோட்டத்திற்குள்ளாக நடந்து கொண்டிருந்தாள். அந்தப் பூ மெத்தைகள், வெறுமையாக வெட்டப்பட்டு புறக்கணித்த தோற்றத்துடன் இருந்தன. பல்வேறு வண்ணங்களில் இரட்டைத் தோற்றங்கள் அவற்றின் மிகச்சிறந்த நிலையைத் தாண்டிவிட்டன, ஆகவே தூர்கள் பாதி மலர்ச்சியாக இருந்தன, முட்டைக்கோசின் மணத்தைப் பரப்பிய மெல்லிய, பச்சை நெற்றுகளால் பாதிச்சுமையேற்றப்பட்டிருந்தன; ரோஜாப் புதர்களிலே, அந்தக் கோடையில் மூன்றாவது முறையாக மொட்டுகள் மலர்ந்துகொண்டிருந்தன, இன்னமும்கூட வளர்ச்சி குன்றிய மொட்டுகளும் மலர்களும் அதில் இருந்தன. ஆனால் தாலியாக்கள், போனீஸ்கள், சாமந்திகள் போன்ற

பூக்கள் தங்களுடைய செருக்கு வாய்ந்த அழகால், சந்தடியற்ற காற்றில், புல் தன்மையோடு கூடிய சோகமான இலையுதிர் கால மணத்தை நிரப்பியபடி ஆர்ப்பரித்தன. தங்களுடைய செழுமையான காதலையும் மிகுதியாகப் பழுக்கக்கூடிய தாய்மைக் காலத்தையும் இழந்துவிட்ட மற்ற பூக்கள், வருங்கால வாழ்க்கைக்காக எண்ணிலடங்கா விதைகளை அமைதியாகக் கீழே போட்டுக்கொண்டிருந்தன.

இளவரசி வேராவின் சகோதரி ஆன்னா நிக்கலாயெவ்னா பிரியேஸ்ஸே அங்கு வந்துகொண்டிருக்கிறாள் என்பதை அறிவிக்கின்ற மோட்டார் காரின் ஒலி பக்கத்து நெடுஞ் சாலையில் கேட்டது. வீட்டுக்காரியங்களுக்கு உதவிசெய்யவும், விருந்தினர்களை வரவேற்கவும் தான் வரவிருப்பதாக அன்று காலை அவள் தொலைபேசியில் தெரிவித்திருந்தாள்.

வேராவினுடைய கூர்மையான காது அவளை ஏமாற்றவில்லை. அவளது வருகையை எதிர்நோக்கி வெளியே சென்றாள். சில நிமிடங்கள் கழித்து ஒரு மிடுக்கான அடைப்பு வண்டி படலையில் வந்து நின்றது; மோட்டார் ஓட்டி நளினமாகக் குதித்து, கதவை வேகமாகத் திறந்தான்.

இரு சகோதரிகளும் மகிழ்ச்சியோடு முத்தமிட்டுக்கொண் டார்கள். இதமான அன்பு இளமை வயதிலிருந்தே அவர்களைப் பின்னிப்பிணைத்திருந்தது. அவர்களுடைய தோற்றத்திலே முற்றிலும் வேறுபட்டவர்களாக இருந்தார்கள். மூத்த சகோதரி வேரா தனது தாயை ஒத்திருந்தாள், அவள் ஓர் அழகான ஆங்கில நாட்டுப்பெண்; அவளுக்கு உயரமான, நளினமான உருவம், மென்மையான ஆனால் கடுமையும் கர்வமும் கலந்த முகம், நன்கு அமைக்கப்பட்ட ஆனால் சற்று பெரிய கைகள், கவர்ச்சிகரமான சாய்ந்த தோள்கள், பழைய நுணுக்க ஓவியங்களில் காணப்படுவது போன்ற உருவம். ஆனால் இளைய சகோதரி ஆன்னா தன் தந்தையின் மங்கோலியத் தன்மைகளைப் பெற்றிருந்தாள், ஒரு தாத்தாரிய இளவரசன், அவருடைய தாத்தா பத்தொன்பதாம் நூற்றாண்டின் ஆரம்பத்தில் கிறிஸ்துவ மதத்தில் சேர்ந்து கொண்டார். அவருடைய மூதாதையர்கள் தமெர்லான் வழி வந்தவர்கள், அல்லது தைமூர் லென்க், அந்தப் பெயரால் தான் அந்தக் கொலைகாரனை அவளது அப்பா பெருமையோடு அழைத்தார். தனது சகோதரியைவிட தலைக்குப் பாதி உயரத்தில் நின்றுகொண்டிருந்த அவள் அகலமான தோள்களும்,

சுறுசுறுப்பும் வேடிக்கைத்தன்மையும் வாய்க்கப்பட்டிருந்தாள். மற்றவர்களைக் கேலி செய்வதில் விருப்பமுள்ளவள். குறிப்பிடும்படியாக மங்கோலிய வடிவமைந்திருந்தது அவளுடைய முகம். தூக்கலாகத் தெரிந்த கன்ன எலும்புகள், கிட்டப்பார்வை காரணமாக அவள் தனது சுருங்கிய கண்களை அடிக்கடி சுருக்கிக்கொண்டு பார்ப்பது, கர்வமான தோற்றம், புலன் கவர்ச்சி வாய்ந்த வாய், குறிப்பாக இலேசாக முன்னுக்கு வந்து நிற்கக்கூடிய கீழ் உதடு ஆகியன. எனினும் ஓர் இனமறியாத மருட்சி தருகின்ற ஒரு கவர்ச்சி அவளது முறுவலிப்பிலே இருந்தது, அவளுடைய தோற்றங்களில் எல்லாம் ஆழமான பெண் தன்மை வாய்ந்திருந்தது, அல்லது அது மற்றவர்களுக்குப் பொய்யாக ஆசையூட்டும், நடிப்புக்காதல் புரிகிற தன்மையாக இருக்கலாம். அவளுடைய நயமான அழகுக்குறைவே பல ஆண்களை மிகவும் அடிக்கடி கவர்ந்தது, மேலும் அவளுடைய சகோதரியினுடைய உயர் குடித்தன்மையைவிட அது வலுவாகக் கவர்ந்தது.

பணக்காரனும், மதி நுட்பமற்றவனுமான ஒருவனுக்கு அவள் மணம் முடிக்கப்பட்டிருந்தாள். ஏதோ ஒருவகையான அறக்கட்டளைக் குழுவில் இருந்தாலும், கம்மர் ஜங்கர் மேற்குடியினரின் முதற்பிரிவு என்ற கௌரவப்பட்டம் பெற்றிருந்தாலும் அவர் சுத்தமாக எதுவும் செய்யவில்லை. தன் கணவனை அருவருப்போடு பார்த்தாள், ஆனாலும் அவருக்கு இரண்டு குழந்தைகள் பெற்றுத்தந்தாள், ஒரு பையன், ஒரு பெண்; அதற்கு மேல் குழந்தை பெறுவதில்லை என்று முடிவு செய்திருந்தாள். ஆனால் வேரா, குழந்தைகள் பெற்றுக் கொள்வதற்கு மிகவும் ஆசைப்பட்டாள், அவளுக்கு ஒன்றுமில்லை. மனநிலை திரிந்த நிலையில், தன் தங்கையினுடைய அழகான ஆனால் சோகை பிடித்த குழந்தைகளைக் கொண்டாடினாள். எப்போதுமே நல்ல நடத்தையும், பணிவும்கொண்ட அவர்கள், வெளிறிய மாப்போன்ற முகங்களையும், சணல் நிறமுடைய வளைந்த பொம்மை முடியும் பெற்றிருந்தார்கள்.

ஆன்னா எப்பொழுதுமே மகிழ்ச்சி நிரம்பிய கட்டுப் பாடின்மையையும், சபலத்தன்மை வாய்ந்த முரண்பாடுகளையும் பெற்றிருந்தாள். எல்லாத் தலைநகரங்களிலும், ஐரோப்பாவின் நலவாழ்வுப் புகலிடங்களிலும் உள்ள மிகவும் கவலையற்ற காதல் விளையாட்டாளர்களிடம் சுலபமாகத் தன்னைக் கொடுத்துவிடுவாள். ஆனால் தன் கணவனுக்கு அவள்

உண்மையில்லாதவளாக இருந்ததில்லை. எனினும் அவனை அவனது முகத்திற்கு நேராகவும், பின்னாலும் மிக வெறுப்போடு கேலி செய்வாள். அதிகச் செலவாளி; சூதாட்டம், நடனங்கள், புதிய மனப்பதிவுகள், பரபரப்பூட்டும் காட்சிகள் இவற்றில் பெருவிருப்புக் கொண்டிருந்தாள். வெளிநாடு போகும்போது சந்தேகத்திற்குரிய ஓட்டல்களுக்கு அடிக்கடிபோவாள். அதே நேரத்தில் பொதுவாகப் பெருந்தன்மை உள்ளவளாகவும், ஆழ்ந்த உண்மையான மதப்பற்று கொண்டவளாகவும் இருந்தாள், ரகசியமாக கத்தோலிக்காக மாறியும்விட்டாள். அவளது இடை, மார்பகம், தோள்கள் அதிக அழகுடையனவாக இருந்தன. நாகரிகமோ, புதுநடைப்பாணியோ அனுமதிக்கின்ற எல்லைகளைத் தாண்டுகின்ற அளவுக்கு அவள் உடையில்லாமல் இருந்தாள். ஆனால் தாழ்ந்த உடையணியும்போது அவள் எப்போதுமே துறவிகள் அணியும் கனத்த அங்கி அணிந்துகொண்டாள் என்று அவர்கள் சொன்னார்கள்.

வேராவோ, அதற்கு மாறாக எல்லாரும் ஏற்கும் ஆதரவு நல்குகின்றமுறையில் மிகவும் கண்டிப்பான, பழக்கவழக்கங்களைக் கொண்டிருந்தாள், ஓர் அரசியைப்போலத் தனித்து நின்றாள்.

3

“என் கடவுளே, இங்கே எவ்வளவு இனிமையாக இருக்கிறது! எவ்வளவு நன்றாக இருக்கிறது!” தன் சகோதரிக்குப் பக்கத்திலே அந்தப்பாதை வழியாக வேகமாகச் சின்ன அடியிட்டு நடந்து போனபோது ஆன்னா சொன்னாள். ‘அந்தச் செங்குத்தான மேட்டிற்கு மேலே உள்ள பெஞ்சில் நாம் சற்றுநேரம் உட்காரலாம், உனக்கு மறுப்பு இல்லை என்றால். நான் கடலைப்பார்த்து நீண்ட காலமாகிவிட்டது. இங்கே காற்று அவ்வளவு அருமையாக இருக்கிறது அது நமது இதயத்திற்கு மகிழ்ச்சியைத்தருகிறது. போன கோடையில், கிரீமியாவில் உள்ள மிஸ்ஹோரில் வியப்பூட்டுகிற கண்டுபிடிப்பு ஒன்றைச் செய்தேன். நுரைத்தண்ணீரில் என்ன வாசனை வருகிறதென்று உனக்குத் தெரியுமா? சற்றே கற்பனை செய்துபார் நறுமண மலர்கள் போல மணக்கிறது.”

வேரா பாசத்தோடு முறுவலித்தாள்.

“நீ எப்போதுமே விஷயங்களைக் கற்பனை செய்கிறாய்.”

"இல்லை, நான் அப்படியில்லை. ஒரு முறை, நிலவொளி இளஞ்சிவப்பு நிழலைக்கொண்டிருக்கிறதென்று நான் சொன்னபோது, எல்லாரும் என்னைப் பார்த்துச் சிரித்தார்கள். இது எனக்கு நினைவிருக்கிறது. ஆனால் சில நாட்களுக்கு முன்னர் என்னுடைய படத்தை வரைகின்ற கலைஞராகிய பரீத்ஸ்கி நான் சொன்னது சரி என்றும், கலைஞர்கள் அதைநீண்ட காலமாகவே அறிந்து வைத்திருப்பதாகச் சொன்னார்."

"அந்த ஓவியர் உனது சமீபத்திய மையமா?"

"உனக்கு எப்போது பார்த்தாலும் விசித்திரமான கருத்துகள் ஏற்படுகின்றன!" ஆன்னா சிரித்தாள், பிறகு கடலுக்குள் ஆழமாக ஒரு சுவராக முடிந்திருந்த மேட்டு நிலத்தினுடைய விளிம்புக்கு விரைந்து நடந்து சென்றாள். தலையைக்குனிந்து பார்த்தவள், திடீரென்று மிகுந்த அச்சத்தோடு கத்தினாள், பின்னுக்குத் திரும்பினாள், அவளது முகம் வெளுத்திருந்தது.

"ஐயோ, என்ன உயரம்!" அவளுடைய குரல் மிகமென்மையானதாகவும், நடுக்கமானதாகவும் இருந்தது. இவ்வளவு உயர்ந்த நிலையிலிருந்து நான் பார்க்கின்றபோது ஒருவகையான இனிய அருவருப்பான நடுக்கத்தைத் தருகிறது... எனது கால்விரல்கள் கூட வலிக்கின்றன... இருந்தாலும், அதன் கவர்ச்சிக்கு உட்பட்டவளாக இருக்கிறேன்..."

மறுபடியும் கீழ் நோக்கிப்பார்ப்பதற்குத் தயாராக இருந்தாள், ஆனால் அவளது சகோதரி அவளைப் பின்னுக்கு இழுத்தாள்.

"கடவுள் பெயரால் சொல்கிறேன், ஆன்னா அன்பே! நீ அவ்வாறு செய்கிறபோது எனக்குக் கிறுகிறுப்பு வருவதாக உணர்கிறேன். உட்கார், உன்னைக் கெஞ்சிக் கேட்டுக் கொள்கிறேன்."

"சரி, சரி, நான் உட்கார்கிறேன்... ஆனால் அது எவ்வளவு அழகாக இருக்கிறது பார், எவ்வளவு உணர்ச்சியூட்டுவதாக இருக்கிறது பார் இதையே முழுமையாக நம்மால் பார்க்க முடியாது. கடவுள் நமக்காகச் செய்திருக்கக்கூடிய எல்லா அதிசயங்களுக்கும் நான் அவருக்கு எவ்வளவு நன்றியுடையவளாக இருக்கிறேன் என்பதை நீ அறிந்தால்!"

இருவருமே கணநேரம் சிந்திக்க ஆரம்பித்தார்கள். கடல், நீண்டதூரம் கீழே அமைதியாக இருந்தது. பெஞ்சிலிருந்து கடற்கரையைப் பார்க்க முடியாது இருந்தது. அது அந்தக்

கடலினுடைய கம்பீரத்தையும், பெருமையையும் உயர்த்தியது. அலைகளைக் குறிக்கக்கூடிய அந்த நீர்க்கற்றைகளைத்தவிர நீர் அமைதியாகவும், நட்புத்தன்மை வாய்ந்ததாகவும் இருந்தது. தொடுவானத்திலே அவை மிக அழுத்தமானதாக மாறின.

மீன்பிடிப் படகுகள், தெளிவாகத் தெரியாதபடி, கடற்கரையிலிருந்து மிகத்தொலைவிலில்லாது மென்மையான தண்ணீரிலே அமைதியாகத் தூங்கியநிலையில் இருந்தன. இன்னும் சற்று தொலைவிற்கு அப்பால் முப்பாய் மரக்கப்பல் ஒன்று அடியிலிருந்து உச்சிவரை வெண்மையாக மூடப்பட்டு, வடிவமைந்த கப்பற்பாய்கள் காற்றினாலே புடைத்தபடி நகராமல் ஆகாயத்தில் நிலைக்குத்தி இருப்பதுபோலக் காணப்பட்டது.

"நீ என்ன மனத்தில் வைத்திருக்கிறாய் என்பது தெரிகிறது," என்று மூத்தசகோதரி சிந்தனையில் ஆழ்ந்தவளாகச் சொன்னாள். ஆனால் ஒருவகையில் நீ நினைப்பதுபோல நான் கருதவில்லை. கடலை முதன்முறையாக ஒருநீண்ட இடைவெளிக்குப் பிறகு நான் பார்க்கின்றபோது அது எனக்குப் பரபரப்பூட்டி தடுமாற வைக்கிறது. இதற்கு முன் பார்த்திராத ஒரு தெய்விக விந்தையை நான் பார்த்துக்கொண்டிருப்பதுபோல உணர்கிறேன். ஆனால் அதற்கு நான் பழகியபிறகு, அதனுடைய ஒரு மந்தமான வெறுமை என்னை அழுத்தத் தொடங்குகிறது... அதை நான் பார்க்கும்போது மனச்சலிப்படைகிறேன். அதை மறுபடியும் பார்க்காதிருக்க முயல்கிறேன். இது சலிப்பைத் தரும்."

ஆன்னா முறுவலித்தாள்.

"அது என்ன?" என்று சகோதரி கேட்டாள்.

"போன கோடையில்," ஆன்னா மறைக்கும் பாங்கில் சொன்னாள், "யால் தாவிலிருந்து உச் கோஷ் வரை நாங்கள் பெரும் குதிரைச் சவாரிப்பயணம் மேற்கொண்டோம். அது காட்டுக்காரர்களுடைய வீட்டுக்கப்பால், அருவிகளுக்கு மேலே இருந்தது. முதலில் நாங்கள் பனி மூட்டத்திற்குள் சுற்றியலைந்தோம். அது மிக ஈரப்பதமாக இருந்ததால் எங்களால் தெளிவாகப் பார்க்க முடியவில்லை. ஆனால், பைன்மரங்களுக்கு இடையிலுள்ள செங்குத்தான பாதை வழியாக, மேன்மேலும் ஏறினோம். பிறகு அந்தக் காடு முடிந்தது, நாங்கள் மூடுபனியைத் தாண்டிவிட்டோம். ஒரு மலை உச்சியின்மேல் ஒரு குறுகிய பாதையையும் அதற்குக் கீழே ஒரு பள்ளத்தாக்கையும் கற்பனை

செய்துபார். அந்தக் கிராமங்கள் தீப்பெட்டிகளைவிடப் பெரியதாகத் தோன்றவில்லை, காடுகளும், தோட்டங்களும், ஒரு விதத்தில் புல்போலத் தோற்றமளித்தன. அந்த நிலவெளி முழுவதுமே வரைபடம்போலக் கீழே கிடந்தது. அதற்கும் கீழே அந்தக்கடல் ஐம்பது அல்லது நூறு மைல்தூரம் நீண்டு கிடந்தது. ஆகாயத்தின் நடுவில் தொங்கிக்கொண்டிருப்பதாகவும், பறக்கப்போவதாகவும் நான் கற்பனை செய்தேன். அது எவ்வளவு அழகாக இருந்தது, அது என்னை அவ்வளவு மெல்லியநிலையில் உணரச்செய்தது! அப்பக்கம் திரும்பி வழிகாட்டியிடம் மகிழ்ச்சியோடு சொன்னேன்: "நல்லது, செயீத் ஒக்லு, இது மிக அழகாக இருக்கிறதல்லவா?" அவனுடைய நாக்கால் "கிளிக்" ஓசை எழுப்பிச் சொன்னான்: "ஆமாம், அம்மையாரே, இவற்றோடு நான் எவ்வளவு சலித்துப் போனேன் என்பது உங்களுக்குத் தெரியாது. நான் அதை ஒவ்வொரு நாளும் பார்க்கிறேன்."

"உனது உவமைக்கு நன்றி," என்றாள் சிரிப்புடன் வேரா. "ஆனால் வட பகுதிக்காரர்களாகிய நாங்கள் கடலினுடைய கவர்ச்சியை ஒருபோதும் புரிந்துகொள்ள முடியாதென்று அழுத்தமாக நினைக்கிறேன். நான் காட்டை நேசிக்கிறேன். எங்களுடைய யெகோரொவ் ஸ்கொயே காட்டை உனக்கு நினைவிருக்கிறதா?... அதனால் நாம் எங்ஙனம் சலிப்படைய முடியும்? பைன் மரங்கள்! என்ன பாசிகள்! வெள்ளைக்குமிழ் மணிகளுடன் சிவப்புப்பட்டால் பின்னல் வேலை செய்யப்பட்டது போல காணப்படும் நச்சுக்காளான்கள். அது அவ்வளவு அமைதியாகவும்... அவ்வளவு குளிர்தன்மை வாய்ந்ததாகவும் இருக்கிறது."

"எனக்கு எந்த வேறுபாடும் இல்லை. எல்லாம் எனக்குப் பிடிக்கும்," என்று ஆன்னா மறுதலித்தாள். ஆனால் அனைத்திற்கும் சிறப்பாக என்னுடைய அக்காவைத்தான், எனது அன்புக்குரிய கூரறிவுடைய வேராவை எனக்குப் பிடிக்கும். நாங்கள் இரண்டு பேர்தானே இந்த உலகத்தில் இருக்கிறோம், உனக்குத் தெரியுமல்லவா?

தனது கையைச் சகோதரியைச் சுற்றிப் போட்டுக்கொண்டு கன்னத்தோடு கன்னம் உரசினாள். திடீரென்று திடுக்குற்றாள்.

"ஆனால் நான் எவ்வளவு மடத்தனமாக இருக்கிறேன்! நாவலில் வரும் பாத்திரத்தைப்போல இங்கே நாம் உட்கார்ந்து இயற்கையைப்பற்றிப் பேசிக்கொண்டிருக்கிறோம். என்னுடைய

அன்பளிப்பைப் பற்றி நான் முற்றிலும் மறந்துவிட்டேன். இதோ, பார். அது உனக்குப் பிடிக்காதோ என்று பயப்படுகிறேன்."

அவளுடைய கைப்பையிலிருந்து புதுமையாக பைண்டு செய்யப்பட்ட ஒரு சிறிய குறிப்பேட்டை எடுத்தாள். பழைய நீல நிற வெல்வெட்டுப் பின்னணியில், காலத்தால் வெளிறிப் போன மிக நுண்மையான கோவையும் அழகுமிக்க அமைப்பும் வாய்ந்த ஒரு மங்கிய தங்கச்சரிகைச் சித்திர வேலைப்பாட்டுடன் சுற்றி வளைக்கப்பட்டிருந்தது. அது மிகவும் திறமை வாய்ந்த, நுட்பமான கலைஞனுடைய கடினக்கலை ஆக்கம். அந்தக் குறிப்பேடு ஒரு தங்கச் சங்கிலியால் நூல்போல மெல்லியதாக இணைக்கப்பட்டிருந்தது, உள்ளே தாள்களுக்குப் பதிலாகத் தந்தத் தகடுகள் வைக்கப்பட்டிருந்தன.

"என்ன அழகு! பகட்டாக இருக்கிறது!" என்று சொல்லி வேரா தன் சகோதரியை முத்தமிட்டாள். நன்றி. இந்தச் செல்வத்தை நீ எங்கே பெற்றாய்?"

"தொன்மைப்பொருள்கள் உள்ள கடையில். பழைய குப்பைகளைக் கிளறுவதில் உள்ள எனது பலவீனம் உனக்குத் தெரியுமல்லவா? இந்த வழிபாட்டுப் புத்தகத்தை அப்படித்தான் கண்டேன். ஆபரணம் இந்த இடத்தில் சிலுவை மாதிரி எங்ஙனம் உருவம் அடைகிறது என்று பார். நான் இந்தப் பைண்டிங்கைத்தான் பார்த்தேன்; ஒவ்வொன்றையும்கூட – பக்கங்கள், பிடிப்புகள், பென்சில் – நானே தான் நினைக்கவேண்டியதாக இருந்தது. என்னுடைய கருத்தை மல்லினேயிடம் விளக்குவதற்கு நான் முயற்சிசெய்தாலும் எதை நான் விரும்புகிறேன் என்பதை அவனால் தெரிந்துகொள்ள முடியவில்லை. கொக்கிகள் முழு அமைப்பைப்போலவே செய்திருக்கப்பட வேண்டும் – மந்தமாகவும், பழைய தங்கத்தால் செய்யப்பட்டு நுண்மையாகச் செதுக்கப்பட்டு – ஆனால் அவன் என்ன செய்தானென்பது கடவுளுக்குத்தான் தெரியும். எனினும், இந்தச்சங்கிலி சுத்தமான வெனீசிய வேலைப்பாடமைந்தது, மிகப்பழையது."

"பாராட்டுகின்ற முறையில் அந்த பிரமாதமான பைண்டிங்கை வேரா கையால் வருடினாள்.

"என்ன செழுமையான பழமை!... இந்தக் குறிப்பேடு எவ்வளவு பழமையானது என்று வியக்கிறேன்," என்றாள்.

"நான் ஊகிக்கத்தான் முடியும். பதினேழாம் நூற்றாண்டின் பிற்பகுதியில் அல்லது பதினெட்டாம் நூற்றாண்டின் இடையில் அதன் காலம் இருக்கவேண்டும்..."

"எவ்வளவு விநோதமானது," என்றாள் வேரா வருந்தந்தோய்ந்த முறுவலிப்புடன். "மார்கியூசிடீ பாம்படோர்* அல்லது அரசி மரீ அன்டுவனேட் கைகளிலே பட்டிருக்கக்கூடிய பொருளை நான் என் கையிலே வைத்துக்கொண்டிருக்கிறேன்... ஓ, ஆன்னா, ஒரு வழிபாட்டுப் புத்தகத்திலிருந்து ஒரு பெண்ணினுடைய குறிப்பேட்டைத் தயாரிப்பது, அது உன்னைப்போலவே இருக்கிறது. சரி, நாம் உள்ளே போய் என்ன நடக்கிறது என்று பார்ப்போம்."

எல்லாப் பக்கங்களிலும் இசபெல்லா திராட்சைக் கொத்துகளின் பின்னல் அமைப்பினால் சூழப்பட்ட சதுரக்கல் பதிககப்பட்ட நீண்ட தாழ்வாரத்தைக் கடந்து அவர்கள் வீட்டிற்குள்ளே சென்றார்கள். கரும்பச்சை நிறத்தினிடையே ஸ்டாபெரியைப்போல மென்மையாக மணம் வீசிக்கொண்டு கனமாகத் தொங்கிக்கொண்டிருந்த கரிய வளமான கொத்துகள் சூரியனால் முலாம் பூசப்பட்டதுபோல இங்குமங்கும் மின்னியது. அந்தத் தாழ்வாரமானது பச்சை நிறமான அரை ஒளியில் தன்னை இழந்திருந்தது. அது அந்த இரு பெண்களுடைய முகத்திலும் ஒரு வெளிறிய பிரதிப்லிப்பை உருவாக்கியது.

"விருந்து இங்கேதான் பரிமாறப்பட இருக்கிறதா?" என்று ஆன்னா கேட்டாள்.

"அப்படித்தான் முதலில் நினைத்திருந்தேன்... ஆனால் மாலைப்பொழுது இப்போது மிகவும் குளிராக இருக்கிறது. உணவுக்கூடமே சரியாக இருக்கும் என்று நினைக்கிறேன். ஆண்கள் இங்கே புகைப்பதற்கு வரக்கூடும்."

"பார்ப்பதற்குத் தகுதியான ஆட்கள் யாரும் வருவார்களா?"

"இன்னமும் எனக்குத் தெரியாது. நமது தாத்தாவை மட்டுந்தான் எனக்குத்தெரியும்."

---

* பாம்படோர் (1721–1769) – பிரெஞ்சு மன்னன் பதினைந்தாம் லூயிக்கு விருப்பமானவள், அரசு விவகாரங்களில் பெரும் செல்வாக்குப் பெற்றிருந்தாள். (ப.ஆ.)

"ஆ, செல்லத் தாத்தா! எவ்வளவு நன்றாக இருக்கிறது!" தனது கைகளைத் தேய்த்துக்கொண்டு ஆன்னா கத்தினாள். "அவரைப் பார்த்து எவ்வளவோ காலமாகிவிட்டது."

"வாஸ்யாவின் சகோதரியும் வந்துகொண்டிருக்கிறாள். பேராசிரியர் சிபேஷ்னிகவ் வருகிறார் என்று நினைக்கிறேன். நேற்று அறிவே குழம்பிய நிலையில் இருந்தேன். ஏனென்றால் அவர்கள் இருவருக்கும் நல்ல உணவு பிடிக்கும் என்பது உனக்குத் தெரியும் – தாத்தாவுக்கும் பேராசிரியருக்கும். ஆனால் இங்கோ நகரத்திலோ ஒரு சாமானும் கிடைக்காது, காதலுக்கும் கிடைக்காது காசுக்கும் கிடைக்காது. லுக்கா எங்கேயோ பறவைகள் கொண்டுவந்தான் – ஒரு வேடுவனிடம் அவற்றைச் சொல்லியிருந்தான் அவற்றிடத்தில் தனது திறமையை அவன் இப்போது பயன்படுத்திக் கொண்டிருக்கிறான். ஒப்பிட்டுப் பார்க்கையில் மாட்டிறைச்சி மோசமாக இல்லை. அந்தோ! தவிர்க்கமுடியாத வறுத்த மாட்டிறைச்சி! மிக அருமையான நண்டுகளும் நமக்கு இருக்கின்றன."

"நல்லது, பார்க்கப்போனால் அவ்வளவு மோசமாகத் தோன்றவில்லை. கவலைப்படாதே. நமக்குள் பேசிக்கொள்வது என்றால், உனக்கே நல்ல சாப்பாடு என்றால் பிடிக்குந்தானே."

"ஆனால், இன்றைக்கு ஏதோ அரிய சாப்பாடு வைத்துக்கொள்வோம். இன்று காலையில் மீனவன் கடல் சேவல் ஒன்று கொண்டுவந்தான். நானே அதைப் பார்த்தேன். அது உள்ளபடியே ராட்சச மீன். பார்ப்பதற்கே பயங்கரமாக இருந்தது."

தன்னுடையதோ மற்றவர்களுடையதோ என்றில்லாமல், எதையுமே ஆர்வமாகத் துருவிப் பார்க்கக்கூடிய ஆன்னா, அந்த மீனை உடனடியாகப் பார்ப்பதற்கு விரும்பினாள்.

லுக்கா, நன்கு முகம் வழிக்கப்பட்ட உயரமான மனிதன், மரக்கட்டை எழில் விரிப்பில் நீர் கொட்டிவிடக்கூடாதென்று, வெண்மையான நீள்சதுரவட்டிலின் பிடிவளையைச் சிரமத்தோடு தூக்கிக்கொண்டு வந்தான்.

"பன்னிரெண்டரைப் பவுண்டு, மாட்சிமை தங்கிய அம்மையே," என்று, ஒரு சமையல்காரனுக்குரிய வித்தியாசமான கர்வத்தோடு கூறினான். "நாங்கள் அதைத் திரும்பவும் நிறுத்துப் பார்த்தோம்."

அந்த மீன் வட்டிலுக்கு மிகப்பெரிதாக இருந்தது. அதனது வாலைச் சுருட்டிக்கொண்டு கிடந்தது. அதனது செதிள்கள் தங்கத்தால் ஆனது போல இருந்தன. அதனது துடுப்பு பிரகாசமான சிவப்போடு இருந்தது. நீளமான விசிறிபோன்ற சிறகுகள், அதனுடைய பெரிய தலையிலிருந்து தனித்து நிற்பது போலிருந்தது. அது இன்னமும் உயிரோடு இருந்தது. அதனுடைய செவுள்கள் இப்போதும் சுறுசுறுப்பாக வேலை செய்தன.

அந்த மீனின் தலையைத் தங்கை தனது சின்னவிரல்களால் எச்சரிக்கையோடு தொட்டாள். ஆனால் அது தன்னுடைய வாலால் அடித்தது. ஆன்னா கிறீச்சொலி எழுப்பியபடி கையைத் திரும்ப எடுத்துக்கொண்டாள்.

"அதைப்பற்றி நீங்கள் கவலைப்படாதீங்க, மாட்சிமை தங்கிய அம்மையே. எல்லாவற்றையும் நாங்கள் மிகச்சிறந்த முறையிலே ஏற்பாடு செய்கிறோம்,"வேராவின் கவலையை நன்கு உணர்ந்தவனாகச் சமையல்காரன் கூறினான். "இப்போதுதான் ஒரு பலகேரியன் இரண்டு அன்னாசிப்பழங்கள் கொண்டு வந்தான். அவை ஓரளவு முலாம் பழங்கள்போல இருக்கின்றன. அதன் மணம் இனிமையாக இருக்கிறது. நான் உங்களைக் கேட்கலாமா, மாட்சிமை தங்கிய அம்மையே, உங்களுக்கு மீனுடன் என்ன இறைச்சிச்சாறு வேண்டும், தாத்தர் அல்லது போலந்துச்சாறு வேண்டும்? அல்லது வெறுமனே வெண்ணையில் உள்ள ரஸ்க்கா?"

"நீ விரும்பியபடியே செய். நீ போகலாம்!" என்று இளவரசி உத்தரவிட்டாள்.

4

ஐந்து மணிக்குப்பிறகு விருந்தினர்கள் வரத்தொடங்கினார்கள். இளவரசன் வசீலி லிவோவிச் தன்னுடன் தனது விதவைச் சகோதரி லியூத்மீலா லிவோவ்னா துராசொவாவை அழைத்து வந்தார். தடிப்பாகக் காணப்பட்ட அந்தப் பெண் நல்ல குணம் வாய்ந்தவள், ஆனால் அபூர்வமாகத்தான் பேசினாள். வஸ்யூசோக் செல்வம் படைத்து, துடுக்குத்தனம்கொண்ட பரத்தன். அவனை நகரத்தில் எல்லாரும் அவனது வழக்கமான பெயரிலேயே அழைத்தார்கள். பாடவும், கவிதை இசைக்கவும்

தெரிந்ததனால் அவன் தோழமைக்கேற்றவனாக இருந்தான். நடிகர் குழு, நாடகங்கள், நன்கொடைக் கடைகள் ஆகியவற்றை ஏற்பாடு செய்வதற்கும் அவனால் முடியும். புகழ்பெற்ற பியானோ வாசிப்பவளான ஜென்னிரெய்தர், இளவரசி வேராவினுடைய சிநேகிதி, ஸ்மோல்னி நிறுவனத்தைச் சேர்ந்தவள் அவள்; இளவரசனுடைய மைத்துனன் நிக்கலாய் நிக்கலாயெவிச் ஆகியோர் வந்தனர். அவர்களுக்குப் பிறகு ஒரு காரில் ஆன்னாவினுடைய கணவன், தடித்த, பருமனான பேராசிரியர் சிபேஷ்னிகவ், துணை ஆளுநர் வன்ஸேக் போன்றோரும் வந்தனர். கடைசியாக வந்தவர் ஜெனரல் அனோசவ். அவர் வாடகைக்கு அமர்த்தப்பட்ட ஓர் அழகான லான்டாவில் இரண்டு அலுவலர்கள் உடன்வர வந்தார்: வயதுக்கு மேல் தோற்றம் வாய்ந்தவராக இருந்த கர்னல் பனமரியோவ், மெலிந்து பித்த உடம்புடன், கடுமையான எழுத்து வேலையினால் தேய்ந்து போயிருந்தார்; ஹூஸ்ஸாரைச் சேர்ந்த லெப்டினெண்ட் பக்தீன்ஸ்கி தலைசிறந்த நடனக்காரர் என்றும் விழாக்களின் தலைவர் என்றும் பீட்டர்ஸ்பர்க்கில் புகழ் பெற்றிருந்தார்.

ஜெனரல் அனோசவ், வெள்ளை முடிவாய்ந்த வயதான மனிதர், உயரமாகவும் கொழுத்தும் இருந்தார். கொஞ்சம் கனமான முறையில் படிக்கட்டிலிருந்து அடியெடுத்து வைத்து இறங்கினார். ஒற்றைக் கையால் பெட்டியின் கம்பியைப் பிடித்துக்கொண்டு இறங்கினார். வலது கையில் ரப்பரால் சுற்றப்பட்ட ஒரு தடி வைத்திருந்தார். சதையுடன்கூடிய மூக்குடன் பெரிய முரட்டுத்தனமான சிவந்த முகத்தைக் கொண்டிருந்தார். அவருடைய குறுகிய கண்கள்மூலம் பார்த்தார். அடிக்கடி ஆபத்தையும் சாவையும் நேருக்குநேர் சந்தித்த வெள்ளை மனிதர், சற்று இறுமாப்போடு மற்றவர்களை நோக்கினார். இரண்டு சகோதரிகளும், தூரத்தில் வரும்போதே அவரை அடையாளம் கண்டுகொண்டு லான்டோவரை, அவரைச்சற்று நகைச்சுவை யோடு கைகளிலே தாங்கிக்கொள்வதற்காக வேகமாக ஓடினார்கள்.

"நான்தான்... பிஷப் என்று நீங்கள் நினைப்பீர்கள்!" என்று ஜெனரல் ஒரு நட்புக்கலந்த கம்மிய குரலில் சொன்னார்.

"தாத்தா, செல்லத் தாத்தா!" என்று சற்று குற்றம் சொல்வது போல வேரா கூறினாள். 'இவ்வளவு காலமும் உங்களை எதிர்பார்த்துக் கொண்டிருந்தோம். உங்களது தோற்றத்தை ஓரளவு பார்ப்பதற்குக்கூட எங்களை விடவில்லை."

“நம்முடைய தாத்தா தெற்குப்பகுதியிலே எல்லா வெட்கத்தையும் விட்டுவிட்டார்,” என்று சிரிப்புடன் கூறினாள் ஆன்னா. “உங்களுடைய ஞானமகளை நீங்கள் நினைக்காததுபோல. நீங்களோ வந்து வெட்கமில்லாது நடந்துகொள்கிறீர்கள். எங்களை எல்லாம் முழுக்க மறந்துவிட்டீர்கள்...”

மிடுக்கான தனது தலையைத்திறந்து காட்டிய ஜெனரல், சகோதரிகளின் கைகளிலே முத்தமிட்டார், பிறகு கன்னங்களில் முத்தமிட்டார், மறுபடியும் கைகளிலே முத்தமிட்டார்.

“பொறுங்கள்... பெண்களே... என்னைத் திட்டாதீர்கள்...” என்றார், நீடித்த ஆஸ்துமா காரணமாக ஒவ்வொரு வார்த்தைக்கும் கொஞ்சம் மூச்சுக்காகத் தயங்கி, “என்னுடைய மரபுக்கேற்ப... அந்த மோசமான டாக்டர்கள்... எனது கீல்வாதத்திற்குக்... கோடைக்காலம் முழுவதும் பண்டுவம் பார்த்துக்கொண்டிருந்தார்கள்... ஒருவகையான பாகை வைத்துக்கொண்டு... அது எவ்வளவு மோசமாக மணக்கிறது... என்னை அவர்கள் போகவிடவில்லை... முதன்முதலில் வந்து பார்ப்பவர் நீங்கள்தான் நான் பார்க்கும்... உங்களைப் பார்ப்பதற்கு மிக்கமகிழ்ச்சி.. எப்படியிருக்கிறீர்கள்?... வேரா, இறந்துபோன அம்மாவைப் போலவே இருக்கிறாயே... பெயர் வைப்பதற்கு எப்போது நீ அழைக்கப்போகிறாய்?”

“அது ஒருக்காலும் இருக்காது என்று அஞ்சுகிறேன், தாத்தா...”

“நம்பிக்கையை இழக்காதே... அது இன்னமும் வரக்கூடும்... கடவுளை வேண்டிக்கொள்... ஆன்னா, நீ சற்றும் மாறிப் போகவில்லை... அறுபது வயதிலும் இதே துடிதுடிப்புடன் இருப்பாய் போலிருக்கிறதே. பொறுங்கள், அந்தக் கனவான்களை உங்களுக்கு அறிமுகப்படுத்துகிறேன்.”

“கொஞ்சக் காலத்திற்கு முன்பு எனக்கு வாய்ப்பு இருந்தது!” என்று தலைவணங்கிக்கொண்டு சொன்னார் கர்னல் பனமரியோவ்.

“நான் இளவரசிக்கு பீட்டர்ஸ்பர்க்கில் அறிமுகப்படுத்தப் பட்டேன்,” ஹீஸ்ஸாரும் தொடர்ந்தார்.

“நல்லது, பிறகு, ஆன்னா, நான் உனக்கு லெப்டினெண்ட் பக்தீன் ஸ்கியை அறிமுகப்படுத்தட்டுமா. நாட்டியக் கலைஞர், சச்சரவிடுபவர், அதே சமயத்தில் ஒரு நல்ல குதிரைச் சவாரிக்காரர்.

எனதருமை பக்தீன்ஸ்கி, வண்டியிலிருந்து அந்தப் பொருளை எடு, வாருங்கள் பெண்களே... எங்களுக்குச் சாப்பிட என்ன தரப்போகிறாய், அன்புள்ள வேரா? வைத்தியப் பட்டினிக்குப் பிறகு... என்னை டாக்டர்கள் அப்படி வைத்தார்கள்... இராணுவப் பள்ளியை முடித்த இளம் அதிகாரியைப் போல எனக்குப் பசி இருக்கிறது."

காலஞ்சென்ற இளவரசர் மிர்ஸா – புலாட் – துகனோவ்ஸ்கிக்கு, ஜெனரல் அனோசவ் போர்த் தோழனாகவும் உற்ற நண்பனாகவும் இருந்தார். இளவரசருடைய சாவுக்குப் பிறகு அவருடைய மகள்களின் பால் அன்பையும் பாசத்தையும் காட்டினார். அவர், சின்னஞ் சிறுமிகளாக இருந்த காலத்திலிருந்தே அவர்களை அறிந்திருந்தார், உண்மையில், அவர் ஆன்னாவின் வளர்ப்புத்தந்தையாயும் இருந்தார். இன்றும் இருப்பதுபோல கே. நகரத்தின் மிகப்பெரிய, ஆனால் முற்றிலும் கைவிடப்பட்ட ஒரு கோட்டையில் ஆளுநராக இருந்தார். துகனோவ்ஸ்கியின் வீட்டிற்கு ஒவ்வொரு நாளும் வந்தார். குழந்தைகள் அவரை வழிபட்டார்கள். ஏனென்றால் அவர்களுக்குச் செல்லங்கொடுத்தார், பரிசுகள் கொடுத்தார், சர்க்கஸ் அல்லது அரங்குகளில் அவர்களுக்குத் தனி அறைகள் ஏற்பாடு செய்தார், மேலும் அவர் செய்வது மாதிரி வேறு யாரும் அவ்வளவு நன்றாக அவர்களுடன் விளையாட முடியாது. ஆனால் அவர்கள் மிகுதியாக விரும்பிய கதைகள் என்னவென்றால் ராணுவத்தின் போர் வினை ஈடுபாடுகள், போர்கள், வீரர்கள் வெட்டவெளியில் இராத்தங்கல், வெற்றிகள், பின் வாங்குதல், சாவுகள், காயங்கள், கடுமையாகப் பனி உறைதல் போன்றவற்றைப் பற்றியதாகும். இவை அதிகக் கலைச்சோடனை இல்லாத மெதுவான கதைகள், காவியம் போன்ற அமைதியானவை. மாலைத் தேநீருக்கும் குழந்தைகள் படுக்கைக்குச் செல்லும் கசப்பான நேரத்திற்கும் இடைப்பட்ட பொழுதில் இவை சொல்லப்பட்டன.

இந்தப் பழங்காலப்பகுதியான அவர் பிரமாண்டமான ஆனால் வியப்புக்குரிய ஓவியத்தன்மை வாய்ந்த உருவமாகத் தோன்றினார். அந்த எளிமையான ஆனால் ஆழமான உள்ளத்தைத் தொடுகிற அந்தப் பண்புகளை அவர் சேர்த்து வைத்திருந்தார். அவற்றை இன்றுவரை இராணுவ அலுவலகளிடம் அல்லாது தனிப்பட்டவர்களிடமே மிகுதியாக பார்க்க முடியும். அந்தத் தூய்மையான ருஷ்யக் குடியானவர்களின் பண்புகளை

மொத்தமாகப் பார்க்கின்றபோது அவை உயர்வான ஒரு பண்பினை உருவாக்குகின்றன. அதுதான் நமது வீரனை, வெல்லப்பட முடியாதவனாக மாத்திரமன்றி, ஒரு தியாகியாகவும் ஆக்குகிறது. கபடமற்ற என்மையான நம்பிக்கைகொண்டிருந்தார். ஒரு தெளிவான மகிழ்ச்சி கலந்த வாழ்க்கையைப்பற்றிய நன் நோக்கோடு உறுதியான, இயல்பான துணிவு, சாவுக்கு முன்னால் பரிவு வீழ்ந்தவன்மேல் பரிதாபம், எல்லையற்ற பெருமை, ஒரு வியப்பூட்டும் உடல், ஆன்மீக உயிர்ப்புத்தன்மை ஆகிய பண்புகளைப் பெற்றிருந்தார்.

போலந்துப் போருக்குப் பிறகு அனோசவ், ஜப்பானிய சம்பந்தப்பட்டதுதவிர மற்ற எல்லாப் போர்க்களத்திலும் பங்கு பெற்றிருக்கிறார். போருக்குப் போவதற்கு அவர் எந்தவகையிலும் தயங்கியதில்லை, ஒருக்கால் அவர் அழைக்கப்படவில்லை என்றால். அம்மாதிரி பிரச்சினைகளுக்காக அவர் பொன் போன்ற விதி வைத்திருந்தார்: 'சாவுக்கு ஒருபோதும் சவால் விடாதே நீ அதற்கு அழைக்கப்பட்டால் ஒழிய.' பிரமபால் தனது வீரர்களை அடிக்க உத்தரவிடாததோடு மட்டுமல்லாது அவரும் எவரையும் அடித்ததில்லை. போலந்து எழுச்சியின்போது, ரெஜிமெண்ட் கமான்டரின் தனிப்பட்ட ஆணைகள் இருந்தும்கூட, ஒரு கைதியின் கூட்டத்தைச் சுடுவதற்கு அவர் மறுத்தார். 'உளவாளியா இருந்தால் நான் அவனைச் சுடப்படச் செய்வது மாத்திரமல்லாது என் கையாலேயே அவனைக் கொல்வதற்கு தயாராக இருக்கிறேன். ஆனால் இவர்களோ சிறைக்கைதிகள். இவர்களை என்னால் ஒன்றும் செய்யமுடியாது. 'எந்தவிதமான சவாலோ, வறட்டு வீரமோ இல்லாமல் தனது மேலதிகாரியைத் தனது தெளிவான, உறுதியான கண்களால் பார்த்துக்கொண்டு சாதாரணமாகவும், மரியாதையுடனும் அவர் சொன்னார். ஆணைகளை மீறியதற்காக அவரை சுடாமல் தனியே விட்டுவிட்டார்கள்.

1877 – 1879 ஆம் ஆண்டைய போரின்* போது, சரியான கல்வியறிவு இல்லாமல் இருந்தும்கூட அவருடைய வார்த்தைகளிலே சொன்னால், அவர் 'கரடி அகாடமியைத் 'தான் முடித்திருந்தார் மிக வேகமாக கர்னல் அந்தஸ்துக்கு உயர்ந்தார். டான்யூப்பையும், பால்கன் மலைகளையும் கடப்பதில் அவர்

---

* பால்கன் தீபகற்பம் குறித்து ருஷ்யாவிற்கும் துருக்கிக்கும் இடையே நடைபெற்ற போரைக் குறிப்பிடுகிறது.

பங்கு பெற்றார். பல்கேரியாவில் குளிர்காலம் முழுவதும் ஷிப்கா மலையில் முகாமிட்டிருந்தார். பிலேவ்னா என்ற பல்கேரிய நகரம்மீது இறுதித்தாக்குதலைச் செலுத்தியவர்களுள் அவரும் ஒருவர். அவர் ஐந்து முறை காயப்படுத்தப்பட்டார், ஒரு முறை கடுமையாகக் காயமுற்றார். பயங்கரமான அத்தாக்குதலின்போது குண்டுச் சிதறல்களால் காயமடைந்தார். ஜெனரல் ரதேத்ஸ்கியும், ஸ்கோபெலெவும் அவரைத் தனிப்பட்ட முறையில் அறிவார்கள், மிகுதியான மதிப்பு வைத்திருந்தார்கள். 'என்னைவிட மிகுதியான வீரம் வாய்ந்த ஓர் அதிகாரியை எனக்குத் தெரியும். அவர்தான் மேஜர் அனோசவ்," என்று ஸ்கோபெலெவ் கூறியிருந்தார்.

அந்தக் குண்டுச்சிதறலினால் ஏறக்குறைய காது செவிடாகிப் போய்த் திரும்பினார்; பால்கன் அணிவகுப்பின்போது, பனி உறைவின் கடிப்பினால் அவருடைய பாதத்திலே மூன்று விரல்கள் வெட்டி எடுக்கப்பட்டிருந்தன. ஷிப்காவிலே அவருக்குக் கடுமையான கீல்வாதம் வந்துவிட்டது. இரண்டாண்டு அமைதிகாலப் பணிக்குப் பிறகு அவருக்குப்பதவி ஓய்வு தருவதற்கு முடிவு செய்யப்பட்டது, ஆனால் அதை அவர் எதிர்த்தார். டான்யூப்பைக் கடக்கும்போது அவர் காட்டிய துணிச்சலைக் கண்டிருந்த அந்தப் பகுதியினுடைய கவர்னர் அந்தச் சிக்கலான நேரத்தில் அவருடைய செல்வாக்கைப் பயன்படுத்தினார். பீட்டர்ஸ்பர்க் அதிகாரிகள் சிறப்புவாய்ந்த கர்னலுடைய உணர்ச்சிகளைப் புண்படுத்துவதில்லை என்று முடிவுசெய்து அவருடைய ஆயுள்காலம் முழுவதற்கும் கே.நகரத்தின் ஆளுநர் பதவி தரமுடிவு செய்தார்கள். அந்த வேலை மரியாதைக்குரியது என்பதோடு நாட்டுப் பாதுகாப்புக்குத் தவிர்க்க இயலாததாக இருந்தது.

நகரத்திலுள்ள ஒவ்வொருவருக்கும் அவரைத் தெரியும். அவருடைய குறைபாடுகள் பற்றியும், பழக்கவழக்கங்கள் பற்றியும், உடையணியும் முறைகளைப் பற்றியும் நல்ல நோக்கத்துடன் கேலி செய்வார்கள். எப்போதுமே அவர் போர்க் கருவிகளைத் தாங்கிச் செல்வதில்லை. காலத்திற்கு ஒவ்வாத உடைகளையும் தொப்பியையும் அவர் அணிந்திருந்தார். வலது கையில் ஒரு பிரம்பையும், இடது கையில் காது கேட்க உதவும் குழாயையும் எடுத்துச் செல்வார். அவர் எப்போதுமே இரண்டு கொழுத்த சோம்பலான முரட்டு நாய்களைக் கூட்டிச் செல்வார். முகவாய்க்கட்டைக்கு இடையே நாக்குகளைத் தொங்கப்

போட்டபடி அவை இருக்கும். காலை உலாவுதலின்போது யாராவது தெரிந்தவர்களை அவர் சந்தித்தால், பல கட்டிடங்களுக்கு அப்பால் நடந்து செல்பவர்கள், அவர் உரத்தகுரலில் பேசுவதையும் அந்த நாய்கள் இணைந்து குரைப்பதையும் கேட்க முடியும்.

காது கேளாத பலரைப்போல அவருக்கும் ஓபெரா மீது ஆழ்ந்த ஈடுபாடு உண்டு. சில சமயங்களில் காதல் பாட்டின்போது அவருடைய அதிகாரத்தன்மை வாய்ந்த குரல் அக்கூட்டத்தில் எதிரொளிக்கும்: 'ஏன், அவர் அந்த மகிழ்ச்சி மிக்க சீ, நாசமாய்ப்போக! ஒரு கொட்டையைப் போல நசுக்கிறார்'. அடக்கி வைக்கப்பட்ட சிரிப்பு அந்தக்கூடத்திலே வெடித்துச் சிதறும். ஆனால் ஜெனரல் எதையும் சந்தேகிக்கமாட்டார். ஏனென்றால் பக்கத்திலிருப்பவர் காதுக்குள்ளே ரகசியத்தை முணுமுணுப்பது போன்ற உணர்வில் இருப்பார்.

அவருடைய அலுவலகப் பணிகளிலே ஒரு பகுதியாக அவர் அடிக்கடி, நீண்ட மூச்சுவிடும் தனது நாய்களுடன், பாதுகாப்பு மனைக்குச் சென்று, கைது செய்யப்பட்ட அலுவலர்கள், ராணுவத் தொல்லைகளினின்றும் விடுபட்டு வசதியாக ஓய்வெடுத்துக் கொண்டும், தேநீர் அருந்திக்கொண்டும் இருப்பவர்களைப் பார்ப்பார். அவர்கள் ஒவ்வொருவரையும் எச்சரிக்கையோடு வினவுவார்: 'உங்கள் பெயரென்ன? உங்களைக் கைது செய்தது யார்? எவ்வளவு நாட்களாகின்றன? எதற்காக?' சில நேரங்களில் வீரம் செறிந்த ஆனால் சட்டத்திற்குப் புறம்பாகச் செயல்புரிந்த அதிகாரியைப் பாராட்டுவார் அல்லது வெளியே கேட்கும்படியாக பலத்த குரலில் திட்டுவார். ஆனால் உரத்த பேச்சு முடிந்தபிறகு அதே மூச்சிலே அந்த அதிகாரி சாப்பிட்டு விட்டாரா என்றும், அதற்கு எவ்வளவு பணமாகிறது என்றும் கேட்பார். நேர்மை தவறியதற்காக, நீண்டகாலத் தடுப்புக்காவலுக்காக ஒரு மூலைப்பகுதியிலிருந்து அனுப்பப்பட்ட, தனக்கென்று பாதுகாப்பு இல்லம் பெற்றிராத ஒரு லெப்டினெண்ட் பணப்பற்றாக் குறையினால் பொதுப்பணத்தைச் சாப்பிட்டதை ஒத்துக்கொண்டது போன்ற நிகழ்ச்சிகளும் சில நேரங்களில் நடந்திருக்கின்றன. அந்த ஏழைப்பிசாசுக்கு பாதுகாப்பு இல்லத்திலிருந்து நூறு கஜ தூரத்திற்கு அதிகமில்லாத தனது வீட்டிலிருந்தே உணவு கொண்டு வருவதற்கு அனோசவ் உடனடியாக ஆணையிடுவார்.

அந்தக் கே.நகரத்தில் துகனோவ்ஸ்கி குடும்பத்தோடு நெருக்கமாகப் பழக ஆரம்பித்தார். குழந்தைகளுடன் நெருங்கிய நட்பினையும் ஏற்படுத்திக்கொண்டார். அவர்களை ஒவ்வொரு மாலையிலும் பார்ப்பது கட்டாயத் தேவையாகி விட்டது. சில சமயங்களில் அப்பெண்கள் எங்காவது வெளியே போயிருந்தாலோ, தனது அலுவலகப் பணிகள் காரணமாக அவரால் போக முடியாது போய்விட்டாலோ, கவர்னர் வீட்டினுடைய பெரியஅறைகளிலே மிகவும் பயங்கரமாகத் தனிமையை உணர்வார். ஒவ்வொரு கோடையிலும் அவர் விடுப்பு வாங்கிக்கொண்டு, கே.நகரத்திலிருந்து சுமார் நாற்பது மைல் தூரத்திலுள்ள யெகோரொவ் ஸ்கொயேவிலுள்ள துகனோவ்ஸ்கி எஸ்டேட்டிற்கு முழுமையாக ஒரு மாத காலத்தைச் செலவிடச் சென்று விடுவார்.

அவரிடம் குமைந்து கொண்டிருந்த பரிவும், அன்புக்கான அவருடைய ஏக்கமும் இந்தக் குழந்தைகள் பால் வேகமாகச் சென்றன, குறிப்பாகப் பெண் குழந்தைகள்பால். ஒருபோது அவர் திருமணமாகி இருந்தார். ஆனால் அதுபற்றி நீண்ட காலத்திற்கு முன்பே மறந்து போய்விட்டார். போருக்கு முன்பு அவருடைய மனைவி சுற்றுப் பயணத்தில் இருந்த ஒரு நடிகரோடு ஓடிப் போய்விட்டாள். அவனது பட்டுச் சட்டையாலும், பூ வேலைப்பாடு கொண்ட சட்டையின் முன் கைப்பகுதியாலும் அவள் கவரப்பட்டாள். அவள் உயிரோடு இருந்தவரை அனோசவ் அவளுக்கு உதவிப்பணம் கொடுத்து வந்தார். ஆனால் அவளது கண்ணீர் கலந்த கடிதங்களும், தவறுதலை உணர்ந்த வருத்தக் காட்சிகளும் மாறாக அவளைத் திரும்பி வருவதற்கு அனுமதிக்கவில்லை. அவர்களுக்குக் குழந்தைகள் கிடையாது.

5

எதிர்பாராதவிதமாக, மாலை நேரமானது அமைதியாகவும் வெதுவெதுப்பாகவும் இருந்தது. மேல்தளத்திலிருந்த மெழுகுவர்த்திகள் ஒரே நிதானமான சுவாலைகளோடு எரிந்தன. இரவு உணவு அருந்தும்போது இளவரசர் வசீல லிவோவிச் கூட்டத்தினரை மகிழ்வித்தார். கதைகள் சொல்வதற்கு மிக அசாதாரணமான, விந்தையான திறன் படைத்தவராக இருந்தார். அந்தக் குழுவில் இருந்த ஒருவருக்கு

ஏற்பட்ட நிகழ்ச்சியையாவது, மற்ற பொதுவான நண்பருக்கு நிகழ்ந்ததையாவது அவர் எடுத்துக்கொள்வார். ஆனால் அந்தளவு அலங்கரித்து நிகழ்ச்சியைக் கூறுகையில், அதைக் கேட்பவர்கள் தங்களுடைய விலாக்கள் நோகும்படி சிரிப்பார்கள். அன்று இரவு, செல்வமும் அழகும் வாய்ந்த பெண்ணை நிக்கலாய் நிக்கலாயெவிச் காதலுக்கு முயற்சி செய்த மோசமான நிகழ்ச்சி பற்றிய கதையைச் சொல்லிக்கொண்டிருந்தார். அதிலிருந்த ஒரே ஓர் உண்மையான விவரம் என்னவெனில் அவள் கணவன் அவளுக்கு மணவிலக்குக்கு மறுத்ததுதான். ஆனால் அந்த இளவரசர் மிகத்திறமையோடு உண்மையையும், கற்பனையையும் கலந்தார். கொஞ்சம் போலித் தற்பெருமையுடைய நிக்கலாய் தெருவின் வழியாகத் தன்னுடைய காலணிகளைக் கைக்குக்கீழே வைத்துக்கொண்டு, காலுறையுடன் நள்ளிரவில் நடந்து சென்றதை கூறினார். ஒரு மூலையில் அந்த இளைஞர் போலீசாரால் நிறுத்தப்பட்டார். நீண்ட புயல் போன்ற விளக்கத்திற்குப்பிறகு தான் நிக்கலாய்தான் ஒரு துணை அரசு வழக்குரைஞர் என்றும், ஒரு திருடனல்ல என்றும் அவனை நம்பவைக்க முடிந்தது. திருமணம் ஏறக்குறைய நிறைவேறியதுபோல இருந்தது. ஆனால் குறிப்பிட்ட முக்கியமான நேரத்தில் அக்காரியத்தில் பங்கு பெற்ற பொய் சாட்சிக்குழு ஒன்று, சம்பள உயர்வு வேண்டி திடீரென்று வேலைநிறுத்தம் செய்துவிட்டது. உண்மையாகவே அவன் கஞ்சனாக இருந்தபடியால், எல்லாவிதமான வேலை நிறுத்தங்களையும் கொள்கையளவில் நிக்கலாய் எதிர்த்து வந்ததனால், மேலும் சம்பளம் தருவதற்குத் திட்டவட்டமாக மறுத்துவிட்டார். சட்டத்திலே உள்ள ஒரு பிரிவைச்சுட்டி காட்டினார். அதுவே மேல்நீதிமன்ற முறையீட்டிலும் உறுதிப்படுத்தப்பட்டது. பிறகு, வழக்கமான ஒரு கேள்வியை "இங்கு உட்கார்ந்திருக்கும் யாருக்காவது இந்த இரண்டு பேரும் திருமணத்தில் இணைவதற்கு உள்ள ஏதேனும் இடர்ப்பாடு பற்றித் தெரியுமா?" என ஒரு நீதிபதி கேட்டார். இதற்குக் கோபமூட்டப்பட்ட அந்தக் குழுவினர் ஒரே குரலில் பேசினார்கள்: 'ஆமாம், எங்களுக்குத் தெரியும். நாங்கள் நீதிமன்றத்தில் சான்றாக வழங்கியதெல்லாம் பொய். ஏனெனில் அரசு வழக்குரைஞர் எங்களை பயமுறுத்தலாலும், பலாத்காரத்தாலும் அச்சுறுத்தினார். எங்களைக் கட்டாயப்படுத்தினார். நாங்கள் அறிந்தவரை, இந்தப் பெண்ணின் கணவர், இந்த உலகத்திலேயே மிகவும் மரியாதைக்குரிய மனிதர் என்பதை, தேவதையைப்போல அன்பானவர் என்பதை மட்டுமே சொல்ல முடியும்."

இளவரசர் வசீலி திருமணக் கதைகளைச் சொல்ல ஆரம்பித்ததனால், ஆன்னாவினுடைய கணவர் குஸ்தவ் இவானவிச் பிரியேஸ்ஸேயைக்கூட விட்டு வைக்கவில்லை. அவருடைய திருமணத்திற்கு அடுத்தநாள் போலீசை அழைத்து, இளம் மணப் பெண்ணுக்கென்று சொந்தமாக பாஸ்போர்ட் இல்லாததால் அவளுடைய பெற்றோர் வீட்டிலிருந்து வெளியேற்றி சட்டப்படியான கணவனின் வீட்டில் அவளைக் கொண்டுவந்து வைக்க வேண்டும் என்றார். இந்தக் கதையின் ஒரே உண்மையான பகுதி திருமணமான முதல் சில நாட்களிலேயே ஆன்னா அடிக்கடி அவளுடைய நோய் வாய்ப்பட்ட தாயுடன் இருக்க வேண்டியிருந்தது என்பதுவேயாகும். ஏனெனில் வேரா தெற்கு நோக்கிப் போய்விட்டாள். குஸ்தவ் இவானவிச் கவலையில் ஆழ்ந்துவிட்டார்.

எல்லாருமே சிரித்தார்கள். ஆன்னா சுருக்கிய கண்களோடு புன்னகை செய்தாள். குஸ்தவ் இவானவிச் மகிழ்ச்சியால் வெடிச்சிரிப்புச் சிரித்தார். இறுகிய, பளபளக்கும் தோலோடு கூடிய அவருடைய மெலிந்த முகத்தில், கவனமாகக் கீழ்நோக்கி வாரிவிடப்பட்ட அடர்த்திக் குறைவான முடி, ஆழப்பதிந்த கண்கள், மிகமோசமான பற்கள் ஆகியன இருந்து, அது ஒரு மண்டையோட்டைப்போலக் காட்சியளித்தது. திருமணமான முதல்நாள் போலவே அவர் இன்னமும் ஆன்னாவை ஆராதித்தார்; அவளுக்கு அருகாமையில் எப்போதும் உட்காரவும், ரகசியமாக அவளைத் தொடுவதற்கும் முயன்றார். நாம் அவருக்காகப் பரிதாபப்படுமாறு ஒருவகையான முட்டாள்தனமான கவர்ச்சியோடு அவளையே சுற்றியலைந்தார்.

மேசையிலிருந்து எழுவதற்கு முன்னர் வேரா நிக்கலாயெவ்னா ஓர் எந்திரம் போல விருந்தினர்களை எண்ணினாள். பதிமூன்று பேர் இருந்தார்கள். அவள் சகுனங்களை நம்பினாள். ஆகவே அவள் தனக்குள்ளாகவே சொல்லிக்கொண்டாள்: 'இது நல்லது இல்லை! முன்னதாகவே அவர்களை எண்ண வேண்டும் என்று நான் ஏன் நினைக்கவில்லை? வாஸ்யாவையும் குற்றம் சொல்லவேண்டும் அவர் தொலைபேசியில் எதையும் என்னிடம் சொல்லவில்லை."

ஷேயின் குடும்பத்தினர் அல்லது பிரியேஸ்ஸே குடும்பத்தினர் வீட்டிலே நண்பர்கள் கூடியபோது வழக்கமாக விருந்துக்குப் பிறகு போக்கர் விளையாடினார்கள். ஏனெனில் இரு சகோதரிகளும்

அதிருஷ்டம் சம்பந்தப்பட்ட விளையாட்டுகளில் கேலி செய்யக் கூடிய அளவுக்குப் பிரியமாக இருந்தார்கள். உண்மையில், அந்த இரண்டு வீடுகளிலும் சில விதிகளை ஏற்படுத்தியிருந்தார்கள்: எல்லா விளையாட்டாளர்களுக்கும் குறிப்பிட்ட மதிப்புள்ள ஒரே எண்ணிக்கையுள்ள தந்தம் போன்ற டோக்கன்கள் கொடுக்கப்பட்டன. அவை விளையாடுபவர்களில் ஒருவரிடம் போய்ச் சேரும்வரையிலே விளையாட்டு நடத்தப்படும்; பிறகு அது நிறுத்தப்படும். மற்றவர்கள் தொடரவேண்டும் என்று எந்தளவுக்கு வற்புறுத்துகிறார்கள் என்பது பொருட்டல்ல. புதிய டோக்கன்களை கல்லாப் பெட்டியிலிருந்து எடுப்பது தவிர்க்கப்பட்டிருந்தது. வேராவையும், ஆன்னாவையும் நிறுத்துவதற்கு இத்தகைய கடுமையான விதிகள் தவிர்க்க முடியாதன என்று அனுபவம் சொல்லியது. இருவரும் விளையாட்டின்போது நிறுத்தமுடியாத அளவுக்கு மிகவும் பரபரப்படைந்து விடுவார்கள். ஒருபோதும் மொத்த இழப்பு இருநூறு ரூபிள்களுக்கு மிஞ்சியதில்லை.

இந்த முறையும் அவர்கள் விளையாடத் தயாராக இருந்தார்கள். விளையாடாத வேரா மேல்தளத்திற்குப் போவதற்குத் தயாராக இருந்தாள். அங்கே தேநீருக்காக மேசைகள் போடப்பட்டிருந்தன. புதிர்த்தன்மை வாய்ந்த தோற்றங்கொண்ட வேலைக்காரி அவளை வரவேற்பு அறையிலிருந்து திடீரென்று அழைத்தாள்.

'என்ன அது, தாஷா?" என்று இளவரசி வேரா எரிச்சலோடு கேட்டபடி, படுக்கையறையை ஒட்டியிருந்த அவளது சிறிய அறைக்குள்ளாக நுழைந்தாள். 'என்னை ஏன் முட்டாள் தனமாக முறைத்துப் பார்க்கிறீர்கள்? அங்கே கைகளிலே என்ன வைத்திருக்கிறீர்கள்?"

வெள்ளைக் காகிதத்தில் அருமையாகச் சுற்றப்பட்டு, ரோஜா நிற நாடாவால் கட்டப்பட்ட சின்னச் சதுரமான பொருளை மேசையின் மேல் தாஷா வைத்தாள்.

'இது என்னுடைய தவறல்ல, மாட்சிமை தங்கிய அம்மா. கடவுள் பெயரில் சொல்கிறேன்," என்று அவள் வாய் தடுமாறினாள். அவன் உள்ளே வந்து சொன்னான்...'

'யார் அவன்?"

"செய்தி கொணர்ந்த பையன்..... மாட்சிமை தங்கிய அம்மா."
"பிறகு?"

“சமையலறைக்குள் உள்ளே வந்து மேசையின் மீது இதை வைத்து இதை உங்கள் தலைவியிடம் கொடுங்கள்,” என்றான். “அவர்களது கைப்படவே கொடுப்பதில் கவனமாக இருங்கள்,” என்றான். “யாரிடமிருந்து?” என்று கேட்டேன். “அது இங்கே எழுதியிருக்கிறது,” என்று சொல்லிவிட்டுப் போய்விட்டான்.”

“போய், அவனைத் திரும்பக்கூட்டி வாங்க.”

“ஐயோ, என்னால் முடியாது, மாட்சிமை தங்கிய அம்மா. விருந்தின் இடையே அவன் வந்தான். அப்போது உங்களைத் தொந்தரவு செய்ய எனக்குத் தைரியம் வரவில்லை. அரைமணி நேரத்திற்கு முன்புதான் இருக்கவேண்டும்.”

‘சரி, நீங்கள் போகலாம்.”

கத்தரியை வைத்து நாடாவை வெட்டி முகவரி தாங்கிய காகிதத்தைக் குப்பைக்கூடையில் போட்டாள். வைர வியாபாரியினுடைய சிவப்புப் பூம்பட்டால் செய்யப்பட்ட ஒரு சிறு பெட்டியைப் பார்த்தாள். கடையிலிருந்து இப்போது தான் புதிதாக வந்திருக்கவேண்டும். நீலப்பட்டால் விளிம்பிடப் பட்டிருந்த மூடியை உயர்த்தினாள். கருப்பு வெல்வெட்டுக்குள் திணிக்கப்பட்டிருந்த நீள் உருண்டை வடிவான தங்கவளையல் ஒன்றினைப் பார்த்தாள். அதற்குள்ளாக அழகுற எண்கோண வடிவில் கவனமாக மடிக்கப்பட்டு எழுதப்பட்ட குறிப்பு இருந்தது. விரைந்து அந்தத் தாளை விரித்தாள். அந்தக் கையெழுத்து தனக்குத்தெரியும் என்று நினைத்தாள். ஆனால், பெண்ணாக இருந்ததால், அந்தத்தாளை ஒதுக்கி வைத்துவிட்டு வளையலைப் பார்த்தாள். அது சுமாரான தங்கத்தால் செய்யப்பட்டிருந்தது. மிகவும் கனமாக இருந்தது. ஆனால் உள்ளீடாக இருந்தது. வெளிப்புறத்தில் சாதாரணமாக மெருகிடப்பட்ட பொன்மணியால் பொறிக்கப்பட்டிருந்தது. மையத்தில் ஓர் அதிசயமான சின்னப் பச்சைக் கல்லைச் சூழ்ந்து ஐந்து மிக உயர்வான பட்டையிடாச் செம்மணிகள் இருந்தன. ஒவ்வொன்றும் பயறு அளவில் இருந்தது. மின்விளக்கிற்குக் கீழே அதிருஷ்டகரமாக அந்த வளையலைத் திருப்பியபோது, அந்தக் கற்களின் மென்மையாக, முட்டை வடிவம் வாய்ந்த மேற்பகுதிக்குக் கீழே அழகான சிவந்த விளக்குகள் திடீரென மின்னின.

‘இது ரத்தம் போலிருக்கிறது!” என்று வேரா அச்சத்தோடு நினைத்தாள்.

பிறகு கடிதத்தை நினைவுபடுத்திக்கொண்டாள். மிடுக்கான கையெழுத்தாக இருந்தது. அதில் இவ்வாறு எழுதப்பட்டிருந்தது:

மாண்புமிகு இளவரசி வேரா நிக்கலாயெவ்னா! உங்களுடைய பிரகாசமான, மகிழ்ச்சிமிக்க பிறந்தநாளில் பணிவோடு வாழ்த்தி இந்தத் தாழ்மையான காணிக்கையை உங்களுக்கு அனுப்புகின்ற உரிமையை எடுத்துக்கொள்கிறேன்.

'ஓ, அவன் அதே மனிதன்!" வெறுப்போடு தனக்குள்ளே சொல்லிக்கொண்டாள். ஆனால் அந்தக் கடிதத்தைக் கடைசி வரை படித்தாள்....

"நானே தேர்ந்தெடுத்த பரிசை உங்களுக்கு வழங்க எனக்குத் தைரியம் வந்திருக்காது. ஏனெனில் அதற்கு உரிமையோ, அழகுணர்வோ என்னிடம் இல்லை. வெளிப்படையாகச் சொன்னால் அதற்குரிய பணமும் இல்லை. மேலும் உங்களை அலங்கரிக்கின்ற அளவுக்கு இந்த உலகத்தில் ஒரு செல்வமும் கிடையாது என்று நினைக்கிறேன்.

"ஆனால் இந்த வளையல் என் கொள்ளுப்பாட்டிக்குச் சொந்தமானது. என்னுடைய காலஞ்சென்ற தாய்தான் கடைசியாக அணிந்தாள். பெரிய கற்களுக்கு மத்தியில் நீங்கள் ஒரு பச்சைக்கல்லைப் பார்ப்பீர்கள். இது மிக அபூர்வமான பச்சைமணிக்கல். எங்கள் குடும்ப மரபுப்படி இதை அணிகின்ற பெண்களை அவர்களது வருங்காலத்தை முன்கூட்டியே உணரும் படி இது செய்கிறது. அமங்கல எண்ணங்களையும் வரவிடாது தடுக்கிறது. ஆண்களை பயங்கரச் சாவினின்றும் பாதுகாக்கிறது.

"எல்லாக் கற்களுமே கவனத்தோடு பழைய வெள்ளி வளையலிலிருந்து மாற்றி வைக்கப்பட்டிருக்கின்றன. நீங்கள் உறுதியாக நம்பலாம், உங்களுக்கு முன்னர் ஒருவரும் இந்த வளையலை அணியவில்லை.

"கேலிக்குரிய இச்சிற்றணியை உடனே நீங்கள் தூக்கி எறியக்கூடும். அல்லது வேறு யாருக்கேனும் அன்பளிப்பாகத் தரக்கூடும்; உங்களது கைகள் அதைத் தொட்டன என்பதை அறிய மகிழ்ச்சி அடைவேன்.

"என் மீது கோபப்படாதிருக்கும்படியாக நான் கெஞ்சிக்கேட்டுக் கொள்கிறேன். ஏழாண்டுக்கு முன்பு ஒரு குமாரிக்கு முட்டாள்தனமாகக் கடிதங்கள் எழுதத் துணிந்ததையும்,

அவற்றிற்கு பதிலை எதிர்பார்த்துக்கொண்டிருந்ததையும் நினைத்துப்பார்க்க வெட்கப்படுகிறேன். ஆனால் இன்றைக்கு உங்கள்பால் மிகுந்த மரியாதை கலந்த அச்சம், என் நிரந்தரமான ஆராதனைகள், ஓர் அடிமையினுடைய மிகப்பணிவான பக்தி இவற்றைத்தவிர என்னிடம் எதுவுமில்லை. நான் இப்போது செய்யமுடிந்ததெல்லாம் உங்களுக்கு நிரந்தர மகிழ்ச்சி கிடைக்க விரும்புவதும், நீங்கள் மகிழ்ச்சியாக இருந்தால் மகிழ்ச்சி யடைவதுமே ஆகும். நீங்கள் உட்கார்ந்திருக்கக்கூடிய நாற்காலியை, நீங்கள் நடந்து போகின்ற தரையை, போகும் பாதையில் தொடும் மரங்களை, நீங்கள் பேசுகின்ற வேலைக்காரர்களை என் மனத்தில் ஆழ்ந்த உணர்வோடு வணங்குகிறேன். அந்த மனிதர்களின் மீதோ, பொருள்களின் மீதோ இனிமேல் பொறாமைப்பட மாட்டேன்.

மறுபடியும் இப்படி ஒரு நீண்ட பயனில்லாத கடிதத்தோடு உங்களைத் துன்புறுத்தியதற்காக மன்னிப்புக் கேட்டுக்கொள்கிறேன். சாகும்வரையும் அதன் பிறகும் உங்களுடைய பணிவான வேலைக்காரன்.

கி.எஸ்.ஜெ."

இதை வாஸ்யாவிடம் காட்டுவோமா வேண்டாமா? அப்படியானால் எப்போது? இப்போதா விருந்தாளிகள் போன பிறகா? வேண்டாம். பிறகு செய்வதுதான் நல்லது இப்போது இந்த அப்பாவி மனிதனைப்போல நானும் முட்டாள்தனமாகக் காணப்படுகிறேன்."

இப்படித் தனக்குள்ளாகவே இளவரசி வேரா விவாதித்துக் கொண்டிருந்தபோது, ஐந்து ரத்தச்சிவப்பு ஒளிக்குள்ளே ஒளிர்ந்துகொண்டிருந்த ஐந்து செம்மணிகளினின்றும் அவளால் பார்வையை எடுக்க முடியவில்லை.

6

மிகுந்த சிரமத்தோடு தான் கர்னல் பனமரியோவ் போக்கர் விளையாடுவதற்குத் தூண்டப்பட்டார். அந்த விளையாட்டுப் பற்றித் தனக்கு ஒன்றும் தெரியாதென்றும், வேடிக்கைக்குக் கூடத்தான் அதை விளையாடியதில்லை என்றும், தான் சிரத்தை

* விண்ட் – ருஷ்ய நாட்டுச் சீட்டாட்ட வகை. (மொ– ர்.)

எடுத்துக்கொண்ட திறமையுள்ள ஒரே விளையாட்டு வின்ட்* என்றும் சொன்னார். ஆனால் கடைசியில் அதற்கு சம்மதித்தார்.

ஆரம்பத்தில் அவர்கள் அவருக்குச் சொல்லிக்கொடுத்து உதவ வேண்டியிருந்தது, ஆனால் விரைவிலேயே அந்த விளையாட்டின் விதிகளைக் கற்றுத்தேர்ந்தார். அரைமணி நேரத்திற்குள்ளாக எல்லாச் சீட்டுகளும் அவருக்கு முன்னால் குவிந்துவிட்டன.

“இது நியாயமில்லை!” என்று கேலியாகத் திட்டுவதுபோல ஆன்னா கூறினாள். இந்தப் பரபரப்பில் எங்களுக்கும் கொஞ்சம் விட்டுக் கொடுத்திருக்கலாம்.”

விருந்தினர்கள் மூவரையும் – சிபேஷ்னிகவ், கர்னல் மற்றும் மடத்தனமான, மரியாதைக்குரிய, மந்தமான ஜெர்மானியனான துணை ஆளுநர், எப்படி மகிழ்விப்பது என்று வேராவுக்குத் தெரியவில்லை. வின்ட் விளையாட்டை அவர்களுக்காகத் தயார் செய்தாள். நான்காவது ஆளாகக் கலந்துகொள்ளும்படி குஸ்தவ் இவானவிச்சை அழைத்தாள். தனது இமைகளைத் தாழ்த்தி ஆன்னா குறிப்பால் நன்றி சொன்னாள். அவளுடைய சகோதரி உடனே புரிந்துகொண்டாள். குஸ்தவ் இவானவிச் சீட்டு விளையாடுவதினின்றும் விலக்கப்பட்டால் ஒழிய அவருடைய மனைவியை மாலைநேரம் முழுக்கச் சுற்றிக்கொண்டே நிற்பார் என்பதை ஒவ்வொருவரும் அறிவார்கள். அவ்வாறு செய்யும்போது அவருடைய கெட்டுப்போன பற்களை, முகத்திலே வெளிக்காட்டி, தன்னை ஒரு முழுமையான நச்சரிப்பாளராகக் காட்டிக்கொள்வார்.

இப்போது காரியங்கள் நல்லபடியாக, சுலபமாகவும் உயிர்த்துடிப்புள்ள சூழ்நிலையில் நடந்தேறின. வஸ்யூசோக், ஜென்னி ரெய்தர் துணையோடு தாழ்ந்த குரலில் இத்தாலிய நாட்டுப்புறச் சந்தப் பாடல்களையும், ரூபின்ஷ்தைன் எழுதிய கீழைய நாட்டுப் பாடல்களையும் பாடினார். அவரிடம் மெல்லிய ஆனால் இனிய குரல் இருந்தது. உணர்ச்சி ஏற்கும் பாங்குடையதாகவும், உண்மையானதாகவும் இருந்தது. ஜென்னிரெய்தர், மிகவும் திறமை வேண்டுகிற பியானோ வாசிப்பவள், கூடவே இசைப்பதற்கு எப்போதும் தயாராக இருந்தாள்; ஆனால் அந்தச் சமயத்தில் அவளை அவர் காதல் புரிவதாகச் சொல்லப்பட்டது.

மூலையில் இருந்த ஒரு சோஃபாவிலே உட்கார்ந்துகொண்டு ஆன்னா, ஹூஸ்ஸாருடன் காதல் விளையாட்டை வெட்கங்கெட்டதனமாகச் செய்துகொண்டிருந்தாள். வேரா அப்பக்கம் நடந்துபோய் முறுவலித்தபடி கேட்டாள்.

“இல்லை, இல்லை, தயவுசெய்து சிரிக்காதீர்கள்,” தனது குறும்புத்தனமான தாத்தார் கண்களை அந்த அதிகாரிமீது சுருக்கியபடி பார்த்துக்கொண்டு மகிழ்ச்சியோடு ஆன்னா கூறினாள். ‘உண்மையில், ஒரு ஸ்குவார்டன் தலைவராக நிமிர்ந்து நடப்பது அல்லது ஓட்டப் பந்தயங்களில் தடைகளைக் கடந்து செல்வது ஒரு பெரிய காரியம் என்று நினைக்கிறீர்கள். ஆனால் எங்களுடைய தீரச்செயல்களைப் பாருங்கள். இப்போதுதான் நாங்கள் குலுக்குச் சீட்டை முடித்திருக்கிறோம். அது சுலபமானதென்று நீங்கள் நினைக்கிறீர்களா? கேவலம்! அந்த இடம் மக்கள் நடமாட்டம் மிகுதியானதாகவும், புகையிலை வாசனை நிறைந்ததாகவும் இருந்தது. சுமை தூக்குபவர்களும், வாடகைவண்டி ஓட்டுபவர்களும் இருந்தார்கள், மற்றவர்கள் யாரென்று கடவுளுக்குத்தான் தெரியும்... அவர்கள் எல்லாருமே புகார்களையும், வருத்தங்களையும் சொல்லி என்னைத் தொந்தரவு செய்தார்கள்... நாள் முழுக்க கணநேர ஓய்வுகூட எனக்கு இல்லை. அது மட்டுமல்ல, உதவி எதிர்பார்க்கக்கூடிய நல்ல குடும்பப் பெண்களுக்காக இசை நிகழ்ச்சி இருக்கிறது. அதன்பிறகு தர்மத்திற்கான நாட்டியமும் இருக்கிறது...”

“அதிலே நீங்கள் எனக்கு மஸூர்கா நடனம் மறுக்க மாட்டீர்கள் என்று நம்புகிறேன்”, லேசாக முன்னுக்குக் குனிந்து கொண்டும், நாற்காலிக்குக் கீழே தனது குதிங்கால்களால் ஓசை எழுப்பிக்கொண்டும் இருந்த பக்தீன்ஸ்கி கூறினார்.

“நன்றி... ஆனால் சோகமான பிரச்சினை நமது குழந்தைகளுடைய இல்லந்தான். நான் என்ன சொல்கிறேன் என்பது உங்களுக்குத்தெரியும் ஒழுக்கச் சீர்கேடான குழந்தைகளுக்கான ஓர் இல்லம்...”

“ஓ, அதுவா. அது ஏதோ வேடிக்கையாக இருக்கக்கூடும், இல்லையா?”

“போதும், ஐயா, இது போன்ற விஷயங்களுக்காகச் சிரிப்பதற்கு நீங்கள் வெட்கப்பட வேண்டும். ஆனால் சிக்கல் என்னவென்று உங்களுக்குத் தெரியுமா? பரம்பரையாக வந்த கெட்ட

செயல்களாலும், கெட்ட உதாரணங்களாலும் கெடுக்கப்பட்ட ஆன்மாக்களைக்கொண்ட அந்த துரதிருஷ்டக் குழந்தைகளுக்குப் புகலிடம் தர நாங்கள் விரும்புகிறோம். அவர்களுக்கு வெது வெதுப்பையும் ஆறுதலையும் தர விரும்புகிறோம்...”

“ஊகும்!”

“... அவர்களுடைய ஒழுக்கத்தைச் சீர்படுத்தவும், அவர்களிடையே கடமை உணர்வை ஏற்படுத்தவும்... என்னுடைய கருத்து புரிகிறதா? ஒவ்வொரு நாளும் நூற்றுக்கணக்கான, ஆயிரக்கணக்கான குழந்தைகள் எங்களிடம் கொண்டு வரப் படுகிறார்கள். ஆனால் அவர்களில் ஒன்றுகூடக் கெட்ட குழந்தை இல்லை! அந்தப் பெற்றோர்களிடம் அவர்களது குழந்தைகள் கெட்டவர்களா என்று கேட்டால், சங்கடப்படுவார்கள் – அதை உங்களால் கற்பனை செய்து பார்க்கமுடிகிறதா? ஆகவேதான் இந்த இல்லம் தொடங்கப்பட்டு, அர்ப்பணிக்கப்பட்டிருக்கிறது. ஆனால் அதில் வசிக்கத்தான் ஒருவரும் இல்லை! இங்கு கொண்டுவரப்படக்கூடிய கெட்ட நடத்தையுள்ள ஒவ்வொரு குழந்தைக்கும் பரிசு வழங்கலாம் என்று யோசிக்கின்ற நிலைக்கு நாங்கள் வந்துவிட்டோம்.” “ஆன்னா நிக்கலாயெவ்னா, ஒருவகையான உட்பொருள் வாய்ந்த முனைப்போடு ஹுஸ்ஸார் குறுக்கிட்டுச் சொன்னார். “எதற்காக நீங்கள் பரிசு வழங்குகிறீர்கள்? என்னை இலவசமாக எடுத்துக்கொள்ளுங்கள். என்னுடைய தன்மானத்தின் பெயரால் சொல்கிறேன், என்னைவிட ஒரு கெட்ட குழந்தையை நீங்கள் பார்க்கமுடியாது.”

“நிறுத்துங்கள்! உங்களிடம் வினயமாகப் பேசவே முடியாது,” அவள் கிளுக்கென்று சிரித்தாள், சோஃபாவில் நிமிர்ந்து உட்கார்ந்துகொண்டாள். அவளது கண்கள் மின்னின.

ஓர் அகன்ற வட்டமான மேசையின் முன் உட்கார்ந்து கொண்டு, இளவரசர் வசீலிலிவோவிச் தனது சகோதரிக்கும், அனோசவுக்கும், தனது மைத்துனனுக்கும், தான் வரைந்த கேலிச்சித்திரங்கள் உள்ள குடும்ப ஆல்பத்தைக் காட்டிக் கொண்டிருந்தார். நால்வரும் இதயபூர்வமாகச் சிரித்துக் கொண்டிருந்தார்கள், படிப்படியாகச் சீட்டு விளையாடாத மற்ற விருந்தினர்களும் அவர்களைச் சூழ்ந்து உட்கார்ந்தார்கள்.

இளவரசர் வசீலியினுடைய அங்கதத்தன்மை வாய்ந்த கதைகளுக்கு இணைப் பகுதியாக அந்த ஓவியங்களின் தொகுப்பு

இருந்தது. அசையாத அமைதியுடன், துருக்கி, பல்கேரியா மற்றும் பிற இடங்களில் துணிவுமிக்க தளபதி அனோசவுடைய காதல் தீரச்செயல்களின் கதைகள்," "மோண்டேகார்லோவில் இளவரசர் நிக்கலாய்புலாட் துகனோவ்ஸ்கியின் தீரச்செயல்" போன்ற பலவற்றை அவர் காண்பித்தார்.

"தாய்மார்களே, பெரியோர்களே, நான் உங்களுக்கு என்னுடைய அன்புச்சகோதரி லியூத்மீலா லிவோவ்னாவின் சிறு வாழ்க்கை வரலாற்றை இப்போது அறிமுகப்படுத்துகிறேன்" என்று சொல்லி தன் சகோதரியைக் கேலிசெய்யும் பார்வையுடன் பார்த்தார். "முதற்பகுதி குழந்தைப்பருவம். குழந்தை வளர்ந்து கொண்டிருந்தது. அவள் பெயர் லீமா."

அந்த ஆல்பத்தினுடைய பக்கம் சிறுமி ஒருத்தியின் உருவத்தைக் காட்டியது, வேண்டுமென்றே வரையப்பட்ட குழந்தைத்தனமான பாவனையுடன், அவளது முகம் பக்கத்தோற்ற வடிவத்துடன் அமைக்கப்பட்டிருந்தது, எனினும் இரண்டு கண்களுமே தெரிந்தன. அவளது ஸ்கர்டிற்குக் கீழே இரு உடைந்தகோடுகள் போல நீட்டிக்கொண்டிருந்தவை, அவளுடைய கால்களைப் பிரதிநிதித்துவப்படுத்தின, இரு கைகளின் விரல்களுமே விரிக்கப்பட்டிருந்தன.

"என்னை ஒருவரும் லீமா என்று அழைக்கவில்லை." என்று ஒரு சிரிப்புடன் லியூத்மீலா லிவோவ்னா கூறினாள்.

"இரண்டாம் பகுதி முதற்காதல், அந்த மங்கைக்கு முன்னர் குதிரைப்படை வீரன் ஒருவன் முழங்காலிட்டு அமர்ந்து தனது சொந்தப்பாட்டு ஒன்றைப் படிக்கிறான். அபூர்வ அழகோடு கூடிய சில வரிகளை அது கொண்டிருந்தது:

உனது கவர்ச்சிமிகு கால்

ஓர் தெய்வீக அன்புப் பொருள்!

இங்கேதான் அந்தக் காலினுடைய அசல் பிரதிபலிப்பு இருக்கிறது.

இங்கே அந்தப் போர்வீரன் அப்பாவி லீமாவை அவளது பெற்றோர்களின் வீட்டை விட்டுவிட்டு ஓடி வருமாறு தூண்டுகிறான். இங்கே அவர்கள் ஓடுவதைப் பாருங்கள். இது ஒரு இக்கட்டான சூழ்நிலை: கோபமுற்ற தந்தை தப்பியோடியவர்களைத் தாண்டி வந்து விடுகிறார். பலஹீனமான இதயம் படைந்த அந்தப் போர்வீரன் இடர்ப்பாடான நிலையில்

பணிவுமிக்க லீமாவைக் கைவிட்டு விட்டுப்போகிறான். இதோ:

உனது மூக்கிலே கவனமின்றி சுன்னமிட்டுக்கொண்டாய் நம்மைப் பின்தொடர்பவர் நெருங்கிவிட்டனர்... அவர்களைத் தடுத்து நிறுத்த உன்னாலானதைச் செய் அவ்வேளை நான் புதருக்குள் ஓடிப்போகிறேன்.

“மங்கை லீமா”வின் கதையை அடுத்து வந்த கதையின் தலைப்பு “இளவரசி வேராவும் காதல் மயக்கத்தில் ஆழ்ந்த தந்தியடிப்பவனும்”.

“இதயத்தைத் தொடுகின்ற இந்தப்பாடல் இதுவரை ஓவியங்களில் தான் இருக்கிறது,” என்று வசீலிலிவோவிச் விளங்கினார். அந்த வாசகம் இப்போதுதான் உருவாகிக்கொண்டு இருக்கிறது.”

“ஒருவகையில் இது புதியது,” என்றார் அனோசவ், “இதற்கு முன்னர் நான் பார்த்ததில்லை.”

“இதுதான் கடைசியாக வெளிவந்தது. புத்தகச்சந்தைக்கு இது ஒரு புத்தம் புதிய செய்தி.”

வேரா அவரது தோளை மென்மையாகத் தொட்டாள்.

“தயவுசெய்து, வேண்டாம்” என்றாள்.

ஆனால் வசீலிலிவோவிச் அதைக் கேட்கவில்லை, அல்லது அதை அத்தனை முக்கியமானதாக எடுத்துக்கொள்ளவில்லை.

“இது வரலாற்றுக்கு முந்திய காலத்தில் ஆரம்பித்தது. மே மாதத்தின் ஓர் அருமையான நாளிலே வேரா என்ற பெயருடைய நங்கை, இரு புறாக்கள் ஒன்றை ஒன்று முத்தமிடுவது போன்ற படம் வரையப்பட்ட கடிதம் பெற்றாள். இதோ அந்தக் கடிதம், அந்தப் புறாக்கள்.

“அந்தக் கடிதம் உணர்ச்சிகரமான காதலை வெளிப்படுத்துகிறது. ஆனால் எல்லாவிதமான சொல் எழுத்தாக்க விதிகளையும் மீறியதாக இருக்கிறது. இம்மடல் இப்படித்தான் தொடங்குகிறது: “ஓ, அழகிய இளம்பெண்ணே, நீ ஒரு... கர்ஜிக்கின்ற தீப்பிழம்புகளை உடைய கடல் என் நெஞ்சிலே இருக்கிறது. உன் பார்வை என்னுடைய இம்சிக்கப்பட்ட ஆன்மாவை நச்சுப்பாம்பு போலப் பற்றிக்கொண்டிருக்கிறது.” மேலும் அதுபோல. கடிதத்தின் கடைசியில் அளவான கையெழுத்து இருந்தது: ‘நான் ஒரு சாதாரணமான தந்தியடிப்பவன். ஆனால் என்னுடைய

உணர்வுகளோ மிலார்டு ஜார்ஜூக்கு ஏற்றவை. என்னுடைய முழுப்பெயரைத் தெரியப்படுத்த நான் துணியவில்லை அது மிகவும் நாகரிகமற்றது. எனது தலைப்பு எழுத்துகளை மட்டுமே நான் கையெழுத்திட முடியும்: பி.பி.ஜெ. தயவுசெய்து உங்கள் பதிலை அஞ்சலகத்திற்கு அனுப்புங்கள். "இதோ, தாய்மார்களே, பெரியோர்களே,அந்தத் தந்தியடிப்பவனுடைய படத்தை நீங்களே பார்க்கலாம். வண்ணக்கோலால் மிகத்திறம்பட செய்யப்பட்டது.

"வேராவினுடைய இதயம் குத்தித் துளைக்கப்பட்டது (இதோ அவளுடைய இதயம், இதோ அம்பு). ஆனால் நன்னடத்தையும், நற்பண்பும் வாய்ந்த அவள் அக்கடிதத்தைத் தனது மரியாதைக்குரிய பெற்றோர்களிடமும், தனது குழந்தைப்பருவ நண்பனிடமும், மணஉறுதி செய்யப்பட்டவனான வாஸ்யாஷேயினிடமும் காட்டினாள். அவன் ஒரு கவர்ச்சிகரமான இளைஞன். இதோ பட விளக்கம். நேரமிருந்தால் ஓவியங்களுக்குக் கவிதை விளக்கங்கள் தரப்படும்.

'வாஸ்யா ஷேயின், தேம்பியழுதபடி, மண ஒப்பந்த மோதிரத்தை வேராவிடம் திருப்பிக்கொடுத்தான். 'உனது மகிழ்ச்சியில் நான் எந்தவகையிலும் குறுக்கே நிற்கமாட்டேன்," என்றான், 'ஆனால், உன்னை நான் கெஞ்சிக் கேட்டுகொள்கிறேன், அவசரப்படவேண்டாம். இறுதி முடிவு எடுப்பதற்கு முன்பு அது பற்றிச் சிந்தித்துப்பார் அவனுடைய உணர்வுகளையும் உன்னுடைய உணர்வுகளையும் சோதித்துபார். குழந்தாய், வாழ்க்கையைப் பற்றி உனக்கு ஒன்றும் தெரியாது, எரிகின்ற சுவாலையை நோக்கிப் பறக்கின்ற பூச்சியைப்போல இருக்கிறாய். ஆனால் நான் அந்தோ கடுமையான, ஏமாற்றுகின்ற உலகை எனக்குத் தெரியும் தந்தியடிப்பவர்கள் கவர்ச்சிகரமானவர்கள், ஆனால் வஞ்சகர்கள் என்பதை நீ தெரிந்துகொள்ளவேண்டும். தங்களுடைய கர்வமூட்டும் அழகாலும், பொய் உணர்ச்சிகளாலும், அதன்பிறகு அவளைக் கொடுமையாகக் கைவிட்டு விடுகிற தன்மையாலும், அந்த அப்பாவிப் பெண்ணை ஏமாற்றுவது அவர்களுக்குச் சொல்லமுடியாத மகிழ்ச்சியைத் தருகிறது."

"ஆறு மாதங்கள் சுழன்றோடின. வாழ்க்கைச் சுழலிலே தன்னைப் போற்றியவனை வேரா மறந்துவிட்டு அழகான வாஸ்யாவை மணந்துகொண்டாள். ஆனால் தந்தியடிப்பவன் அவளை மறக்கவில்லை. ஒரு நாள் அவன் ஒட்டடையடிப்பவனைப் போலத் தன்னை மறைத்துக்கொண்டு, புகைக் கரிக்கறையால்

தன்னைக் கறைப்படுத்தியபடி, இளவரசி வேராவினுடைய தனி அறைக்கு வந்தான். ஒவ்வொரு இடத்திலும் தனது ஐந்து விரல்கள், இரு உதடுகள் இவற்றின் அடையாளங்களை விட்டுச்சென்றதை நீங்கள் காணமுடியும்: கம்பள விரிப்புகள், தலையணைகள், சுவர்த்தாள் தரையில்கூட இருந்தது.

"பிறகு, ஒரு கிராமத்துப் பெண்ணைப் போல உடையணிந்து கொண்டு, நமது சமையல் அறையிலேயே பாத்திரங் கழுவுகின்ற வேலையை ஏற்றுக்கொண்டான். ஆனால் சமையல்காரன் லுக்கா அவன்பால் காட்டிய அளவுகடந்த விருப்பம் "அவளை" ஓடும்படி செய்தது.

"இதோ, ஒரு பைத்தியக்கார விடுதியிலே அவன் சேர்ந்து கொண்டான். இதோ, ஒரு சந்நியாசியாக நீங்கள் அவனை இங்கே பார்க்கிறீர்கள். ஆனால் ஒவ்வொருநாளும் தவறாமல் பாசமிக்க கடிதம் ஒன்றை வேராவுக்கு அனுப்பினான், தாளின் மீது அவனது கண்ணீர் படிந்த பகுதி பெருங்கறையாகப் பரவியது.

"கடைசியில் அவன் செத்துப்போனான். ஆனால் சாவதற்கு முன்பு தனது கண்ணீரால் நிரப்பிய ஒரு வாசனைத் தைல போத்தலையும், தந்தி அலுவலகப் பொத்தான்கள் இரண்டையும் வேராவுக்கு வழங்கிச்சென்றான்..."

"தேநீர் சாப்பிடலாமா, சீமாட்டிகளே, சீமான்களே?" என்று கேட்டாள் வேரா நிக்கலாயெவ்னா.

7

நீண்ட இலையுதிர் காலத்துச் சூரியன் மறைந்து கொண்டிருந்தது. தொடுவானத்தின் விளிம்பில் ஒரு நீல மேகத்திற்கும் பூமிக்கும் இடையில் குறுகலான, சிவந்த, மின்னுகின்ற கீறல் மறைந்துகொண்டிருந்தது. இப்போது மண்ணும் மரங்களும் வானமும் கண்ணுக்குத் தெரியாமல் போய்விட்டன. தலைக்கு மேலே பெரிய நட்சத்திரங்கள் இருளின் கருமையில் கண்ணிமைகளோடு ஒளிர்ந்தன. மெல்லிய தூணிலே மேலே செலுத்தப்பட்டிருந்த கலங்கரை விளக்கத்தினுடைய நீல நிறத்துண்டு ஆகாயத்தைத் தொட்டபோது, திரவம் போன்ற ஆனால் மங்கிய ஒளிவட்டமாகத் தெரிந்தது. மெழுகுவர்த்திகளுக்கு மேலாக இருந்த புகைப்போக்கி மூடிகளின்மீது விட்டில் பூச்சிகள்

சிறகடித்தன. முன் தோட்டத்திலே புகையிலைச் செடியினுடைய நட்சத்திர வடிவமைந்த பூக்கள் அந்தக் குளுமையான இருளிலே கனத்த மணத்தை வெளிவிட்டன.

துணை ஆளுநரும், சிபேஷ்னிகவும், கர்னல் பனமரியோவும், ஜெனரலை அழைத்து வருவதற்காக டிராம் வண்டித்தொடரின் கடைசி நிலையத்தை அடைந்ததும், குதிரைகளைத் திருப்பி அனுப்புவதாக உறுதி சொல்லிவிட்டு வெகுநேரத்திற்கு முன்பே போய்விட்டார்கள். எஞ்சியிருந்த விருந்தினர்கள் தாழ்வாரத்தில் அமர்ந்திருந்தனர். ஜெனரல் அனோசவ் அவரது விருப்பத்திற்கு மாறாகத் தனது மேலங்கியை அணியும்படி செய்யப்பட்டார். அவருடைய கால்கள் வெதுவெதுப்பான போர்வையில் சுற்றப்பட்டிருந்தன. இரு சகோதரிகளுக்கும் இடையே அவர் அமர்ந்திருந்தார், அவருக்குப் பிடித்தமான 'பொம்மாடு' மது ஒரு போத்தலின் அவருக்கு முன்னே வைக்கப்பட்டிருந்தது. கனமான, அழுத்தமான ஒயினை மெல்லிய கிளாஸில் நிரப்பிக்கொண்டும் தீப்பெட்டியை அனுப்பிக்கொண்டும், தனக்காக பாலாடை கட்டியை வெட்டிக்கொண்டும் இருந்த அவருக்காகச் சகோதரிகள் ஆவலோடு பரிமாறினார்கள். வயதான ஜெனரல் மகிழ்ச்சி வெள்ளத்திலே மிதந்தார்.

"ஆமாம்... இலையுதிர்காலம் வந்து கொண்டிருக்கிறது. இலையுதிர் காலம்," மெழுகுவர்த்தி ஒளியைப் பார்த்துக்கொண்டும், சிந்தனையுடன் தலையை அசைத்துக்கொண்டும் அந்தக் கிழ ஜெனரல் கூறினார். "இலையுதிர்காலம் இதோ, நான் பொருள்களைச் சேகரிக்கத் தொடங்கவேண்டும். என்ன பரிதாபம்! இந்தக்கடற்கரை அருகிலே அமைதியோடும், எளிமையோடும் இருப்பது எவ்வளவு இதமாக இருக்கிறது..."

"ஏன், எங்களோடு அப்படிச் செய்ய முடியாது, தாத்தா?" என்றாள் வேரா.

"என்னால் முடியாது, என் அன்பே, என்னால் முடியாது. கடமை அழைக்கிறது... எனது விடுப்பு முடிந்துவிட்டது.. ஆனால் இப்படி நான் செய்கிறேன் என்றால் மிக நன்றாக இருக்குமே! பார், ரோஜாக்கள் எப்படி மணக்கின்றன! அதை இங்கிருந்தே என்னால் உணரமுடிகிறது. கோடையில் இந்தப் பூக்களுக்கு ஒருவகையில் வாசனையில்லாமற் போய்விடுகிறது, வெள்ளை கருவேல்தவிர... அது மிட்டாயாக மணத்தது."

வேரா இரண்டு சிறிய ரோஜாக்களை, ஒரு சிறிய குடுவையினின்றும் எடுத்தாள். இளஞ்சிவப்பு நிறத்திலும் கருஞ் சிவப்பு நிறத்திலும் – ஜெனரலின் மேலங்கியின் பொத்தான் துவாரத்தில் அவற்றைச் சொருகினாள்.

"நன்றி, வேரா." அந்தப் பூக்களை நுகர்வதற்காகத் தலையைக் குனிந்தார், அன்புள்ள வயதான மனிதருடைய நட்புக்கலந்த முறுவலிப்புடன் புன்னகை செய்தார்.

"புகாரெஸ்டில் நமது இருப்பிடத்தை நாம் எடுத்துகொண்டது எனக்கு நினைவு வருகிறது. ஒருநாள் தெருவழியாக நான் நடந்து போய்க் கொண்டிருந்தபோது ரோஜாக்களினுடைய சக்தி வாய்ந்த மணம் வந்தது. நான் நின்றேன், அழகுறச் செய்யப்பட்ட அத்தர் போத்தல் இரண்டு படைவீரர்களிடையே இருந்தது. அது முழுக்க ரோஜா எண்ணெய் இருந்தது. அவர்கள் ஏற்கெனவே தங்களது காலணிகளுக்கும், துப்பாக்கி விசைகளுக்கும் அந்த ரோஜா எண்ணெய்விட்டுத் துடைத்திருந்தார்கள். 'நீங்கள் வைத்திருப்பது என்ன!' என்று நான் கேட்டேன். 'இது ஒரு வகையான எண்ணெய், ஐயா. இதில் சிறிதளவை எங்களுடைய கஞ்சியில் போட்டோம், ஆனால் அது நன்றாக இல்லை, நாக்கை என்னவோ செய்கிறது – ஆனால் மணம் நன்றாகத்தான் இருக்கிறது.' அவர்களுக்கு நான் ஒரு ரூபிள் கொடுத்தேன், அவர்கள் மகிழ்ச்சியோடு அதை என்னிடம் கொடுத்தார்கள். அந்தப் போத்தல் பாதிக்குமேல் நிரம்பி இருக்கவில்லை, ஆனால் குறைந்தது இருநூறு ரூபிள்களைப் பிடிக்கக்கூடிய அதன் அதிக விலையைக் கருதினேன். போர்வீரர்கள் முற்றிலும் மகிழ்ச்சி யடைந்து சொன்னார்கள்: 'இதோ மற்றொரு பொருள், ஐயா. ஒருவகையான துருக்கியப் பட்டாணி, அதைக் கொதிக்க வைக்க நாங்கள் மிகவும் சங்கடப்பட்டோம், ஆனால் அது வெறுப்புக்குரிய பொருள், மென்மையாகாது.' அது காப்பிக்கொட்டை, ஆகவே நான் அவர்களிடம் சொன்னேன்: 'அது துருக்கியர்களுக்குத்தான் நல்லது, ஆனால் போர் வீரர்களுக்கு அதனால் எந்தப் பயனும் இல்லை.' அதிருஷ்டவசமாக அவர்கள் எந்த அபினியையும் சாப்பிட்டிருக்கவில்லை. சில இடங்களில் அபினி மாத்திரைகள் மணலில் நசுக்கப்பட்டிருப்பதை நான் பார்த்தேன்."

"மறைக்காமல் சொல்லுங்கள், தாத்தா," என்றாள் ஆன்னா, "நீங்கள் போர்க்களத்தில் எப்போதேனும் பயத்தை அறிந்திருக்கிறீர்களா? நீங்கள் பயந்து போயிருக்கிறீர்களா?"

“எவ்வளவு வேடிக்கையாகப் பேசுகிறாய், ஆன்னா. நான் பயந்தேன், இது தெரிகிறது. நாங்கள் பயப்படவே இல்லை, குண்டுகளின் ஓசை, பூமியில் இனிமையான இசை என்று கூறுபவர்களைத் தயவுசெய்து நம்பவேண்டாம். பைத்தியக்காரார்களோ, தற்பெருமையடித்துக்கொள்பவர்களோ மட்டுந்தான் அப்படிப் பேசமுடியும். எல்லாரும் பயப்படுவார்கள், சிலர் நடுக்கத்தோடு தங்களது கால்களை ஆட்டுவார்கள், மற்றவர்களோ அதைக் கட்டுப்படுத்திக் கொள்வார்கள். அச்சம் எப்போதும் ஒரேமாதிரியாக இருந்தாலும், பழக்கத்தால் அதை அமைதிப்படுத்திக்கொள்ள முடிகிறது; ஆகவே எல்லா வீரர்களும், துணிவான ஆட்களும். அது அப்படித்தான். ஆனால் ஒருமுறை சாவதுபோல் பயந்துவிட்டேன்.”

“அது பற்றிச் சொல்லுங்கள், தாத்தா,” இரண்டு சகோதரிகளும் ஒன்று சேர்ந்தார்போலக் கெஞ்சினார்கள்.

தங்களுடைய சிறு பிராயத்திலே கேட்ட அதேபோன்ற பெரு மகிழ்ச்சியுடன் அனோசவுடைய கதைகளை அவர்கள் அமைதியாகக் கேட்டார்கள். முற்றிலும் ஒரு குழந்தைபோல ஆன்னா தனது முழங்கைகளை மேசைமீது பரத்தி வைத்துக் கொண்டாள். தனது குவிந்த கைகளிலே தனது மோவாயைத் தாங்கிக்கொண்டாள். அவருடைய அவசரமில்லாத, எளிய வர்ணனைகளில் கவர்ச்சிகரமான மயக்கம் இருந்தது. அவருடைய போர் நினைவுகளைப் பற்றிச் சொல்கின்றபோது அவர் பயன்படுத்திய புத்தகங்களிலிருந்து எடுக்கப்பட்ட சொற்களும் உருவகங்களும் விசித்திரமானதாகவும், பாங்கில்லாததாகவும் இருந்தன. அருமையாகக் கதை சொல்லக்கூடிய யாரோ ஒரு பழைய ஆளைப்போலப் போலியாகச் செய்கிறார் என்று நீங்கள் கருதியிருக்கக்கூடும்.

“இது மிகவும் சின்னக் கதை,” என்று தொடர்ந்தார் அனோசவ். “அது குளிர்காலத்தில் பல்கேரியஷிப்கா மலையில் நடைபெற்றது; அப்போது நான் குண்டதிர்ச்சிக்கு ஆளானபிறகு எங்களுடைய நிலவறையில் நாங்கள் நான்கு பேர் இருந்தோம். அப்போது தான் எனக்குப் பயங்கரமான நிகழ்ச்சி ஏற்பட்டது. ஒரு நாள் காலை நான் படுக்கையினின்றும் எழுந்தபோது, நான் யாக்கவ் இல்லை என்றும் நிக்கலாய் என்றும் கற்பனை செய்துகொண்டேன். என்னால் மனத்தை மாற்றிக்கொள்ள முடியவில்லை, முடிந்தளவுக்கு நான் முயன்றேன். என்னுடைய

மனம் சீர்கேடாகிக் கொண்டு வருவதை உணர்ந்த நான், எனக்காகக் கொஞ்சம் தண்ணீர் கொண்டுவரும்படி கூச்சலிட்டேன். அதைக்கொண்டு தலையை நனைத்து, எனது நிதானத்தைத் திரும்பப் பெற்றுக்கொண்டேன்."

"அங்குள்ள பெண்களிடம் நீங்கள் எவ்வளவு வெற்றி அடைந்திருப்பீர்கள் என்பதை என்னால் கற்பனை செய்து பார்க்க முடிகிறது, யாக்கவ் மிஹாய்லவிச்," என்று பியானோ வாசிக்கக்கூடிய ஜென்னி ரெய்தர் கூறினாள். உங்களுடைய இளமைக்காலத்தில் நீங்கள் மிகவும் அழகாக இருந்திருக்க வேண்டும்."

"ஓ, நமது தாத்தா இப்போதுகூட அழகாகத்தான் இருக்கிறார்!" என்று ஆன்னா கத்தினாள்.

"நான் அழகாக இருக்கவில்லை," அமைதியான புன்னகையுடன் அனோசவ் கூறினார். ஆனால் என்னை யாரும் வெறுத்தொதுக்கவில்லை. புகாரெஸ்ட் நகரத்திலே உள்ளத்தைத் தொடுகிற ஒரு நிகழ்ச்சி நடந்தது. நகரத்திற்குள்ளாக நாங்கள் அணிவகுத்துச் சென்றபோது, குண்டு மரியாதையுடன் முக்கியச் சதுக்கத்திலே மக்கள் எங்களை வரவேற்றார்கள், பல சன்னல்கள் சேதமடைந்திருந்தன. ஆனால் எங்கே கிளாஸ்களில் தண்ணீர் வைத்திருந்தார்களோ அங்கே சன்னல்கள் சேதமடையவில்லை. இதை இவ்வாறு தெரிந்துகொண்டேன். எனக்கு ஒதுக்கப்பட்ட விடுதிக்கு வந்தபோது, ஒரு குட்டையான கூண்டைக் கண்டேன்; அதற்குள்ளாக புத்தம் புது நீருடன் பளிங்கு போன்ற போத்தல் இருந்தது; அந்தப் போத்தலுக்குள்ளாகச் சில பொன்னிற மீன்கள் நீந்திக்கொண்டிருந்தன் மீன்களுக்கு இடையே ஒரு கனேரியப் பறவை உட்கார்ந்துகொண்டிருந்தது. நீரில் ஒரு கனேரியப் பறவை! நான் பெரிதும் வியப்புற்றுப் போனேன், ஆனால் அதைச் சோதிக்கையில், அந்தப் போத்தல் ஆழமான அடிப்பகுதியைக் கொண்ட அகன்ற அடிப்பரப்புக் கொண்டிருப்பதைக் கண்டேன். ஆகவே அந்தக் கனேரியப் பறவையால் சுலபமாகப் பறக்கவும், பற்றிக்கொள்ளவும் முடிந்தது. அந்த விவகாரத்திற்குப் பிறகு நான் ஒரு நுண்ணிய புத்தியுள்ளவன் இல்லை என்று எனக்கு நானே சொல்லிக்கொள்ள வேண்டிவந்தது.

"நான் வீட்டிற்குள்ளாக நடந்து சென்றேன், அங்கே மிகவும் அழகான பல்கேரியப்பெண் ஒருத்தியைக்கண்டேன்.

என்னுடைய அநுமதிச்சீட்டை அவளிடம் காட்டினேன், குண்டு வெடிப்பிற்குப்பிறகு வீட்டின் சன்னல் கண்ணாடி சேதமடை யாமல் இருப்பது ஏன் என்று கேட்பதற்குள்ள வாய்ப்பைப் பயன்படுத்திக்கொண்டேன். அது தண்ணீர் காரணமாகத்தான் என்று அவள் என்னிடம் கூறினாள். அந்தக் கனேரியப் பறவை பற்றி என்னிடம் விளக்கினாள். நான் எவ்வளவு முட்டாளாக இருந்திருக்கிறேன்!... நாங்கள் பேசிக் கொண்டிருந்தபோது, எங்களுடைய கண்கள் சந்தித்தன, எங்களிடையே மின்சாரம் போல தீப்பொறி பாய்ந்தது... இந்தப் பெண்ணிடத்தில் நான் முழுமூச்சாக, உணர்ச்சியோடும் மாற்ற முடியாதபடியும், காதலில் விழுந்துவிட்டதாக உணர்ந்தேன்."

கிழவர் சற்று மூச்சு வாங்கிக்கொண்டார், கருப்பு ஒயினை மெதுவாகப் பருகினார்.

"ஆனால் அதை அவளிடத்தில் பிறகு நீங்கள் சொன்னீர்களா?" என்று பியானோ வாசிப்பவள் கேட்டாள்.

"ஊகும். ஆமாம். ஆனால் அதை நான் வார்த்தைகளின்றி சொன்னேன். அது நடந்தது இப்படித்தான்..."

"எங்களைக் கன்னஞ் சிவக்க வைத்துவிடமாட்டீர்கள் என்று நம்புகிறேன், தாத்தா?" கபடமாக முறுவலித்தபடி ஆன்னா குறிப்பிட்டாள்.

"இல்லவே இல்லை. அந்த விஷயம் மரியாதைக்குரியதாகவே தான் இருக்கிறது. பாருங்கள், நகரத்து மக்கள் எல்லா இடங்களிலும் ஒரேமாதிரியான வரவேற்பைத் தரவில்லை. புகாரெஸ்ட் நகர மக்கள் அலட்டிக்கொள்ளாமல் இனிமையாகப் பழகினார்கள். ஒருநாள் நான் வயலின் வாசிக்கத் தொடங்கியபோது, தங்களது ஞாயிற்றுக்கிழமை உடைகளில் உடனடியாகப் பெண்கள் வந்து நடனமாடத் தொடங்கிவிட்டார்கள். பிறகு அது அன்றாட வழக்கமாகி விட்டது.

"அதுபோல ஒருநாள் மாலை, நிலவு காய்ந்துகொண்டிருந்த போது, என்னுடைய பல்கேரியப் பெண் காணாமற் போய்விட்ட அந்தப் பாதை வழியாகச் சென்றேன். என்னைப் பார்த்ததும், உலர்ந்த ரோஜா இதழ்களைப் பொறுக்குவதுபோல பாவனை செய்தாள். ஒரு சாக்கு நிறைய அது சேகரிக்கப்பட்டிருந்தது. ஆனால் எனது கைகளை அவளைச் சுற்றிப் போட்டேன், எனது இதயத்திற்கு நெருக்கமாகப் பிடித்துக்கொண்டு சில முறை முத்தமிட்டேன்.

“அப்போதிலிருந்து, நிலவும் நட்சத்திரங்களும் வானில் தோன்றிய உடனேயே, எனது அன்புக்குரிய காதலியை நோக்கி விரைந்து செல்வேன். அவளோடு இருந்தபோது பகலின் கவலைகளை எல்லாம் மறந்துவிடுவேன். நாங்கள் அங்கிருந்து புறப்படுவதற்குக் காலம் வந்தபோது, இறவாக்காதல் என்று உறுதிமொழி எடுத்துக்கொண்டோம், பிறகு நிரந்தரமாகப் பிரிந்துவிட்டோம்.”

“அவ்வளவுதானா?” என்றாள் லியூத்மீலா லிவோவ்னா ஏமாற்றத்துடன்.

“வேறு என்ன எதிர்பார்த்தீர்கள்?” என்று ஜெனரல் கேட்டார்.

“இவ்வாறு சொல்வதற்கு என்னை மன்னிக்கவேண்டும், யாக்கவ் மிஹாய்லவிச், ஆனால் இது காதலே அல்ல இது வெறுமனே ஓர் இராணுவ அதிகாரியினுடைய முகாம் சாதனை போல இருக்கிறது.”

“உண்மையில் எனக்குத் தெரியாது, இது காதலா வேறு ஏதேனும் உணர்வா என்று.”

“இல்லை, இது பற்றி நான் சொல்லவில்லை... சொல்லுங்கள், உண்மையான காதலை நீங்கள் ஒருக்காலும் அறிந்ததில்லையா? உங்களுக்குத் தெரியுமா, காதல் என்பது.... நல்லது, சுருக்கமாகச் சொன்னால்... தூய்மையும் புனிதத்தன்மையும், நிலைத்த தன்மையும்... இந்த உலகம் சாராத ஒருவித அன்பாகும்... அப்படிப்பட்ட காதலை நீங்கள் எப்பொழுதேனும் அநுபவித்திருக்கிறீர்களா?”

“மனசாட்சியோடு என்னால் அப்படிச் சொல்ல முடியாது,” என்று தனது நாற்காலியிலிருந்து எழுந்தபடி கிழவர் கூறினார். நான் காதலிக்கவில்லை என்று தோன்றுகிறது. ஆரம்பத்தில், நேரமும் இல்லை: நான் இளைஞனாக இருந்தேன், அப்புறம் ஆனந்த விளையாட்டுகள், சீட்டாட்டம், பிறகு போர்... வாழ்க்கையும், இளமையும், நல்ல உடல்நலமும் என்றென்றைக்கும் நீடிக்கும் என்பது போலவே காணப்பட்டன. பிறகு நான் திரும்பிப்பார்த்த போது, ஐயோ! நான் ஏற்கெனவே ஒரு வயதான கிழவனாகி விட்டேன்... இப்போது, அன்புள்ள வேரா, இதற்குமேல் என்னைத் தங்க வைத்துவிட வேண்டாம். உங்கள் எல்லாரிடமிருந்தும் விடைபெற்றுக் கொள்கிறேன்... ஹுஸ்ஸார்,” என்று பக்தீன்ஸ்கியிடம் கூறினார், இரவு வெதுவெதுப்பாக

இருக்கிறது. நாம் புறப்பட்டுப்போய் நமது வண்டியைச் சந்திக்கலாம்."

"நானும் உங்களோடு வருகிறேன், தாத்தா," என்றாள் வேரா.

"நானுந்தான்," என்றாள் ஆன்னா.

புறப்படுவதற்கு முன்னால் வேரா தன் கணவனிடம் சென்று, அவரிடம் மெதுவாகச் சொன்னாள்: "நீ அங்கே போய், பார்... என்னுடைய மேசையில் சிவப்புப்பெட்டி ஒன்று இருக்கிறது. அதற்குள்ளாக ஒரு கடிதம் இருக்கிறது. அதைப் படி."

8

ஆன்னாவும் பக்தீன்ஸ்கியும் வழியை முன் நடத்திச் சென்றார்கள். இருபது எட்டுகளுக்கு அப்பால் வேராவுடன் தோளோடு தோள் சேர்ந்ததுபோல ஜெனரல் அவர்களைப் பின்தொடர்ந்தார். முதல் ஓரிரு நிமிடங்களுக்கு இரவு அவ்வளவு கருமையாக இருந்தது. அந்த இருளுக்கு அவர்கள் பழகிக்கொள்வதற்கு முன்பு, தங்களுடைய கால்களால் தடவியபடி வழி கண்டுகொள்ள வேண்டி இருந்தது. தன்னுடைய வயதுக்கு மாறாக அனோசவ் வியக்கத்தக்கவாறு இன்னமும் கூர்மையான கண்பார்வை பெற்றிருந்ததனால் தன்னுடன் வருபவளுக்கும் உதவி செய்யவேண்டி இருந்தது. அவ்வப்பொழுது அவருடைய பெரிய குளிர்ந்த கை, தனது கை மீது இலேசாக வளைந்தபடி இருந்த வேராவின் கையை அன்போடு தடவியது.

"அவள் ஒரு வேடிக்கையான பெண், அதுதான் லியூத்மீலா லிவோவ்னா," என்றார் ஜெனரல் திடீரென்று. தனது மனத்திற் குள்ளாகப் போய்க்கொண்டிருக்கும் சிந்தனைகளுக்கு உரத்த வடிவம் கொடுப்பது போலிருந்தது. என் வாழ்க்கையில் அடிக்கடி அதைப் பார்த்திருக்கிறேன்: ஒரு பெண் ஐம்பது வயதைத் தாண்டிய உடனேயே, குறிப்பாக அவள் விதவையாகவோ, முதுகன்னியாகவோ இருந்தால், யாருடைய காதலுக்காகவாவது ஏங்க ஆரம்பிக்கிறாள். ஒன்று உளவறிவாள், சிற்றின்ப எண்ணத்தில் திளைப்பாள், மற்றவர்களுடைய மகிழ்ச்சியை கவனித்துக்கொள்வதாக முன்மொழிவாள், அல்லது உயர்ந்த காதலைப் பற்றி தீம்பாகு போல மிகுதியாகப் பேசுவாள்.

ஆனால் நான் சொல்ல விரும்புகிறேன் ஒன்று : இந்தக் காலத்தில் மக்களுக்கு எப்படிக் காதலிப்பது என்றே தெரியவில்லை. உண்மையான காதலை நான் பார்க்கவில்லை. என்னுடைய காலத்திலும் அதைப் பார்த்ததே இல்லை!"

"அது எப்படி இருக்க முடியும், தாத்தா?" வேரா அவரது கையை மெதுவாக அழுத்தியபடி மறுதலித்தாள்.

"என்ன அவதூறு! நீங்களே திருமணம் ஆனவர் இல்லையா? அவ்வாறானால் நீங்களும் காதலித்திருக்க வேண்டும்."

"இது ஒன்றையும் குறிப்பிடுவதாக இல்லை, அன்புள்ள வேரா. நான் எப்படித் திருமணம் செய்துகொண்டேன் என்பது உனக்குத் தெரியுமா? ஒரு நாள், ஒரு கனி போல இளம்பெண் இளமையும் புதுமையும் உடையவளாக இருந்தாள், என் அருகிலே அமர்ந்துகொண்டிருந்தாள். அவளுடைய மார்பு சட்டைக்குக் கீழே விம்மிப் புடைக்கும். அவள் தனது அழகிய நீள இமைகளைத்தாழ்த்தி கிடூறொன்று நாணுவாள். அவளது கன்னங்கள் அத்தனை கவர்ச்சியாக இருந்தன, கழுத்துக் கூட வெண்மையாகவும், அப்பாவித்தனமாகவும் இருந்தன, அவளுடைய கைகள் விரைவானதாயும், வெதுவெதுப்பான தாயும் இருந்தன. ஐயோ, கடவுளே! அவளது அப்பாவும் அம்மாவும் எங்களைப்பற்றி அஞ்சியொடுங்கினார்கள், கதவுக்கருகில் ஒட்டுக்கேட்டார்கள், என்னை ஒருவிதமாகப் பார்த்தார்கள் உண்மையுள்ள நாய்களின் பார்வையைப்போல. நான் புறப்படுகின்றபோது ஒருவகை விரைவான சிறு முத்தங்கள் கொடுத்துச் செல்வேன்... தேநீர் வேளையின்போது அவளுடைய பாதம் என்னுடைய காலைத்தொடும், ஏதோ எதிர்பாராது நடப்பதுபோல... பிறகு எல்லாமே தயாராக இருக்கின்றன.

"அன்புள்ள நிகீதா அந்தோனவிச், உங்களது மகளுடைய கையைக் கேட்பதற்காக வந்திருக்கிறேன். என்னை நம்புங்கள், அவள் தேவதை..." நான் முடிப்பதற்கு முன்னேயே அவள் தந்தையினுடைய கண்கள் ஈரமாயின, அவர் என்னை முத்தமிடத் தொடங்கினார்... "அன்புள்ள தம்பி! நீண்ட காலத்திற்கு முன்பே நான் ஊகித்தேன்... சரி, கடவுள் உன்னையும் என் மகளையும் காப்பாராக... எங்களது கருவூலத்தை நன்கு பார்த்துக்கொள்...' மூன்று மாதங்களுக்குப் பிறகு அந்த தேவதைக் கருவூலம், கந்தலான ஆடையுடனும், வெறுங்காலில் மாட்டப்பட்ட

காலணியுடனும், மெல்லிய தலைமுடி வாரப்படாமல் சுருள்காகிதங்களைப்போலத் தொங்கிக் கொண்டிருக்க, வீட்டைச் சுற்றிப் போய்க்கொண்டிருந்தது. ஒரு சமையல்காரி மாதிரி சேவகர்களுடன் சண்டையிட்டாள். இளம் அதிகாரிகளுடன் தன்னை ஒரு பைத்தியம்போல ஆக்கிக்கொண்டாள், கொக்கரித்துக்கொண்டும் கண்களை உருட்டிக்கொண்டும் இருப்பாள். மற்றவர்கள் முன்னிலையில் ஏதோ காரணத்திற்காக எனக்கு 'ஜாக்' என்று பெயரைக் கொடுத்தாள். செலவாளி, கபடதாரி, சோம்பேறி, பேராசை படைத்தவள். அவளுடைய கண்கள் எப்போதுமே அவ்வளவு நன்றியில்லாதது போலக் காணப்பட்டது... இப்போது அது எல்லாமே முடிந்துவிட்டது, அந்தக் கோரமான நடிகருக்கு நான் இன்னமும் நன்றியுடையவனாக இருக்கிறேன்... நல்லவேளை எங்களுக்குக் குழந்தைகள் ஏதுமில்லை..."

"நீங்கள் அவர்களை மன்னித்துவிட்டீர்களா, தாத்தா?"

"மன்னிப்பது என்பது ஒரு தகுந்த வார்த்தையல்ல, எனது அருமை வேரா. ஆரம்பத்தில் நான் ஒரு பைத்தியம்போலவே இருந்தேன். நான் பார்த்திருந்தால் அவர்களைக் கட்டாயம் கொன்றிருப்பேன். பிறகு முழு விஷயமுமே படிப்படியாக மறைந்துவிட்டது. அவமதிப்பைத்தவிர எதுவுமே எஞ்சவில்லை. ஆக நன்றாகவே இருந்தது. கடவுள் தேவையற்ற குருதி சிந்தலைத் தவிர்த்துவிட்டார். மேலும், பெரும்பாலான கணவன்களால் அடிப்பதுபோல விதியைக் காட்டப்பட்டேன். உண்மையிலேயே அந்த அருவருப்பான நிகழ்ச்சி இல்லாமல் இருந்திருந்தால் எனக்கு என்ன ஏற்பட்டிருக்கும்? ஓர் ஒட்டகம், இகழத்தக்க குரு மட முதல்வர், பாதுகாவலர், கறவைப்பசு, ஒரு திரை, ஒருவகையான வீட்டுச்சாமான்.... இல்லை! எல்லாமே நல்லதற்காகத்தான், சின்ன வேரா."

"இல்லையில்லை, தாத்தா, அந்தப் பழைய வருத்தம் இன்னமும் உங்களுடைய இதயத்திலே உறுத்திக்கொண்டே இருக்கிறது... மேலும் உங்களுடைய வருத்தமான அநுபவத்தை மக்கள் சமுதாயம் முழுமைக்கும் நீங்கள் விரிவுபடுத்துகிறீர்கள். வாஸ்யாவையும் என்னையும் எடுத்துக்கொள்ளுங்கள். எங்கள் திருமணம் துக்ககரமானது என்று உங்களால் சொல்ல முடியுமா?"

அனோசவ் நீண்ட நேரம் பேசவில்லை.

“எல்லாம் சரிதான்... உங்களுடைய மாதிரி ஒரு விதிவிலக்கானது என்று நாம் கூறிக்கொள்வோம்...” என்றார் அவர் விருப்பமின்றி. ஆனால் பெரும்பாலும் மக்கள் எதற்காகத் திருமணம் செய்துகொள்கிறார்கள்? பெண்ணை எடுத்துக்கொள்வோம். அவள் தனியாக இருப்பதற்கு வெட்கப்படுகிறாள், குறிப்பாக அவளது தோழிகளுக்குத் திருமணம் ஆனபிறகு. குடும்பத்தில் ஒரு பாரமாக இருப்பது தாங்கமுடியாத ஒன்று. குடும்பத்தின் தலைவியாக இருக்கவும், சுதந்திரத்தை அனுபவிக்கவும் அவள் விரும்புகிறாள்.... பிறகு தேவை ஏற்படுகிறது – ஒட்டுமொத்தமான உடற்தேவை– தாய்மைக்காக, தனக்கென்று சொந்தமாக ஒரு கூட்டைத் தயாரிப்பதற்காக. ஆண்களுடைய நோக்கங்கள் வேறானவை. முதலாவதாக, அவர்கள் தங்களுடைய திருமணமாகாத வாழ்க்கை, தங்கள் அறைகளின் ஒழுங்கற்றதன்மை, விடுதிச் சாப்பாடுகள், அசுத்தம், சிகரெட் துண்டுகள், கிழிந்த அல்லது இணை சேராத சில்லறைத் துணிமணிகள், கடன்கள், சம்பிரதாயமற்ற நண்பர்கள் மறறும இது போன்றவைகளால் களைத்துப் போய்விடுகிறார்கள். இரண்டாவதாக, குடும்பத்தில் வசிப்பது உடல் நலமானதென்றும், மிகச்சிக்கனமானதென்றும் உணர்கிறார்கள். மூன்றாவதாக, அவர்கள் இறந்தபிறகு அவர்களில் ஒருபகுதி அவர்களது குழந்தைகளிடத்திலே விடப்படும் நிலைபேற்றின் மருட்சி என்று நினைக்கிறார்கள். நான்காவதாக, மாசுமறுவற்றதன்மையின் கவர்ச்சி, எனது விவகாரத்தில் உள்ளதுபோல. சில சமயங்களில் வரதட்சிணை பற்றிய கருத்தும் இருக்கிறது. ஆனால் காதல் எங்கே இருக்கிறது? ஆர்வமற்ற, தன்னைத் தியாகம் செய்யக்கூடிய காதல், எந்த வெகுமதியையும் எதிர்பாராத காதல் எங்கே? “சாவைவிடக் காதல் சக்தி வாய்ந்ததென்று’ சொல்லப்படுகிறது, எங்கே அது? எந்த முயற்சியும் தேவையில்லாது, ஆனால் எந்த வீரத்தையும் செய்யவேண்டும் என்ற வெறுமையான மகிழ்ச்சி, உயிரைக் கொடுத்துத் தன்னைத் தியாகியாக்கிக்கொள்ள வைக்கும் அந்தக் காதலைச் சொல்கிறேன். பொறு, பொறு, வேரா, திரும்பவும் உன் வாஸ்யாவைப் பற்றி என்னிடத்தில் பேசப் போகிறாயா? என்னை நம்பு, நான் அவனை விரும்புகிறேன். அவன் சரியாகத்தான் இருக்கிறான். அவனது காதலைப் பேரழகு நிறைந்த ஒளியோடு வருங்காலம் காட்டும் என்று யாருக்குத் தெரியும். ஆனால் என்ன வகையான காதலைப்பற்றி நான் பேசிக்கொண்டிருக்கிறேன் என்பதை புரிந்துகொள். காதல் ஒரு

துன்பக்கதையாக இருக்க வேண்டும். உலகத்தில் மிகப்பெரிய ரகசியமாக இருக்க வேண்டும்! அதைக் கட்டாயம் பாதிக்கக் கூடிய ஆறுதல்களோ, மதிப்பீடுகளோ, சமரசங்களோ இல்லை."

"அப்படிப்பட்ட காதலை எப்போதேனும் நீங்கள் பார்த்திருக்கிறீர்களா, தாத்தா?" என்று வேரா மென்மையாகக் கேட்டாள்.

"இல்லை," என்று கிழவர் உறுதியுடன் பதிலளித்தார். இதற்கு மிகவும் நெருங்கிவரக்கூடிய இரண்டு சம்பவங்களை நான் அறிவேன். ஆனால் அவற்றில் ஒன்று முட்டாள்தனத்தால் உந்தப்பட்டது, மற்றது... வந்து... ஒருவகையான புளித்த விஷயம்... முற்றிலுமாக மடமை வாய்ந்தது... நீ விரும்பினால் அவை பற்றி என்னால் சொல்லமுடியும். அது நீண்ட நேரம் பிடிக்காது."

"தயவுசெய்து சொல்லுங்கள், தாத்தா."

"சரி. எங்களுடைய டிவிஷனில் ஒரு ரெஜிமெண்டல் கமான்டர் (ஆனால் எங்களுடைய ரெஜிமெண்டில் அல்ல), அவருக்கு ஒரு மனைவி இருந்தாள். அவள் எலும்புத்தோலுமாக இருந்தாள் என்பதை உன்னிடம் நான் சொல்லியாக வேண்டும். சிவப்புத் தலைமுடியும், நீண்ட கால்களும், ஒல்லியான தோற்றமும், பெரிய வாயையும் பெற்றிருந்தாள்... ஒரு பழைய மாஸ்கோ வீட்டிற்குப் பூச்சுப் பூசியதுபோல அவளுடைய முகத்திலே ஒப்பனை இருந்தது. ஆனால், இவ்வளவுக்கும் நிறைய உணர்ச்சி, கர்வம், மக்கள்பால் வெறுப்பு, வேறுபட்ட தன்மைகள் மேல் விருப்பம் போன்ற தன்மைகளைப்பெற்ற ஒருவகையான ரெஜிமெண்டல் மெஸ்ஸாலினாவாக* இருந்தாள். போதை மருந்துக்கும் அடிமையாகி இருந்தாள்.

"ஒரு நாள் இலையுதிர் காலத்தில் எங்களுடைய ரெஜிமெண்டிற்கு ஒரு புதிய இளைய அதிகாரி, இராணுவப்பள்ளியிலிருந்து புத்தம் புதியவனாக, அனுபவமற்ற இளைஞனாக அனுப்பி வைக்கப்பட்டான். ஒரு மாதத்திற்குப்பிறகு அந்த வயதான குதிரை அவனைத் தன்னுடைய கட்டைவிரலுக்குக் கீழே வைத்திருந்தாள். அவன்தான் அவளுடைய பணியாள், அவளுடைய அடிமை, அவளுடைய அமரத்துவமான நடன சகா. அவளுடைய விசிறி, கைக்குட்டையை அவன் தூக்கிக்கொண்டு போவது வழக்கம்.

* மெஸ்ஸாலினா – ரோமப் பேரரசன் கிளாவ்டிசின் (கி.மு.10கி.பி.54) மனைவி. ஒழுக்கக்கேட்டாலும், விபச்சாரத்தாலும் வசைப்பெயர் எடுத்தவள். (ப–ர்.)

அவளுடைய குதிரைகளை இழுத்துவருவதற்காக, தனது மெல்லிய மேலங்கிதவிர வேறு எதுவுமில்லாமல் பனியில் வெளியே சென்று உறைந்து போனான். வயதான, அனுபவமுள்ள, பேராசை மிக்க பரத்தையின் காலடியில் அப்பாவி இளைஞன் தனது முதற் காதலை வைத்தது மிகவும் பயங்கரமானது. மிகுதியான தாக்குதல் இன்றி தப்பிக்க முயன்றால்கூட, அவனை இழந்துவிட நீங்கள் தயாராக இருக்கவேண்டும். வாழ்க்கைக்காக அவன் குறியீடு செய்யப்படுகிறான்.

“கிறிஸ்துமசின் போது அவனிடத்தில் அவள் சலிப்படைந்து விட்டாள். ஏற்கெனவே தான் அறிந்திருந்த பழைய காதலர்களில் ஒருவனிடம் அவள் திரும்பிப் போனாள். ஆனால் அவளின்றி அவனால் இருக்க முடியவில்லை. அவளை ஒரு நிழல்போலத் தொடர்ந்தான். கிழிந்து கந்தலாகிப் போனான், எடையையும் நிறத்தையும் இழந்தான். உயர்ந்த அலங்காரச் சொற்களிலே சொல்வதானால் ‘சாவு அவனது புருவத்தைக் குறித்தது”. அவள்மீது பயங்கரமாகப் பொறாமைப்பட்டான். அவளது சன்னலுக்குக் கீழே இரவெல்லாம் அவன் நின்றுகொண்டிருப்பது வழக்கம் என்று அவர்கள் சொன்னார்கள்.

“வசந்த காலத்தில் ஒரு நாள் ரெஜிமெண்டில் ஒருவகையான வெளிப்புற விருந்துக்கு ஏற்பாடு செய்தார்கள். அவளையும் அவனையும் எனக்கு நேரடியாகவே தெரியும். ஆனால் அது நிகழ்ந்தபோது நான் அங்கில்லை. அத்தகைய நிகழ்ச்சிகளில் நடப்பதுபோல நிறையக் குடித்தார்கள். இரவு கவிழ்ந்தபிறகு அவர்கள் ரயில்பாதை வழியாகத் திரும்பத் தொடங்கினார்கள். திடீரென்று சரக்கு இரயில் வருவதைப் பார்த்தார்கள். ஒருவகையான செங்குத்துச்சரிவில் அது ஊர்ந்துகொண்டு வந்தது. விசில் சத்தத்தைக் கேட்டார்கள். அக்கணத்தில், அந்த என்ஜினுடைய முகப்பு விளக்குத் தெரிய ஆரம்பிக்கவுமே அவள் திடீரென்று அவனுடைய காதுக்குள்ளே முணுமுணுத்தாள்: “என்னைக் காதலிப்பதாகச் சொல்லிக்கொண்டிருக்கிறீர்கள். ஆனால் நீங்களாகவே இந்த ரயிலுக்குக் கீழே விழும்படி நான் உங்களிடம் கூறினால் அதைச் செய்ய மாட்டீர்கள் என்று உறுதியாகத் தெரியும்.” அவன் ஒரு வார்த்தைகூட பதில் பேசவில்லை. அதேகணம் ரயிலுக்குக் கீழே வேகமாகப் பாய்ந்தான். தான் இரண்டாக வெட்டுண்டு போகும்படி, சரியாக முன்பின் சக்கரங்களுக்கு இடையே விழ அவன்

திட்டமிட்டிருந்தான் என்று அவர்கள் சொன்னார்கள். ஆனால் யாரோ ஒரு மடையன் அவனைப் பின்னுக்கு இழுத்து அப்பால் தள்ள முயன்றான். போதுமான வலிமை வாய்ந்தவனாக இல்லை. அந்த இளம் அதிகாரி இரு கைகளையும் நீட்டியபடி தண்டவாளத்தில் பாய்ந்தான். அவை வெட்டப்பட்டன."

"ஐயோ, என்ன பயங்கரம்!" என்று வேரா வியந்துரைத்தாள்.

"அவன் இராணுவப் பணியிலிருந்து விலக வேண்டி நேரிட்டது. அவனுடைய தோழர்கள் அவனது பயணத்திற்காகக் கொஞ்சம் பணம் சேகரித்தார்கள். அவளையும், அந்த முழு ரெஜிமெண்டையும் பழி கூறிக்கொண்டு வாழ்ந்த அந்நகரத்தில் அவனால் தங்கமுடியாது போய்விட்டது. அதுதான் அந்த அப்பாவி இளைஞனுடைய முடிவு... மிகக்கெட்ட முறையில்... அவன் பிச்சைக்காரனாகிப் போனான்... அதன்பிறகு பீட்டர்ஸ்பர்க்கில் கடற்கரையில் எங்கோ பனிக்காலத்தில் செத்து உறைந்துபோனான்.

"இரண்டாவது சம்பவமும் முற்றிலும் பரிதாபத்திற்குரிய தாகும். இளமையோடும், அழகோடும் இருந்தாள் என்பதைத்தவிர முன்னைய கதையில் கூறப்பட்ட பெண்ணைப்போலவே இருந்தாள். அவளுடைய நடத்தை முழுதும் வெறுக்கத்தக்கதாகவே இருந்தது. ஒருவருக்கொருவர் கள்ளத்தனமாக நட்புக்கொள்வதை குடும்ப விவகாரம்போலக் கருதிய எங்களுக்கே அவளது நடத்தை அதிர்ச்சியைத் தந்தது. ஆனால் அவளது கணவன் அதைப் பற்றிக் கவலைப்படவில்லை. அவன் ஒவ்வொன்றையும் அறியவும், பார்க்கவும் செய்தான். ஆனால் நிறுத்துவதற்கு ஏதும் செய்யவில்லை. அவனுடைய நண்பர்கள் அவனுக்குக் குறியீடு காட்டினார்கள். ஆனால் அவர்களை அப்பால் வெறுத்து ஒதுக்கிவிட்டான். "வேண்டாம்... அதை நிறுத்தி விடுங்கள்... அது என்னுடைய பிரச்சினையல்ல, என்னுடைய விஷயமல்ல... நான் வேண்டுவதெல்லாம் லேனா மகிழ்ச்சியாக இருக்கவேண்டும் என்பதுதான்!" அத்தகைய ஒரு முட்டாள்!"

"முடிவில், கம்பெனியிலிருந்த ஒரு துணைநிலைத் தலைவனாகிய லெப்டினெண்ட் விஷ்னியகோவுடன் அவள் மிகத்தீவிரமாகத் தன்னைச் சம்பந்தப்படுத்திக்கொண்டாள். அந்த மூவரும் இரண்டு கணவன்களுடன் இணைந்த திருமண வாழ்க்கையிலே வாழ்ந்தார்கள். அதுதான்

உலகிலே சட்டபூர்வமான திருமணமுறை போலும். பிறகு எங்களது ரெஜிமெண்ட் முன்னணிக்குச் செல்ல ஆணை பிறப்பிக்கப்பட்டது. எங்களது பெண்கள் விடைகொடுத்து அனுப்பினார்கள், அதுபோலவே அவளும் செய்தாள். ஆனால் அது உண்மையில் மிகவும் அருவருப்பாக இருந்தது: அவள் கணவனிடம் அவ்வளவாகப் பார்வையைச் செலுத்தவில்லை, வேறொரு காரணம் இல்லாவிட்டாலும் வருகை தரவேண்டும் என்பதற்காக வந்தது போலிருந்தது. ஒரு கெட்டுப்போன சுவற்றிலுள்ள படர்கொடிபோல அந்த லெப்டினெண்ட் மீது அவள் சாய்ந்துகொண்டாள். ஒரு கணப்பொழுதுகூட அவனை அகலாது இருந்தாள். வழியனுப்புகிறமுறையில் நாங்கள் ரயிலில் உட்கார்ந்து புறப்பட்டபோது, அவள் கணவனை நோக்கிக் கத்தினாள்: "வலோத்யாவை நன்கு பார்த்துக்கொள்! அவனுக்கு ஏதாவது நிகழ்ந்தால் நான் வீட்டைவிட்டு வெளியே போய்விடுவேன். திரும்பி வரமாட்டேன். குழந்தைகளை என்னோடு எடுத்துக்கொள்வேன்."

"ஒருவேளை நீ அந்தக் காப்டனை ஒரு பேதை என்று நினைக்கக் கூடும்? ஒரு ஜெல்லி மீனா? ஒரு பேடியா? இல்லவே இல்லை. அவன் தைரியமான வீரன். செலோனியை கோரியில் துருக்கியக் களக்காப்பரணுக்கு எதிராக ஆறு முறைத் தனது கம்பெனியை நடத்திச் சென்றான். அவனுடைய இருநூறு ஆட்களில் பதினான்கு பேர் தான் தப்பித்தார்கள். அவன் இரு முறை காயப்படுத்தப்பட்டான். ஆனால் மருத்துவமனைக்குப் போவதற்கு மறுத்துவிட்டான். அவன் அப்படிப்பட்ட ஆள். வீரர்கள் அவனை வழிபட்டார்கள்.

"ஆனால் அவன் என்ன செய்யவேண்டும் என்று அவள் சொல்லியிருந்தாள்... அவனுடைய லேனா!

"ஆகவே ஒரு பணிப்பெண்ணைப்போல அல்லது ஒரு தாய்போல அந்தக் கோழையையும், சோம்பேறி மடையன் விஷ்னியகோவையும் முகாமில் இரவிலே மழையிலும் சகதியிலும் தனது பெரிய மேலங்கியிலே மூடிக்கொள்வான். அவன் ஓய்வெடுத்துக் கொண்ட போதோ, சூதாட்டச்சீட்டு விளையாடும்போதோ அவனுக்காக கருங்கை தோண்டும் வேலையில் மேற்பார்வை செய்வான். விஷ்னியகோவுக்காக இரவிலே புறக்காவல் நிலையங்களைப் பரிசோதிப்பான். யரோஸ்லாவல் நாட்டுப்புறப்பெண் தன்னுடைய

முட்டைக்கோசுகளை வெட்டுவதுபோல நமது பாதுகாவல் ஆட்களைத் துருக்கியர்கள் வெட்டி வீழ்த்திய சமயத்தில் அப்படிச் செய்தான். அப்படிச் சொல்வது ஒரு பாவம், ஆனால், என்னுடைய கௌரவத்தின் பெயரால் சொல்கிறேன், விஷ்னியகோவ் சன்னிக் காய்ச்சலால் மருத்துவமனையில் இறந்து விட்டான் என்று கேட்டவுடன் எல்லாரும் மகிழ்ச்சியடைந்தோம்...”

“பெண்கள் எப்படி, தாத்தா? காதலிக்கின்ற பெண்களை நீங்கள் சந்திக்கவே இல்லையா?”

“ஏன், நான் சந்தித்திருக்கிறேன், வேரா. நான் மேலும் சொல்கிறேன்: காதல் உள்ள ஒவ்வொரு பெண்ணும் மிக உயர்ந்த ஆளுமைத்தன்மை அடைவதற்குத் தகுதி படைத்தவள் என்பது எனக்கு உறுதி. அவள் முத்தமிட ஆரம்பித்த நேரத்திலிருந்து, தழுவுகிற, தன்னை இழக்கிற நேரங்கள்வரை அவள் ஒரு தாய்தான் என்பது உனக்குத் தெரியவேண்டும். அவள் காதலிக்க ஆரம்பித்து விட்டால், வாழ்க்கையின் முழு அர்த்தம் இங்கப் பிரபஞ்சம்தான்! ஆனால காதல் அருவருக்கத்தக்கத் தோற்றங்களை அடைந்துவிட்டால், ஒருவகையில் அன்றாட வசதிக்கேற்ப, அற்பத்தனமான வடிவங்களுக்குத் தாழ்ந்துபோய்விட்டால் அதற்கு அவள் பொறுப்பில்லை. பழிக்கப்பட வேண்டியவர்கள் ஆண்கள்தான். ஏனெனில் இருப்பதிலேயே அவர்கள் சலித்துப் போய் விடுகிறார்கள். கோழிக்குஞ்சு உடலும், முயலினுடைய நெஞ்சும் இருக்கிறது. அழுத்தமான ஆசைகள், வீரச்செயல்கள், காதலின் மென்மையும் வழிபாடும் அவர்களுக்கு முடியாது. உண்மைக்காதல் ஒரு காலத்தில் இருந்தது என்று கூறுகிறார்கள். இல்லையென்றால் உலகத்தின் மிக உயர்ந்த மனங்களும், ஆன்மாக்களும் கவிஞர்கள், நாவலாசிரியர்கள், இசைவாணர்கள், கலைஞர்கள் கனவு கண்டதும் ஆசைப்பட்டதும் அதுதானே? சமீபத்தில் மனோன்லெஸ்கோ மற்றும் வீரன் டெகிரியே கதையை நான் படித்தேன்... அது என் கண்களில் நீரை வரவழைத்தது... உள்ளபடியே அப்படிச் செய்தது. உண்மையில் சொல்லு, ஒவ்வொரு பெண்ணும் அவளுடைய நெஞ்சின் ஆழத்திலே, ஒரே மனத்துடன், எதையும் மன்னிக்கக்கூடிய, எதையும் தாழ்ந்து பணிவோடு தன்னைத் தியாகம் செய்யக்கூடிய அன்புகொண்ட காதலுக்காகக் கனவு கண்டதில்லையா?”

“ஆமாம், அப்படித்தான், தாத்தா...”

"அது இல்லையென்றால்தான் பெண்கள் வஞ்சம் தீர்த்துக் கொள்கிறார்கள். இப்போதிலிருந்து சுமார் முப்பது ஆண்டுகளில் அதைப் பார்ப்பதற்கு நான் உயிரோடு இருக்கமாட்டேன், அன்புள்ள வேரா, நான் சொல்வதை நினைவு வைத்துக்கொள். இப்போதிலிருந்து முப்பது ஆண்டுகளில் உலகத்திலே பெண்கள் இணையற்ற சக்தியினைக் கைவரப் பெறுவார்கள். இந்திய தெய்வங்களைப்போல அவர்கள் ஆடையணிவார்கள். அடிமைகளைப்போல ஆண்களைக் காலடியிலே மிதிப்பார்கள். அவர்களுடைய எல்லை கடந்த ஆசைகளும், உணர்வுகளும் ஆண்களுக்குச் சோகமான சட்டங்களாக மாறிவிடும். ஏனெனில் பல சந்ததிகள் காலம்வரை நாங்கள் காதலைப் போற்றவும் வழிபடவும் முடியாதவர்களாகி விட்டோம். அதற்கு இது ஒரு பழிவாங்குதலாகும். உனக்கு அந்த விதி தெரியும்: செயலும் எதிர்ச்செயலும் சமத்தன்மைக்கும் எதிர்த்தன்மைக்கும் இணையானவை."

சற்று நேரம் அவர் நிறுத்தினார், பிறகு திடீரென்று கேட்டார்:

"சொல்லு, வேரா, உனக்குச் சங்கடமில்லாமல் இருந்தால், அந்தத் தந்தியடிப்பவன் பற்றி இன்று இரவு இளவரசன் வசீலி நமக்குச் சொன்ன கதை என்ன? அதிலே எவ்வளவு உண்மை, அவருடைய அலங்காரச் சோடனை எவ்வளவு?"

"உள்ளபடியே நீங்கள் தெரிந்துகொள்ள விரும்புகிறீர்களா, தாத்தா?"

"சொல்வதை நீ சிரமமாக எடுத்துக்கொண்டால், வேரா, ஏதாவது ஒரு காரணத்திற்காக நீ சொல்லவேண்டாம் என்றால்..."

"இல்லவே இல்லை, மகிழ்ச்சியோடு சொல்வேன்." தனது திருமணத்திற்கு இரண்டாண்டு காலத்திற்கு முன்பாகத் தொடர்ந்த அந்தப் பேராவல் கொண்டவனைப்பற்றி ஜெனரலிடம் விவரமாகச் சொல்ல ஆரம்பித்தாள்.

அவள் அவனைப்பார்த்ததே இல்லை. பெயரைக்கூடத் தெரியாது. கி.எஸ்.ஜெ. என்று மட்டுமே கையொப்பமிட்டு அவளுக்கு எழுதியிருந்தான். ஏதோ ஓர் அலுவலகத்தில் எழுத்தர் என்று ஒருமுறை குறிப்பிட்டிருந்தான் – தந்தி அலுவலகம் பற்றி ஒரு வார்த்தைகூடச் சொல்லவில்லை. அவளுடைய நடவடிக்கைகளை மிகநெருக்கமாகக் கவனித்து வந்திருக்கிறான் என்பது தெளிவு. ஏனெனில் அவனது கடிதங்களிலே,

அந்த மாலைப்பொழுதை அவள் எங்கே செலவிட்டாள் என்பதையும், எந்தக் குழுவில் இருந்தாள் என்பதையும், எப்படி உடையணிந்திருந்தாள் என்பதையும் மிகச்சரியாகக் குறிப்பிட்டிருந்தான். முதலில் அவனது கடிதங்கள், முற்றிலும் சரியாக இருந்தாலும், கொஞ்சம் ஆபாசமாக ஒலித்தன. ஆனால் ஒருமுறை அவள், பைத்தியக்காரத்தனமான உணர்ச்சிவயப்பட்ட காதலால் தன்னை இதற்கு மேலும் அலைக்கழிக்க வேண்டாம் என்று அவனுக்கு எழுதினாள். (அதோடு, தாத்தா, இதை எங்கள் ஆட்களிடம் சொல்லாதீர்கள். இது யாருக்கும் தெரியாது.) அதன்பிறகு அவன் காதலைப் பற்றி எழுதுவதே இல்லை, மாறாக ஈஸ்டர், புத்தாண்டு, அவளது பிறந்த நாள் போன்ற குறிப்பிட்ட நிகழ்ச்சிகளில் மட்டுமே வாழ்த்துகளை அனுப்பினான். இளவரசி வேரா மேலும் ஜெனரலிடம், அந்த ரகசியப் பாராட்டுநரிடமிருந்து அன்று வந்த விசித்திரக் கடிதத்தில் உள்ளதை வரிக்குவரியாகச் சொன்னாள்...

“ஆமாம்,” என்று கடைசியாக ஜெனரல் இழுத்தார்.

“ஒருவேளை அவன் குழப்பமானவனோ, வெறி பிடித்தவனோ யாருக்குத் தெரியும்? ஒருவேளை, பெண்கள் கனவு காண்கிற ஆனால் ஆண்கள் வராத அப்படிப்பட்ட காதலால் உனது வாழ்க்கைக் குறுக்கிடப்படுகிறதோ என்னவோ. நிற்க, நமக்கு முன்னே விளக்குகள் நகர்ந்து கொண்டிருப்பதை நீ பார்க்கிறாயா? அது எனது வண்டியாகத்தான் இருக்க வேண்டும்.”

அதேநேரம் அவர்களுக்குப் பின்புறத்தில் காரின் ஓசை கேட்டது. சக்கரங்களினால் தடம் ஏற்படுத்தப்பட்டு, பாதை பிரகாசமாகச் சுடர் விட்டெரிவதுபோல பிரகாசித்தது. குஸ்தவ் இவானவிச் ஓட்டி வந்தார்.

“உன்னுடைய பொருள்களை நான் எடுத்து வந்திருக்கிறேன், ஆன்னா, உள்ளே வா,” என்றார். ‘உங்களை வீடு வரை நான் அழைத்துச் செல்லலாமா, ஜெனரல் அவர்களே?”

“வேண்டாம். நன்றி, என் நண்பரே,” என்று ஜெனரல் சொன்னார். எனக்கு இந்தக் கார் பிடிக்காது. அது செய்வதெல்லாம் அலைப்பதும் குலுங்குவதும்தான், அதில் எந்த மகிழ்ச்சியும் இல்லை. நல்லது, இரவு வணக்கம், அன்புள்ள வேரா. நான் அடிக்கடி வந்துகொண்டிருப்பேன்,” என்ற அவர் வேராவின் நெற்றியிலும் கைகளிலும் முத்தமிட்டார்.

சுற்றிலும் விடைபெற்றுக் கொண்டிருந்தார்கள். வேரா நிக்கலா யெவ்னாவை அவளது நகர்ப்புறமனை படலைவரை அழைத்துச் சென்றார் பிரியேஸ்ஸே. பிறகு ஒரு வட்டமடித்து, கர்ஜிக்கிற, புகை தள்ளுகின்ற தனது காரில் இருட்டுக்குள்ளாக மறைந்தார்.

9

ஒரு கசப்பான உணர்வோடு இளவரசி வேரா தாழ்வாரத்தில் காலடி வைத்து வீட்டிற்குள் போனாள். சற்று தூரத்தில் அவளுடைய சகோதரன் நிக்கலாயின் உரத்த குரலைக் கேட்டாள். அவருடைய மெலிந்த உடல் குறுக்கும்நெடுக்குமாக அறைக்குள் உலாவிக்கொண்டிருப்பதைப் பார்த்தாள். வசீலி லிவோவிச் சீட்டு விளையாடும் மேசையின் முன் அமர்ந்திருந்தார். ஒரு சுண்ணக்கோலால், பச்சை நிறத்துணியில் அவர் கோடுகள் வரைந்தபோது, அவருடைய பெரிய தலையில் வெட்டப்பட்டிருந்த முடி, கீழே தாழ்ந்துகிடந்தது.

'இதை எப்போதோ செய்திருக்கவேண்டும்!" என்று நிக்கலாய் எரிச்சலோடு சொன்னார். கண்ணுக்குத் தெரியாத ஒரு பாரத்தை இறக்குவதுபோல, தனது வலது கையைப் பாவனைசெய்து கொண்டார். அந்த முட்டாள்தனமான கடிதங்களுக்கு ஒரு முற்றுப்புள்ளி வைக்கப்பட வேண்டும் என்பது நீண்டகாலத்திற்கு முன்பே உறுதியாகத் தெரிந்தது. நான் அதை உன்னிடம் சொன்ன போது வேரா உன்னுடைய மனைவியாகவில்லை. சிறு குழந்தைகளைப்போல அவற்றில் சிரிக்கத்தக்கது எதுவோ அதை மட்டுமே பார்த்துக்கொண்டு அவள் அதனை வேடிக்கையாக எடுத்துக் கொண்டிருக்கக் கூடாது. இங்கே வேராவே இருக்கிறாள்... வசீலிலி வோவிச்சும் நானும் உங்களுடைய பைத்தியக்காரனைப் பற்றிப் பேசிக் கொண்டிருந்தோம், வேரா. அந்தக் கடிதப்போக்குவரத்து திமிரானதாகவும், அருவருக்கத்தக்கதாகவும் இருக்கிறதென்று நான் கருதுகிறேன்."

"இதில் கடிதப்போக்குவரத்தே கிடையாது," ஷேயின் ஆர்வமற்றுக் குறுக்கிட்டுச் சொன்னார். அவன் ஒருவன்தானே கடிதம் எழுதினான்..."

அப்போது வேரா நாணினாள், ஒரு பெரிய விசிறியின்

நிழலில் கிடந்த சோஃபாமீது அமர்ந்தாள்.

“நான் வருந்துகிறேன்,” என்ற நிக்கலாய் நிக்கலாயெவிச், கண்ணுக்குத் தெரியாத கணத்த பொருளைக்கீழே வீசினார். அது அவருடைய நெஞ்சிலிருந்து கிழித்தெறிவதுபோல இருந்தது.

“நீ எதற்கு அவனை என்னுடையவன் என்று சொன்னாய் என்பது எனக்குத் தெரியவில்லை,” தன் கணவனுடைய பக்க பலத்தினால் மகிழ்ச்சியடைந்தவளாகக் கூறினாள் வேரா. “அவன் உனக்கு எவ்வளவு வேண்டியவனோ, அவ்வளவுதான் எனக்கும்...”

‘சரி, நான் மீண்டும் வருத்தத்தைக் கூறிக்கொள்கிறேன்... சுருக்கமாக, நான் சொல்ல விரும்பியது என்னவென்றால், அவனுடைய மடத்தனத்திற்கு நாம் முடிவுகட்ட வேண்டும். நாம் வெறுமனே சிரித்து, நகைச்சுவைப் படங்களை வரைகின்ற ஒரு கட்டத்தைத் தாண்டி இந்த விஷயம் போய்க்கொண்டிருக்கிறது என்று நினைக்கிறேன்... என்னை நம்புங்கள், நான் எதற்குக் கவலைப்படுகிறேன் என்றால் வேராவினுடைய பெருமையும், வசீலிவோவிச், உன்னுடைய பெருமையும் சம்பந்தப்பட்டது இது.”

“நீ மிகவும் மிகைப்படுத்துகிறாய் என்று நினைக்கிறேன், நிக்கலாய்,” என்று பதிலளித்தார் ஷேயின்.

“ஒருக்கால் நான் அப்படிச் செய்யலாம்... ஆனால் நகைக்கக்கூடிய நிலையில் உங்களை நீங்களே ஆக்கிக்கொள்ளும் ஆபத்து இருக்கிறது.”

“எப்படி என்று எனக்குத் தெரியவில்லை,” என்றார் இளவரசர்.

“பார், இந்த முட்டாள்தனமான வளையல்தான்...” நிக்கலாய் மேசையிலிருந்து சிவப்புப்பெட்டியை உயர்த்தினார், உடனே அதை வெறுப்போடு கீழே எறிந்தார். இந்த ராட்சசப்பொருள் நமது வீட்டில் இருந்தாலோ அதை வெளியே தூக்கிஎறிந்தாலோ தாஷாவுக்கு அன்பளிப்புச் செய்துவிட்டாலோ... பிறகு, முதற்காரியமாக பி.பி.ஜெ. தனக்கு அறிமுகமானவர்களிடமோ நண்பர்களிடமோ இளவரசி வேரா நிக்கலாயெவ்னா ஷேயினா அப்படிப்பட்ட பரிசுகளை ஏற்றுக்கொண்டதாக அவன் தம்பட்டமடித்துக்கொள்ள முடியும். இரண்டாவதாக, இந்த முதல்வாய்ப்பு மேற்கொண்டு சுரண்டுவதற்கு அவனுக்கு ஊக்கமளிக்கும். நாளைக்கு அவன் வைரமோதிரம் அனுப்பலாம்,

அடுத்தநாள் முத்துக்கழுத்தாரம் அனுப்பலாம், அதன்பிறகு, நாம் அறிந்தவகையில், கையாடல் செய்ததற்காகவோ ஏமாற்றியதற்காகவோ அவன் கூண்டிற்குள் நிறுத்தப்படலாம். அதற்கு சாட்சியம் அளிப்பதற்கு இளவரசர், இளவரசி ஷேயின்கள் அழைக்கப்படுவார்கள். ஒரு நல்ல காட்சிதானே, இல்லையா?"

"இல்லை, வளையல் கட்டாயம் திருப்பி அனுப்பப்பட வேண்டும்!" வியப்புற்றார் வசீலிலிவோவிச்.

"நான்கூட அப்படித்தான் நினைக்கிறேன்," வேரா ஏற்றுக் கொண்டாள். எவ்வளவு சீக்கிரம் முடியுமோ அவ்வளவு நல்லது. ஆனால் நாம் அதை எப்படிச் செய்யப்போகிறோம்? நமக்குப் பெயரோ முகவரியோ தெரியாதே."

"ஓ, அது குழந்தை விளையாட்டு!" நிக்கலாய் நிக்கலாயெவிச் அக்கறையின்றி பதில் சொன்னார். இந்த பி.பி.ஜெ. உடைய பெயர் முதலெழுத்துத்தான் நமக்குத் தெரியும்... அது என்ன, வேரா?"

"கி.எஸ்.ஜெ."

"மிகவும் நல்லது. மேலும், அவன் எங்கோ வேலை பார்க்கிறான் என்பதும் நமக்குத் தெரியும். அது போதுமானது. நாளை நான் நகர அட்டவணையை எடுத்து இந்த முதலெழுத்து உள்ள மனிதன் அதிகாரியா எழுத்தரா என்பதைக் கண்டுபிடித்து விடுகிறேன். ஏதோ காரணத்தினால் என்னால் கண்டுபிடிக்க முடியவில்லை என்றால், துப்பறியும் ஆளை அழைத்துத் தேடிப்பார்க்க உத்தரவிடுவேன். ஏதாவது சிரமம் ஏற்படும்போது, அவனுடைய கையெழுத்து உள்ள இந்தத்தாளை வைத்துக்கொள்கிறேன். சுருக்கமாகச் சொன்னால், நாளை இரண்டு மணிக்குள், அந்த ஆசாமியினுடைய சரியான பெயரையும் முகவரியையும் அவன் எப்போது உள்ளே இருப்பான் என்பதையும் நான் அறிந்துவிடுவேன். அதன்பிறகு அவனுடைய வளையலைத் திருப்பிக் கொடுப்பது மாத்திரமல்ல, அவன் மறுபடியும் தான் உயிர் வாழ்தலை நமக்கு நினைவுபடுத்தாதபடி பார்த்துக்கொள்கிறேன்."

"நீ என்ன செய்யப்போகிறாய்?" என்று இளவரசர் வசீலி கேட்டார்.

"என்னவா? ஆளுநரைப் பார்க்கப் போகிறேன்."

"இல்லை, ஆளுநரை வேண்டாம். அவரோடு நாம் என்ன நிபந்தனைகள் வைத்திருக்கிறோம் என்பது உனக்குத் தெரியும்... நம்மை நாமே கேலிக்குரியவர்களாக்கிக்கொள்வோம்."

"அது சரி. போலீஸ் தலைமையதிகாரியிடம் நான் போகிறேன். அவர் எனது கிளப் நண்பர். அந்த ரோமியோவை அவர் அழைத்து, அவனது மூக்கிற்குக் கீழே விரலை வைக்கட்டும். அதை எப்படிச் செய்வார் என்று உனக்குத் தெரியுமா? ஒரு மனிதனுடைய மூக்கிற்குப் பக்கத்தில் அவர் தனது விரலைக் கொண்டு வருவார். ஆனால் தனது கையை அசைக்கமாட்டார் – விரலை மாத்திரமே அசைப்பார். 'இதை என்னால் பொறுத்துக் கொள்ள முடியாது, ஐயா!' உரத்த குரலில் சொல்வார்."

"கேவலம்! போலீசோடு விருப்பார்வத்தோடு தொடர்பா!" என்றாள் வேரா, முகத்தைச் சுழித்தபடி.

"நீ சொல்வது சரி, வேரா," என்று இளவரசர் ஒத்துக் கொண்டார். இதற்குள்ளாக வெளியாட்களை இழுக்காமல் இருப்பது நல்லது. வதந்திகளும், பழிச்சொற்களும் பரவும். நமது நகர் எப்படிப்பட்டதென்று நமக்கு நன்றாகத் தெரியும். கண்ணாடிக்கூண்டிற்குள் வசிப்பது போல. அந்த... இளைஞனிடம் நானே போவது நல்லதென்று நினைக்கிறேன்... கடவுளுக்குத்தான் தெரியும், அவன் அறுபது வயதுக்காரனாக இருக்கலாம். அவனிடத்தில் வளையலை ஒப்படைத்துவிட்டு, ஒரு பேச்சும் அவனுக்குக் கொடுத்துவிட்டு வருகிறேன்."

"நானும் உன்னோடு வருகிறேன்," என்று நிக்கலாய் நிக்கலாயெவிச் குறுக்கிட்டுச் சொன்னார். 'நீ மிகவும் மென்மையானவன். அவனிடம் பேசுவதை என்னிடம் விட்டுவிடு... இப்போது, என் நண்பர்களே," தனது கடிகாரத்தை வெளியே இழுத்துப் பார்த்தார். 'என் அறைக்குச் செல்வதற்காக நீங்கள் மன்னிக்கவேண்டும். என்னால் நிற்க முடியவில்லை. நான் பார்க்கவேண்டிய இரு வழக்குகள் இருக்கின்றன."

'எப்படியோ அந்த துரதிருஷ்ட மனிதனுக்காக நான் வருந்துகிறேன்," என்றாள் வேரா தயக்கத்துடன்.

"அவனுக்காக வருத்தப்படக் காரணம் இல்லை!" நிக்கலாய் கதவுப் பக்கம் திரும்பியபடி மறுதலித்தார். நமது வர்க்கத்தைச் சேர்ந்த யாராவது ஒருவர் அந்த வளையலையும் கடிதத்தையும் அனுப்பியிருந்தால் இளவரசர் வசீலி ஒரு சவாலே விட்டிருப்பார். அல்லது அவர் செய்யாவிட்டாலும், நான் செய்திருப்பேன். பழைய காலமாக இருப்பின் அவனைச் சவுக்கால் அடிக்கச் செய்திருப்பேன். நாளை எனக்காக உன் அலுவலகத்தில் காத்திரு, வசீலிலிவோவிச். நான் தொலைபேசிமூலம் பேசுகிறேன்."

10

ஆபாசமான மாடிப்படி எலிகள், பூனைகள், மண்ணெண்ணெய் மற்றும் நீர் நனைப்பு வாடையடித்தது. ஆறாவது மாடியை அவர்கள் அடைவதற்கு முன்பே இளவரசர் வசீலிலிவோவிச் நின்றார்.

"கொஞ்சநேரம் காத்திரு," என்று மைத்துனனிடம் கூறினார். "நான் மூச்சு வாங்கிக்கொள்கிறேன். ஓ, நிக்கலாய், நாம் இங்கு வந்திருக்கக்கூடாது..."

அவர்கள் இன்னும் இரண்டுமாடி ஏறினார்கள். மாடியின் எண்ணைக் கண்டுபிடிப்பதற்கு முன்பாக நிக்கலாய் நிக்கலாயெவிச் இரண்டு தீக்குச்சிகளை ஏற்றி வைக்கவேண்டிய அளவுக்கு அது இருட்டாக இருந்தது.

அவர் மணி அடித்தார். ஒரு கனமான, வெண்முடி வாய்ந்த, சாம்பல் நிறக்கண்களும், கண்ணாடி அணிந்தவளுமான ஒருத்தி பதில் சொன்னாள். ஒருவகையான வியாதி காரணமாக அவள் இலேசாக முன்னோக்கிக் குனிந்துவளைந்திருந்தாள்.

"திரு.ஜெல்த்கோவ் உள்ளே இருக்கிறாரா?" என்று கேட்டார் நிக்கலாய் நிக்கலாயெவிச்.

அந்தப் பெண்ணினுடைய கண்கள் ஒருவரிடமிருந்து மற்றவருக்கு மாறிமாறி அச்சத்தோடு பார்த்தன. இரண்டு ஆண்களுடைய மரியாதைக்குரிய தோற்றமும் ஊக்கந்தருவது போலக் காணப்பட்டது.

"ஆமாம், உள்ளே வாருங்கள்," பின்பக்கம் நகர்ந்துகொண்டு அவள் கூறினாள். "உங்களது இடதுபுறத்தில் முதலாவது கதவு."

புலாட் – துகனோவ்ஸ்கி மூன்று முறை மெதுவாகவும், உறுதியாகவும் கதவைத் தட்டினார். ஏதோ சலசலப்பு உள்ளேயிருந்து வந்தது. அவர் மீண்டும் கதவைத் தட்டினார்.

"உள்ளே வாருங்கள்," ஒரு மென்மையான குரல் பதிலளித்தது.

அந்த அறையின் கூரை மிகவும் உயரம் குறைவானதாக இருந்தது, ஆனால் அகலமாக இருந்தது, ஏறக்குறைய சதுர வடிவத்தில் இருந்தது. அதனுடைய இரண்டு வட்டச் சன்னல்களும் கப்பற்சாளரம் போன்றே காணப்பட்டன. கொஞ்சமாக வெளிச்சத்தை உள்ளேவிட்டன. உண்மையில்,

அது சரக்குக்கப்பலினுடைய உணவு அறைபோல இருந்தது. சுவர்களில் ஒன்றுக்கு எதிராக, ஒரு குறுகலான கட்டில் கிடந்தது, மற்றொன்றிற்கு எதிராக அகலமான சோஃபா, அருமையான ஆனால் அழுக்கடைந்த தெக்கின் சமுக்காளத்தால் மூடப்பட்டிருந்தது. நடுவே வண்ண உக்ரேனியத்துணியால் பரப்பப்பட்ட மேசை ஒன்று கிடந்தது.

முதலில் பார்வையாளர்களால் உள்ளிருந்தவனுடைய முகத்தைப் பார்க்க முடியவில்லை, ஏனெனில் அவன் தனது முதுகை வெளிச்சத்திற்கு வைத்து நின்றுகொண்டிருந்தான், குழப்பத்தில் தனது கைகளைத் தேய்த்துக்கொண்டிருந்தான். அவன் உயரமானவனாகவும், ஒல்லியானவனாகவும், நீண்ட சில்க் போன்ற முடியுடன் காணப்பட்டான்.

"நீங்கள் திரு. ஜெல்த்கோவ்தானே, நான் தவறாகப் புரிந்து கொள்ளவில்லை என்றால்?" என்று நிக்கலாய் நிக்கலாயெவிச் ஆணவத்தோடு கேட்டார்.

"ஆமாம். அதுதான் என் பெயர். உங்களைச் சந்திப்பதில் மகிழ்ச்சியடைகிறேன்."

தனது கையை துகனோவ்ஸ்கியை நோக்கி நீட்டிக்கொண்டு இரண்டு எட்டுகள் எடுத்து வைத்தான். ஆனால் வரவேற்பு அறிகுறியைக் கவனிக்காததுபோல நிக்கலாய் நிக்கலாயெவிச், ஷேயின் பக்கமாகத் திரும்பிக்கொண்டார்.

"நாங்கள் தவறாகப் புரிந்துகொள்ளவில்லை என்று சொன்னேன்."

ஜெல்த்கோவினுடைய ஒல்லியான, நடுக்குறும் விரல்கள் அவனுடைய பழுப்பு நிற ஜாக்கெட்டினுடைய முன்பகுதியில் பொத்தான்களை மாட்டியபடியும், கழற்றியபடியும் மேலும் கீழும் போய்வந்தன. கடைசியில் பெருமுயற்சி செய்தபடி, சோஃபாவைச் சுட்டிக்காட்டி, ஆபாசமாகத் தலை வணங்கிக்கொண்டு, அமருமாறு வேண்டிக்கொள்கிறேன்," என்றான்.

இப்போது அவன் முழுப்பார்வைக்கு வந்துவிட்டான். மிகவும் வெளிறியபடி, பெண்ணினுடைய முகத்தைப் போன்றும், நீலக்கண்களுடனும், பிடிவாதம் பிடித்த குழந்தைபோல பிளவுற்ற முகவாயுடனும், முப்பதிலிருந்து முப்பந்தைந்து வயதிற்குப்பட்டவன்போலக் காணப்பட்டான்.

"நன்றி," அவனை ஆழ்ந்த அக்கறையுடன் பார்த்துவிட்டு இளவரசர் ஷேயின் கூறினார்.

"நன்றி," என்று நிக்கலாய் நிக்கலாயெவிச் பிரெஞ்சு மொழியில் சுருக்கமாகப் பதில் அளித்தார். இருவரும் நின்று கொண்டிருந்தார்கள். "எங்களுக்கு ஓரிரு நிமிடங்கள்தான் பிடிக்கும். இவர் இளவரசர் வசீலிலிவோவிச்ஷேயின், இந்த மாவட்டத்திலுள்ள உயர்குடியினரின் தலைவர். என் பெயர் மிர்ஸா புலாட் துகனோவ்ஸ்கி. நான் ஒரு துணை அரசு வழக்குரைஞன். நாங்கள் உங்களோடு பேசக்கூடிய பெருமைக்குரிய விஷயம் இரண்டு பேருக்கும் சம்பந்தப்பட்டது, அல்லது இன்னும் சரியாகச்சொன்னால், அது இளவரசர் மனைவி சம்பந்தப்பட்டது, அவள் எனது சகோதரியும்கூட."

முற்றிலும் அதிர்ச்சியுற்றபடி ஜெல்த்கோவ் சோஃபாவில் சாய்ந்தான், ஒருவாராகத் திக்கித்திக்கிப் பேசினான்: "தயவுசெய்து உட்காருங்கள், கனவான்களே." ஆனால், ஏற்கெனவே அதைச் சொல்லிவிட்டோம் என்பது நினைவு வந்தவனாய் குதித்தான், சன்னலுக்கு வேகமாகச் சென்றான், தலைமுடியை அலங்கோலமாக்கியபடி, திரும்ப வந்தான். திரும்பவும் தனது நடுங்கிய விரல்களால் பொத்தான்களைப் போட்டுக்கொண்டும், இலேசாகச்சாயம் பூசப்பட்ட சிவப்புமீசையை இழுத்துவிட்டுக் கொண்டும், முகத்தைத் தொட்டுக்கொண்டும் இருந்தான்.

"நான் உங்கள் பணிக்காகக் காத்திருக்கிறேன், மாண்புமிகு ஐயா," என்று உள்ளடங்கிய குரலில், கெஞ்சும் பார்வையுடன் வசீலிலிவோவிச்சைப் பார்த்துக்கூறினான்.

ஆனால் ஷேயின் பதில் பேசவில்லை. நிக்கலாய் நிக்கலாயெவிச் தான் பேசினார்.

முதலாவதாக, உங்களுக்குச் சொந்தமான ஒன்றை நான் திருப்பித் தரணும்," என்றவர் தனது பையிலிருந்து ஒரு சிவப்புப்பெட்டியை எடுத்து அதைக் கவனமாக மேசையின் மீது வைத்தார். நிச்சயமாக, இது உங்களுடைய சுவைக்குப் பெருமை சேர்க்கக்கூடியது, ஆனால் மிக உண்மையாகக் கேட்டுக்கொள்வது, இதுபோன்ற வியப்புகளை இனிமேலும் எங்கள்மீது திணிக்கவேண்டாம் என்பதுதான்."

"தயவுசெய்து என்னை மன்னியுங்கள்..... நான் மிகவும் தவறு செய்துவிட்டது எனக்குத் தெரியும்," என்று ஜெல்த்கோவ்

கிசுகிசுத்தான், முகஞ்சிவந்துபோன அவன் தனது கண்களைக் கீழ் நோக்கித் தாழ்த்தினான். "உங்களுக்குக் கொஞ்சம் தேநீர் வேண்டுமா?"

"பாருங்கள், திரு.ஜெல்த்கோவ்," நிக்கலாய் நிக்கலாயெவிச் தொடர்ந்தார், ஜெல்த்கோவின் கடைசி வார்த்தைகளை அவர் செவி மடுக்காததுபோலக் காணப்பட்டது. "நீங்கள் ஒரு சரியான ஆள் என்பதையும், ஓர் உண்மையான பெரிய மனிதன் என்பதையும், எதையும் இருமுறை சொல்லத் தேவையில்லாதவர் என்பதையும் பார்க்க நான் மிகவும் மகிழ்ச்சியடைகிறேன். ஒரு முறையான ஒப்பந்தத்திற்கு நாம் வரமுடியும் என்று நம்புகிறேன். நான் தவறாகப் புரிந்துகொள்ளவில்லை என்றால், கடந்த ஏழு அல்லது எட்டு ஆண்டுகளாக நீங்கள் இளவரசி வேரா நிக்கலாயெவ்னாவைத் தொடர்ந்து வருகிறீர்கள் என்று நினைக்கிறேன்?"

"ஆமாம்," ஜெல்த்கோவ் மெதுவாகப் பதில் பேசினான், அச்சத்தோடு தனது கண் இமைகளைத் தாழ்த்திக்கொண்டான்.

"ஆனால் இதுவரை உங்களுக்கு எதிராக எந்த நடவடிக்கையையும் நாங்கள் எடுக்கவில்லை, எங்களால் அப்படி முடியும் என்பதையும், உண்மையில், அப்படிச்செய்திருக்க வேண்டும் என்பதையும் நீங்கள் ஒப்புக்கொள்கிறீர்களா?"

"ஆமாம்."

"ஆமாம். ஆனால் உங்களுடைய கடைசிச்செயல் மூலம், இந்தச் செம்மணி வளையலை அனுப்பியதன்மூலம் எங்களுடைய பொறுமையின் எல்லையை நீங்கள் தாண்டிவிட்டீர்கள். புரிந்து கொள்கிறீர்களா? எல்லை. எங்களது முதலாவது யோசனை இந்த விஷயத்தை அதிகாரிகளிடம் தெரிவிப்பது என்பதை நாங்கள் மறைக்கவில்லை. ஆனால் நாங்கள் அவ்வாறு செய்யவில்லை, அதைச் செய்யவில்லை என்பதற்காக நான் மகிழ்ச்சியடைகிறேன் நான் மறுபடியும் சொல்கிறேன் நீங்கள் மரியாதைக்குரிய மனிதர் என்பதை நான் உடனே கண்டுகொண்டேன்."

"நான் உங்கள் மன்னிப்பைக் கோருகிறேன். நீங்கள் சொன்னது என்ன?" ஜெல்த்கோவ் திடீரென்று கேட்டுவிட்டுச் சிரித்தான். இந்த விஷயத்தை அதிகாரிகளிடம் சொல்வதாக இருந்தீர்கள்?... நான் உங்களைச் சரியாகப் புரிந்துகொண்டேனா?"

தனது கைகளைச் சட்டைப்பைகளுக்குள்ளாகவிட்டு, வசதிப்படுத்திக்கொண்டு அந்தச் சோஃபாவின் மூலையில் அமர்ந்தான். சிகரெட்பெட்டியையும், தீப்பெட்டியையும் எடுத்து, ஒரு சிகரெட்டைப் பற்ற வைத்தான்.

"ஆக இந்த விஷயத்தை அதிகாரிகளிடம் சொல்ல இருந்ததாக நீங்கள் சொன்னீர்கள்?.. உட்கார்ந்திருப்பதற்காக நீங்கள் என்னை மன்னிப்பீர்களா, இளவரசரே?" என்று ஷேயினிடம் கூறினான். "நல்லது, சொல்லுங்கள்."

நாற்காலியை மேசைக்கு அருகிலே இழுத்துப் போட்டுக் கொண்டு இளவரசர் உட்கார்ந்தார். புதிரான ஆர்வத்தால் உந்தப்பட்டு, அந்த அபூர்வமனிதனின் முகத்தை உன்னிப்பாய் கவனித்தார்.

"அந்த நடவடிக்கையை எந்த நேரத்திலும் எடுப்பது எங்களுக்குச் சாத்தியமானது, அன்பரே," நிக்கலாய் நிக்கலாயெவிச் கொஞ்சம் கர்வத்தோடு தொடர்ந்தார். அந்நியர் குடும்பத்தில் குறுக்கிட்டு…"

"உங்களிடம் குறுக்கிட்டுச்சொல்ல விரும்புகிறேன்…."

"இல்லை, நான் உங்களிடம் குறுக்கிட்டுச்சொல்ல விரும்புகிறேன்…" துணை அரசு வழக்குரைஞர் கத்தினார்.

"நீங்கள் விரும்புவதுபோல, மேலே பேசுங்கள். நான் கேட்டுக் கொண்டிருக்கிறேன். ஆனால் இளவரசர் வசீலி லிவோவிச்சிடம் சில வார்த்தைகள் சொல்ல விரும்புகிறேன்."

துகனோவ்ஸ்கி பக்கம் அக்கறைகாட்டாதபடி அவன் பேசினான்:

"இது எனது வாழ்க்கையில் மிகவும் சிக்கலான நேரம். எந்தவிதமான நடைமுறை வழக்கமும் இன்றி நான் பேச வேண்டும்… நான் சொல்வதைக் கேட்கிறீர்களா?"

"நான் கேட்டுக்கொண்டிருக்கிறேன்," என்றார் ஷேயின். மெதுவாக, நிக்கலாய், தயவுசெய்து," துகனோவ்ஸ்கி கோபமாகப் பார்ப்பதைப் பார்த்ததும் பொறுமையில்லாமல் சொன்னார். 'ஆமாம்?"

சில விநாடிகளுக்கு ஜெல்த்கோவினுடைய மூச்சுத்திணறியபடி வந்தது, திடீரென்று வார்த்தை வெள்ளத்தைப் பொழிந்து

தள்ளினான். முகவாய்க்கட்டையை மட்டும் வைத்துக்கொண்டு பேசினான். அவனுடைய உதடுகள் இறந்தவனுடையதைப்போல பயங்கரமாக வெளிறிப்போயும், தடிப்புற்றுப்போயும் இருந்தன.

"இத்தகைய வார்த்தைகளைப் பயன்படுத்துவது... சிரமமானது. அதாவது உங்கள் மனைவியை நான் காதலிக்கிறேன் என்று சொல்வது. ஆனால் ஏழாண்டு கால நம்பிக்கை இழந்த, எந்த நடிப்புத்தன்மையும் இல்லாத எனது காதல் ஓரளவு எனக்கு உரிமையைத் தந்திருக்கிறது. முதலில் வேரா நிக்கலாயெவ்னா இன்னமும் திருமணம் ஆகாதவளாக இருந்தபோது முட்டாள் தனமான கடிதங்களை அவளுக்கு எழுதினேன், அவற்றிற்குப் பதில் எழுதுவாள் என்று எதிர்பார்த்தேன் என்பதை ஒப்புக்கொள்கிறேன். வளையலை அனுப்பியதுதான் எனது இறுதி நடவடிக்கை என்பதையும், இது அதைவிட முட்டாள்தனமானது என்பதையும் ஒப்புக்கொள்கிறேன். ஆனால்... உங்கள் கண்களையே நேராகப் பார்க்கிறேன், என்னை நீங்கள் புரிந்துகொள்வீர்கள் என்று உணர்கிறேன். அவளைக் காதலிப்பதை நிறுத்துவது எனது சக்திக்கு அப்பாற்பட்டதென்று நினைக்கிறேன்... சொல்லுங்கள், இளவரசரே... இந்த முழுச்செயலையும் நீங்கள் வெறுப்பதாக வைத்துக்கொள்ளுங்கள், இந்த உணர்ச்சியை நிறுத்துவதற்கு நீங்கள் என்ன செய்வீர்கள் என்பதை எனக்குச் சொல்லுங்கள்? நிக்கலாய் நிக்கலாயெவிச் ஆலோசனை சொன்னதுபோல என்னை இன்னொரு நகரத்திற்கு அனுப்புவீர்களா? ஆனால் அங்கேயும், இங்கே நான் செய்வதுபோல வேரா நிக்கலாயெவ்னாவைக் காதலிக்கத்தான் செய்வேன். என்னைச் சிறையில் போடுவீர்களா? ஆனால், அங்கேயும்கூட, நான் உயிரோடு இருப்பதை அவளுக்கு நினைவுகூர்வதற்கான வழிகளைக் கண்டுபிடிப்பேன். ஆக ஒரே தீர்வு சாவுதான்... நீங்கள் அதுபோல விரும்பினால், அதை நான் எந்த வடிவத்திலும் ஏற்றுக்கொள்கிறேன்."

"விஷயத்தைப் பேசுவதை விடுத்து, உணர்ச்சி கலந்த நாடகத்தில் நாம் ஆழ்ந்து விட்டோம்," தனது தொப்பியை அணிந்தபடி நிக்கலாய் நிக்கலாயெவிச் கூறினார். இந்த விஷயம் மிகத்தெளிவாக இருக்கிறது: ஒன்று நீங்கள் இளவரசி வேரா நிக்கலாயெவ்னாவை சித்திரவதை செய்வதை நிறுத்தவேண்டும், அல்லது, நீங்கள் செய்யவில்லை என்றால், நாங்கள் எங்களது தகுதிக்கும், செல்வாக்கிற்கும் ஏற்றபடி உள்ள நடவடிக்கையை எடுக்க வேண்டிவரும்."

ஆனால் ஜெல்த்கோவ், அவர் சொல்வதைக் கேட்டாலும், அவர் பக்கமாக அவ்வளவாகத் திரும்பவில்லை. மாறாக அவன் இளவரசர் வசீலிலிவோவிச்சிடம் கேட்டான்:

"உங்களைவிட்டுப் பத்து நிமிடம் போவதைப் பொறுத்துக் கொள்ள முடியுமா? இளவரசி வேரா நிக்கலாயெவ்னாவிடம் தொலைபேசியில் நான் பேசப்போகிறேன் என்பதை ஒப்புக் கொள்கிறேன். அந்த உரையாடல்களிலே எவ்வளவு முடியுமோ அவ்வளவை உங்களிடம் திருப்பிச்சொல்வேன் என்று உறுதி கூறுகிறேன்."

"ஆகட்டும்," என்றார் ஷேயின்.

தனது மைத்துனருடன் தனிமையில் விடப்பட்ட நிக்கலாய் நிக்கலாயெவிச் கத்தத் தொடங்கினார்.

"இது சரிப்படாது," என்றார், அவரது வலதுகை வழக்கம் போல அவரது நெஞ்சிலிருந்து கண்ணுக்குத் தெரியாத ஏதோ ஒன்றை எடுத்து கீழே வீசியது. இது சரிப்பட்டே வராது. இந்தக் காரியத்தை நான் கவனித்துக்கொள்கிறேன் என்று உன்னிடம் எச்சரித்திருக்கிறேன். ஆனால் அவனது உணர்ச்சிகளை விரிவுபடுத்துவதற்கு நீ வாய்ப்புத் தந்துவிட்டாய். எல்லாவற்றையும் நான் இரண்டே வார்த்தைகளில் சொல்லியிருப்பேன்."

"பொறு," என்றார் இளவரசர் வசீலிலிவோவிச். கண நேரத்தில் எல்லாமே தெளிவாகிப்போகும். முக்கியமானது என்னவென்றால், ஏமாற்றுவதற்கோ, வேண்டுமென்றே பொய் சொல்லுவதற்கோ இயலாத ஒரு மனிதனுடையதைப் போன்று அவன் முகம் இருப்பதாகக் கருதுகிறேன். ஆனால் காதலித்தால் அது அவனது தவறா? இன்னமும் மக்களால் விளக்கம் கூறாது இருக்கக்கூடிய காதல் போன்ற ஓர் உணர்ச்சியை உன்னால் எப்படிக் கட்டுப் படுத்த முடியும்?" சிந்தனையோடு அவர் நிறுத்தினார். பிறகு தொடர்ந்தார்: "அந்த மனிதனுக்காக நான் வருத்தப்படுகிறேன். மேலும் ஓர் ஆத்மாவினுடைய பிரம்மாண்டமான துன்பியல் நாடகத்தைப் பார்த்துக்கொண்டிருப்பதாக நான் உணர்கிறேன். ஒரு கோமாளியைப்போல என்னால் நடந்து கொள்ளமுடியாது."

"தரங்கெட்ட நிலை என்று நான் அழைக்கிறேன்," என்றார் நிக்கலாய் நிக்கலாயெவிச்.

பத்து நிமிடங்களுக்குப் பிறகு ஜெல்த்கோவ் திரும்பி வந்தான். அவனுடைய கண்கள் சிந்தப்படாத கண்ணீர்

நிரம்பியதுபோல ஒளியுடனும், ஆழமாகவும் காணப்பட்டன. நல்ல நடைமுறைகளை அவன் முற்றிலும் மறந்துவிட்டான் என்பது தெளிவாகத் தெரிந்தது, ஒரு பெரிய மனிதனைப்போல நடந்துகொள்வதையும் நிறுத்திவிட்டான். மீண்டும் ஒருமுறை மிகநுட்பமான உணர்வாற்றலால் அந்தக் காரணத்தை இளவரசர் ஷேயின் உணர்ந்துகொண்டார்.

“நான் தயாராக இருக்கிறேன்,” என்றான். நாளை முதல் என்னிடமிருந்து எதுவும் கேள்விப்பட மாட்டீர்கள். உங்களுக்கு, நான் செத்தவனைப் போலத்தான். ஆனால் ஒரே ஒரு நிபந்தனை – நான் இதை உங்களிடம் சொல்கிறேன், இளவரசர் வசீலிலிவோவிச் – நான் பணத்தைக் கையாடிவிட்டேன், எந்தவகையிலும் இந்த நகரத்தைவிட்டு நான் பறந்து சென்றாகவேண்டும். இளவரசி வேரா நிக்கலாயெவ்னாவுக்கும் கடைசிக்கடிதம் எழுதுவதற்கு என்னை அநுமதிப்பீர்களா?”

“இல்லை. அது முடிந்துவிட்டது என்றால், முடிந்துவி[illegible]து நாய். கடிதங்கள் கூடாது!” என்று கத்தினார் நிக்கலாய் நிக்கலாயெவிச்.

“சரி, நீங்கள் எழுதலாம்,” என்றார் ஷேயின்.

“அப்பச் சரி,” என்றான் ஜெல்த்கோவ் ஆணவத்தோடு புன்னகை செய்தபடி.’என்னைப் பற்றி நீங்கள் எதுவும் கேட்க மாட்டீர்கள், என்னைப் பார்க்கவும் மாட்டீர்கள். இளவரசி வேரா நிக்கலாயெவ்னா என்னுடன் பேசுவதற்கே விரும்பவில்லை. ஏதோ சந்தர்ப்பத்திலேனும் அவளைப் பார்ப்பதற்கு – உண்மையில், அவள் பார்க்காத அளவில் – இந்த நகரத்தில் நான் தங்கி இருக்கலாமா என்று கேட்டபோது, அவள் சொன்னாள்: ‘முழு விவகாரத்திலும் நான் எவ்வளவு சலித்துப் போய்விட்டேன் என்பதை நீங்கள் மட்டும் அறிந்தால், தயவுசெய்து உங்களால் எவ்வளவு முடியுமோ அவ்வளவு சீக்கிரமாக நிறுத்துங்கள்.’ஆகவே, நான் முழுப்பிரச்சினையையும் நிறுத்துகிறேன். என்னால் முடிந்தளவுக்குச் செய்துவிட்டதாக நான் கருதுகிறேன். இல்லையா?”

மாலையில் புறநகர்மனைக்குத் திரும்பிய வசீலிலிவோவிச், ஜெல்த்கோவிடம் தான் மேற்கொண்ட சந்திப்புப் பற்றிய முழு விவரத்தையும் தன் மனைவியிடம் கூறினார். அப்படிச் செய்வதை அவர் கடமை என்று உணர்ந்ததுபோல தோன்றியது.

வேரா கவலையடைந்தாள், ஆனால் வியப்படையவோ மனங்குழம்பவோ இல்லை. பிறகு அந்த இரவில், அவளுடைய கணவன் அவளது படுக்கைக்கு வந்தபோது, அவள் திடீரென்று சுவர்ப்பக்கம் திரும்பிச் சொன்னாள்:

"என்னைத் தனிமையில் விடு – அந்த மனிதன் தன்னைத்தானே சாகடித்துக்கொள்ளப் போகிறான் என்று எனக்குத்தெரியும்."

11

இளவரசி வேரா நிக்கலாயெவ்னா எப்போதும் செய்தித்தாள்களைப் படிப்பதில்லை, ஏனெனில், முதலாவதாக, அவை அவளுடைய கைகளைக் கறைப்படுத்தின, இரண்டாவதாக, தற்காலத்தில் பயன்படுத்துகிற மொழியின் தலையும் காலும் புரிவதேயில்லே.

ஆனால் விதி விரும்பியதுபோலும், இந்தச்செய்தியைத் தாங்கிவந்த பத்தி இருந்த பக்கத்தை அவள் திறக்கவேண்டும் என்பதுபோல:

"ஒரு புதிரான சாவு. கட்டுப்பாட்டுக் குழுவில் ஓர் ஊழியனான கி.எஸ்.ஜெல்த்கோவ், நேற்று இரவு ஏழுமணி வாக்கில் தற்கொலை செய்துகொண்டான். விசாரணையின்போது கிடைத்த சாட்சியத்தின்படி, அவனுடைய சாவு கையாடலால் உந்தப்பட்டிருக்கிறது. அதற்கான குறிப்பை அவன் விட்டுச்சென்றிருக்கிறான். சாட்சியங்கள் அளித்த சான்றுகளைக் கொண்டு, அவன் தன் கைகளாலேயே இறந்துபோனான் என்பது உறுதிப்படுத்தப்பட்டது. ஆகவே சாவுக்குப் பிந்திய அறுவைச்சோதனை வேண்டாம் எனத் தீர்மானிக்கப்பட்டது."

"இது வருகிறதென்று நான் ஏன் உணர்ந்தேன்? இந்தமாதிரியான சோக முடிவு? அது என்ன: காதலா? பைத்தியக்காரத்தனமா?" என்று வேரா நினைத்தாள்.

அன்று முழுவதும் மலர்த்தோட்டத்திலும், பழத்தோட்டத் திலும் உலாவினாள். நிமிடத்திற்கு நிமிடம் வளர்ந்துகொண்டிருந்த கவலை அவளை அமைதியற்றவளாக்கிற்று. அவளுடைய எண்ணமெல்லாம், அவள் ஒருபோதும் பார்த்தேயிராத, தெரியாத மனிதனாகிய கேலிக் குரிய பி.பி.ஜெ. மீது பொருத்தப்பட்டிருந்தது.

"யாருக்குத் தெரியும்? ஒருவேளை உண்மையாக, தன்னைத் தியாகம் செய்கின்ற, உண்மையான அன்பு உன் வாழ்க்கையில் குறுக்கிட்டிருக்கலாம்," என்று அனோசவ் சொன்னதை அவள் நினைவு கூர்ந்தாள்.

ஆறு மணிக்கு தபால்காரன் வந்தான். இந்தமுறை வேரா நிக்கலாயெவ்னா, ஜெல்த்கோவின் கையெழுத்தைப் புரிந்து கொண்டாள். தன்னைப்பற்றி அவள் எதிர்பார்த்ததற்கு மேலாக அதிகமான மென்மையோடு கடிதத்தைப் பிரித்தாள்.

இது தான் ஜெல்த்கோவ் எழுதியிருந்தது:

"இது என்னுடைய தவறன்று, வேரா நிக்கலாயெவ்னா, கடவுள் எனக்கு, மிகுதியான ஒரு மகிழ்ச்சியைப்போல, உங்கள் பால் காதலை அனுப்பியிருந்தார். அரசியல், அறிவியல்,தத்துவம் அல்லது மனிதனுடைய எதிர்கால மகிழ்ச்சி இப்படி எதிலுமே ஈடுபாடு இல்லாதவனாக இருந்தேன்; எனக்கு வாழ்க்கை உங்களை மட்டிலுமே மையமாகக்கொண்டிருக்கிறது. பல உளையை ஆப்புப்போல உங்கள் வாழ்க்கைக்குள்ளாக என்னைத் திணித்துவிட்டுக் கொண்டதாக இப்போது உணர்கிறேன். உங்களால் முடியுமானால் அதற்காக என்னைத் தயவுசெய்து மன்னித்துவிடுங்கள். இன்று நான் புறப்படுகிறேன், திரும்பவும் வரவேமாட்டேன். என்னை நினைவுப்படுத்துவதற்கு உங்களிடம் இனி எதுவும் இராது.

"நீங்கள் உயிரோடு இருக்கிறீர்கள் என்பதற்காகவே நான் உங்களுக்குப் பெரிதும் கடமைப்பட்டிருக்கிறேன்.என்னை நானே சோதித்துக்கொண்டேன்: இது ஒரு நோய் அன்று என்பதையும், ஒரு பித்தனுடைய ஆட்டிவைப்பு அன்று என்பதையும் நானறிவேன் ஏதோ காரணத்திற்காக இந்தக் காதலைப் பரிசாகத் தர கடவுள் என்னைத் தேர்ந்தெடுத்திருக்கிறார்.

"உங்களுக்கும், உங்கள் சகோதரன் நிக்கலாய் நிக்கலாயெவிச்சிற்கும் நான் பைத்தியக்காரத்தனமாகத் தோன்றி யிருக்கலாம். நான் புறப்படுகையில் ஆனந்தத்தோடு சொல்கிறேன்: **'உன்னுடைய பெயர் புனிதப்படுத்தப்படட்டும்.'**

"எட்டு ஆண்டுகளுக்கு முன்னால் உங்களை ஒரு சர்க்கஸ் கொட்டகையிலே பார்த்தேன். அடுத்த நொடியே எனக்கு நானே சொல்லிக்கொண்டேன்: நான் அவளைக் காதலிக்கிறேன், ஏனெனில் பூமியில் அவளைப்போல எதுவுமில்லை, அவளைவிட மேலானதாக எதுவுமில்லை, மிருகமில்லை,

செடியில்லை, நட்சத்திரம் இல்லை, ஏனெனில் அவளைவிட அழகாக எந்த மனிதரும் இல்லை. இந்த உலகத்தின் முழு அழகுமே உங்களிடையே உருவகிக்கப்பட்டிருப்பதுபோல எனக்குத் தோன்றியது...

"நான் என்ன செய்திருக்க முடியும்? வேறு ஒரு நகரத்திற்கு ஓடுவதா? ஆனால் எனது நெஞ்சம் எப்போதுமே உங்களுக்கு அருகிலேயே, உங்களுடைய காலடியிலேயே இருக்கிறது, ஒவ்வொரு நிமிடமும் உங்களைப்பற்றிய சிந்தனைகளாலும், உங்களைப்பற்றிய கனவுகளாலும், இனிய வெறியோடு அது நிறைகிறது... அதற்காக நான் மிகவும் வெட்கப்படுகிறேன், அந்த முட்டாள்தனமான வளையல் சரி, அதைத் தடுக்க முடியவில்லை; அது ஒருதவறுதான். உங்களுடைய விருந்தினர்பால் ஏற்படுத்தி யிருக்கக்கூடிய உணர்ச்சியை என்னால் கற்பனை செய்ய முடிகிறது.

"இப்போதிலிருந்து பத்து நிமிடங்களில் நான் புறப்பட்டுப் போய்விடுவேன். இந்தக் கடிதத்தின்மீது அஞ்சல் தலை ஒட்டவும், இதைப் பெட்டிக்குள்ளாகப் போடவுமே எனக்கு நேரமிருக்கிறது. ஏனெனில் மற்ற எவரையும் இதைச் செய்யச்சொல்லாமல் இருப்பதற்காக. தயவுசெய்து இந்தக் கடிதத்தை எரித்துவிடுங்கள். நான் இப்பொழுதுதான் அடுப்பை மூட்டியிருக்கிறேன், என் வாழ்க்கையில் மிகஉயர்வாக இருந்ததை எல்லாம் எரித்துக் கொண்டிருக்கிறேன்: உங்களது கைக்குட்டை, அதை நான் திருடினேன் என்பதை ஒப்புக்கொள்கிறேன். பிரபுக்கள் சபையில் நடனவிருந்தின்போது அதனை ஒரு நாற்காலிமீது நீங்கள் விட்டுச்சென்றீர்கள். உங்களுடைய குறிப்பு ஓ, அதை நான் எங்கனம் முத்தமிட்டேன்! எதில் எழுதக்கூடாது என்று தடுத்திருந்தீர்களோ அதில் ஒரு கலைப்பொருட்காட்சி நிகழ்ச்சி நிரலை, நீங்கள் ஒருமுறை கையில் வைத்திருந்து, நுழைவாயில் பகுதியில் ஒரு நாற்காலி மீது மறந்து வைத்துவிட்டுப் போனது... அது முடிந்துவிட்டது. எல்லாவற்றையும் நான் அறுத்துக்கொண்டு விட்டேன், ஆனால் இன்னமும் நான் நம்புகிறேன், மிகவும் நம்பிக்கையோடு உணர்கிறேன், நீங்கள் என்னை நினைப்பீர்கள் என்று. அப்படி நீங்கள் நினைத்தால் நீங்கள் மிகுந்த இசைத்தன்மை வாய்ந்தவள் என்பது எனக்குத்தெரியும், ஏனெனில் பீத்தோவான் இசை நிகழ்ச்சிகளின்போது உங்களை அடிக்கடி பார்த்திருக்கிறேன். – நீங்கள் என்னைப்பற்றி

நினைத்தால் தயவுசெய்து வாசியுங்கள் அல்லது யாரையாவது வாசிக்கச்சொல்லுங்கள், Sonata D-dur Ne2, op. 2.

‘எனது கடிதத்தை எப்படி முடிப்பதென்று வியக்கிறேன். எனது இதயத்தின் ஆழத்திலிருந்து நான் உங்களுக்கு நன்றி சொல்கிறேன், ஏனெனில் நீங்கள்தான் எனது வாழ்க்கையில் ஒரே மகிழ்ச்சியாய், எனது ஒரே ஆறுதலாய், எனது ஒரே சிந்தனையாய் இருந்தீர்கள். கடவுள் உங்களுக்கு மகிழ்ச்சியைக் கொடுப்பாராக, உங்களுடைய அற்புதமான ஆன்மாவை எதுவும் மறைக்காமலும், சாதாரணமான எதுவும் பாதிக்காமலும் இருக்கட்டும். உங்கள் கைகளை நான் முத்தமிடுகிறேன்.

கி.எஸ்.ஜெ.”

தன் கணவனிடம் சென்றாள். அழுகையால் கண்கள் சிவந்தும், உதடுகள் வீங்கியபடியும், அவரிடம் கடிதத்தைக் காட்டியபடி சொன்னாள்:

‘உன்னிடமிருந்து ஏதையும் மறைக்க நான் விரும்பவில்லை, ஆனால் நமது வாழ்க்கையில் ஏதோ மிகப்பயங்கரமானது நடந்துவிட்டது என்ற உணர்வு எனக்கேற்பட்டிருக்கிறது. நீயும் நிக்கலாய் நிக்கலாயெவிச்சும் இந்த விஷயத்தை சரியானமுறையில் கையாளவில்லை என்பது போலத் தோன்றுகிறது.”

இளவரசர் ஷேயின் ஆழ்ந்த கவனத்தோடு கடிதத்தைப் படித்தார், கவனமாக அதை மடித்தார், நீண்ட அமைதிக்குப்பிறகு சொன்னார்:

‘இந்த மனிதனுடைய உண்மையை நான் சந்தேகிக்கவில்லை, மேலும் என்ன, அவன் உன்பால் வைத்திருந்த உணர்வுகளைப் பகுத்துப் பார்ப்பதற்கு உரிமை இருப்பதாக எனக்குத் தோன்றவில்லை.”

‘அவன் இறந்துவிட்டானா?” வேரா கேட்டாள். ‘ஆமாம், அவன் இறந்துவிட்டான். அவன் உன்னைக் காதலித்தான் என்றும் ஆனால் பைத்தியம் இல்லை என்றும் நினைக்கிறேன். எல்லா நேரத்திலும் அவனை நான் கவனித்தேன், ஒவ்வொரு இயக்கத்தையும், அவன் முகத்தில் ஒவ்வொரு மாற்றத்தையும் பார்த்தேன். நீ இல்லாமல் அவனுக்கு வாழ்க்கையே இல்லை. ஒரு பயங்கரமான சோகத்தைப் பார்த்துக்கொண்டிருப்பது போல நான் உணர்ந்தேன், செத்துப்போன மனிதன் ஒருவனிடம் செயல்தொடர்பு கொண்டிருப்பதுபோல ஏறக்குறைய

உணர்ந்தேன். பார், வேரா, எப்படி நடந்துகொள்ளவேண்டும் என்பதோ, என்ன செய்வது என்பதோ எனக்குத் தெரியவில்லை..."

"இங்கே பாரு, வாஸ்யா," அவள் குறுக்கிட்டாள். "அவனைப் பார்ப்பதற்காக நான் நகரத்திற்குச் சென்றால் அது உனக்கு வருத்தமளிக்குமா?"

"இல்லை, இல்லை, வேரா, தயவுசெய்து போ. நானே போவதற்கு விரும்புகிறேன், ஆனால் நிக்கலாய் முழுவிஷயத்தையும் குழப்பிவிட்டான். நான் அருவருப்பாக உணர்வேனோ என்று பயப்படுகிறேன்."

12

வேரா நிக்கலாயெவ்னா தனது வண்டியை லூத்தரன்ஸ்கயா தெருவினின்றும் இரண்டு பிளாக்குகள் தள்ளி நிறுத்தினாள். சிரமமின்றி ஜெல்த்கோவின் குடியிருப்புப்பகுதியைக் கண்டு பிடித்தாள். அதே சாம்பல் நிறக்கண்ணுள்ள வயதான கிழவியைச் சந்தித்தாள். அவள் சற்று தடித்துக் காணப்பட்டாள். வெள்ளிப்பூண்போட்ட கண்ணாடி அணிந்திருந்தாள். முதல்நாள் கேட்டது போலவே கேட்டாள்: "நீங்கள் யாரைப் பார்க்க விரும்புகிறீர்கள்?"

"திரு. ஜெல்த்கோவ்," என்றாள் இளவரசி. அவளுடைய உடையலங்காரம், அவளது தொப்பி, கையுறைகள், ஒருவகையில் கண்டிப்பான குரல் வீட்டுக்காரியைக் கவர்ந்தன. அவள் பேசத் தொடங்கினாள்.

'தயவுசெய்து உள்ளே வாருங்கள், உங்களுக்கு இடதுபக்கத்தில் முதல்வாசல், அதோ... அதுதான்... நம்மைவிட்டு விரைவாகப் பிரிந்துவிட்டார். சரிதான், அவர் பணத்தைக் கையாடல் செய்து விட்டார் என்று இருக்கட்டும். அது பற்றி அவர் என்னிடம் சொல்லியிருக்க வேண்டும். கல்யாணம் ஆகாதவர்களுக்கு அறைகளை வாடகைக்குவிட்டு நாங்கள் அதிகப் பணம் சம்பாதிப்பதில்லை என்பது உங்களுக்குத் தெரியும். ஆனால் அது அறுநூறு அல்லது எழுநூறு ரூபிள் பற்றிய விஷயமாக இருந்தால் அவருக்காக நான் கொடுத்திருக்க முடியும். நீங்கள் அவரை அறிந்திருந்தால், அம்மா, எவ்வளவு அருமையான மனிதர் அவர், என்னுடைய வீட்டில் எட்டு ஆண்டுகளாக அவர்

குடியிருந்தார், ஆனால் அவர் என் மகனைப்போல இருந்தார்."

பாதையில் ஒரு நாற்காலி கிடந்தது, வேரா அதன்மீது சாய்ந்து விழுந்தாள்.

"இறந்துபோன உங்களுடைய குடியிருப்பாளருடைய சிநேகிதி நான்," என்றாள். தனது வார்த்தைகளைக் கவனமாகத் தேர்ந்தெடுத்துப் பேசினாள். அவருடைய கடைசி நிமிடங்களைப் பற்றி ஏதாவது சொல்லுங்கள், என்ன சொன்னார், என்ன செய்தார்."

"அவரைப்பார்க்க இரண்டு கனவான்கள் வந்தார்கள், அம்மா, அவரோடு நீண்ட நேரம் பேசினார்கள். எஸ்டேட்டில் அவருக்கு மேலாளர் வேலை தர அவர்கள் முன்வந்ததாகப் பிறகு அவர் என்னிடம் கூறினார். பிறகு தொலைபேசிக்கு ஓடினார், அத்தனை மகிழ்ச்சியோடு திரும்பி வந்தார். அதன்பிறகு அந்த இரு கனவான்களும் சென்றார்கள், ஆனால் அவர் உட்கார்ந்து ஒரு கடிதமெழுதத் தொடங்கினார். பின்னர் அந்தக் கடிதத்தைத் தபாலில் சேர்க்க வெளியே சென்றார், பிறகு நாங்கள் ஏதோ விளையாட்டுத் துப்பாக்கியினுடைய ஓசையைக் கேட்டோம். அது பற்றி நாங்கள் பொருட்படுத்தவில்லை. அவர் எப்போதுமே ஏழு மணிக்குத் தேநீர் சாப்பிடுவார். லுக்கேர்யா, வேலைக்காரப்பெண், அவருடைய கதவைத் தட்டுவதற்காகச் சென்றாள், ஆனால் அவர் பதில் பேசவில்லை, திரும்பத்திரும்பத் தட்டினாள். நாங்கள் கட்டாயமாகக் கதவைத் திறக்க வேண்டியதாயிற்று, அங்கே அவர் செத்துக்கிடந்தார்."

"அந்த வளையலைப்பற்றி எனக்கு ஏதாவது சொல்லுங்கள்," என்று உத்தரவிட்டாள் வேரா நிக்கலாயெவ்னா.

"ஐயோ, அந்த வளையல் – நான் சுத்தமாக மறந்துபோய் விட்டேன். அதுபற்றி உங்களுக்கு எப்படித் தெரியும்? கடிதத்தை எழுதுவதற்கு முன்னால் அவர் என்னிடம் வந்து கேட்டார்: "நீங்கள் கத்தோலிக்கா?" நான் "ஆமாம்" என்றேன். பிறகு அவர் சொன்னார்: "உங்களிடத்திலே நல்ல வழக்கமிருக்கிறது" அதுதான் அவர் சொன்னது – "புனித மரியாள் உருவத்தில் மோதிரங்கள், கழுத்தாரங்கள் மற்றும் வெகுமதிகளைத் தொங்கவிடுகின்ற அருமையான வழக்கம். உங்களுடைய தெய்வபீடத்தின் மீது இந்த வளையலைத் தயவுசெய்து தொங்கவிட மாட்டீர்களா?" என்றார். நான் உறுதி தந்தேன்."

"அவரைப் பார்ப்பதற்கு என்னை அனுமதிப்பீர்களா?" என்றாள் வேரா.

"கட்டாயம், அம்மா, அதோ கதவு, இடதுபுறத்தில் முதலாவது. அறுவைக்கூடத்திற்கு இன்று அவரைத் தூக்கிக்கொண்டு போக விருக்கிறார்கள், ஆனால் அவருக்கு ஒரு சகோதரர் இருக்கிறார், கிறிஸ்துவப் புதையலுக்கு அனுமதி கேட்டிருக்கிறார். தயவுசெய்து வாருங்கள்."

தனக்குத்தானே தைரியப்படுத்திக்கொண்டு வேரா கதவைத் திறந்தாள். அந்த அறையில் நறுமணம் கமழ்ந்தது, மூன்று மெழுகுவர்த்திகள் எரிந்துகொண்டிருந்தன. மேசையின்மீது ஜேல்த்கோவ் கிடத்தி வைக்கப்பட்டிருந்தான். அவனுடைய தலை மிகத்தாழ்வான பலத்தில் கிடத்தி வைக்கப்பட்டிருந்தது யாரோ ஒருவர் வேண்டுமென்றே அதைக் கீழிருந்து அந்த மென்மையான தலையணையை அழுத்திக்கொண்டிருப்பதுபோலக் காணப்பட்டது, ஏனென்றால் ஒரு பிணத்திடமிருந்து அது எந்தவிதமான வேறுபாட்டையும் காட்டவில்லை. அவனுடைய மூடிய கண்கள் மிக ஆழ்ந்த துயரத்தை வெளிக்காட்டின, அவனுடைய உதடுகள் இன்பகரமான, அமைதியான புன்னகையில் நிலைத்திருந்தன. வாழ்வினின்று பிரிகின்றபோது, வாழ்க்கையின் முழு ரகசியத்தையும் விளங்கவைத்த இனிய ஆழ்ந்த புதுமையை அது உணர்த்துவதுபோல இருந்தது. அதே அமைதியான வெளிப்பாட்டை பூஷ்கின், நெப்போலியன் அகிய இரு தியாகிகளுடைய அடைவுருவில்தான் பார்த்திருக்கிறாள்.

"உங்களைத் தனியாக விடவேண்டும் என்று விரும்புகிறீர்களா, அம்மா?" என்று கிழவி கேட்டாள் அவளுடைய குரலிலே மிகவும் நெருக்கமான தொனி இருந்தது.

"ஆமாம், பிறகு உங்களைக் கூப்பிடுகிறேன்," என்றாள் வேரா. தனது ஜாக்கெட் பையிலிருந்து ஒரு பெரிய சிவப்புரோஜாவை உடனே எடுத்தாள், பிணத்தின் தலையைத் தனது இடதுகையால் இலேசாக நிமிர்த்தி வலதுகையால் அந்தமலரை அவனது கழுத்திற்குக் கீழே வைத்தாள். அக்கணத்தில் ஒவ்வொரு பெண்ணும் கனவு காண்கின்ற அந்தக் காதல் அவளைத் தாண்டிப் போய்விட்டதை உணர்ந்தாள். ஜெனரல் அனோசவ் சொன்னதை நினைவு கூர்ந்தாள், பெரும்பாலும் தீர்க்கதரிசனத்தோடு, நிரந்தரமான, முழுமையான காதல். இறந்தவனுடைய

நெற்றியிலிருந்த முடியை ஒதுக்கிவிட்டு, நெற்றியை கைகளால் பிடித்தாள். அவனுடைய உணர்ச்சியற்ற ஈரமான நெற்றியில் தனது உதடுகளால் ஒரு நீண்ட அன்பு கலந்த முத்தமிட்டாள்.

அவள் புறப்படும்போது வீட்டுக்காரி நன்றி கலந்த குரலில் அவளிடம் பேசினாள்:

“அம்மா, வெறுமனே ஆர்வத்தோடு வந்த மற்றவர்களைப் போல நீங்கள் அன்று என்பது தெரிகிறது. சாவதற்கு முன்னால் திரு.ஜெல்த்கோவ் என்னிடம் கூறினார்: ‘நான் சாக நேர்ந்தால், என்னைப் பார்ப்பதற்காக ஒரு சீமாட்டி வருவாள், அவளிடம் பீத்தோவானுடைய சிறந்த படைப்பு என்று சொல்லுங்கள்...” எனக்காக இங்கே எழுதித் தந்திருக்கிறார். இதோ, பாருங்கள்...”

“அதைக் காட்டுங்கள்,” என்றாள் வேரா நிக்கலாயெவ்னா, உடனே அவளுக்கு கண்ணீர் பெருக்கெடுத்தது. “தயவுசெய்து என்னை மன்னியுங்கள் இந்தச்சாவு என்னை அந்தளவுக்கு அதிர்ச்சியடைய வைத்துவி[illegible]து, ஆ[illegible]னையே என்னால் கட்டுப்படுத்திக் கொள்ள முடியவில்லை.”

அறிமுகமான கையினால் எழுதப்பட்ட வார்த்தைகளை அவள் படித்தாள்: “L.van Beethoven. Sor. Ne2, op. 2. Largo Appassionato”.

13

வேரா நிக்கலாயெவ்னா வீட்டிற்கு மாலையில் காலந்தாழ்த்தி வந்தாள். தனது கணவனையோ சகோதரனையோ காணாதது குறித்து மகிழ்ச்சியடைந்தாள்.

எனினும், பியானோ வாசிப்பவள் ஜென்னிரெய்தர் அவளுக்காகக் காத்துக்கொண்டிருந்தாள்; தான் பார்த்தது, கேட்டது பற்றிக் கலக்க முற்றிருந்த வேரா அவளை நோக்கி விரைந்துபோய், அவளது பெரிய அழகான கைகளை முத்தமிட்டபோது அழுதுவிட்டாள்: “தயவுசெய்து எனக்காகக் கொஞ்சம் இசைப்பாயாக, ஜென்னி, உன்னைக் கெஞ்சிக் கேட்டுக்கொள்கிறேன்.” அவள் உடனே அறையைவிட்டு வெளியேறி பூத்தோட்டத்தில் கிடந்த ஒரு பெஞ்சின்மீது அமர்ந்தாள்.

ஜெல்த்கோவ் என்ற விசித்திரமான பெயருள்ள மனிதன் கேட்டுக் கொண்டபடி சோனடாவின் அந்தப் பகுதியையே ஜென்னி வாசிப்பாள் என்று ஒருகணம்கூட அவள் சந்தேகிக்காது இருந்தாள்.

மேலும் அது இவ்வாறு நிகழ்ந்தது. அந்த முதல் சுரத்திலிருந்தே அதனது அபூர்வக் கலையாக்கத்தை வேரா புரிந்துகொண்டாள். அவளது ஆன்மா இரண்டாகப் பிளப்பது போலிருந்தது. ஆயிரம் ஆண்டுகளுக்கு ஒருமுறை வரக்கூடிய தன்மைவாய்ந்த ஒரு பெரும் காதல் தன்னைக்கடந்து போய்விட்டதை அவள் நினைத்தாள். ஜெனரல் அனோசவினுடைய வார்த்தைகளை நினைவுகூர்ந்தாள். பீத்தோவானின் எல்லாப் பாடல்களினும் குறிப்பாக இந்தப் பாடலைத்தான் கேட்கும்படி ஜெல்த்கோவ் எதற்காகச் செய்தார் என்று அவள் வியந்தாள். சொற்கள் அவளது மனத்திலே அவைகளாகவே பின்னிக்கொண்டன. அவை தெய்வ வழிபாட்டுக் கவிதைகளைப்போல இருந்தன. அவை ஒவ்வொன்றுமே கீழ்க்கண்ட சொற்களோடு முடிந்தன: 'உன்னுடைய பெயர் புனிதப்படுத்தப்படட்டும்."

"மென்மையான ஒலிகளால் தன்னைப் பணிவோடும், ஆனந்தத்தோடும், சித்திரவதைக்கும் துன்பத்திற்கும், சாவுக்கும் ஆட்படுத்திக்கொண்ட வாழ்க்கையை நான் இப்போது உனக்குக் காட்டுகிறேன். குற்றச்சாட்டு, வருத்துதல் அல்லது புறக்கணிக்கப்பட்ட காதலின் வேதனை எதுவும் எனக்குத் தெரியவில்லை. உனக்கு நான் வேண்டுகிறேன். "உன்னுடைய பெயர் புனிதப்படுத்தப்படட்டும்.'

"ஆமாம், துன்பத்தையும், குருதியையும், சாவையும் நான் முன் உணர்கிறேன். ஆன்மாவைவிட்டுப் பிரிவது உடலுக்கு மிகச்சிரமமானது என்று உணர்கிறேன். ஆனால் அழகிய, உணர்ச்சி பூர்வமான, மென்மையான காதலே, உன்னை நான் போற்றுகிறேன். "உன்னுடைய பெயர் புனிதப்படுத்தப்படட்டும்."

"உன்னுடைய ஒவ்வொரு காலடியையும், ஒவ்வொரு புன்னகையையும், ஒவ்வொரு தோற்றத்தையும், உனது காலடியின் ஓசையையும் நினைத்துப் பார்க்கிறேன். என்னுடைய இறுதி நினைவுகள் இனிய சோகத்தில், மென்மையான அழகான சோகத்தில் மூடப்பட்டிருக்கின்றன. ஆனால் உனக்கு நான் துயரத்தை ஏற்படுத்தமாட்டேன். நான் தனிமையில் போகிறேன்,

அமைதியாக, ஏனெனில் அதுதான் கடவுளினுடையதும், விதியினுடையதுமான விருப்பமாகும். "உன்னுடைய பெயர் புனிதப்படுத்தப்படட்டும்."

"என்னுடைய மரணநேர இறுதியில் உனக்கு மாத்திரம் வழிபடுகிறேன். எனக்கும் வாழ்க்கை அழகானதாக இருந்திருக்கலாம். முணுமுணுக்க வேண்டாம், என் இனிய நெஞ்சே, முணுமுணுக்க வேண்டாம். என்னுடைய ஆன்மாவோ சாவை அழைக்கிறது. என் நெஞ்சத்திலே உனக்கான புகழ்ச்சி நிறைந்து கிடக்கிறது: "உன்னுடைய பெயர் புனிதப்படுத்தப்படட்டும்."

"உனக்குத் தெரியாது – உனக்கோ உன்னைச் சூழ்ந்து இருப்பவர்களுக்கோ நீ எவ்வளவு அழகானவள் என்று. கடிகார மணியடிக்கிறது. நேரமாகிறது. வாழ்க்கையைவிட்டுப் பிரிகின்ற சோகமயமான நேரத்தில் நான் இன்னமும் பாடுகிறேன் – உனக்குப் புகழ் உண்டாகட்டும்.

"இதோ வருகிறது, எல்லாவற்றையும் வெல்லும் சாவு, ஆனால் நான் கூறுகிறேன் – உனக்குப் புகழ் உண்டாகட்டும்!..."

தனது கைகளை அந்தக் கருவேல் மரத்தண்டைச் சுற்றிப் போட்டுக்கொண்டு, தனது உடலை அழுத்திக்கொண்டு வேரா நிக்கலாயெவ்னா அழுதுகொண்டிருந்தாள். மரம் மென்மையாக அசைந்தது. அனுதாபப்படுவதுபோல, காற்று மெல்ல வீசி இலைகளில் சலசலத்தது. புகையிலைச் செடியின் வாசனை மிகவும் கூர்மையாக இருந்தது... இதற்கிடையே, மிகச்சிறந்த அந்த இசை, அவளது துயரத்திற்கு மறுமொழி கூறுவதுபோலத் தொடர்ந்தது:

"அமைதியாக இரு, என் இனியவளே, அமைதியாக இரு. என்னை நினைவிருக்கிறதா உனக்கு? உன்னைத்தான்? நீ தான் எனது இறுதி, எனது ஒரே காதல். அமைதியாக இரு. நான் உன்னோடு இருக்கிறேன். என்னை நினைப்பாய். நான் உன்னை நினைப்பேன். ஏனெனில் நீயும் நானும் ஒரு வரையொருவர் கணப்பொழுது மட்டுமே காதலித்தோம், ஆனால் நிரந்தரமாக. என்னை நினைவிருக்கிறதா உனக்கு? உன்னைத்தான்? இதோ, உனது கண்ணீரை உணர்கிறேன். அமைதியாக இரு. தூக்கம் அவ்வளவு இனிமையானது, எனக்கு அவ்வளவு இனிமையானது."

இப்பகுதியைப்பாடி முடித்ததும், ஜென்னிரெய்தர் அறையைவிட்டு வெளியே வந்தாள். பெஞ்சில் அமர்ந்தபடி

கண்ணீரில் மூழ்கி இருந்த இளவரசி வேராவைப் பார்த்தாள்.

"என்ன விஷயம்?" அவள் கேட்டாள்.

வேராவினுடைய கண்கள் மின்னிக்கொண்டிருந்தன. இருப்புக் கொள்ளாதபடியும், அமைதி குலைந்தபடியும் அவள் ஜென்னியினுடைய முகத்தை, உதடுகளை, கண்களை முத்தமிட்டபடி கூறினாள்:

"எல்லாம் சரிதான், இப்போது அவர் என்னை மன்னித்துவிட்டார். எல்லாம் சரிதான்."

1910

ଔଔ

ஆறாவது கட்டளை

ஆர்மேனிய மூலம்: காஷாக் ஜியுல்நஸாரியன்
ஆங்கில வழித் தமிழில்: வல்லிக்கண்ணன்

அவன் ஒரு பெரிய கவி என்று எல்லோரும் சொன்னார்கள்.

மரியா மகதலேனாளின் பாபத்தை மன்னித்த ஆண்டவனிடம் அவன் நம்பிக்கை வைத்திருந்தால்! ஆனால் அவன் மத நம்பிக்கை கொண்டவன் அல்ல. மேலும், தன்னலத்தியாகம் மடத்தனமானது என்று அவன் கருதினான். அவன் ஆண்மை நிறைந்தவன். அவனோடு பழகிய பெண்கள் அப்படித்தான் நம்பினார்கள். தடித்த உதடுகளும், உணர்ச்சி நிறைந்த பெரிய வாயும், நெளிநெளியான கரிய தலைமுடியும் பெற்றிருந்த அந்த இளைஞனோடு அவர்கள் சுற்றித் திரிந்தார்கள். ஒரே பார்வையில் வெற்றிகொண்ட, ஏக்கம் நிறைந்த கரும்கண்கள்தான் அவனின் மிகச்சிறந்த அம்சமாக விளங்கின. அவன் கழுத்தில் 'டை' கட்டிக் கொள்வதில்லை. மிகச் சமீபகால நாகரிக முறைகளை அவன் பின்பற்றமாட்டான்.

நேர்த்தியாக அலங்கரித்துக்கொண்ட யுனிவர்சிட்டி மாணவர்களை "இஸ்திரிபோட்ட உடுப்புகள்" என்று பெண்கள் பரிகசித்தார்கள். ஆனால், எப்போதும் அசிங்கமான தமாஷ் களைப் பேசிக்கொண்டு – தன் அம்மாவின் முன்னிலையில்கூட அவற்றைக் கூற அவன் தயங்கமாட்டான் – புகையும் கறுப்புக் குழாயை உறிஞ்சியவாறு காணப்பட்ட பார்கெவ் ஆராமஸை ஒரு 'காட்டுமிராண்டி' என்று அவர்கள் குறிப்பிட்டார்கள்.

PEARS

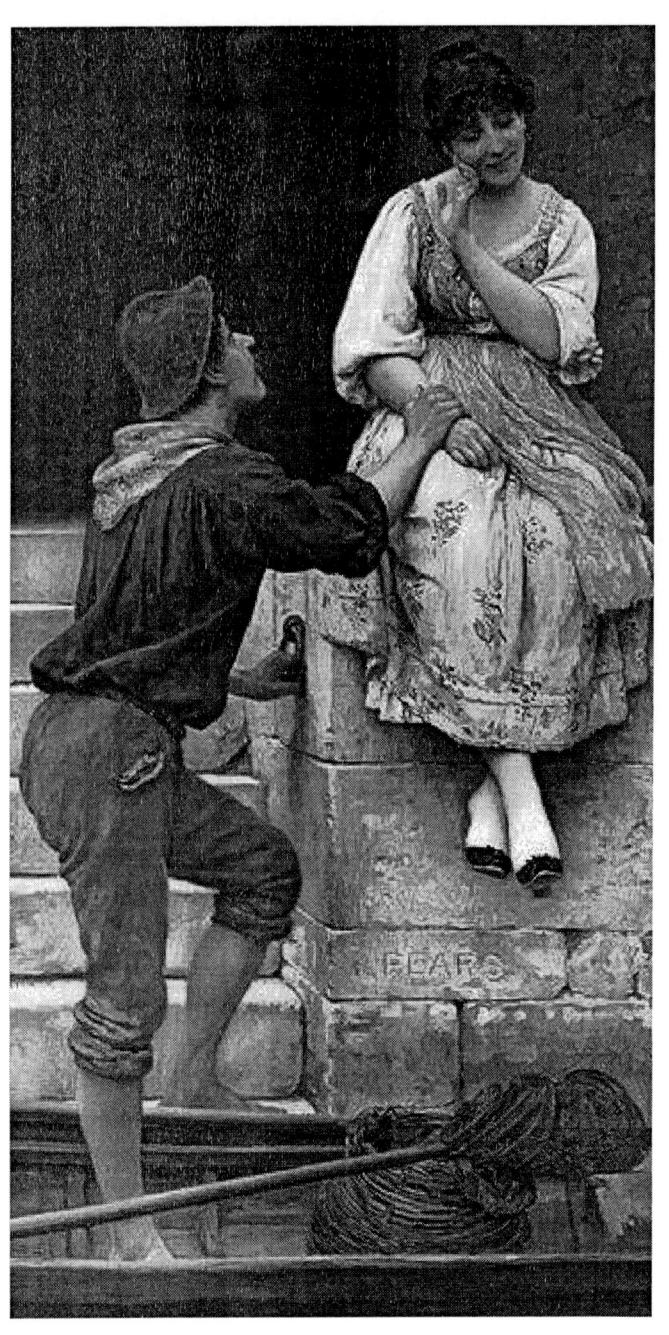

அவன் ஒவ்வொருவரையும் வியப்பில் ஆழ்த்தினான். ஆனால், இளம் பெண்கள் ஆச்சர்யம் அடையவில்லை. அவனைக் கண்டதுமே காதல் கொண்டார்கள்.

“ஆறாவது கட்டளையாவது: விபசாரம் செய்!”

ஆனால், இரண்டாயிரம் ஆண்டுகளுக்கு முன்னே தங்கள் புனிதமான எழுத்துகளை உருவாக்கிய ஒரு மீனவனும் ஒரு தச்சனும் வாழ்க்கையைப் பற்றி என்ன கண்டார்கள்? அப்போதுகூட மரியா மகதலேனா அருகிலேயே வாழ்ந்துகொண்டிருந்தாளே!

“அஸ்மிக் ஒரு பரிசுத்த கன்னி, ஒருநாள் அஸ்மிக் ஒரு புதிய கிறிஸ்துவைப் பெற்றெடுப்பாள்: அந்தக் கிறிஸ்து நமது நாகரிகத்துக்கு ஒரு முற்றுப்புள்ளி வைப்பார்; அதன்பிறகு முதலாவது குரங்கு திரும்பவும் கோடாரியைக் கண்டுபிடிக்கும்; அணுசக்தி ராக்கெட்டுகளை உற்பத்தி பண்ணக்கூடிய ஒரு புதிய சமூகத்தினர் தோன்றுவதற்கு அது உதவியாக இருக்கும்” என்று ஜிகாம் சொன்னான்.

யுகமுடிவு நாள் (கடைசித் தீர்ப்பு நாள்) பற்றி ஒவ்வொரு தலைமுறையும் தனக்குத் தோன்றியவகையில் விளக்கம் கூறுகிறது.

அஸ்மிக் புனித கன்னியாகவே இருந்தாள். கரிய குழாயை, நெளிநெளிக் கூந்தலை, ஒரே பார்வையில் வெற்றிகொள்ளும் ஏக்கம் நிறைந்த கரும் கண்களை அவள் கண்டாள். ஆயினும் அவள் அவற்றுக்கு அடிமைப்பட்டு விடவில்லை. அவளுடைய சிநேகிதிகள் சீற்றம் கொண்டார்கள். இளைஞர்களோ, “அஸ்மிக்கா? அவள் எதுக்கு உதவுவாள்? அவள் நடப்பதையும் பேசுவதையும் சிரிப்பதையும் பார்ப்பதற்கு வேடிக்கையாக இருக்கிறது” என்று வெறுப்புடன் சொன்னார்கள்.

“அவள் தன் வாழ்வில் ஒரே ஒரு முறைதான் அழுதாள்; காலில் ஒரு ஆணி குத்திவிட்டபோது” என்றார்கள்.

அவளை அவ்வளவு அழகுடன் படைத்து இயற்கை தன் சக்தியை வீணடித்துவிட்டது என்றே அனைவரும் நம்பினர். அவள் பார்கெவ் ஆராமஸைக்கூட கவனிக்கவில்லை. ஆயினும் அவன் அவளைக் கவனித்தான். அஸ்மிக் பெண்கள் அனைவரிலும் மிகுந்த வசீகரமானவளாகவும் வெகு அடக்கம் உள்ளவளாகவும் இருந்ததாலேயே அவன் அவளைக் கவனித்தான். அவள் குருடிபோல் தோன்றியதே முக்கியக் காரணம் ஆகும்.

அவள் அவனைப் பார்த்தபோதிலும், உண்மையில் அவனை அவள் பார்த்ததில்லை.

"நாம் நாடகம் பார்க்கப் போகலாம்"

அஸ்மிக்கின் கண்கள் மின்னிப் பிரகாசித்தன.

"வா, போவோம். இன்று என் மனம் சோர்ந்திருக்கிறது."

"மனம் சோர்ந்தபோது மட்டும்தான் நீ நாடகத்துக்குப் போவாயோ?"

"இல்லை. நான் அப்படிச் சொல்லவில்லை."

"ஜெம்மா என்ன ஆனாள்?"

"அவள் அலுப்புத்தர ஆரம்பித்துவிட்டாள்."

"நான் இன்னும் அப்படி ஆகவில்லையோ?"

"நாம் ஒருவரை ஒருவர் இன்னும் அறிந்துகொள்ளவே இல்லையே" என்று பார்கெவ் புன்னகைத்தான்.

"அதை நீ விரும்புகிறாயா?"

"ஆமாம்."

"ஏனோ?"

"நீ புதிதாக இருக்கிறாய். அழகாக இருக்கிறாய். நீ எப்படிப் பட்டவள் என்று நான் இன்னும் தெரிந்துகொள்ளவில்லை."

"அப்படியானால் நான் நிச்சயமாக வரமாட்டேன்."

"நிச்சயம் நீ வருவாய்."

இறுதியில் அஸ்மிக் இணங்கிவிட்டதை அறிந்த ஒவ்வொரு வரும் திகைப்படைந்தனர்.

ஜியார்ஜியப் பிரதேசத்தின் நடிகன் ஒருவன் தனது குழுவுடன் அன்று அந்தி நேரத்தில் நாடகம் நடித்துக்கொண்டிருந்தான். ஒரு ஜியார்ஜிய ஒத்தெல்லோ, ஆர்மேனிய டெஸ்டிமோனாவின் கழுத்தை நெரித்துக் கொல்வதைக் காண்பதற்காக நகரத்தில் பாதிப்பேர் கூடியிருந்தார்கள்.

டெஸ்டிமோனா வழக்கமாகக் கொல்லப்படுவதுபோல்தான் அவனும் அவளைக் கொன்றான். அஸ்மிக்கின் உணர்ச்சிப் பிரதி பலிப்பைக் கண்டு பார்கெவ் ஆச்சர்யம் அடைந்தான்.

நாடக அரங்கைவிட்டு வெளியேறியதும், அவன் "நாம் ஒரு ஓட்டலுக்குப் போவோம்" என்று சொன்னான்.

"நாடகம் அற்புதமாக இருந்தது, இல்லையா?"

"நீ அருகில் இருக்கையில் எதுவும் அருமையாகவே இருக்கும்."

"ஏன்? நான் ஒரு வார்த்தைகூடப் பேசவில்லையே?"

"அதனால் என்ன? நாம் ஓட்டலுக்குப் போவோம். அதுதான் நான் விரும்புவது."

"அப்படியானால் நான் வரவில்லை."

"ஓ, சும்மா வா."

அவர்கள் உள்ளே பிரவேசித்ததுமே மூன்று முக்காட்டுக் காரிகள் ஓடிவந்தார்கள். இந்தவகையில் பள்ளிப் பெண்கள் மூவர் புகழ் பெற்றவர் ஆனார்கள். பார்கெவ் ஆராமஸ் அவர்களுக்குத் தன் கையெழுத்தை இட்டுத்தர இசைந்தான். அந்தக் கணத்திலிருந்து அவர்களது 'ஆட்டோகிராப்' புத்தகங்கள் வரலாற்றுச் சாசனங்கள் ஆகிவிட்டன.

சிங்காரத் தலையினர் மூன்று பேரும் போனார்கள்.

அஸ்மிக் ஒரு கோணல் புன்னகையோடு சொன்னாள்: "நீ ரொம்பப் பிரசித்தமானவன் என்று தெரிகிறது."

"நான் நன்றாக எழுதுவேன். கடைசியாக ஆர்மேனியர்கள் ஒரு நல்ல கவிஞனை அடைவார்கள்."

"இல்லை. அவர்கள் அடையமாட்டார்கள்."

"என்ன சொல்கிறாய்?"

"அவர்கள் அடையமாட்டார்கள், நீ உண்மையான உள்ளொளி பெற்றவனில்லை. நீ உன்னிடமும் உனது அறிவிலும் வெறுமனே மோகம்கொண்டிருக்கிறாய்."

"நான் அறிவாளி என்றுதானே சொல்கிறாய்?"

"ஆமாம். நீ அறிவாளிதான். திறமை உள்ளவன்கூட."

"பின்னே என்ன குறை"?

"எனக்குத் தெரியாது."

"இதுவரை யாராவது உன்னைக் காதலித்தது உண்டா? நீ யாரையாவது காதலித்திருக்கிறாயா என்று நான் கேட்கவில்லை.

உன் ஆசிரியர்களில் ஒருவராவது உன்னைக் கண்டு கிறங்கியிருக்க வேண்டுமே?”

“இல்லை. நான் காதல் வசப்பட்டதேயில்லை. அதற்கும் இப்போதுள்ள இதற்கும் என்ன சம்பந்தம் என்று எனக்குத் தெரியவில்லை.”

“நாம் காதலால் உயிர் வாழ்கிறோம்” என்று பார்கெவ் தொடர்பு இல்லாமல் பேசினான். “நாம் கவிதை எழுதுகிறோம். இரண்டாயிரம் வருஷங்களுக்கும் மேலாகவே ஆர்மேனியர்களாகிய நாம் காதலிப்பதற்காகவே வாழ்ந்திருக்கிறோம்.”

“நல்லது பின்னே, காதலியேன்.”

“யாரை?”

“என்னை”

பார்கெவ் சிரித்தான். “நான் காதலிப்பேன். ஆனால் நீ என்னை மறுத்துவிடுவாய். மரியா மகதலேனாதான் என் ருசிக்கு அதிகம் பிடித்தவள். நீ பரிசுத்த கன்னி.”

“நான் அறிவேன். நான் ஒரு புதிய கிறிஸ்துவைப் பெற்றெடுப்பேன் என்றுகூடச் சொல்கிறார்கள்.” இதைக் கூறி விட்டு அஸ்மிக் சிரித்தாள். பிறகு அவள் பணியாளுக்குச் சைகை காட்டினாள். “என் கணவருக்கு ஒரு கிளாஸ் காக்னக் வேண்டும்.”

பணியாள் சென்றான். பார்கெவ் தன் கையிலிருந்த பானத்தைக் குழப்பத்தோடு கீழே வைத்தான்.

“நீ என்ன சொன்னாய்?”

“ஒரு கிளாஸ் காக்னக்கை உன்னால் குடிக்க முடியாதா?”

“நிச்சயமாக முடியும்.”

“நான் காசு கொடுப்பேன். இதில் குழப்பம் அடைவதற்கு ஒன்றுமில்லை. பார்க்கப்போனால், நாம் இருவரும் மாணவர்கள் தானே.”

பணியாள் திரும்பி வந்தான். “மன்னிக்கவும். உங்களுக்கு எந்த ரகம் தேவை என்று கேட்க மறந்துபோனேன்.”

“என் கணவர் மிகச்சிறந்த பானத்தை மட்டுமே குடிப்பார்.”

பார்கெவ் அவநம்பிக்கையோடு அவளை உற்றுப் பார்த்தபடி இருந்தான்.

“அப்படி விழிக்காதே. அது மரியாதை இல்லை” என்று கூறி அவள் சிரித்தாள்.

“விஷயம் சுவாரஸ்யமாகிக் கொண்டிருக்கிறது.”

“ரசமான விஷயங்கள் இன்னும் எத்தனையோ இருக்கின்றன. நமது ஜனவரி விடுமுறையின்போது நாம் கல்யாணம் செய்து கொள்வோம்.”

“என்னிடம் வந்த பெண்களை எல்லாம் நான் மணந்திருந்தால், எனக்கு எத்தனை மனைவிகள் இருப்பார்கள் தெரியுமா?”

“ஆனால், நீ என்னை மணந்துகொள்வாய். நான் வித்தியாச மானவள்.”

புறப்படுவதற்காக அவர்கள் எழுந்தபோது அஸ்மிக் சொன்னாள்: “கோர் என்னைவிட அதிக அழகி. நாஸிக் என்னைவிட இனியவள். குழாயை வாயில் வைத்திருக்கையில் நீ நன்றாகவேயில்லை. அதை எப்படிப் புகைப்பது என்றும் உனக்குத் தெரியவில்லை. இனிமேல் புகை பிடிக்காதே.”

மறுநாள் காலை பார்கெவ் அஸ்மிக் பற்றியே எண்ணிக் கொண்டிருந்தான். அவளைப் பற்றி அதிகம் நினைக்கநினைக்க, அவனுக்குக் கோபம் அதிகமாக வந்தது. ஒரு கண்ணாடியைக் கடந்து சென்றபோது அதில் தெரிந்த தனது பிம்பத்தை அவன் பார்த்தான். அவனுடைய புகைக்குழாய் அவனுக்கு நன்றாகத் தான் இருந்தது. அஸ்மிக் சொன்னது தப்பு. அவன், வழக்கம் போல், குழாயைப் புகைத்தவாறே யுனிவர்சிட்டிக்குப் போனான். பேராசிரியர் லாலெயன் தாழ்வாரத்தில் அவனை நிறுத்தினார்.

“நான் உன் புத்தகத்தைப் படித்தேன், இளைஞனே. அது எனக்குப் பிடித்திருக்கிறது.”

“நன்றி.”

“எனக்கு நன்றி சொல்வதற்கு ஒன்றுமில்லை. நீ தற்பெருமை கொள்ளாமல் இருந்தால், உண்மையான கவிஞன் ஆவாய்.”

“என்ன?”

“பரவாயில்லை. உனது அடுத்த வகுப்புக்கு மணி அடிக்கிறது”

வகுப்புகளின் இடைவேளையின்போது, முற்றிலும் எதிர்பாராதவிதத்தில், “இன்று மாலை நாம் என் அத்தையைப் பார்க்கப் போவோம்” என்று அஸ்மிக் சொன்னாள்.

"எதுக்காக?"

"அவள் பழங்காலத்து மனுஷி. எனக்கு மணமகனாக வரப் போகிறவனைத் தான் பார்த்தால்ஒழிய, என் கல்யாணத்துக்குச் சம்மதிக்க மாட்டேன் என்று அவள் சொல்லியிருக்கிறாள்."

"இந்தப் பேச்சை நிறுத்து!"

"நீ திரும்பவும் அந்தக் குழாயைப் புகைக்கிறாயா?"

"என்னை யார் தடுப்பது?"

"நீ புகை பிடித்துக்கொண்டேயிருந்தால் நான் உன்னைக் கல்யாணம் பண்ணிக்கொள்ள மாட்டேன்."

"அதை நிறுத்து என்று நான் சொன்னேன்!" என்று பார்கெவ் கோபமாய்க் கூறினான்.

"கோபப்படாதே. நான் நேற்றே அதை உன்னிடம் சொன்னேன்."

அது விசித்திரமாகப்படலாம். அன்று மாலை அவர்கள் சந்திக்கத்தான் செய்தார்கள்.

"நீ பரிசுத்த கன்னி என்றே எல்லோரும் எண்ணுகிறார்கள்."

"அவர்கள் எல்லோருமே தப்புதான். உன் கழுத்துப்பட்டி அழுக்காக இருக்கிறது."

"அதைப்பற்றி உனக்கு என்ன?"

"என் கணவனைக் கவனிக்கவேண்டியது என் கடமை."

"உன் கேலிப் பேச்சுகள் எனக்கு விளங்கவில்லை."

"நான் கேலி பேசவில்லை. மிக உண்மையாகவே பேசுகிறேன்."

"ஆனால் நான்..."

"என்னைக் காதலி."

"என்னை நானே அதுக்குப் பலவந்தப்படுத்த முடியாது."

"பலவந்தம் பண்ணாதே. சும்மா உன் நெஞ்சைக் கேட்டுப் பார். நான் என் வார்த்தைகளை வாபஸ் பெறுகிறேன். நாம் என் அத்தையின் வீட்டுக்குப் போகவேண்டியதில்லை."

ஸாரிக்கின் இருப்பிடத்துக்கு உரிய சாவிகள் பார்கெவ் பையில் கலகலத்தன.

"வா, போவோம்."

"எங்கே?"

"சும்மா வா."

"நான் விளையாட்டுக்குச் சொன்னேன். எரவானில் எனக்கு அத்தை யாரும் இல்லை."

"அது முக்கியம் அல்ல. நாம் போகலாம்."

அஸ்மிக் படுக்கைமீது உட்கார்ந்தாள். அவளது பருத்தித் துணி ஆடையின் கீழ்ப்பகுதி சற்றே மேலேறியது.

"நாம் கல்யாணம் பண்ணிக்கொள்வோம் என்றா நீ சொல்கிறாய்?" என்று பார்கெவ் கரகரத்த குரலில் கேட்டான்.

"இனிமேல் இல்லை."

அவன் சட்டென்று அவளை முத்தமிட்டான். பிறகு பின் வாங்கினான்.

"நான் உன் கல்யாணத்தை இங்கே நிறைவேற்ற மாட்டேன்" என்று கூறி அவள் முறுவலித்தாள்.

"பின்னே நீ ஏன் இங்கே வந்தாய்?"

"நீ கெட்டுப்போய்விட்டாய். எல்லாம் உனக்கு வெகு சுலபமாக வந்து சேர்கிறது. நாம் போகலாம்."

"நீ எங்கும் போகப்போவதில்லை."

"அசட்டுத்தனமாக நடக்காதே. நான் போய்க்கொண்டிருக் கிறேன் என்று நீ நன்கறிவாய். நீ வாசல்வரை வந்து என்னை வழி அனுப்பலாம்."

பார்கெவ் காதல் தவிர்த்த ஏனைய உணர்ச்சிகளைக் – கோபம், ஆச்சர்யம், வேதனை – அனைத்தையும் அனுபவித்தான்.

"வருத்தப்படாதே" என்று கூறி, அஸ்மிக் திடீரென்று அவனைத் தழுவினாள். "இதற்கு முன் உன்னை யாரும் காதலித்தது இல்லை. அவர்கள் உன்னை ஏமாற்றினார்கள். அவர்களை ஏமாற்றிவிட்டதாக நீ நினைத்தாய். என்னை வீட்டுக்கு இட்டுச்செல்."

அதிசயம்தான். அவனது உண்மையான முதல் கவிதை அன்று இரவு பிறந்தது. வெறுக்கத்தகுந்த, வித்தியாசமான, ஒரு பெண்ணைப்பற்றிய கவிதை அது.

அவனுடைய நண்பர்கள் புரியாது குழம்பினார்கள். பார்கெவ் ஆராமஸின் குழாய் திடீரென்று மறைந்துபோயிற்று. அவன் சட்டைகள் இப்போதெல்லாம் எப்பவும் சுத்தமாகவே இருந்தன.

இயல்பாக, அவர்கள் அந்தச் சமயத்தில் கவலைப்படவில்லை. அவளுடைய படிப்பு அறையின் சன்னலுக்குக் கீழே அவன் பல மணி நேரம் நிற்க நேரிட்டது. சதுக்கத்தில் ஒரு பெஞ்சில், தன்னை மணந்துகொள்ளும்படி அவளை அவன் திரும்பத்திரும்ப கேட்க வேண்டியதாயிற்று. அப்புறம், பார்கெவ் ஆராமஸ் கழுத்தில் ஒரு 'டை' கட்டக் கற்றுக்கொண்டதும், அவன் மற்ற அனைவரையும் போலவே ஆகிவிட்டான். அஸ்மிக் மட்டுமே வித்தியாசமாகக் கருதினாள். அவள் வேறுவிதமாகக் கருதி, வெகுவாகச் சந்தோஷப்பட்டாள்.

1918

☙❦❧

காதலைப் பற்றிப் பேசும்போது நாம் பேசுவது

ஆங்கிலத்தில்: ரோமண்ட் கார்வர்
தமிழில்: ஜி.குப்புசாமி

என் நண்பனும், இருதய சிகிச்சை மருத்துவனுமான ஹெர்ப்மெக்கின் பேசிக்கொண்டிருந்தான். அவனது சமையலறை மேஜையில் நாங்கள் நால்வர் அமர்ந்து ஜின் அருந்திக் கொண்டிருந்தோம். அது சனிக்கிழமை பிற்பகல். ஸிங்க்குக்குப் பின்னாலிருந்த பெரிய சன்னலிலிருந்து சூரிய வெளிச்சம் சமையலறையை நிரப்பியிருந்தது. அங்கே இருந்தது ஹெர்ப்பும், நானும், அவனுடைய இரண்டாவது மனைவி தெரசாவும் – அவளை டெர்ரி என்றழைப்போம் – என் மனைவியும். எங்கெங்கிருந்தோ வந்திருந்தாலும் நாங்கள் இப்போது அல்புகெர்கீவில்தான் வசித்து வருகிறோம். மேஜையில் ஒரு ஐஸ் பக்கெட் இருந்தது. பக்கத்தில் ஜின்னும் டானிக் வாட்டரும். பேச்சு எப்படியோ காதல் என்ற விஷயத்தைப் பற்றி நகர்ந்துவிட்டது. உண்மையான காதல் என்பது ஆத்மார்த்தமானது என்று ஹெர்ப் நினைத்தான். அவன் தனது இளம்வயதில் மருத்துவக்கல்லூரியில் சேருவதற்கு முன்னால் ஐந்து வருடங்கள் ஒரு சமய போதனைக் கூடத்தில் இருந்திருக்கிறான். அதே நேரத்தில்தான் சர்ச்சையும் துறந்திருக்கிறான். ஆனால் அந்த மதப்பள்ளியில் அவன் கழித்த வருடங்கள்தான் அவன் வாழ்க்கையிலேயே முக்கியமான வருடங்கள் என்று இப்போதும் சொல்லிக்கொண்டிருக்கிறான்.

ஹெர்ப்போடு வாழத்தொடங்குவதற்கு முன்னால் டெர்ரியோடு வாழ்ந்து வந்தவன் அவளை மிகவும் உக்கிரமாக

காதலித்து வந்தான் என்றும் அதற்காக அவளைக் கொல்வதற்கே முயன்றான் என்றும் டெர்ரி சொன்னாள். அதை கேட்டதும் ஹெர்ப் உரக்கச் சிரித்தான். முகத்தைக் கோணலாக்கிக் காட்டினான். டெர்ரி அவனைப் பார்த்தாள். பின், அவன் ஒருநாள் என்னைப்போட்டு அடித்தான். அதுதான் நாங்கள் ஒன்றாகக் கழித்த கடைசி இரவு. என் கணுக்காலைப் பிடித்து வசிப்பறை முழுக்க என்னை இழுத்து வந்தான். "ஐ லவ் யூ, உனக்குத் தெரியுமா? ஐ லவ் யூ, பெட்டை நாயே, என்று கத்திக்கொண்டே என்னைத் தரதரவென்று இழுத்து வந்தான். என் தலை வழியெங்கும் இடித்துக்கொண்டே வந்தது. மேஜையில் அமர்ந்திருந்த எங்களை நிமிர்ந்து பார்த்துவிட்டு கோப்பையைப் பிடித்திருந்த தன் கைகளை உற்றுப்பார்த்தாள். இதைப் போன்ற ஒரு காதலை வைத்துக்கொண்டு என்ன செய்வீர்கள்? என்றாள். அவள் ஓர் அழகான முகம் கொண்ட ஒல்லிக்குச்சிப் பெண். கரிய விழிகள். முதுகில் வழியும் பழுப்புக் கூந்தல்.

டர்க்காய்ஸ் நெக்லஸ்களும் நீண்ட தொங்கட்டான் காதணிகளும் அவளுக்கு விருப்பமானவை. ஹெர்ப்பைவிட பதினைந்து வருடங்கள் இளையவள். அவ்வப்போது அனோரெக்ஸியா என்ற பசியின்மையில் அவதியுற்றிருக்கிறாள். 1960களின் பிற்பகுதியில், ஒரு செவிலியர் பள்ளிக்குச் செல்வதற்கு முன் அவள் பள்ளியிலிருந்து 'டிராப் அவுட்' ஆகியிருக்கிறாள். அவளே தன்னை அழைத்துக்கொள்வதைப் போல 'தெருப்பொறுக்கி'யாக இருந்திருக்கிறாள். ஹெர்ப் அவளைச் சிலமுறை ஆசையோடு அவனுடைய ஹிப்பி என்பான்.

"மைகாட், அபத்தமாகப் பேசாதே. அதைப்போய் காதல் என்பாயா?" என்றான் ஹெர்ப். "அதை என்னவென்று சொல்வதற்குத் தெரியவில்லை – பைத்தியக்காரத்தனம் என்று வேண்டுமானால் சொல்வேன் – ஆனால் நிச்சயமாகக் காதல் கிடையாது."

"நீங்கள் என்ன வேண்டுமானாலும் சொல்லிக்கொள்ளுங்கள், ஆனால் அவன் என்னைக் காதலித்தான் என்பது எனக்குத் தெரியும்," டெர்ரி சொன்னாள். "எனக்கு அது நன்றாகவே தெரியும். உங்களுக்குப் பைத்தியக்காரத்தனமாகத் தெரியலாம், ஆனால் அதுதான் உண்மை. எவ்வளவோவிதமான மனிதர்கள் இருக்கிறார்கள் ஹெர்ப். சிலவேளைகளில் அவன் வெறித்தனமாக நடந்திருக்கலாம். சரி, ஆனால் அவனுக்கு என்மேல் பெரும் காதல்

இருந்தது. அவனுக்கே உரித்தான ஒருவிதத்தில் என்னை அவன் நேசித்தான். அதில் காதல் இருந்தது, ஹெர்ப். இல்லையென்று சொல்லாதீர்கள்”

ஹெர்ப் கனமாகப் பெருமூச்செறிந்தான். கோப்பையை எடுத்துக்கொண்டு என்னையும் லாராவையும் நோக்கித் திரும்பினான். “அவன் என்னைக்கூட கொலை செய்வதாகப் பயமுறுத்தியிருக்கிறான். “கோப்பையைக் காலிசெய்துவிட்டு ஜின் பாட்டிலை எடுத்தான். “டெர்ரி ஒரு ரொமாண்டிக். டெர்ரி, என்னை நீ எட்டி உதைத்தாலும் என்னை நீ நேசிக்கிறாய் என்பது தெரியும் என்கிற ஸ்கூலைச் சேர்ந்தவள். டெர்ரி, ஹாங்..., என்னை அப்படிப் பார்க்காதே” மேஜைமேல் குனிந்து, அவள் கன்னத்தை விரல்களால் தொட்டான். அவளைப் பார்த்துச் சிரித்தான்.

“இப்போது என்னைச் சமாதானப்படுத்துகிறாராம்,” என்றாள் டெர்ரிட் “இவ்வளவு தூரத்திற்குப் பேசிய பிறகு....” அவள் புன்னகைத்துக்கொண்டிருக்கவில்லை.

“எதற்காகச் சமாதானம் செய்கிறேன் என்கிறாய்?” என்றான் ஹெர்ப். “சமாதானம் செய்யும்படி என்ன நடந்துவிட்டது? எனக்கு நன்றாகத் தெரிந்த ஒரு விஷயத்தைச் சொன்னேன், அவ்வளவுதான்”.

“அப்படியென்றால் அதை என்னவென்று சொல்வீர்கள்?” என்றாள் டெர்ரி. “இந்த விஷயத்தை எப்படித்தான் சொல்வது?” அவள் தன் கோப்பையை உயர்த்திவிட்டுப் பருகினாள். “ஹெர்ப்புக்கு எப்போதுமே மனம் முழுக்கக் காதல்தான்” என்றாள். “இல்லையா ஹனி?” அவள் இப்போது புன்னகைத்தாள். சண்டை தீர்ந்துவிட்டது என்று நினைத்தேன்.

“கார்ல்லின் நடத்தையைக் காதல் என்று சொல்லமாட்டேன் என்றுதான் சொல்கிறேன், ஹனி” என்றான் ஹெர்ப். லாராவையும் என்னையும் நோக்கித்திரும்பி, “நீங்கள் என்ன நினைக்கிறீர்கள்?” என்றான். “அதைக் கேட்டால் காதல் என்று உங்களுக்குப் படுகிறதா?”

நான் தோளைக் குலுக்கினேன். “இதைக் கேட்பதற்கு நான் சரியான ஆள் அல்ல. அந்த மனிதனைப்பற்றி எனக்குத் தெரியவே தெரியாது. போகிறபோக்கில் கேள்விப்பட்டதுதான். கார்ல், அது ஒரு பெயர். அதைத்தவிர வேறெதுவும் எனக்குத் தெரியாது. எல்லா

விபரங்களையும் தெரிந்துகொண்டு பேசவேண்டும், இல்லையா? ஒரேயடியாகக் காதல் அல்ல என்றும் சொல்லிவிடமுடியாது, ஆனால் யாரால் சொல்லமுடியும்? அன்பைக் காட்டுவதற்கு எவ்வளவோ வித்தியாசமான நடத்தைகள். ஆனால் அது என் வழியல்ல. ஆனால் ஹெர்ப், காதல் என்பது வரம்பற்ற முழுமை கொண்டது என்று நீ சொல்கிறாயா?"

"நான் சொல்லவருகிற காதல் எந்த விதமானதென்றால்," என்று ஆரம்பித்தான் ஹெர்ப், "நான் சொல்லவருகிற காதல் என்பது ஆட்களைக் கொல்வது அல்ல"

லாரா, என் அன்புக்குரிய குண்டுப்பெண்ணான இனிய லாரா நிதானமாகப் பேசினாள். "கார்லைப் பற்றியோ, அப்போதிருந்த நிலைமையைப் பற்றியோ எதுவும் எனக்குத் தெரியாது. வேறு ஒருவரின் நிலைமையைப் பற்றி மற்றவர் எப்படி மதிப்பிட முடியும்? ஆனால் இப்படியெல்லாம் உன்மீது வன்முறை பிரயோகிக்கப்பட்டிருப்பது இதுவரை எனக்குத் தெரியாது."

லாராவின் பின்னங்கையைத் தொட்டேன். என்னைப் பார்த்து புன்னைத்துவிட்டு டெர்ரியின் பக்கம் திரும்பினாள். லாராவின் கையை எடுத்து வைத்துக்கொண்டேன். கை வெதுவெதுப்பாக இருந்தது. நகங்கள் பாலீஷ் இடப்பட்டு நேர்த்தியாக வெட்டப்பட்டிருந்தன. அவளுடைய கனமான மணிக்கட்டை என் விரல்களால் வளையலைப் போல சக்கரமிட்டுப் பற்றிக்கொண்டேன்.

"நான் அவனைவிட்டு வந்தபின், எலி மருந்தைக் குடித்து விட்டான்" என்றாள் டெர்ரி. கைகளைக் கோர்த்துக்கொண்டாள். "நாங்கள் அப்போது வசித்து வந்த ஸாண்டாஃபேவில் உள்ள மருத்துவமனையில் அவனைச் சேர்த்தார்கள். உயிர் பிழைத்து விட்டானென்றாலும் அவன் பல் ஈறுகள் தனியாகப் பிளந்து கொண்டன. அதாவது, பற்களிலிருந்து விடுபட்டுச் சுருண்டு கொண்டன. அப்புறம் அவன் பற்களெல்லாம் பாம்புப் பற்கள் போல துருத்திக்கொண்டு தெரிந்தன, ஐயோ கடவுளே," என்றாள். ஒரு நிமிடம் கழித்துக் கைகளை விடுவித்துக்கொண்டு கோப்பையை எடுத்தாள்.

"மனிதர்கள் என்னவெல்லாம் செய்கிறார்கள்!" என்றாள் லாரா. "அவர்மேல் பாவமாகத்தான் இருக்கிறது, அவர் செய்தது பிடிக்கவில்லையென்றாலும் இப்போது எங்கே இருக்கிறார்?"

"இப்போது இல்லை, இறந்துவிட்டான்" என்றான் ஹெர்ப். எலுமிச்சம்பழங்கள் வெட்டி வைக்கப்பட்டிருந்த தட்டை என்னிடம் நகர்த்தினான். ஒன்றை எடுத்து என் பானத்தில் பிழிந்துகொண்டேன். ஐஸ் கட்டிகளை விரல்களால் கலக்கிக் கொண்டேன்.

"கோரமான சாவு" என்றாள் டெர்ரி. "வாயில் வைத்து சுட்டுக் கொண்டான். அதையும் சரியாகச் செய்யவில்லை, சொதப்பி விட்டான். கார்ல் பாவம்," என்றாள். தலையைக் குலுக்கி கொண்டாள்.

"பாவமெல்லாம் இல்லை" என்றான் ஹெர்ப். "அவன் அபாயகரமானவன்". ஹெர்ப்புக்கு நாற்பத்தி ஐந்து வயது. உயரமாக, ஒல்லியாக, அலைபாயும் நரைமுடிகளுடன் இருந்தான். அவன் ஆடிய டென்னிஸ் காரணமாக முகமும் கைகளும் பழுப்பாக இருந்தன. போதையில்லாமல் அவன் இருக்கும்போது அவன் நடத்தை, அசைவுகள் எல்லாமே கச்சிதமாக, ஜாக்கிரதையாக இருக்கும்.

"அவன் என்னை நேசித்தான், ஹெர்ப், நான் சொல்வதை ஒப்புக்கொள்ளுங்கள்" என்றாள் டெர்ரி. "அவ்வளவுதான் கேட்கிறேன். நீங்கள் என்னை நேசிக்கிறவிதத்தில் அவன் நேசிக்கவில்லை. அப்படி நான் சொல்லவில்லை. ஆனால் அவன் என்னை நேசித்தான். அதைக்கூட ஒப்புக்கொள்ள மாட்டீர்களா? நான் கேட்பது அதிகமில்லையே!"

"சொதப்பிவிட்டான் என்றாயே, என்ன அது?" என்று கேட்டேன். லாரா கோப்பையோடு முன்னால் குனிந்தாள். முழங்கைகளை மேஜையில் ஊன்றிக்கொண்டு, கோப்பையை இரண்டு கைகளாலும் அணைத்துப் பிடித்துக்கொண்டாள். ஹெர்ப்பையும் டெர்ரியையும் மாறிமாறிப் பார்த்தாள். வியப்புற்றிருந்த அவள் முகத்தில் தனக்கு நெருக்கமாகத் தெரிந்தவர்களின் வாழ்க்கைகளில் இப்படியெல்லாம்கூட நடக்குமாவென்ற பாவம் தெரிந்தது. ஹெர்ப் தனது கோப்பையை முடித்தான். "தற்கொலை செய்து கொள்ளும்போது சொதப்பி விட்டான் என்றால் எப்படி?" என்று மறுபடியும் கேட்டேன்.

"என்ன நடந்ததென்று நான் விளக்குகிறேன்," ஹெர்ப் சொன்னான். "டெர்ரியையும் என்னையும் பயமுறுத்துவதற்காக அவன் வாங்கியிருந்த கைத்துப்பாக்கியை எடுத்துக்கொண்டான்.

ஓ, நான் சீரியஸாகத்தான் சொல்கிறேன். அதை உபயோகப்படுத்தத் தான் திட்டமிட்டிருந்தான். நாங்கள் அந்த நாட்களில் வாழ்ந்த விதத்தை நீங்கள் பார்த்திருக்கவேண்டும். தலைமறைவாகும் குற்றவாளிகள்போல. என்னை ஓர் அகிம்சாவாதியாகத்தான் நினைத்துக்கொண்டிருந்தேன், 'ஆனால் நானே ஒரு கைத்துப்பாக்கி வாங்கி வைத்துக்கொண்டேன், தற்பாதுகாப்புக்காக. பையிலேயே வைத்திருந்தேன். சில நேரங்களில் நட்ட நடுராத்திரியில் எழுந்து மருத்துவமனைக்குச் செல்ல வேண்டியிருக்கும், டெர்ரிக்கும் எனக்கும் அப்போது திருமணமாகியிருக்கவில்லை. என் முதல் மனைவி எனது வீடு, குழந்தைகள், நாய்க்குட்டி எல்லாவற்றையும் கவர்ந்துகொண்டு சென்று விட்டிருந்தாள். நானும் இவளும் இந்த அபார்ட்மெண்ட்டில் குடியிருந்தோம். நான் சொன்னதைப்போல, சிலநேரங்களில் நள்ளிரவு இரண்டு, மூன்று மணிக்கெல்லாம்கூட மருத்துவமனையிலிருந்து அழைப்பு வரும். கார் நிறுத்துமிடம் இருட்டாக இருக்கும். காருக்கருகே போய்ச் சேருவதற்குள் எனக்குப் பயத்தில் வியர்த்துவிடும். பக்கத்தில் புதரிலிருந்து மேலே பாய்வானோ, அல்லது காருக்குப் பின்னால் ஒளிந்திருந்து சுடுவானோ என்று பயமாக இருக்கும். அவன் ஒரு வெறிபிடித்த கிறுக்கன். என் காரில் குண்டுகூட வைக்கக்கூடியவன். எதுவேண்டுமானாலும் செய்திருப்பான். என் தொலைபேசியின் ஆன்ஸரிங் கருவியில் கண்டநேரத்தில் அவன் என்னை அழைத்திருப்பது தெரியும். டாக்டரிடம் பேசவேண்டும் என்று குரலைப் பதிவு செய்திருப்பான். கூப்பிட்டால். நாய்க்குப் பிறந்தவனே, உனது நாட்கள் எண்ணப்பட்டுவிட்டன" என்பான், இதைப்போல சில்லறைத்தனமான விஷயங்கள். ஆனால் ஒன்று சொல்கிறேன், ரொம்பவுமே பயமாகத்தான் இருந்தது"

"இப்போதும் அவனை நினைத்தால் பாவமாகத்தான் இருக்கிறது" என்றாள் டெர்ரி. அவள் பானத்தை உறிஞ்சிக்கொண்டே ஹெர்ப்பை வெறித்தாள். ஹெர்ப் பதிலுக்கு மௌனமாகப் பார்த்துக் கொண்டிருந்தான்.

"பயங்கரமான துர்க்கனவைப் போலிருக்கிறது." என்றாள் லாரா. "அவர் சுட்டுக்கொண்டதும் உண்மையில் என்னதான் நடந்தது?" லாரா ஒரு சட்டச் செயலாளர். தொழில்ரீதியாகச் சந்தித்தோம். சுற்றிலும் நிறையப் பேர் இருந்தனர். ஆனாலும் நாங்கள் மட்டும் பேசிக்கொண்டேயிருந்தோம். இரவு உணவுக்கு அவளை அழைத்தேன். என்னவென்று அறிந்துகொள்வதற்கு

முன்பே எங்களுக்குள் ஒரு பிணைப்பு ஏற்பட்டிருந்தது. அவளுக்கு முப்பதைந்து வயது. என்னைவிட மூன்று வயது இளையவள். காதல் என்பதைத்தாண்டி, இருவருக்கும் ஒருவரோடொருவர் பேசிக்கொண்டிருக்கும் கம்பெனி மிகவும் பிடித்திருந்தது. அவளோடு பேசிக்கொண்டிருப்பது அவ்வளவு சுலபமானது. “என்ன நடந்தது?” லாரா மீண்டும் கேட்டாள்.

ஹெர்ப் ஒரு நிமிடம் மௌனமாக இருந்தான். கோப்பையை கையில் சுழற்றிக்கொண்டிருந்தான். பின் பேசினான்: “அறையைப் பூட்டிக்கொண்டு வாய்க்குள் வைத்துச் சுட்டுக்கொண்டான். யாரோ சத்தம் கேட்டு மேலாளரிடம் சொல்லியிருக்கிறார்கள். அவர்கள் மாற்று சாவியைக்கொண்டு கதவைத் திறந்து, என்ன நடந்திருக்கிறது என்பதை பார்த்துவிட்டு ஆம்புலன்ஸைக் கூப்பிட்டிருக்கின்றனர். அவரசப்பிரிவுக்கு அவனைக் கொண்டு வந்தபோது நான் அங்கேயிருந்தேன். வேறு ஒரு கேஸைக் கவனித்துக்கொண்டிருந்தேன். அவன் உயிரோடுதான் இருந்தான், ஆனால் யாரும் எதுவும் செய்து காப்பாற்ற முடியாத நிலை. இருந்தாலும் அவன் மேலும் மூன்று நாட்கள் உயிரோடு இருந்தான். அவன் தலை இரண்டு மடங்கு வீங்கியிருந்தது: ஆம், நான் பொய் சொல்லவில்லை. அதைப்போல அதற்குமுன் நான் பாத்ததேயில்லை, பார்க்கவும் விருப்பமில்லை. டெர்ரிக்குத் தெரிந்ததும் அவள் மருத்துவமனைக்கு வந்து அவன் பக்கத்தில் உட்கார்ந்திருக்க வேண்டுமென்றாள். அதற்காக எங்களுக்குள் சண்டை நடந்தது. அவன் அந்த நிலையில் இருப்பதை அவள் பார்க்கவேண்டாமென்று நினைத்தேன்.”

“சண்டையில் யார் ஜெயித்தது?” லாரா கேட்டாள்.

“அவன் இறந்தபோது அவனோடு அறையில் இருந்தேன்,” என்றாள் டெர்ரி. “அவனுக்கு நினைவு திரும்பவேயில்லை. எந்த நம்பிக்கையும் இருக்கவில்லை. ஆனாலும் அவனருகே அமர்ந்திருந்தேன். அவனுக்கென்று யாரும் இல்லை.”

“அபாயாகரமான பைத்தியம் அவன்” என்றான் ஹெர்ப். “அதைக் காதல் என்று நீ சொல்வதாக இருந்தால் சொல்லிக்கொள்.”

“அது காதல்தான்” என்றாள் டெர்ரி. “ பெரும்பாலானவர்களின் பார்வையில் அது அசாதாரணமாகத்தான் தெரியும், ஆனால் அதற்காக அவன் உயிரைக் கொடுக்கவும் தயாராகவும் இருந்தான். உயிரையும் கொடுத்திருக்கிறான்”

“என் தலையே போனாலும் அதைக் காதல் என்று சொல்ல மாட்டேன்,” என்றான் ஹெர்ப். “அவன் எதற்காகச் செத்தான் என்று நமக்குத் தெரியாது. நான் நிறைய தற்கொலைகளைப் பார்த்திருக்கிறேன். அப்படி இறந்தவர்களுக்கு நெருக்கமானவர் களாக இருந்தவர்களுக்கு அதற்கான நிச்சயமான காரணம் தெரிவதேயில்லை. அவர்கள் காரணமென்று கூறுகின்ற விஷயங்களும் சந்தேகமாகவே இருந்திருக்கின்றன..” அவன் கைகளை கழுத்துக்குப் பின்னால் கோர்த்துக்கொண்டு நாற்காலியின் பின்னங்கால்களுக்கு சாய்த்தான். “அந்த மாதிரியான காதலில் எனக்கு ஆர்வமில்லை. அது காதலென்றால், அப்படியே இருக்கட்டும்.”

ஒரு நிமிடம் கழித்து டெர்ரி பேசினாள்: “நாங்கள் மிரண்டு போயிருந்தோம். ஹெர்ப்கலிபோர்னியாவில் இருக்கும் அவருடைய சகோதரருக்கு தனது உயிலை எழுதி அனுப்பிவிட்டார். தனக்கு மர்மமாகவோ, அல்லது மர்மமின்றியோ ஏதாவது அசம்பாவிதம் நேர்ந்துவிட்டால் அதற்குக் காரணம் யாராக இருக்கும் என்பதைக் குறிப்பிட்டு எழுதியிருந்தார்!” அவள் தலையை குலுக்கிக்கொண்டு சிரித்தாள். அவள் கோப்பையிலிருந்து அருந்தினாள். தொடர்ந்தாள்: “ஆனால் நாங்கள் தலைமறைவு குற்றவாளிகள் போலத்தான் பதுங்கியிருந்தோம். அவன்மேல் பயமாக இருந்தது, அதில் சந்தேகமே இல்லை. ஒரு கட்டத்தில் நான் காவல் நிலையத்திலேயே புகார் கொடுத்தேன். ஆனால் அவர்கள் உதவியாக இல்லை. அவன் ஹெர்ப்பை ஏதாவது உண்மையிலேயே செய்யும்வரை அவனைக் கைது செய்யவோ, வேறு எந்த நடவடிக்கை எடுக்கவோ முடியாது என்றனர். வேடிக்கையாக இல்லை?” அவள் கோப்பையில் கடைசி ஜின்னை சரித்துக்கொண்டு காலி பாட்டிலை ஆட்டிக்காட்டினாள். ஹெர்ப் எழுந்து அலமாரிக்குச் சென்று இன்னொரு பாட்டில் ஜின்னை எடுத்து வந்தான்.

“நிக்கும் நானும் காதலிக்கிறோம்” என்றாள் லாரா. “இல்லையா நிக்?” என் முட்டியின்மேல் அவள் முட்டியை இடித்தாள். “ நீங்கள் ஏதாவது இப்போது பேசவேண்டும்,” அவள் அகலமான புன்னகையை என் மீது வீசினாள். “எங்களுக்குள் நன்றாக ஒத்துப்போகிறது, என்றுதான் நினைக்கிறேன். எப்போதும் ஒன்றாக வாழவே விரும்புகிறோம். ஒருவர் மற்றவரை இதுவரை அடித்தது இல்லை, அதற்காக கடவுளுக்கு நன்றி. நாங்கள்

பரிபூர்ண சந்தோஷத்தில் இருப்பதாகத்தான் சொல்வேன்" என்றாள்.

இதற்குப் பதிலளிப்பதுபோல அவள் கையை எடுத்து என் உதடுகளுக்கு உயர்த்தினேன். அவள் கையை முத்தமிடுவதுபோலப் பாவித்தேன். அனைவரும் சிரித்தனர். "நாங்கள் அதிர்ஷ்டசாலிகள் தாம்," என்றேன்.

"ஹேய், நிறுத்துங்கள்," என்றாள் டெர்ரி. "நீங்கள் என்னை நோகடிக்கிறீர்கள் நீங்கள் இன்னமும் தேனிலவில்தான் இருக்கிறீர்கள். அதனால்தான் இப்படியெல்லாம் நடந்து கொள்கிறீர்கள். ஒருவர் மேல் மற்றவருக்கு உள்ள பிரமிப்பு இன்னும் அடங்கவில்லை. கொஞ்சம் பொறுங்கள். எவ்வளவு நாள் இப்படியே இருந்துவிடப் போகிறீர்கள்? எவ்வளவு வருடமாகிறது? ஒரு வருடமா? ஒரு வருடத்திற்கு அதிகமா?"

"ஒன்றரை வருடங்கள்," லாரா இன்னமும் நாணத்தில் சிவந்து புன்னகைத்துக் கொண்டிருந்தாள்.

"நீங்கள் இன்னமும் தேனிலவில்தான் இருக்கிறீர்கள்" என்றாள் மறுபடியும். "கொஞ்சநாள் பொறுத்திருங்கள்" கோப்பையை ஏந்தியபடி லாராவை நேராகப் பார்த்து, "சும்மா விளையாட்டுக்குச் சொன்னேன்," என்றாள்.

ஹெர்ப் ஜின்னைத் திறந்துகொண்டு மேஜையைச் சுற்றி வந்தான். "டெர்ரி, ஜீஸஸ், நீ அதைப்போலப் பேசக்கூடாது, தமாஷுக்காகக்கூட, விளையாட்டுக்காகக்கூட, துரதிர்ஷ்டத்தைக் கொண்டுவந்துவிடும். நீங்கள் இருவரும் இங்கே பாருங்கள். உங்களுக்காக, உங்கள் காதலுக்காக, தூய்மையான காதலுக்காக இதைப் பருகுவோம்."

"காதலுக்காக" என்றோம் கூட்டாக.

வெளியே, பின்கட்டிலிருந்து நாய் ஒன்று குரைக்கும் சத்தம் கேட்டது. ஜன்னலுக்கு குறுக்கே சாய்ந்திருந்த ஆஸ்பென் மரத்தின் இலைகள் காற்றில் சிலிர்த்துக்கொண்டன. பிற்பகல் சூரியவெளிச்சம் தானும் ஓர் அங்கத்தினன் போல அறைக்குள் இருந்தது. திடீரென சூழல் இளகி, மேஜையில் நட்புணர்வும் இணக்கமும் பரவின. நாங்கள் எங்கு வேண்டுமானாலும் இருந்திருக்கலாம். எங்கள் கோப்பைகளை மீண்டும் உயர்த்தினோம். ஏதோ உடன்படிக்கை ஏற்பட்ட குழந்தைகள்போல ஒருவரை யொருவர் பார்த்துச் சிரித்துக்கொண்டோம்.

இதை உடைக்கும்விதமாக, கடைசியில் ஹெர்ப் பேசினான். "உண்மையான காதல் என்றால் என்னவென்று நான் சொல்கிறேன். ஒரு நல்ல உதாரணம் தருகிறேன், பிறகு நீங்களே முடிவெடுத்துக் கொள்ளுங்கள்." அவன் கோப்பைக்குள் இன்னும் கொஞ்சம் ஜின் ஊற்றிக்கொண்டான். ஐஸ் கட்டி ஒன்றையும், எலுமிச்சம் துண்டு ஒன்றையும் சேர்த்துக்கொண்டான். பானத்தை உறிஞ்சியபடி அவன் பேசக் காத்திருந்தோம். லாராவும் நானும் எங்கள் முட்டிகளால் மீண்டும் தொட்டுக்கொண்டோம். அவளது வெதுவெதுப்பான தொடையின்மீது கையைப் பதித்து அப்படியே எடுக்காமல் இருந்தேன்.

"உண்மையான காதலைப் பற்றி நம்மில் யாருக்காவது ஏதாவது தெரியுமா?" என்று கேட்டான் ஹெர்ப். "நான் சொல்வதை நீங்கள் மன்னிப்பதாக இருந்தால், ஒன்று சொல்கிறேன். எனக்கென்னவோ நாமெல்லோருமே காதல் விஷயத்தில் கற்றுக்குட்டிகள் என்றுதான் தோன்றுகிறது. ஒருவரையொருவர் காதலிப்பதாக சொல்லிக்கொள்கிறோம், காதலிக்கிறோம் தான், அதில் சந்தேகமில்லை. ஒருவரையொருவர் காதலிக்கிறோம், ஆழமாகக் காதலிக்கிறோம். நாமெல்லோருமே. நான் டெர்ரியைக் காதலிக்கிறேன், டெர்ரி என்னை காதலிக்கிறாள், நீங்கள் ஒருவரையொருவர் காதலிக்கிறீர்கள். நான் இப்போது பேசிக்கொண்டிருக்கிற காதல் உங்களுக்குத் தெரியும் செக்ஸுவல் காதல். மற்றவர் மேல், துணையின் மேல் உண்டாகிற இனக்கவர்ச்சி. அப்புறம் சாதாரணமான, எளிய, தினசரி காதல். மற்றவர் நலன்மீது அக்கறை, பிரியம் கொண்டிருக்கும் இருவரும் பக்கத்திலேயே இருக்கவேண்டுமென்ற வழக்கமான காதல். பாலுணர்வு காதல், பிறகு உணர்ச்சிகரக் காதல், அப்புறம் மற்றவர் மேல் அக்கறைகொண்ட பாசமிகு காதல். சிலநேரங்களில், என்னுடைய முதல் மனைவியைக்கூட நான் ஆழமாகக் காதலித்திருக்கக் கூடுமென்று தோன்றும். ஆனால் அதுதான் உண்மை, நான் அவளைக் காதலித்திருக்கிறேன் என்பது எனக்குத் தெரியும். அதனால், நீங்கள் எதுவும் சொல்வதற்கு முன்பாகவே நானே சொல்லிவிடுகிறேன். இந்த விஷயத்தில் நானும் டெர்ரியைப்போலத்தான். டெர்ரியும் கார்ல்லும்.." அவன் ஒரு நிமிடம் யோசித்துவிட்டு தொடர்ந்தான். "ஒரு காலத்தில் என் முதல் மனைவியை என் உயிரைவிட அதிகமாக நேசிப்பதாக நினைத்தேன்; ஆனால் இப்போது அடிவயிற்றிலிருந்து

வெறுக்கிறேன். ஆம். இதற்கு என்ன சொல்கிறீர்கள்? அந்தக் காதலுக்கு என்ன ஆயிற்று? கரும்பலகையில் இருந்ததை அழித்துவிட்டதைப்போல அந்தக் காதல் இல்லவே இல்லாததைப்போல இதுவரை நடந்தேயிருக்காததைப்போல அழிந்துவிட்டதா? அதற்கு என்ன நேர்ந்தது என்பதைத்தான் நான் அறிந்துகொள்ள விரும்புகிறேன். யாராவது சொன்னால் நன்றாக இருக்கும். அப்புறம் கார்ல். சரி, கார்ல் விஷயத்திற்கு மீண்டும் வருகிறோம். அவன் டெர்ரியைக் கொலை செய்ய முயற்சிக்குமளவுக்கு அவளைக் காதலித்திருக்கிறான், கடைசியில் தற்கொலையும் செய்துகொண்டிருக்கிறான்" அவன் பேசுவதை நிறுத்திவிட்டு தலையை குலுக்கிக்கொண்டான். "நீங்கள் இருவரும் பதினெட்டு மாதங்களாக ஒன்றாக இருக்கிறீர்கள், ஒருவரையொருவர் உக்கிரமாகக் காதலிக்கிறீர்கள், அது உங்களிடம் பட்டவர்த்தனமாகத் தெரிகிறது. காதலில் நீங்கள் ஜொலித்துக்கொண்டிருக்கிறீர்கள். ஆனால் நீங்கள் இருவரும் ஒருவரையொருவர் சந்திப்பதற்கு முன்னால் வேறு யாரையோ காதலித்திருக்கிறீர்கள். எங்களைப் போலவே உங்களுக்கும் இதற்குமுன் திருமணம் ஆகியிருக்கிறது. அதற்கு முன்னாலும் நீங்கள் வேறு சிலரைக் காதலித்திருக்கலாம் டெர்ரியும் நானும் ஐந்து வருடங்களாக ஒன்றாக இருக்கிறோம், திருமணமாகி நான்கு வருடங்களாகின்றன. இதில் உள்ள மோசமான விஷயம், படுமோசமான விஷயம் என்னவென்றால், அதை நல்ல விஷயம் என்றுகூட சொல்லலாம், எங்களில் ஒருவருக்கு ஏதாவது நடந்துவிட்டால் இதைச் சொல்வதற்காக மன்னியுங்கள். நாளைக்கே எங்களில் யாருக்காவது ஏதாவது நடந்துவிட்டால் மற்றவர் என்ன செய்வார்? கொஞ்ச காலம் துக்கப்படுவார். அப்புறம் உயிரோடு இருக்கும் அந்த நபர் வேறு யாரையாவது மீண்டும் காதலிக்கத் தொடங்கிவிடுவார். அப்புறம் இவையெல்லாம், இந்தக் காதல் எல்லாம், ஏசுவே, அதை என்னவென்று சொல்ல? வெறும் ஞாபகங்களாகத்தான் ஆகிவிடும். ஞாபகங்களாகக்கூட இல்லாமல் போகலாம். அப்படித்தான் இருக்கவும் வேண்டும் என்கிறேன். நான் சொல்வது தவறா? அபத்தமாகப் பேசுகிறேனா? டெர்ரியும் நானும் எவ்வளவுதான் உண்மையாக காதலித்து வந்தாலும், அப்படித்தான் எங்கள் விஷயத்திலும் நடக்கும். நம் எல்லோருக்குமே அப்படித்தான். நிச்சயமாகச் சொல்வேன். நாமெல்லோருமே அதை நிரூபித்திருக்கிறோம். எனக்குப் புரியவில்லை. நான் சொல்வது தவறாக இருந்தால் திருத்துங்கள்.

எனக்குத் தெரியவேண்டும். எனக்கு ஏதாவது தெரியாவிட்டால் அதைத் தயக்கமில்லாமல் ஒப்புக்கொள்ளும் முதல் ஆள் நான்தான்."

"ஹெர்ப், தயவுசெய்து மேலே பேசாதீர்கள்," என்றாள் டெர்ரி. "விசாரமான விஷயம். பேசப்பேச மனக்குலைவுதான் உண்டாகும். அதுதான் உண்மையென்று நீங்கள் நினைத்தாலும்கூட அதைப் பேசவேண்டாம்." அவள் கையை நீட்டி அவன் மணிக்கட்டைப் பற்றினாள். "அதிகம் குடித்துவிட்டீர்களா ஹெர்ப்? அன்பே, போதை அதிகமாகிவிட்டதா?"

"அன்பே, நான் வெறுமனே பேசுகிறேன், அவ்வளவுதான்," என்றான் ஹெர்ப். "என் மனதில் இருப்பதைச் சொல்வதற்கு நான் குடித்திருக்க வேண்டுமென்பதில்லை, சரிதானே? நான் போதையில் இல்லை. நாம் வெறுமனே பேசிக்கொண்டிருக்கிறோம், சரியா?" என்றான். அவன் குரல் மாறியது. "ஆனால் குடிக்க வேண்டுமென்று முடிவெடுத்தால், குடிப்பேன். எனக்கு என்ன இஷ்டமோ அதைச் செய்வேன்" அவள்மீது பார்வையை நிலைகுத்தினான்.

"அன்பே, நான் உங்களைக் குறை கூறவில்லை," என்றாள். அவளது கோப்பையை எடுத்தாள்.

"இன்று எனக்கு வேலை இல்லை", என்றான் ஹெர்ப். "எனக்கு என்ன இஷ்டமோ அதைச் செய்வேன். நான் களைப்பாக இருக்கிறேன், அவ்வளவுதான்".

"ஹெர்ப், உங்களை எங்களுக்குப் பிடித்திருக்கிறது" என்றாள் லாரா.

ஹெர்ப் லாராவை நோக்கினான். கொஞ்ச நேரத்திற்கு அவளை அடையாளம் தெரியாததைப் போலக் காணப்பட்டான். அவள் தொடர்ந்து புன்னகையுடன் அவனைப் பார்த்தபடி இருந்தாள். அவள் கன்னங்கள் சிவந்து, கண்களின் மேல் வெயில் விழுவதால் கண்களைச் சுருக்கி அவனைப் பார்த்துக் கொண்டிருந்தாள். அவன் சட்டென்று தளர்ந்தான். "உன்னையும் எனக்குப் பிடித்திருக்கிறது லாரா. நிக், உன்னையும்கூட, நீங்கள் என் நண்பர்கள்" என்றான். அவனது கோப்பையை எடுத்தான். "என்ன சொல்லிக் கொண்டிருந்தேன்? ஆம், கொஞ்ச நாட்களுக்கு முன் நடந்த ஒரு விஷயத்தைப் பற்றி உங்களுக்கு சொல்வதற்கு இருந்தேன். நடந்ததை அப்படியே சொன்னால்

நான் சொல்லவருகிற கருத்து விளங்கும். இது சில மாதங்களுக்கு முன் நிகழ்ந்தது, இப்போதும் நடந்து வருகிறது. காதலைப் பற்றிப் பேசும்போது நாம் பேசுவது நமக்கு அவமானத்தை உண்டாக்கக்கூடும்."

"ஹெர்ப், கம் ஆன்," என்றாள் டெர்ரி, "நீங்கள் அதிகமாகக் குடித்திருக்கிறீர்கள். இதைப்போலப் பேசாதீர்கள். நீங்கள் குடித்திருக்கவில்லையென்றால் குடிகாரன்போல பேசாதீர்கள்".

"ஒரு நிமிடம் பேசமால் இருக்கிறாயா?" என்றான் ஹெர்ப். "நானே சொல்கிறேன். இது என் மனதிலேயே இருக்கிறது. ஒரு நிமிடம் வாயை மூடிக்கொண்டிரு. அது முதலில் நடந்தபோதே உன்னிடம் அதைப் பற்றிக் கொஞ்சம் சொல்லியிருக்கிறேன். ஒரு வயதான ஜோடி விபத்தில் சிக்கிக்கொண்டது? சின்னப்பையன் ஒருவன் நேராக வந்து அவர்கள் வண்டியின்மேல் மோதிவிட்டான். உடல் முழுக்க அடி. பிழைக்க வாய்ப்பே அரிதாகத்தான் தென்பட்டது. விளக்கமாகச் சொல்கிறேன் டெர்ரி, ஒரு நிமிடம் வாயைத் திறக்கக்கூடாது. சரியா?"

டெர்ரி எங்களை நோக்கினாள். பின் ஹெர்ப்பின் பக்கம் திரும்பினாள். அவள் கவலையுற்றிருப்பதைப் போலிருந்தது. ஹெர்ப் பாட்டிலை எடுத்தான்.

"உங்கள் கதையைச் சொல்லி என்னை ஆச்சரியப்படுத்துங்கள்" என்றாள் டெர்ரி.

"இருக்கலாம்," என்றான் ஹெர்ப். "நானே ஆச்சரியங்களால் தொடர்ந்து ஆச்சரியப்பட்டு வந்திருக்கிறேன். என் வாழ்க்கையில் உள்ள எல்லாமே என்னை ஆச்சரியப்படுத்துகின்றன." அவன் அவளை ஒரு நிமிடம் உற்றுப்பார்த்தான். பின் பேசத் தொடங்கினான்.

"அன்றிரவு எனக்கு டியூட்டி இருந்தது. அது மே அல்லது ஜூனாக இருக்கும். டெர்ரியும் நானும் இரவு உணவுக்காக அப்போதுதான் உட்கார்ந்தோம். மருத்துவமனையிலிருந்து கூப்பிட்டார்கள். ஏதோ விபத்தாம். ஒரு பதின்பருவ வாலிபன் குடிபோதையில் அவனுடைய அப்பாவின் பிக்அப் வண்டியை இந்த வயதான தம்பதியினர் ஓட்டி வந்த காரின் மேல் முழு வேகத்தில் மோதியிருக்கிறான். அவர்களுக்கு சுமார் எழுபத்தைந்து வயதிருக்கும். அந்தப் பையனுக்கு பதினெட்டோ பத்தொன்பதோ. மருத்துவமனைக்கு எடுத்துவரும்போதே அந்த இளைஞன்

இறந்துவிட்டிருந்தான். அவன் மார்புக் கூட்டுக்குள் ஸ்டீரியங் வீல் நுழைந்து விட்டிருந்தது. விபத்து நடந்த கணமே அவன் இறந்துவிட்டிருக்க வேண்டும். ஆனால் அந்த வயதான ஜோடி இன்னமும் உயிரோடுதான் இருந்தது. ஆனால் குற்றுயிராக. பல இடங்களில் அவர்களுக்கு எலும்புமுறிவும், காயங்களும், சிராய்ப்புகளும் இருந்தன. இருவருக்கும் 'கன்கஷன்' எனப்படும் தலையில் கலக்கம் உண்டாகியிருந்தது. மிக மோசமான நிலையில் இருந்தனர். வயதும் அவர்களுக்குச் சாதகமாக இல்லை. அவரைவிட அந்தக் கிழவி மோசமான நிலையில் இருந்தார். அவருடைய மண்ணீரல் சிதைந்திருந்தது. இவை போதாதென்று அவரது இரண்டு கால் முட்டிகளும் நொறுங்கியிருந்தன. ஆனால் அவர்கள் ஸீட் பெல்ட்டுகள் அணிந்திருந்தனர். இல்லாவிட்டால் என்ன ஆகியிருக்குமோ, கடவுளுக்கே வெளிச்சம். ஸீட் பெல்ட்டுகள்தாம் அவர்களைக் காப்பாற்றியிருக்கின்றன."

"எல்லோரும் கவனியுங்கள்! தேசியப் பாதுகாப்புக் குழுவின் விளம்பரம் இது" என்றாள் டெர்ரி. "இது உங்கள் செய்தித் தொடர்பாளர் டாக்டர் ஹெர்ப் மெக்கின்னிஸ் பேசுவது. கவனித்துக் கேளுங்கள்," என்று அறிவித்துவிட்டு உரக்கச் சிரித்தாள். பின் குரலைத்தாழ்த்தி, "ஹெர்ப், சில நேரங்களில் நீங்கள் மிகையாகச் சென்றுவிடுகிறீர்கள். ஐ லவ் யூ அன்பே" என்றாள்.

அனைவரும் சிரித்தோம், ஹெர்ப்பும் சிரித்தான், "அன்பே, ஐ லவ் யூ. உனக்குத்தான் தெரியுமே" அவன் மேஜைமீது குனிந்து பாதி வழியில் டெர்ரியை அடைந்து, அவர்கள் முத்தமிட்டுக் கொண்டனர். "டெர்ரி சொல்வது சரிதான்" என்றான். "நமது பாதுகாப்பிற்காக ஸீட் பெல்ட் அணிந்துகொள்ள வேண்டும். டாக்டர் ஹெர்ப் சொல்வதைக் கேளுங்கள். ஆனால் விளையாட்டு இல்லை. உண்மையாகவே சொல்கிறேன். அந்தக் கிழவனும் கிழவியும் கோரமான நிலையில் இருந்தனர். நான் போய்சேர்ந்த போது உதவியாளர்களும் செவிலியர்களும் ஏற்கனவே சிகிச்சையை தொடங்கிவிட்டிருந்தனர். நான் ஏற்கனவே சொன்னதைப்போல, அந்தப் பையன் இறந்துவிட்டிருந்தான். ஒரு மூலையில் இருந்த ஸ்ட்ரெச்சரில் அவனைப் படுக்க வைத்திருந்தனர். அதற்குள் உறவினர்களுக்குத் தகவல் தெரிவித்து விட்டிருந்தனர். ஈமச்சடங்கு ஆட்கள் வந்துகொண்டிருந்தனர். அந்த வயதான ஜோடியைப் பார்த்தேன். அவசர சிகிச்சை செவிலியரிடம் எனக்கு உடனே

ஒரு நரம்பியல் மருத்துவரும், எலும்புமுறிவு சிகிச்சையாளரும் வரவேண்டும் என்று தெரிவித்தேன். சரி அப்புறம் நடந்தை சுருக்கமாகச் சொல்கிறேன். மற்ற மருத்துவர்களும் வந்து சேர்ந்தனர் வயதான ஜோடியை அறுவை சிகிச்சையறைக்குக் கொண்டு சென்றோம். இரவு முழுக்க அறுவை சிகிச்சை நடந்தது. இந்தக் கிழவனுக்கும் கிழவிக்கும் அசாதாரணமான தாங்கும் சக்தி இருந்திருக்கவேண்டும். அதைப்போல காண்பது அரிது. எங்களால் என்னவெல்லாம் செய்யமுடியுமோ அத்தனையும் செய்தோம். காலை நெருங்கும்போது அவர்களுக்கு 50–50 வாய்ப்பு இருப்பதாக, இல்லை, அதைவிடக் குறைவாக 30–70 வாய்ப்பு இருப்பதாக நினைத்தோம். முக்கியமாக அந்தக் கிழவிக்கு. அவர் பெயர் அன்னா கேட்ஸ். அசாதாரணமான பெண்மணி. அடுத்த நாள் காலையிலும் அவர்கள் உயிருடன் இருந்தனர். அவர்கள் சுவாசத்தையும் மற்ற செயல்பாடுகளையும் இருபத்திநான்கு மணி நேரமும் கண்காணிப்பதற்காக அவர்களை ஐ.சி.யு.க்கு மாற்றினோம். தீவிர சிகிச்சை பிரிவில் ஏறக்குறைய இரண்டு வாரங்களுக்கு இருந்தனர். அந்தக் கிழவி அதைவிடக் கூடுதலாக இருந்தார். அதன்பின் அவர்கள் நிலைமை சீரடைந்து தனி அறைகளுக்கு அவர்களை மாற்றினோம்."

ஹெர்ப் பேசுவதை நிறுத்தினான். பின் கொஞ்சநேர மௌனத்திற்குப் பிறகு, "இந்த ஜின்னைக் காலி செய்வோம். அதன்பிறகு இரவு உணவுக்குச் செல்கிறோம், சரியா? டெர்ரிக்கும் எனக்கும் ஒரு இடத்தைத் தெரியும். அது ஒரு புதிய இடம். அங்கே போகலாம். இந்த ஜின்னை முடித்துவிட்டுப் போகலாம்," என்றான்.

"அந்த இடத்திற்கு 'தி லைப்ரரி' என்று பெயரிட்டிருக் கிறார்கள்," என்றாள் டெர்ரி. "நீங்கள் அங்கே சென்று உணவருந்தியது இல்லைதானே?" லாராவும் நானும் இல்லை யென்று தலையாட்டினோம். "நல்ல இடம். ஒரு புதிய உணவகச் சங்கிலி. ஆனால் அப்படி சங்கிலி உணவகம் போலவும் இருக்காது, நான் சொல்வது புரிகிறதா? அங்கே புத்தக அலமாரிகள் வைத்திருக்கின்றனர். அவற்றில் உண்மையாகவே புத்தகங்கள் இருக்கின்றன. சாப்பிட்டு விட்டு எந்தப் புத்தகத்தையாவது எடுத்துப் படிக்கலாம்; வீட்டுக்குக் கொண்டு சென்றுவிட்டு, அடுத்தமுறை சாப்பிட வரும்போது எடுத்துவரலாம். உணவு வகைகள் நம்பமுடியாதளவுக்குச் சுவையாக இருக்கும். ஹெர்ப்

மிஸ் anhoe எடுத்துப் படித்தார்! சென்றவாரம் சென்றிருந்தபோது அட்டை ஒன்றில் கையெழுத்து போட்டுவிட்டு அந்தப் புத்தகத்தை வீட்டுக்கு கொண்டுவந்தார், உண்மையான நூலகத்தைப் போலவே."

மிஸ் anhoe எனக்குப் பிடிக்கும்," என்றான் ஹெர்ப். "அது ஒரு மகத்தான நூல். மறுபடியும் பள்ளியில் சேர வாய்ப்பு கிடைத்தால் நான் இலக்கியம் படிப்பேன். தற்போது எனக்கு ஓர் அடையாளச் சிக்கல் ஏற்பட்டுள்ளது. சரிதானே டெர்ரி?" ஹெர்ப் சிரித்தான். ஐஸ் கட்டியைக் கோப்பையில் துழாவினான். அடையாளச் சிக்கல் பல வருடங்களாக எனக்கிருக்கிறது. டெர்ரிக்குத் தெரியும். டெர்ரி உங்களிடம் சொல்வாள். ஆனால் இதை மட்டும் சொல்கிறேன். மற்றொரு பிறவியில், வேறொரு காலத்தில் நான் திரும்பப் பிறக்க நேர்ந்தால் என்னவாக இருக்க விருப்பம் தெரியுமா? ஒரு போர் வீரனாக இருப்பேன். உடல் முழுக்கக் கவசங்களை அணிந்துகொண்டு இருப்பதால் உங்களுக்கு எந்த ஆபத்தும் கிடையாது. துப்பாக்கி மருந்தும், மஸ்கட் துப்பாக்கிகளும், பிஸ்டல்களும் வருவதற்கு முன்னால் அந்தக் காலத்தில் ஒரு போர் வீரனாக இருப்பதில் பிரச்சினை இருந்திருக்கப் போவதில்லை"

"எப்போதுமே இல்லை," என்றாள் லாரா.

"அடிமைகளுக்கு அந்த நாட்களில் பிரச்சினையில்லாமல் இல்லையே" என்றாள் டெர்ரி.

"அடிமைகள் எல்லாக் காலங்களிலும் கொடுமைப்பட்டே வந்திருக்கிறார்கள்" என்றான் ஹெர்ப்.

"அந்த வயதான ஜோடிக்கு என்ன ஆனது ஹெர்ப்?" என்று கேட்டாள் லாரா. "நீங்கள் ஆரம்பித்த கதையை முடிக்கவில்லை" லாராவுக்கு சிகரெட்டைப் பற்ற வைப்பதில் சிரமம் இருந்தது. தீக்குச்சிகள் அணைந்து போய்க்கொண்டே இருந்தன. இப்போது அறைக்குள்ளிருந்த வெளிச்சம் வேறுமாதிரியாக, மங்கலாக மாறிக் கொண்டிருந்தது. சன்னலுக்கு வெளியே இலைகள் இன்னமும் சிலிர்த்துக்கொண்டிருந்தன. சன்னல் கண்ணாடியிலும், அடியில் ஃபார்மைகா மேஜையிலும் அவை உண்டாக்கிக் கொண்டிருந்த சுருள் சுருளான நிழல் வடிவங்களைக் கவனித்துக்கொண்டிருந்தேன். லாரா தீக்குச்சிகளை உரசும் சத்தத்தைத்தவிர வேறில்லை.

ஒரு நிமிடம் கழித்து, “அந்த வயதானவர்களுக்கு என்ன ஆயிற்று?” என்றேன். “தீவிர சிகிச்சைப் பிரிவிலிருந்து மாற்றி விட்டதாகக் கடைசியில் சொல்லிக்கொண்டிருந்தாய்?”

“வயதாகி விட்டதில் மறதி.” என்றாள் டெர்ரி.

ஹெர்ப் அவளை முறைத்தான்.

“ஹெர்ப், அதைப்போலப் பார்க்காதீர்கள். கதையைச் சொல்லுங்கள். நான் விளையாட்டுக்குச் சொன்னேன். அப்புறம் என்ன நடந்தது. எங்கள் எல்லோருக்கும் கேட்க ஆர்வமாக இருக்கிறது”

“டெர்ரி. நீ சில சமயங்களில்...”

“ப்ளீஸ், ஹெர்ப். எப்போதுமே சீரியஸாக இருக்காதீர்கள். தயவுசெய்து தொடர்ந்து சொல்லுங்கள். நான் வேடிக்கைக்காகத் தான் சொன்னேன். ஜோக்காக எடுத்துக்கொள்ள மாட்டீர்களா?”

“இதில் எந்த ஜோக்கும் இல்லை”, என்றான் ஹெர்ப். கோப்பையைப் பிடித்துக்கொண்டு அவளையே வெறித்துக்கொண்டிருந்தான்.

“அப்புறம் என்ன ஆயிற்று ஹெர்ப்? எங்களுக்குக் கேட்க ஆவலாக இருக்கிறது” என்றாள் லாரா.

ஹெர்ப் லாராவின் பக்கம் பார்வையைத் திருப்பினான். சட்டென்று அவன் முகம் சிரிப்பில் மலர்ந்தது. “லாரா, ஒன்று சொல்கிறேன்: எனக்கு மட்டும் டெர்ரி இல்லாமல் இருந்து, அவளை நானும் காதலிக்காமல் இருந்து, நிக்கும் என் நண்பனாக இல்லாமல் இருந்திருந்தால், நான் உன்னைக் காதலித்திருப்பேன். உன்னை அப்படியே தூக்கிக்கொண்டு போய்விட்டிருப்பேன்”

“ஹெர்ப், யூ ஷிட்! உங்கள் கதையைச் சொல்லுங்கள். நான் உங்கள் மேல் காதலாக இருக்காவிட்டால் இந்த இடத்தில் நான் ஏன் இருக்கப்போகிறேன். உங்கள் கதையைச் சொல்லி முடியுங்கள் அப்புறம் ‘தி லைப்ரரி’க்குப் போகலாம். ஓ.கே?

“ஓகே” என்றான் ஹெர்ப். “எங்கே இருந்தேன்? எங்கே இருக்கிறேன்? இந்தக் கேள்வி சரியாக அமைந்திருக்கிறது.” அவன் ஒரு நிமிடம் காத்திருந்தான். பின் பேசத் தொடங்கினான்.

“அபாய கட்டத்தைத் தாண்டியதும் அவர்களைத் தீவிர சிகிச்சைப் பிரிவிருந்து மாற்றிவிட முடிந்தது. ஒவ்வொரு

நாளும் அவர்களை, சில நட்கள் இரண்டு முறைகள்கூட, போய் பார்த்துக் கொண்டிருந்தேன். அவர்கள் இருவருக்கும் தலைமுதல் பாதம் வரை மாவுக்கட்டும் பேண்டேஜ்களும் போடப்பட்டிருந்தன. திரைப்படங்களில் பாத்திருப்பீர்களே, அதைப்போல. நினைத்துப் பாருங்கள். தலையிலிருந்து பாதம் வரை. அந்தத் திரைப்படங்களில் நடிகர்கள் எப்படி அபத்தமாகத் தெரிவார்களோ, அதேபோல. ஆனால் இது நிஜம். அவர்கள் தலை முழுக்கக் கட்டு போடப்பட்டிருந்தது. கண்களுக்கும் மூக்கிற்கும் வாய்க்கும் மட்டும் ஓட்டைகள் விடப்பட்டு. அன்னா கேட்ஸுக்கு காலை உயர்த்தி கட்டி வைக்கப்பட்டிருந்தது. அந்தக் கிழவரைவிட இந்தப் பெண்மணிக்குக் கூடுதலாக காயங்கள் ஏற்பட்டிருந்ததைச் சொன்னேன். அவர்கள் இருவருக்குமே ரத்தக் குழாய் வழியாகக் குளுகோஸ் செலுத்தப்பட்டு வந்தது. ஹென்றி கேட்ஸ் மிகவும் மனத்தளர்ச்சியுற்றிருந்தார். அவருடைய மனைவி பிழைத்துக்கொண்டார், குணமாகி விடுவார் என்று தெரிந்தபிறகும் பெரும் கலக்கத்திலேயே இருந்தார். விபத்தைப் பற்றி மட்டுமல்ல. ஆனாலும் அந்த விபத்து அவரை புரட்டித்தான் போட்டிருந்தது. ஒரு நிமிடம் நீங்கள் பரிபூரண நலத்தோடு இருக்கிறீர்கள், அடுத்த நிமிடம், டமால்! கண்ணுக்கெதிரே நரகம்! அதிலிருந்து மீண்டு வந்தது அபூர்வம். ஆனால் அது தனது அடையாளங்களை உங்கள் மேல் பதித்து விடுகிறது. ஒருநாள் அவரது படுக்கைக்குப் பக்கத்தில் ஒரு நாற்காலியில் உட்கார்ந்திருக்கிறேன். அவர் மெதுவான குரலில் பேசிக்கொண்டிருக்கிறார். சிலநேரங்களில் அவர் பேசுவது சரியாகக் கேட்பதற்காக அவரது வாய்ப்பகுதி துவாரத்தில் காதை வைத்துக் கேட்க வேண்டியதாயிருந்தது சாலையின் மத்தியக் கோட்டைக் கடந்து அந்தப் பையனின் கார் இவரது வண்டி செல்லும் பக்கத்திற்கு வந்து இவரது காரை நோக்கி நேராக வந்தபோது அவருக்கு எப்படி இருந்தது, எப்படி உணர்ந்தார் என்பதை சொல்லிக்கொண்டிருந்தார். எல்லாம் முடிந்தது, இந்தக் காட்சிதான் இவ்வுலகத்தில் தான் பார்க்கும் கடைசி காட்சி என்று அவருக்கு அந்தக் கணம் தோன்றியதாகச் சொன்னார். அவ்வளவுதான். வேறு எதுவும் அவர் மனதைக் கடந்து செல்லவில்லை, கடந்த வாழ்க்கை கண்முன்னால் நகர்ந்து செல்லவில்லை, அதைப்போல எதுவும் தோன்றவில்லை என்றார். அப்போது அவருக்கேற்பட்ட ஒரே வருத்தம், அவருடைய அன்னாவை இனிமேல் பார்க்கமுடியாது என்பதுதான் என்றார். அவர்கள் அவ்வளவு இனிமையான

வாழ்க்கையை வாழ்ந்திருக்கின்றனர். அதுமட்டும்தான் அவரது ஒரே வருத்தமாக இருந்தது. அவர் நேராகப் பார்த்தார். ஸ்டீயரிங் சக்கரத்தை இறுகப் பிடித்தபடி அந்தப் பையனின் கார் அவர்களை நோக்கி வருவதைக் கவனித்தார். "அன்னா! கெட்டியாகப் பிடித்துக்கொள், அன்னா!" என்றதைத்தவிர வேறு எதுவும் அவரால் சொல்லமுடியவில்லை.

"கதி கலங்க வைக்கிறது" என்றாள் லாரா. " ப்ர்ர்ர்" என்றபடி தலையைக் குலுக்கினாள்.

ஹெர்ப் தலையசைத்தான். தொடர்ந்து பேசினான். "தினமும் அவர் படுக்கைக்கருகில் கொஞ்சநேரம் உட்கார்ந்திருப்பேன். அவர் கால்மாட்டில் இருந்த ஜன்னலை வெறித்தபடி, அத்தனை பாண்டேஜ்களோடும் படுத்திருப்பார். அந்த உயரமான ஜன்னலில் மரங்களின் உச்சி மட்டுமே தெரியும். அதைத்தான் மணிக்கணக்காக பார்த்துக்கொண்டிருந்தார். மற்றவர் உதவியில்லாமல் தலையை அவரால் திருப்ப முடியாது. ஒரு நாளைக்கு இரண்டு முறை மட்டுமே தலையைத் திருப்ப அவருக்கு அனுமதிக்கப்பட்டிருந்தது. ஆனால் நான் அவரோடு பேசிக்கொண்டிருக்கும் நேரங்களில் அந்த ஜன்னலை மட்டும்தான் அவர் பார்த்துக்கொண்டிருக்க வேண்டும். அவர் மிகவும் மனமுடைந்து போயிருந்தார். அவருடைய மனைவி வேகமாகக் குணமடைந்து வருகிறார், விரைவில் சரியாகிவிடுவார் என்று அவருக்குத் தெரிவிக்கப்பட்ட பிறகு அவர் மேலும் தளர்ந்து போனார். அவர் கஷ்டத்திற்குக் காரணம் அவர் மனைவியோடு தன்னால் சேர்ந்து இருக்க முடியாதது. அவரைப் பார்க்கமுடியவில்லையே, தினமும் அவரோடு இருக்க முடியவில்லையே என்ற கவலை அவருக்குப் பெரிதாக இருந்தது. அவர்கள் 1927ல் திருமணம் செய்துகொண்டதாகவும், அதற்குப் பிறகு இரண்டே இரண்டு நாட்கள்தான் அவர்கள் பிரிந்திருந்ததாகவும் சொன்னார். அவர்களுக்குக் குழந்தைகள் பிறந்தபோது அவர்களுக்குச் சொந்தமான கால்நடை பண்ணையில் தான் இருந்ததாகவும், அவர்கள் தினமும் ஒன்றாகப் பேசிக் கழித்துக்கொண்டிருந்ததாகவும் கூறினார். அவர்கள் பிரிந்திருந்த இரண்டு சந்தர்ப்பங்களாக, முதலில் 1940ல் அன்னாவின் அம்மா இறந்தபோது அவர் செயிண்ட் லூயிஸ்ஸுக்குச் சென்றதும், 1952ல் அவருடைய சகோதரி லாஸ் ஏஞ்செலீஸ்ஸில் காலமானபோது அவரது உடலைப் பெறுவதற்காகச் சென்றதும்

மட்டும்தான் என்றார். அவர்களுக்கு ஓரிகானில் பெண்டுக்கு எழுபத்தைந்து மைல் தூரத்தில் ஒரு சிறிய கால்நடைப் பண்ணை இருந்திருக்கிறது. அதில்தான் அவர்களுடைய பெரும்பான்மையான வாழ்க்கையைக் கழித்திருக்கின்றனர். சில வருடங்களுக்கு முன் அதை விற்றுவிட்டு பெண்ட் நகருக்குக் குடிபெயர்ந்திருக்கின்றனர். இந்த விபத்து நடந்தபோது அவர்கள் ஹென்றியின் சகோதரியைப் பார்ப்பதற்காக டென்வர் சென்றுகொண்டிருந்தனர். எல் பாஸோவில் அவர்களுடைய ஒரு மகனையும் பேரக் குழந்தைகளையும் பார்த்துவிட்டு வரும் திட்டமும் இருந்தது. அவர்கள் மணவாழ்க்கை காலம் முழுக்க இரண்டே இரண்டு முறைகள் தான் பிரிந்திருந்தனர் என்கிறார். நினைத்துப் பாருங்கள். ஏசுவே, அவர் மனைவிக்காக ஏங்கிப் போயிருந்தார். ஏக்கம் என்ற வார்த்தைக்கு என்ன அர்த்தம் என்பதை இந்த மனிதரைப் பார்ப்பதற்கு முன் அறிந்ததில்லை. அவர் மனைவியின் அருகாமைக்காக அவர் வாட்டமுற்றிருந்தார். நானும் ஒவ்வொருநாளும் அன்னாவின் உடல்நிலை முன்னேறிக்கொண்டே வருவதை அவருக்குத் தெரிவித்துக் கொண்டிருப்பேன். அவருடைய கட்டுகளும் பேண்டேஜ்களும் இப்போது பிரிக்கப்பட்டிருந்தன. ஆனால் அவர் மிகவும் தனிமையில் வதங்கிக்கொண்டிருந்தார். அவருக்குக் கொஞ்சம் சுமாரானதும், அதாவது ஒரு வாரத்தில், அவரைச் சக்கர நாற்காலியில் அமர்த்தி அவருடைய மனைவியிடம் அழைத்துப் போவதாக வாக்களித்தேன். இதற்கிடையே அவரோடு தினமும் பேச்சு கொடுத்துக்கொண்டிருந்தேன். 1920களின் பிற்பகுதியிலும் முப்பதுகளின் துவக்கத்திலும் அவர்களது பண்ணையில் கழித்த அவர்கள் வாழ்க்கையைப் பற்றிக் கொஞ்சம் சொன்னார்." ஹெர்ப் பேசுவதை நிறுத்திவிட்டு மேஜையில் அமர்ந்திருந்தவர்களை நிதானமாக பார்வையால் வருடினான். அவன் சொல்லப்போவதின் அசாத்தியத்தை உணர்ந்ததைப்போல தலையை ஆட்டிக்கொண்டான். 'குளிர்காலத்தில் தொடர்ச்சியாகப் பனி பொழிந்து கொண்டிருக்கும்' என்று சொன்னார். மாதக்கணக்கில் பொழியுமாம். அவர்களால் பண்ணையைவிட்டு வெளியே நகர முடியாது. சாலைகள் மூடப்பட்டிருக்கும். அதைத்தவிர கால்நடைகளுக்கு அந்தக் குளிர்கால மாதங்களில் தினமும் தீவனம் வைக்க வேண்டிய வேலையை அவர்தான் செய்யவேண்டும். அந்தப் பண்ணையில் அவரும் அவர் மனைவியும் மட்டும்தான் இருப்பார்கள். அப்போது

அவர்களுக்குக் குழந்தைகள் பிறக்கவில்லை. மாதக்கணக்கில் இதே வழக்கமான நடைமுறைதான், மூன்றாவது நபர் என்று யாரையும் பார்க்கவோ பேசவோ முடியாது. இரண்டு பேர் மட்டும். ஆனால் அவர்களுக்கு அது போதுமானதாக இருந்தது. 'பொழுதைப் போக்க என்ன செய்வீர்கள்?' என்று கேட்டேன். சீரியஸாகத்தான் கேட்டேன். எனக்குத் தெரிந்துகொள்ள வேண்டியிருந்தது. மனிதர்கள் இதைப்போல எப்படி வாழமுடியுமா என்று ஆச்சரியமாக இருந்தது. இந்தக் காலத்தில் யாராவது இப்படி வாழமுடியுமென்று தோன்றுகிறதா? சாத்தியமே இல்லை. அவர் என்ன சொன்னார் தெரியுமா? அவர் அப்படியே படுத்தபடி யோசித்தார். கொஞ்சநேரம் எடுத்துக்கொண்டார். பின் சொன்னார்; 'ஒவ்வொரு இரவிலும் நாங்கள் நாட்டியமாடச் சென்றோம்' 'என்ன?' என்று கேட்டேன். 'மன்னிக்கவும் ஹென்றி', என்று அவரருகே குனிந்து 'சரியாகக் கேட்கவில்லை' என்றேன். 'நடனத்திற்குச் செல்வோம் ஒவ்வொரு இரவிலும்' என்றார் மறுபடியும். அவர் என்ன சொல்கிறார் என்று புரியவில்லை. அவர் தொடர்ந்து பேச காத்திருந்தேன். அவர் அந்தக் காலத்தை மீண்டும் நினைவுபடுத்திப் பார்த்தார். சிறிது நேரம் கழித்து,' 'எங்களிடம் விக்ட்ரோலாவும் சில ரிகார்டுகளும் இருந்தன டாக்டர். ஒவ்வொரு இரவிலும் விக்ட்ரோலாவைப் போட்டு ரிகார்டுகளைக் கேட்டபடி வசிப்பறையில் நடனமாடுவோம்.

'தினமும் இரவுகளில் நடனமாடுவோம். சில நேரங்களில் வெளியே பனி பொழிந்து கொண்டிருக்கும். வெப்பநிலை பூஜ்யத்துக்குக் கீழே இருக்கும். ஜனவரியிலும் பிப்ரவரியிலும் வெப்பநிலை வெகுவாகக் குறைந்துவிடும். காலுறை அணிந்து கொண்டு வசிப்பறையில் எல்லா ரிக்காடுகளையும் கேட்டு முடிப்போம். பிறகு கணப்பை மூட்டிவிட்டு, ஒரே ஒரு விளக்கைத்தவிர எல்லா விளக்குகளையும் அணைத்துவிட்டு படுக்கைக்குச் செல்வோம். சில இரவுகளில் வெளியே பனி பொழிகிற மெல்லிய சத்தம் கேட்கும். உண்மைதான் டாக்டர்' என்றார். 'உங்களால் கேட்கமுடியும், சில நேரங்களில் வெளியே நிசப்தமாக இருக்கும்போது பனி விழுகிற சத்தம் கேட்கும். நீங்கள் அமைதியாக இருந்தால், மனம் தெளிவாக இருந்தால், நிம்மதியாக இருந்தால் இருட்டில் படுத்துக்கொண்டு பனி விழும் ஒலியைக் கேட்க முடியும். முயற்சி செய்து பாருங்கள்' என்றார். 'இங்கே எப்போதாவதுதான் பனி பொழியும் இல்லையா? முயன்று

பாருங்கள். எது எப்படியோ ஒவ்வோர் இரவும் நாங்கள் நடனமாடச் செல்வோம். அப்புறம் படுக்கைக்குச் சென்று போர்வை மேல் போர்வையாகப் போர்த்திக்கொண்டு கதகதப்பாக காலை வரை தூங்குவோம். தூங்கி எழுந்திருக்கும்போது உங்கள் மூச்சை உங்களால் பார்க்கமுடியும்,' என்றார்.

"அவருடைய கட்டுகள் எல்லாவற்றையும் பிரித்துவிட்டதால், அவர் குணமானதும் சக்கர நாற்காலியில் உட்காரவைத்து ஒரு நர்ஸும் நானும் அவரை அவருடைய மனைவி இருக்கும் பிரிவுக்குத் தள்ளிச்சென்றோம். அன்று காலை அவர் சவரம் செய்துகொண்டு லோஷன் போட்டுக்கொண்டிருந்தார். அவர் அவரது குளியலறை உடுப்பிலும் மருத்துவமனை கவுனிலும் இருந்தார். ஆனாலும் சக்கர நாற்காலியில் விறைப்பாக உட்கார்ந்து வந்தார். இருப்பினும் அவர் பதற்றத்தோடு இருந்தது தெளிவாகத் தெரிந்தது. அன்னாவின் அறையை நாங்கள் 'நெருங்க , அவர் நிறம் சிவந்தது. அவர் முகத்தில் தெரிந்த எதிர்பார்ப்பை என்னால் வர்ணிக்க முடியாது. சக்கர நாற்காலியை நான் தள்ளிக்கொண்டு சென்றேன். நர்ஸ் பக்கத்தில் நடந்து வந்தாள். இந்தச் சூழ்நிலை அந்த நர்ஸுக்கு புரிந்திருந்தது. செவிலியர்கள் பொதுவாகக் கலக்கமடைய மாட்டார்கள். எவ்வளவோ பார்த்திருப்பதால், அவர்கள் அவ்வளவு சுலபத்தில் உடைந்துவிட மாட்டார்கள், ஆனால் இது அவளை அன்று காலை முதலே உலுக்கியெடுத்திருந்தது. கதவு திறந்திருந்தது. ஹென்றியை அறைக்குள் தள்ளிச் சென்றேன். திருமதி அன்னா கேட்ஸ் இன்னும் அசைய முடியாமல்தான் படுத்திருந்தார். தலையையும் இடது கையையும் அசைக்க முடிந்தது. அவர் கண்களை மூடியிருந்தார். நாங்கள் அறைக்குள் நுழைந்ததுமே அவர் கண்கள் சட்டென்று திறந்தன. அவருக்கு இன்னமும் இடுப்புக்குக் கீழே மாவுகட்டு பிரிக்கப்படாமலிருந்தது. ஹென்றியை அவரது இடப்புறமாகத் தள்ளிச்சென்று, 'அன்னா, உங்களுக்கு ஒரு துணை கிடைத்திருக்கிறது,' என்றேன். அதற்கு மேல் எதுவும் சொல்ல முடியவில்லை. அவர் மெலிதாகப் புன்னகைத்தார். முகம் பிரகாசமுற்றது.

போர்வையின் அடியிலிருந்து அவரது கை வெளியே வந்தது. அது நீலம் பாரித்து கன்றிப் போயிருந்தது. ஹென்றி அந்தக் கையை தன் கைகளுக்குள் பொதித்துக்கொண்டார். எடுத்து முத்தமிட்டார். 'ஹலோ, அன்னா. என் செல்லமே,

எப்படியிருக்கிறாய்? என்னைத் தெரிகிறதா?' என்றார். அன்னாவின் கன்னங்களில் கண்ணீர் வழிந்தது. அவர் தலையசைத்தார். 'உன்னைப் பிரிந்து பல நாட்கள்...' என்றார். அன்னா தொடர்ந்து தலையசைத்துக் கொண்டிருந்தார். நர்ஸும் நானும் அறையைவிட்டு வெளியேறினோம், அறைக்கு வெளியே வந்ததும் நர்ஸ் உடைந்து பெருகினாள். அவள் ஒரு தைரியமான பெண்தான். என்ன ஒரு அனுபவம்! அதன்பிறகு ஒவ்வொரு நாளும் காலையிலும் மாலையிலும் அவரை அங்கே அழைத்துச் சென்றோம். அன்னாவின் அறையிலேயே மதிய உணவும் இரவு உணவும் உண்ண ஏற்பாடு செய்தோம். இடையிலுள்ள நேரங்களில் அவர்கள் கைகளைப் பிணைத்தபடி பேசிக்கொண்டிருப்பார்கள், அப்படி என்னதான் பேசுவார்களோ!'

"ஹெர்ப், இதை இதற்கு முன் நீங்கள் சொல்லவேயில்லை" என்றாள் டெர்ரி. "விபத்து நடந்த அன்று லேசாகச் சொன்னீர்கள். அதற்குப்பிறகு எதையுமே சொல்லவில்லை. உங்கள் தலையில் இடி விழ! இப்போது சொல்லி எங்களை அழ வைக்கிறீர்கள். ஹெர்ப், இந்தக் கதைக்கு சோகமான முடிவு இருக்க வேண்டாம். அப்படி இல்லைதானே? நீங்கள் சும்மாவேனும் கதை அளக்கிறீர்களா? சோகமாக இருந்தால் இதற்கு அப்புறம் எதுவும் சொல்ல வேண்டாம். இதோடு நிறுத்திக்கொள்ளுங்கள்."

லாரா, "அவர்களுக்கு என்ன ஆனது ஹெர்ப்?" என்றாள். "தயவுசெய்து முடியுங்கள். இன்னும் கதை இருக்கிறதா? நானும் டெர்ரியைப் போலத்தான். அவர்களுக்கு எதுவும் நடக்கக் கூடாது."

"அவர்கள் இப்போது நன்றாக இருக்கிறார்களா?" என்று கேட்டேன். நானும் கதையில் ஆழ்ந்துவிட்டேன். ஆனால் போதை தலைக்கு ஏறியிருந்தது. மனதைக் குவிக்க முடியவில்லை. அறையிலிருந்த வெளிச்சம் அந்த ஜன்னல் வழியாக, வந்த வழியிலேயே வெளியே சென்றுகொண்டிருப்பதைப் போலிருந்தது. யாரும் மேஜையிலிருந்து எழுந்து விளக்கைப் போடுகிற மாதிரி தெரியவில்லை.

"ஆம், அவர்கள் நலமாகவே இருக்கிறார்கள்," என்றான் ஹெர்ப். "அதற்குப் பிறகு சில நாட்கள் கழித்து அவர்கள் டிஸ்சார்ஜ் செய்யப்பட்டார்கள். சில வாரங்களுக்கு முன்புதான். கொஞ்சநாள் கழித்து ஹென்றி கவட்டுக்கட்டை வைத்து

நடக்கத் தொடங்கினார். பின்பு ஊன்றுகோல் வைத்து நடந்தார். அப்புறம் மருத்துவமனை முழுக்கச் சுற்றி வந்தார். முழு உற்சாகம் அவருக்குத் திரும்பிவிட்டது. ஒவ்வொரு நாளும் அவருடைய மனைவியைப் பார்ப்பதே அவருக்கு தெம்பை அதிகரித்து வந்தது. அன்னா படுக்கையிலிருந்து எழுந்திருக்க முடிந்ததும், அவர்களுடைய மகன் எல் பாஸோவிலிருந்து அவன் மனைவியோடு ஒரு பெரிய வண்டியை எடுத்து வந்தான். அவன் பெற்றோர்களைக் கூட்டிச் சென்றுவிட்டான். அன்னாவுக்கு இன்னும் சிகிச்சைகள் தேவைப்பட்டு வருகிறது, ஆனால் குணமாகிக்கொண்டு வருகிறார். ஹென்றியிடமிருந்து சில நாட்களுக்கு முன் ஒரு கார்டு வந்தது. அதனால்தான் அவர்கள் ஞாபகம் இப்போது வந்தது. அதுவும் நாம் காதலைப் பற்றி பேசிக்கொண்டிருந்ததால்."

"கேளுங்கள்" ஹெர்ப் தொடர்ந்தான். "இந்த ஜின்னை முடித்து விடலாம். நிறைய மிச்சமிருக்கிறது. அப்புறம் சாப்பிடப்போகலாம். 'தி லைப்ரரி'க்குப் போகலாம். என்ன சொல்கிறீர்கள்? அந்த இடத்தை நீங்கள் பார்க்கவேண்டுமே. ஒவ்வொரு நாளும் ஏதோ புதிதாக அங்கே வந்து கொண்டேயிருக்கிறது. அவரோடு நான் பேசிக்கொண்டிருந்த சில விஷயங்கள்... அந்த நாட்களை நான் மறக்கவே மாட்டேன். ஆனால் அதைப் பற்றிப் பேசியதில் என் மனம் சோர்வடைந்து விட்டது. திடீரென்று மிகவும் துக்கமாக இருக்கிறது."

"சோர்வடையாதீர்கள், ஹெர்ப் " என்றாள் டெர்ரி. "ஹெர்ப், ஒரு மாத்திரை எடுத்துக்கொள்ளுங்களேன்" அவள் லாராவின் பக்கம் திரும்பி, "ஹெர்ப் இந்த மன எழுச்சி மாத்திரைகள் சாப்பிடுவது வழக்கம். இது ஒன்றும் ரகசியமில்லையே ஹெர்ப்?"

ஹெர்ப் தலையை ஆட்டினான். "என்னவெல்லாம் இருக்கிறதோ அவையெல்லாவற்றையும் ஏதாவது ஒரு சந்தர்ப்பத்தில் எடுத்திருக்கிறேன். ரகசியம் எதுவுமில்லை"

"என் முதல் மனைவிகூட சாப்பிடுவாள்" என்றேன்.

"அவை அவளுக்கு உதவியிருக்கிறதா?" லாரா கேட்டாள்.

"இல்லை, மாத்திரை சாப்பிட்ட பிறகும் சோர்வோடுதான் இருப்பாள். நிறைய அழுவாள்."

"சிலர் மனவருத்த நோயுடனே பிறக்கிறார்கள் என்று நினைக்கிறேன்," என்றாள் டெர்ரி. " சிலர் துக்கத்தோடு

பிறக்கிறார்கள். துரதிருஷ்டசாலிகளாக சிலரைப் பார்த்திருக்கிறேன், எல்லா விஷயங்களிலும் துரதிருஷ்டசாலிகளாகவே இருப்பார்கள். வேறு சிலரோ - அன்பே, நான் உங்களைச் சொல்லவில்லை தம்மைத்தாமே துக்கப்படுத்திக்கொண்டு வருத்தமாகவே பொழுதைக் கழிப்பார்கள்." அவள் மேஜையில் இருந்த எதையோ விரலால் தேய்த்துக்கொண்டிருந்தாள். பின் தேய்ப்பதை நிறுத்தினாள்.

"சாப்பிடப்போவதற்கு முன் என் குழந்தைகளைக் கூப்பிட வேண்டும்," என்றான் ஹெர்ப். "உங்களுக்குப் பரவாயில்லையா? அதிக நேரமாகாது. வேகமாகக் குளித்துவிட்டு வந்துவிடுகிறேன். பிறகு சாப்பிடப் போகலாம்"

"அதற்கு நீங்கள் மஜோரியிடம் பேசவேண்டியிருக்கும் ஹெர்ப். அவள் முதலில் போனை எடுக்கிறாளா என்று பார்க்கலாம். அது, ஹெர்பின் முன்னாள் மனைவி. மஜோரியைப் பற்றித்தான் நீங்கள் கேள்விப்பட்டியிருப்பீர்களே. இப்போது அவளிடம் பேச வேண்டாம் ஹெர்ப். அது உங்களுக்கு மேலும் மனச்சோர்வை ஏற்படுத்தி விடும்."

"இல்லை, நான் மஜோரியிடம் பேசப் போவதில்லை. என் பிள்ளைகளிடம் பேசப் போகிறேன். அவர்களைப் பார்க்காமல் பேசாமல் நான் வாடிப் போயிருக்கிறேன். எனக்கு ஸ்டீவ்வைப் பார்க்க வேண்டும். அவன் குழந்தையாக இருந்தபோது நடந்த வற்றையெல்லாம் நேற்றிரவு தூக்கம் வராமல் யோசித்துக் கொண்டிருந்தேன். அவனோடு பேசவேண்டும். கேத்தியுடன்கூட பேசவேண்டும். அவர்களுடைய அம்மா தொலைபேசியை எடுத்தால் எடுக்கட்டும். நாய்க்குப் பிறந்தவள்."

"அவள், சீக்கிரம் வேறு கல்யாணம் பண்ணித் தொலைக்க வேண்டும், அல்லது செத்துத் தொலைக்க வேண்டும்" என்று ஹெர்ப் கூறாத நாளில்லை. அதற்குக் காரணம் என்னவென்றால், அவளால் எங்களுக்குத் திவாலாகிறது. இரண்டு குழந்தைகளையும் அவள்தான் வைத்துக்கொண்டிருக்கிறாள். கோடையில் ஒரே ஒரு மாதம்தான் அவர்கள் இங்கே வரமுடியும். அவரை வெறுப்பேற்று வதற்காகவே அவள் கல்யாணம் செய்துகொள்ளாமல் காலம் கடத்துகிறாள் என்று ஹெர்ப் சொல்கிறார். அவளுக்கு ஒரு ஆண் சிநேகிதன் இருக்கிறான். அவர்களோடுதான் அவனும் இருக்கிறான். ஹெர்ப் அவனுக்கும் சேர்த்து செலவுக்குப் பணம் அனுப்பிக்கொண்டிருக்கிறார்."

"அவளுக்குத் தேனீக்கள் என்றால் அலர்ஜி," என்றான் ஹெர்ப். "அவளுக்குச் சீக்கிரம் கல்யாணம் ஆகவேண்டுமென்று நான் கடவுளை வேண்டிக்கொள்ளாவிட்டால், அவள் கிராமப் பகுதிக்குப் போகும்போது தேனீக்கூட்டம் அவள் மேல் மொய்த்து, கடிபட்டு அவள் செத்துப்போக வேண்டுமென்று பிரார்த்தனை செய்வேன்."

"ஹெர்ப், இது கொடூரம்," என்று லாரா கண்ணீர் வருமளவு சிரித்தாள்.

"கொடூரமான வேடிக்கை," என்றாள் டெர்ரி. நாங்கள் அனைவரும் சிரித்தோம். நாங்கள் சிரித்தோம், மேலும் சிரித்தோம்.

"புஸ்ஸ்ஸ்ஸ்" என்று விரல்களைத் தேனீக்களாக்கிக்கொண்டு ஹெர்ப், டெர்ரியின் தொண்டையிலும் நெக்லஸ்ஸிலும் கொத்தினான். சட்டென்று தளர்ந்து சரிந்து அமர்ந்தான். மீண்டும் சீரியசான முகபாவத்திற்கு மாறினான்.

"அவள் ஒரு அழுகிப்போன பெட்டைநாய், உண்மையைத் தான் சொல்கிறேன்," என்றான். "கேடுகெட்ட பெண். சில நேரங்களில் இப்போது குடித்திருப்பதைப்போல நல்ல போதையில் இருக்கும்போது, ஒரு தேனீ வளர்ப்பவன்போல பெரிய தொப்பி, கெட்டியான கையுறை, தடிமனான கோட் அணிந்து, அவள் அறைக்குள் நுழைந்து ஒரு பெட்டி நிறைய தேனீக்களை அவள் மேல் ஏவிவிடலாமாவென்று தோன்றும். ஆனால் முதலில் என் குழந்தைகளை வீட்டைவிட்டு வெளியே அனுப்பிவிட்டுத்தான் அதைச் செய்ய வேண்டும்." கொஞ்சம் சிரமத்தோடு கால்மேல் காலைத்தூக்கிப் போட்டான். உடனே இரண்டு கால்களையும் தொங்கவிட்டு, மேஜைமேல் முழங்கைகளை ஊன்றியபடி முன்னால் குனிந்தான். முகவாயை உள்ளங்கைகளில் தாங்கிகொண்டும்," டெர்ரி, நீ சொல்வது சரி. அது நல்ல ஐடியாவாக இருக்காதுதான். சரி, நான் போய் ஒரு அவசரக்குளியல் போட்டுவிட்டு, உடையை மாற்றிக்கொண்டு வருகிறேன். சாப்பிடப் போகலாம். என்ன சொல்கிறீர்கள்?"

"எனக்குச் சம்மதம்," என்றேன். "சாப்பாடோ இல்லையோ. அல்லது தொடர்ந்து குடிப்பதோ. சூரியாஸ்தமனத்துக்குள் நேராகச் சென்றுவிடுவேன்."

"அப்படியென்றால்?" லாரா என்னைப் புதிராகப் பார்த்தப்படி கேட்டாள்.

“அப்படியென்றால், நான் சொன்னதுதான். வேறெதுவுமில்லை. அதாவது, நான் தொடர்ந்து போய்க்கொண்டேயிருப்பேன். அதுதான் அர்த்தம். அதைத்தான் சூரியாஸ்தமனம் எனலாம்.” சூரியன் மறைந்துகொண்டிருக்க சன்னல் கண்ணாடியில் இப்போது செம்மை படர்ந்திருந்தது.”

“நான் ஏதாவது சாப்பிடுகிறேன்,” என்றாள் லாரா.” பசிப்பது இப்போதுதான் உறைக்கிறது. கொறிக்க என்ன இருக்கிறது?”

“கொஞ்சம் பாலாடைக்கட்டியும் பிஸ்கட்டுகளும் தருகிறேன்.” என்றாள் டெர்ரி. ஆனால் எழுந்திருக்கவில்லை. உட்கார்ந்தே இருந்தாள்.

ஹெர்ப் அவனது பானத்தை முடித்தான். மேஜையிலிருந்து மெதுவாக எழுந்து, “ எக்ஸ்க்யூஸ் மீ, குளிக்கப் போகிறேன்” என்றான். சமையலறையைவிட்டு மெதுவாக ஹாலை நோக்கி நடந்தான். போகும்போது கதவை சாத்திக்கொண்டு போனான்.

“ஹெர்ப் பற்றி எனக்கு கவலையாக இருக்கிறது.” என்றாள் டெர்ரி. தலையைக் குலுக்கிக்கொண்டாள். “சில நேரங்களில் வழக்கத்தைவிட அதிகமாகக் கவலையாயிருக்கும். இப்போதெல்லாம் உண்மையிலேயே கவலைப்பட்டுக் கொண்டிருக்கிறேன். அவள் தனது கோப்பையை வெறித்தாள். பாலாடைக் கட்டியையும் பிஸ்கட்டுகளையும் எடுத்துத்தர அவள் நகர்வதாகத் தெரியவில்லை. நானே எழுந்து ரிப்ரிஜிரேட்டரில் என்ன இருக்கிறது என்று பார்க்கலாமென்று முடிவெடுத்தேன்.

லாரா பசி தாங்கமாட்டாள். “நிக், நீங்களே போய் எதை வேண்டுமானாலும் எடுத்துக்கொள்ளுங்கள். எது நன்றாகத் தெரிகிறதோ எடுத்து வாருங்கள். பாலாடைக்கட்டி அங்கே இருக்கிறது. ஸலாமி ஸ்டிக்கூட இருக்கிறதென்று நினைக்கிறேன். அடுப்புக்கு மேலேயிருக்கும் அலமாரியில் பிஸ்கட்டுகள் இருக்கின்றன. நான் மறந்துவிட்டேன். ஏதாவது கொறிக்கலாம். எனக்குப் பசியில்லை, ஆனால் உங்களுக்கு நல்ல பசியிருக்கும். எனக்கு இப்போதெல்லாம் பசியே எடுப்பதில்லை. நான் என்ன சொல்லிக்கொண்டிருந்தேன்?” அவள் கண்களை மூடித்திறந்தாள். “உங்களிடம் இதைச் சொல்லியிருக்கிறோமா என்று தெரியவில்லை. சொல்லியிருக்கலாம், ஞாபகமில்லை. ஹெர்ப்பின் முதல் திருமணம் முறிந்து அவர் மனைவி குழந்தைகளைக் கூட்டிக்கொண்டு டென்வர் போய்விட்டதும் அவருக்குத் தற்கொலை எண்ணங்கள்

எல்லாம் வரத்தொடங்கிவிட்டன. ஒரு மனநல மருத்துவரிடம் மாதக்கணக்காகச் சிகிச்சை எடுத்துக்கொண்டார். இப்போதுகூட அங்கே சென்று வரவேண்டுமென்று சிலநேரம் கூறுகிறார்." காலி பாட்டிலை எடுத்து அவள் கோப்பையின் மேல் கவிழ்த்தாள். சமையலறை மேடையில் ஸலாமியை ஜாக்கிரதையாக வெட்டிக்கொண்டிருந்தேன். "இப்போதெல்லாம் மறுபடியும் தற்கொலை பற்றி பேசுகிறார். குறிப்பாக குடிக்கும்போது. சில நேரங்களில் அவர் மிகவும் பலவீனமானவராக இருக்கிறார் என்று நினைக்கிறேன். தற்காப்புக்காக அவரிடம் எதுவுமில்லை. எதையும் எதிர்த்து நிற்கக்கூடிய திராணி அவருக்கில்லை." என்றாள். "நானும் ரெடியாக வேண்டும். முகத்தைக் கழுவிக்கொண்டு கொஞ்சம் லிப்ஸ்டிக் போட்டுக்கொள்கிறேன். நீங்கள் இரண்டு பேரும் இன்னும் ஐந்து வருடங்களுக்கு இதேபோல் ஒருவர் மேல் ஒருவர் காதலோடு இருக்க வேண்டுமென்று பிரார்த்தனை செய்துகொள்கிறேன். இன்றிலிருந்து நான்கு வருடங்கள் கழித்து ஒரு கட்டம் வரும். உண்மை நிதர்சனமாகும் கட்டம். இந்த விஷயத்தில் நான் சொல்வது இவ்வளவுதான்." அவளுடைய மெலிந்த கைகளை அணைத்துக்கொண்டு மேலும் கீழுமாக வருடிக்கொண்டாள். கண்களை மூடிக்கொண்டாள்.

நான் மேஜையிலிருந்து எழுந்து லாராவின் நாற்காலிக்குப் பின்னால் சென்றேன். பின்னாலிருந்து அவள் மேல் குனிந்து மார்புக்குக் குறுக்கே கைகளைப் பிணைத்துக் கொண்டேன். அவள் முகத்தின் மேல் என் முகத்தைப் பதித்துக்கொண்டேன். லாரா என் கைகளை அழுத்தினாள். மேலும் அழுத்தமாக என் கையை பிடித்து இறுக்கினாள்.

டெர்ரி அவள் கண்களைத் திறந்தாள், எங்களைப் பார்த்தாள். தனது கோப்பையை எடுத்தாள். "உங்களுக்காக," என்றாள். "நம் எல்லோருக்காகவும்." அவள் கோப்பையைக் காலி செய்தாள். ஐஸ் கட்டிகள் அவள் பற்களுக்கிடையில் கிணுகிணுப்பது வெளியே கேட்டது. "கார்ல்லுக்காகவும்," கோப்பையை மேஜை மேல் வைத்துவிட்டுச் சொன்னாள். "கார்ல் பாவம். ஹெர்ப் அவனை ஒரு கிறுக்கன் என்று நினைக்கிறார்,. ஆனால் ஹெர்ப்புக்கு அவன் மேல் உண்மையாகவே பயம் இருந்தது. கார்ல் கிறுக்கன் அல்ல. அவன் என்னைக் காதலித்தான், நான் அவனைக் காதலித்தேன். அவ்வளவுதான். அவனை இப்போதுகூட சில நேரங்களில் நினைத்துக்கொள்கிறேன்.

அதுதான் உண்மை. அதைச் சொல்வதில் எனக்குத் தயக்கம் இல்லை. சில நேரங்களில் அவன் நினைப்பு, பழைய ஞாபகம் ஏதாவது திடீரென்று எட்டிப்பார்க்கும். ஒன்று சொல்கிறேன். வாழ்க்கை எப்படி ஒரு நாடகமாகி விடுகிறதென்று பாருங்கள். அது, உங்களுக்குச் சொந்தமாக இருப்பதில்லை. அப்படித்தான் இருக்கிறது. அவனால் நான் கர்ப்பமாயிருந்தேன். அப்போதுதான் அவன் முதன்முதலாக எலி மருந்தைச் சாப்பிட்டு தற்கொலை செய்துகொள்ள முயன்றான். நான் கர்ப்பமாக இருப்பது அவனுக்குத் தெரியாது. நிலைமை மோசமாகிக்கொண்டே வந்தது. நான் கருச்சிதைவு செய்துகொள்ள முடிவெடுத்தேன். அவனிடம் அதைப் பற்றிச் சொல்லவில்லை. இப்போது நான் சொல்வது எதுவுமே ஹெர்ப்புக்கு தெரியாதவையல்ல. ஹெர்ப்புக்கு எல்லாமே தெரியும். எனக்குச் கருச்சிதைவு செய்ததே ஹெர்ப்தான். ஆச்சரியமாக இருக்கிறது, இல்லையா? கார்ல் வெறி பிடித்தவனாக அந்தச் சமயத்தில் இருந்தான். அவன் குழந்தை எனக்கு வேண்டாம் என்று தோன்றிவிட்டது. ஆனால் அவன் இம்முறை தற்கொலை செய்துகொண்டு விட்டான். ஆனால் அவன் போனபிறகு, அவனைப் பற்றி எதுவும் பேசவோ, அவன் பக்கத்து நியாயத்தை யோசிக்கவோ, அவனைப்பற்றி பயப்படவோ அவசியமில்லாமல் ஆனபிறகு, எனக்கு பெரும் மன உளைச்சலாக இருந்தது. அவனுடைய குழந்தையை கலைத்துவிட்டேனே என்று மனமுடைந்து போனேன். கார்ல்லை நான் நேசிக்கிறேன், அதைப் பற்றி எந்தச் சந்தேகமும் இல்லை. இப்போதும் அவனை நேசிக்கிறேன்! ஆனால் தெய்வமே, நான் ஹெர்ப்பையும் தானே நேசிக்கிறேன்! அது உங்களுக்குத் தெரியும், இல்லையா? நான் அதைச் சொல்ல வேண்டியதில்லை. ஓ இவையெல்லாமே மிகையாகப் போய்விட்டன், இல்லையா?" அவள் முகத்தை கைகளில் புதைத்துக்கொண்டு அழத்தொடங்கினாள். மெதுவாகக் குனிந்து மேஜையின் மேல் தலையை சாய்த்துக்கொண்டாள்.

லாரா அவளது உணவுத் தட்டை கீழே வைத்தாள். எழுந்து அவளிடம் சென்று, "டெர்ரி, அன்பே" என்று கிசுகிசுத்தபடி டெர்ரியின் கழுத்தையும் முதுகையும் தேய்த்துக்கொடுத்தாள்.

நான் ஒரு ஸலாமி துண்டை சாப்பிட்டுக்கொண்டிருந்தேன். அறை மிகவும் இருட்டாகி விட்டிருந்தது. வாயில் இருந்ததை மெல்வதை நிறுத்தி, விழுங்கிவிட்டு, சன்னலை நோக்கிச் சென்றேன். வெளியே கொல்லைப்புறத்தைப் பார்வையால் துழாவினேன்.

ஆஸ்பென் மரத்தையும், புல்வெளி நாற்காலிகளுக்கிடையில் தூங்கிக்கொண்டிருந்த இரு கருப்பு நாய்களையும் வெறித்தேன். என் பார்வை நீச்சல் குளத்தைத் தாண்டி, கதவு திறந்திருந்த அச்சிறிய தொழுவத்தையும், காலியான குதிரை லாயத்தையும் கடந்து சென்றது. காட்டுப்புற்கள் வளர்ந்திருக்கும் இடத்தை வேலியிட்டிருந்தது. அதற்கும் பின்னால் இன்னொரு பண்ணை, அதைத் தாண்டினால் ஆல்பு கெர்கீவையும் எல் பாஸோவையும் இணைக்கும் 'இண்டர்ஸ்டேட்' நெடுஞ்சாலையில் கார்கள் போய்வந்தபடி இருந்தன. மலைகளுக்குப் பின்னால் சூரியன் சரிந்துகொண்டிருந்தது. மலைத்தொடர் கருத்திருந்தது. எங்கும் நிழல்கள் விரவியிருந்தன. என் பார்வையில் படும் விஷயங்களை மென்மையாக்குவதைப் போல கூடவே வெளிச்சமும் இருந்தது. குளிர்காலம்போல மலையுச்சியருகே வானம் சாம்பல் நிறத்தில் இருந்தது. சாம்பல் வானத்துக்கு மேலே நீலவானம் வெப்பமண்டல போஸ்ட்கார்டு போட்டோக்களில்போல, மத்திய தரைக்கடல் நீலத்தைப்போல நீட்டியிருந்தது. குளத்தின் நீர்ப்பரப்பில் சிற்றலைகளை பெருக்கித்தள்ளிய மென்காற்று, ஆஸ்பென் இலைகளையும் நடுங்கவைத்தது. இந்த நாய்களில் ஒன்று ஏதோ சமிக்ஞை கிடைத்தாற்போல தலையை உயர்த்தி, காதுகளை நிமிர்த்தி ஒரு நிமிடம் உற்றுக்கேட்டுவிட்டு, தலையை பாதங்களுக்கிடையே புதைத்துக்கொண்டது.

ஏதோ நடக்கபோகிறது என்ற உணர்வு எனக்கு ஏற்பட்டது. இந்த நிழல்களிலும் வெளிச்சத்திலும் இருக்கும் மெதுவான தன்மையில் அது இருந்தது. அது எதுவாக இருந்தாலும் அது என்னைத் தன்னுடனே கொண்டு சென்று விடுமென்று தோன்றியது. அது நிகழ்வதற்கு எனக்கு விருப்பமில்லை. புற்களின் ஊடாகக் காற்று அலையாக தழுவிக்கொண்டு செல்வதைப் பார்த்துக்கொண்டிருந்தேன். காற்றில் புற்கள் வளைந்து, பின் நிமிர்வதைப் பார்க்க முடிந்தது. அந்த இரண்டாவது வயல் நெடுஞ்சாலை வரைக்கும் மேடிட்டிருந்தது. காற்று அலையலையாக மேடேறிப்போய்க் கொண்டிருந்தது. நான் அங்கேயே நின்றுகொண்டு புல்லிதழ்கள் காற்றில் வளைவதைப் பார்க்க காத்துக்கொண்டிருந்தேன். என் இதயம் துடிப்பதை என்னால் கேட்கமுடிந்தது. வீட்டின் பின்புறத்தில் எங்கேயோ குளியலறை ஷவர் சரிந்துகொண்டிருப்பது கேட்டது. டெர்ரி இன்னமும் அழுதுகொண்டிருந்தாள். மெதுவாக, யத்தனப்பட்டு

அவளைப் பார்க்கத் திரும்பினேன். அவள் மேஜைமீது தலையைச் சாய்த்திருந்தாள். முகம் அடுப்பை நோக்கியிருந்தது. அவள் கண்கள் திறந்திருந்தன. ஆனால் அவ்வப்போது கண்ணைச் சிமிட்டிசிமிட்டி கண்ணீர் சிந்திக்கொண்டிருந்தாள். லாரா நாற்காலியை இழுத்து அவளருகே போட்டுக்கொண்டு டெர்ரியின் தோளை அணைத்தபடி அவள் செவியில் என்னவோ கிசுகிசுத்துக் கொண்டிருந்தாள்.

“நிச்சயம், நிச்சயம்,” என்றாள் டெர்ரி. “அதைப் பற்றிச் சொல்”

“டெர்ரி, ஸ்வீட் ஹார்ட், “ லாரா மிருதுவாகப் பேசினாள். “எல்லாம் சரியாகிவிடும், நீயே பாரேன். எல்லாம் சரியாகிவிடும்.”

லாரா அவள் கண்களை உயர்த்தி என் பார்வையைச் சந்தித்தாள். அவள் பார்வை கூர்மையாகத் துளைப்பதாக இருந்தது. என் இதயம் மெதுவாகியது. நெடுநேரம் என்று தோன்றுமளவுக்கு என் கண்களையே வெறித்தபடியிருந்தாள். பின் தலையை அசைத்தாள். அதுமட்டும்தான் செய்தாள். அவள் கொடுத்த ஒரே சைகை. ஆனால் அது போதும். கவலைப்படாதீர்கள், இதைக் கடந்து சென்று விடுவோம், எல்லாம் நன்றாகவே நடக்கப் போகிறது, நீங்களே பார்க்கப் போகிறீர்கள் என்று அவள் சொல்வதைப்போல இருந்தது. அந்தப் பார்வையை அப்படித்தான் என்னால் கருத முடிந்தது, நான் நினைப்பது தவறாக இருக்கலாம் என்ற போதிலும்கூட.

ஷவர் பொழிவது நின்றது. அடுத்த நிமிடம் ஹெர்ப் சீழ்க்கை யடித்தபடியே குளியலறைக் கதவை திறப்பதைக் கேட்டேன். மேஜையில் அமர்ந்திருந்த பெண்களையே பார்த்தபடியிருந்தேன். டெர்ரி இன்னமும் கரைந்துகொண்டிருந்தாள். லாரா அவள் முடியைக் கோதிக்கொண்டிருந்தாள். நான் சன்னலுக்குத் திரும்பினேன். வானத்தின் நீலத் தீற்றல் இப்போது விலகி மற்ற பகுதியைப் போலவே இருண்டுகொண்டிருந்தது. ஆனால் நட்சத்திரங்கள் தோன்ற ஆரம்பித்துவிட்டன. வெள்ளியை அடையாளம் கண்டுபிடித்தேன். அதிலிருந்து வெகுதூரம் தாண்டி, ஓரத்தில் வெள்ளியளவுக்குப் பிரகாசமாக இல்லாவிட்டாலும் தொடுவானத்தில் செவ்வாய். காற்று வேகம் பிடித்தது. காலியான வயல்களில் அது என்ன செய்கிறது என்பதைப் பார்க்க பார்வையைத் திருப்பினேன்.

மெக்கின்னிஸ் தம்பதியினர் இப்போதெல்லாம் குதிரைகளை வளர்க்காதிருப்பது துரதிருஷ்டவசமானது என்று காரணமே இல்லாமல் நினைத்தேன். இந்த ஏறக்குறைய இருட்டில் இந்த வயல்களினூடே குதிரைகள் நாலுகால் பாய்ச்சலில் ஓடுவதையும், அல்லது வேலிக்கருகே தலையை எதிரெதிர் திசைகளில் திருப்பிக் கொண்டு வெறுமனே நின்றுகொண்டிருப்பதையும் கற்பனை செய்ய விரும்பினேன். சன்னலில் நின்றபடி காத்திருந்தேன். கண்ணில் படுவதற்கு ஏதாவது ஒன்று வரும்வரை அந்த வீட்டுக்கு வெளியே உற்றுப் பார்த்துக்கொண்டு, இன்னும் கொஞ்சநேரம் நின்றுகொண்டிருக்க வேண்டும் என்று எனக்குத் தெரிந்தது.

ೞଔ

பின் தொடர்தல்

சிங்களத்தில்: மனுஷா பிரபானி திஸாநாயக
தமிழில்: எம். ரிஷான் ஷெரீப்

ஹ்ம்ம்... இந்தளவு கவலையை இவ்வளவு காலம் வாழ்க்கையில் நான் உணர்ந்ததே இல்லை. ஏன் அவன் என்னைப் பார்ப்பதில்லை?

சாதாரணமாக ஒரு ஆடவனின் இதயத்தை வென்றெடுக்க இவ்வளவு நேரம் எடுப்பதில்லையே.. அதிகம் போனால் முப்பது விநாடிகள். மனதைக் கவரும் விளம்பரங்கள்கூட முப்பது விநாடிகளுக்காகத்தானே எடுக்கப்படுகின்றன. என்னால் மாத்திரம் ஏன் இயலவில்லை?

இளம் பெண்ணொருத்தி பார்த்துக்கொண்டேயிருக்கிறாள் என உணர்ந்தால், அதன்பிறகு ஒரு பையனும் விடமாட்டான் என்பது அவ்வளவு பெரிய விடயமொன்றல்ல. என்றாலும், நான், பேரழகியான ஒருத்தியல்ல என்பதனால், முப்பது நொடிகளில் ஒருவனை வென்றெடுக்க முடியுமென எண்ணுமளவுக்கு, எனக்கு புத்தி பேதலித்திருக்கவும் முடியாது. ம்ம் முப்பது நொடிகளிலிருந்து ஐந்து தினங்கள் வரைக்கும் என சந்தர்ப்பத்துக்கேற்ப வசனத்தை மாற்றிக்கொள்வதென்றால் செய்ய முடியும்.

என்ன ஐந்து தினங்கள்? இப்பொழுது ஒரு மாதமும் கடந்துவிட்டது. ஏன் அவன் அதை உணரக்கூட இல்லை. நான் இங்கே, அவன் அங்கே, அது பரவாயில்லை. குறைந்தபட்சம் ஒரு பார்வையேனும் பார்த்தானானால் பரவாயில்லை. இத்தனைக்கும், நாங்கள் தினமும் ஒரே புகையிரதத்தில், ஒரே பெட்டியில்,

ஒன்றுக்கொன்று சமாந்தரமாக இணைக்கப்பட்டிருக்கும் நீல நிற இருக்கைகள் இரண்டில், எதிரெதிரே அமர்ந்து பயணிக்கிறோம்.

கொழும்பு, கோட்டை ரயில் நிலையத்தில் கூட்டம் இறங்கியதும்தான் அவ்வாறு அமர்ந்து செல்லவும் இடம் கிடைக்கும். அதற்குப் பிறகுதான் அவனை எனக்கு தெளிவாகக் காணக் கிடைக்கும். பின்னர் அரசாங்க அலுவலகத்தையும் கொம்பனித் தெருவையும் கடக்கும்வரை, அவன் முன்னே ஒரே இலக்கில் தனது கவனத்தைக் குவித்தவாறு அமர்ந்திருப்பான். அக் குவிய மையத்தில் என்ன அகப்படுமோ தெரியாது. அவன் மனிதர்களைக் கூர்ந்துகவனிப்பவனாகவும் இல்லை.

எனினும், கொம்பனித் தெரு கடந்து கொள்ளுப்பிட்டியவை நெருங்கும்போது அவன் எப்போதுமே நீலநிற இருக்கையின் மூலைக்கே சென்றமர்ந்து, கடலைப் பார்த்துக்கொண்டிருக்கத் தொடங்குவான். கடலை மாத்திரம் மிகவும் உற்றுப் பார்த்துக் கொண்டிருப்பது தெளிவாகத் தென்படும். என்னால் கடலாக முடியாதே. எனினும், என்னால் மெல்லிய தென்றலாக முடியும். அதன்பிறகு அவன் திரும்பவும் எனக்குத் தென்படுவது பம்பலபிடியவில் நான் இறங்கிச் செல்லும்போதுதான். எனினும், அந்த நேரத்தில் நான் அவனைப் பார்ப்பதில்லை. நேராகப் பார்த்தவாறு நடப்பேன். கண்கள் அவன் அமர்ந்திருக்கும் மூலையைக் கவனிக்கும். அதை அவன் அறியமாட்டான், அவன் வெள்ளவத்தையிலோ தெஹிவளையிலோ இறங்கக்கூடும்.

என்னிடம் ஒரு இளைஞனின் மனதைக் கொள்ளை யடிக்கவென எந்தத் திறமையும் இல்லை. அது இப்பொழுது உறுதிப்படுத்தப்பட்டிருக்கிறது. மிகவும் கீழ்த்தரமான நிலையிது. நான் அந்தளவு – வெறுக்கத்தக்கவளா? வெறுப்பு என்பது என்ன? புறந்தள்ளுவதா? விருப்பு அற்றிருப்பதுவா? இரண்டுமே ஒன்றுதான் எனக்கு. நான் – ஒதுக்கப்பட வேண்டியவளெனில், அவன் இந்நேரம் ரயில் பெட்டியில் தான் அமரும் இடத்தினை மாற்றிக்கொண்டிருப்பான். அவன் இன்னும் எனக்கு பழக்கப்படவில்லை. அதனால், வெறுப்பேதுமில்லை என எண்ணி மனதைச் சமாதானப்படுத்திக்கொள்ள முடியும். எனினும், விருப்பு என்ற ஒன்று சத்தியமாக இல்லை. எவ்வித இரசாயன மாற்றங்களும்கூட எம்மிடையே நிகழவில்லை. எமக்கிடையில் இல்லையென்றபோதும், என்னிடம் நிகழ்கிறது. சிலவேளை அவன் என்னைப் போன்ற ஒருத்தியை அவதானிப்பதுகூட இல்லாமலிருக்கும்.

நிஜமாகவே எனக்குப் பைத்தியம் பிடித்துக் கொண்டிருக்கிறதா? நான் எந்த மாதிரியான ஒரு பெண்? நிஜமாக சொல்லப்போனால் எனக்கு இம்மாதிரியான ஆண்களைப் பிடிப்பதில்லை. அழகானவர்களை, நான் விரும்புவதில்லை. அழகன்கள் மிக மோசமானவர்கள். அநேகமான பெண்களும் அவர்களையே நெருங்குவதாலும், நெருங்கும் அனைவரிடமிருந்தும் அவர்களுக்குத் தேவையானவற்றைப் பெற்றுக்கொள்வதாலும், அழகன்கள் மிக மோசமானவர்கள்.

நான் அப்படிப்பட்டவளில்லை. இவன் என் இனத்தைச் சேர்ந்தவனல்ல என்ற நம்பிக்கை எனக்கு இருக்கிறது. எனக்கு ஏதோ நடந்திருக்கிறது. எனக்கு எப்படியாவது இவனுடன் கதைக்க வேண்டும் போலத் தோன்றுகிறது. காதலிக்கவல்ல, நண்பர்களாகப் பழக முடிந்தால் நன்றாக இருக்கும்.

எந்தளவு பொருத்தமற்றதாக இருக்கிறது? வருடக்கணக்காக அறிந்திருக்கிறேன் என எண்ணிக்கொண்டிருக்கும் நான் என்பவள், இதன்பிறகு நான் அறியாத ஒருத்தியாக மாறிக்கொண்டு வருகிறேன். நிஜமாகவே எனக்குத் தேவையானது என்ன? அவனது பார்வையா அவதானமா? இல்லாவிட்டால் அவற்றுக்கு மேலதிகமாக வேறெதுமா? நான் நானாகாது வேறொருவர் ஆகுவதா எனக்குத் தேவையாக இருக்கிறது? அப்படித்தான் இருக்கக்கூடும். இல்லையில்லை, அவை எவையுமல்ல. இது ஒரு திடீர் அனர்த்தம். வெறுமனே, மிகவும் இயல்பாக ஒரு இளம்பெண்ணுக்கு, ஒரு பையன்மீது ஒரு ஈர்ப்பு உருவாகியிருக்கிறது. பையனுக்கு எதுவுமே தெரியாது. குறிப்பிட்டுச் சொல்வதானால் தோல்வியுற்ற முதல் காதலில் நிகழ்ந்ததுவும் இவ்வாறேதான் ஒருதலையாக.

பொதுவாக பையன்கள்தானே பெண்கள் பின்னால் போவார்கள். எவ்வாறாயினும் தாம் மிகவும் விரும்பும் பையன்களைத் தம் பின்னால் அலைய வைக்க பெண்களுக்குத் தெரியும். நான் அவ்வாறில்லை. என் பின்னால் அலைபவர்களை எனக்குப் பிடிப்பதில்லை. பின்னால் வர வைக்கவும் விருப்பம் இல்லை. முன்னால் செல்பவர்களைத்தான் எனக்குப் பிடிக்கும். அதாவது கட்டாயமாக நான் பின்னாலேயே செல்ல வேண்டும் என்பதுதானே அதன் அர்த்தம். இது மிகவும் கேவலமானது. எனினும், எனக்கு சுவாரஸ்யமானது. பெண்களுக்கு இவ்வாறெல்லாம் தோன்றுமா என்பதுகூட ஆண்களுக்கு தெரியா

மலிருக்கக்கூடும். காரணம், பெண்கள் ஆண்களின் பின்னால் அலைவது, ஆண்கள் பெண்களின் பின்னால் அலையும்விதத்தில் அல்லவே. அது வேறுவிதம்.

நான் எப்போதும் அவனையே பார்த்துக்கொண்டிருந்தேன். அவன் கண்டுவிடாமல் அதைச் செய்தேன். நான் எப்போதும் அவனையே கவனித்துக்கொண்டிருந்தேன். அவன் உணராமல் அதைச் செய்தேன், எவ்வாறாயினும் இப்படி மறைவாகச் செய்வதென்பது சம்பந்தப்பட்டவருக்கு தொழுநோயைப் போலவும், எனக்கு வைக்கோலைப் போலவுமே இருக்கும். எவ்விதச் சுவையுமிருக்காது.

பாடசாலைக் காலத்தில் முதல் காதல் தோல்வியுற்றது. தொடர்ந்து கல்வி கற்பதை நிறுத்தினேன். தோல்வியுற்றதன் காயம் இப்போது குணமடைந்துவிட்டதால் நான் மீண்டும் கொஞ்சம் பாடம் படிக்க முயற்சித்துக்கொண்டிருக்கிறேன். எனது பழைய தோல்வி திரும்பத்திரும்ப நினைவில் தோன்றி என்னை அச்சுறுத்திக்கொண்டேயிருந்ததால் நான் ஒரு அடியை முன்னால் எடுத்து வைத்தேன். அதற்கும்கூட ஒரு மாதம் எடுத்தது.

ஒரு மாதத்திற்குப் பிறகு அவனை முகத்துக்கு நேராகப் பார்ப்பதை நான் செய்தேன். ஒப்பனைகளெவையும் இடப்படாத எனது வெற்றுக் கண்களால் மிகத் தூய்மையான நீரோட்டத்தைப் போன்ற பார்வையால் நான் அவனைப் பார்த்தேன். அந்த மிகத் தூய்மையான நீரோட்டமானது, எனது ஆழ்மனதினுள்ளிருந்து 'தயவுசெய்து என்னைப் பார்' என்ற மந்திரத்தோடுதான் ஊற்றெடுத்திருந்தது. கடவுளின் புண்ணியத்தில் நூற்றியெட்டு தடவைகள் மந்திரிக்கத் தேவைப்படவில்லை. அவனும் பார்த்தான். பார்த்துக்கொண்டேயிருந்தான். நான் ஐந்து விநாடிகள்போல பார்த்துக்கொண்டிருந்துவிட்டு பார்வையை வேறுபுறம் திருப்பிக்கொண்டேன். சரியாக அவன் பார்வையைத் திருப்பிக்கொள்ளும் கணநேரத்துக்கு முன்பு.

நான் புன்னகைக்கவும் இல்லை. ஜாடை செய்யவுமில்லை. வெறுமனே பார்த்திருந்தேன். எனினும், ரயிலிலிருந்து இறங்கிச் செல்லும்போது மீண்டும் அவனைத் திரும்பிப் பார்க்காதிருக்கும் அளவுக்கு நான் கர்வம் கொண்டிருந்தேன். அவன் நான் இறங்கிச் செல்வதைப் பார்த்துக்கொண்டேயிருப்பது கள்ளப் பார்வைக்குத் தென்படுகிறது. அடடா அதுகூட எவ்வளவு மகிழ்ச்சியைத் தருகிறது!

தூய நீரோடையில் நான் மந்திரங்களை அதிகரிக்கத் தொடங்கினேன். இப்போதெல்லாம் ரயிலிலிருந்து இறங்கிச் செல்லும்போதும் நீரோடையிலிருந்து ஒரு துளியைத் தெளித்து விடும் அளவுக்கு நான் அச்சமற்றவள் அல்லது நாணமற்றவள் ஆகியிருந்தேன். ஒரு கிழமைக்குப் பிறகு, இதன்பிறகும் தூய நீரோடை மாத்திரமே போதுமானதல்ல என்பது எனக்குப் புரிந்தது.

பெரும் பாறை விலாங்கு மீன் அவன். பாறைக் குணமும், விலாங்குக் குணமும் ஒன்றாகப் பிணைந்தவன். ஒன்றோ பாறையாக மட்டும் இருக்க வேண்டும், இல்லாவிட்டால் விலாங்காக மட்டும் இருக்க வேண்டும். எனது பார்வையை தனது பார்வையால் சந்திக்கிறான்தான். என்றாலும், அவனால் ஏன் புன்னகைக்க முடியாது? அதையும் நானேதான் செய்ய வேண்டுமா என்ன? இவன் எதையும் நான் செய்த பிறகுதான் செய்வானா?

சிலவேளை இவன் என்னைக் குறித்து, மனதுக்குள்ளால் சிரித்துக் கொண்டிருக்கக்கூடும். நானும்கூட ஒரு வெட்கம் கெட்டவள். எவரேனும் நான் இங்கு செய்யும் காரியத்தைக் குறித்து அறிந்தால் எனது பெற்றோருக்கு இருக்கும் மதிப்பும் கௌரவமும்கூட இல்லாமல் போய்விடும். ஏன் நான் எனது பின்னால் அலைபவர்களில் ஒருவனைத் தேர்ந்தெடுக்காது என்னைப் பார்த்து புன்னகைக்கக்கூடத் தெரியாத ஒருவனின் பின்னால் அலைந்துகொண்டிருக்கிறேன்? போதாததற்கு அவன் பின்னால் அலைவதாகக் காட்டிக்கொள்ளக்கூட நான் விரும்பவில்லை.

யாசிப்பவர்களைவிட, யாசிக்காதிருப்பவர்களுக்குக் கொடுப்பதால் கூடுதலாகப் புண்ணியம் கிடைக்கும் என அம்மா சொல்லியிருக்கிறாள். இச்சைக்காரர்களென அவர்களைச் சொல்வார்கள். வாய் திறந்து யாசிக்க மாட்டார்கள். ஆனால் உள்ளே இரத்தம், எலும்பு, சதை, நரம்பு என அனைத்தையும் திறந்து யாசகத்தை எதிர்பார்த்துக் கொண்டிருப்பார்கள். ஆமாம், நானும் ஒரு இச்சைக்காரி ஆகிவிட்டேன். எனினும், சம்பந்தப்பட்டவன் எந்தவொரு இனத்துக்கோ, வகைக்குமோ உரித்தானவன் அல்ல. கேட்டால் கிடைக்குமா என சிந்திக்க மாட்டாதவன். எனக்கு கொஞ்சம் வெட்கமில்லைதான் என்றாலும் முழுமையாக நாணமில்லாதிருக்க வழியில்லை. இங்கு நான் எதிர்பார்ப்பது

பெரிய விடயமேதுமில்லை. நல்லதொரு பார்வை மாத்திரமே. ஈரக்கனிவு நிறைந்த ஒரு பார்வை. அந்தப் பார்வையோடு சேர்த்து பூரித்த ஒரு புன்னகை அல்லது புன்னகையால் நனைந்த ஓரிரு வசனங்கள். இங்கிருப்பவை விடாமுயற்சியும் அணையாத எதிர்பார்ப்பும். சிநேகத்துக்கு நெருக்கமான ஏதோவொரு விடயம். காரணமேதுமில்லாமல் தளிரொன்று துளிர்க்காதே... சிலவேளை இவனுக்கு என்னைவிடவும் தர்மங்கள் தெரிந்திருக்கக்கூடும். அதனால்தான் ஒரு காரணத்தைத் தரத் தோன்றவில்லை. ஹ்ம்ம்.

அடுத்தடுத்து இரண்டு மாதங்கள் மிகச் சிரமப்பட்டு கழிந்தன. அடுத்த அடியையும் எடுத்து வைக்கிறேன். தூய நீரோடையில் நான் திரும்பவும் மெல்லிய புன்னகையொன்றைச் சேர்த்துப் புதிதாக உயிர் கொடுக்கிறேன். முகத்துக்கு முகம் பார்த்து அமர்ந்திருக்கும் போதன்றி, ரயிலிலிருந்து இறங்கிச் செல்லும்போதே விடைபெறுதலுக்கான முதல் புன்னகையை நான் முன்வைத்தேன். எனது இருதயம் துடிக்கும் ஓசையை எனது முழு உடலுமே உணர்ந்தது. எனினும், அவ்வெற்றி சந்தர்ப்பத்துக்கான பதிலை நான் காணவில்லை . ரயில் மிக வேகமாகச் சென்றதுவே காரணம். சிலவேளை எனது இதயத்திலிருந்த கலவரத்தின் காரணமாக எனக்கு விளங்கவில்லையோ என்னவோ? திரும்பவும் மறுநாள் காலை வரை என்னால் பொறுமையாக இருக்க முடியவில்லை.

இரண்டாம் மாதத்தின் இரண்டாம் நாள். மிகவும் அமைதியற்றிருந்த நான், கொழும்பு கோட்டை புகையிரத நிலையத்தில் வைத்து ரயிலில் ஏறி அமர்ந்ததும், பையிலிருந்து புத்தகமொன்றை வெளியிலெடுத்தேன். புத்தகத்தின் நடுப்பக்கத்தைப் பிரித்து பொய்யாக வாசிக்கத் தொடங்கினேன். அவன் என்னையே இப்போது பார்த்துக்கொண்டிருக்கக் கூடும் என்ற எண்ணமே என்னில் நிறைந்திருந்தது. தலை புத்தகத்திலேயே மூழ்கிப்போயிருந்ததால் எனக்கு புறச்சூழலோ, அவன் இருக்கும் இடமோ சரியாகத் தென்படவில்லை. நேற்று புன்னகைத்தேன்தான். எனினும், இப்பொழுது எனக்கு திரும்பத்திரும்ப அவனைப் பார்த்து புன்னகைக்க வெட்கம் தோன்றியது. அந்த அசௌகரியத்தைத் தவிர்க்கவே நான் புத்தகத்தை வெளியே எடுத்தேன். எனக்கிருப்பதுவும் இலேசில் தெளிந்துவிடக் கூடிய சிறியதொரு பைத்தியமல்ல. நல்ல நேரம், யாருக்கும் எனது இதயம் தென்படுவதில்லை.

இறங்கிச் செல்லும்போது நிச்சயமாக மூலையில் அவன் வழமை போலவே அமர்ந்திருப்பான் என நான் எதிர்பார்த்தேன். நான் பம்பலபிடியவில் இறங்கிச் செல்லத் தயாராகி பார்த்தபோது, அவன் வழமையாக அமரும் இருக்கையில் அமர்ந்திருந்தது வேறொருவர். அவன் இல்லை! அவன் இன்று வந்திருக்கவில்லை!?

மேலே துள்ளித்துள்ளி அடித்துக் கொண்டிருந்த எனது இருதயம் கீழே விழுந்து தூள்தூளானது. அதன் துகள்கள் மீண்டும் கடற் காற்றில் பட்டு எனது கண்களிலும் விழுந்தனவோ என்னவோ, கண்கள் எரிந்தன. ஏன்? ஏன்?? ஏன்??? ஏன் எனக்கு இப்படி நடக்கிறது?

அதன்பிறகு தொடர்ச்சியாக அவன் வரவில்லை. ஏழு தினங்கள் கடந்ததன் பிறகு தூய நீரோடை தேங்கியது. அழுக்கடைந்தது. காதலொன்று இல்லாமலே விரக வேதனையை உணர்வது எவ்வாறு? எனக்கு அப்படித்தான் ஆனது. கொஞ்சமகூட நாணமற்று ஆண்களின் பின்னால் அலைந்தும் யாருமே என்னை விரும்பவில்லை. கொஞ்ச காலம் பார்க்காமல் பார்த்தேன். பின்னர் பார்க்கவே பார்த்தேன். அடுத்த மாதம் புன்னகைக்க ஆரம்பித்ததுமே அவன் காணாமல் போய்விட்டான். எனது புன்னகை அழகற்றதாக இருந்திருக்கக் கூடும். எவ்வாறாயினும் நான் பேரழகி இல்லையே.

அவனுக்கு அழகியொருத்தி காதலியாக இருக்கக்கூடும். ரயிலில் பயணிக்காத, கார் ஒன்றைச் சொந்தமாக வைத்திருக்கும் செல்வந்தப் பெண்ணொருத்தியாக அவள் இருக்கக்கூடும். நான் நாட்டுப்புறக்காரிதானே. அவனைப் பார்த்ததுபோல இன்னும் எத்தனை ஆயிரம் பேரை இவள் பார்த்திருக்கக்கூடும் என அவனுக்குத் தோன்றியிருக்கவும்கூடும். இதைவிடவும் வேறு அவமானமொன்று இருக்கிறதா என்ன? நான் நானேயானால், மறுவினையாக என்னைக் குறித்து வெட்கப்படவும் வேண்டி யிருக்கிறது. மிகவும் அசாதாரணமானது இது.

நான் அந்த ரயிலில் திரும்பவும் ஏறவில்லை. கேடு கெட்ட ரயில். நான் காலை நேரத்தில் வேறொன்றில் செல்லத் தொடங்கினேன். வண்ணங்கள் நிறைந்த ஆடைகளை அணிந்து வந்தவள் அவற்றைக் கைவிட்டு வெளிறிய நிறம், சாம்பல் நிறம், கபில நிறம் போன்ற பாழ்நிற ஆடைகளை அணிந்து எனது

இதயத்திலிருந்த மரண ஊர்வலத்துக்கு ஆழ்ந்த துயரங்களை நானே தெரிவித்துக்கொண்டேன். மனிதர்களிடமிருந்து நான் ஒளிந்துகொள்ளத் தொடங்கினேன். மாலை நேரத்தில் நான் செல்லும் ரயிலில் ஒரு மூலையில் அமர்ந்துகொண்டேன். ஜன்னல் வழியே வெளியே பார்த்துக்கொண்டே பயணித்தேன்.

எனக்கு இனி மேலும் மனிதர்கள் யாருமே தேவையில்லை. எனக்கு எவரையும் பார்க்கக்கூடத் தேவையில்லை. இரண்டு மாத முயற்சி வெறுமனே தண்ணீரில் கரைந்ததைக் குறித்து நான் மேலும் ஒரு மாதமாக ஒரு நாளைக்கு ஒரு தடவையேனும் காலைவேளைகளில் கண்ணீர் உகுத்தேன். அதிகமாக அழுதே னென்று விதியின் இருப்பிடம் மாறுமெனக் கூற முடியாதே.

ஒரு நாள் மாலை நேரம் நான் இறங்கும் நிலையமருகே இறங்கத் தயாராகி எழுந்து நிற்கும்போது நான் நெருக்கமாகக் கண்ட ஒரு உருவத்தினால் அதிர்ச்சியுற்றேன். அவன் என்னருகே அமர்ந்திருந்தான். இவ்வளவு நேரமாக அவன் என் அருகிலேயே அமர்ந்து பயணித்திருக்கிறான். கடவுளே கடைசியில் விதியின் இருக்கை இடம் மாறியிருக்கிறது. பெண்களால் விதியின் இருப்பிடத்தையும் இடம் மாற்ற முடியுமெனக் கற்றது பொய்யில்லை. எனது கால்களிரண்டும் உணர்விழந்ததுபோலத் தோன்றி மீண்டும் அதே ஆசனத்திலேயே அமர்ந்துகொள்ள நேர்ந்தது. அவன் கண்களால் புன்னகைக்கிறான். அவனது மொத்த வதனமுமே புன்னகைக்கிறது. அவனால் கதைக்கக்கூட முடிகிறது.

"ஏன் இப்போ காலைல வர்றதில்ல?"

".......'"

"நான் அலுவலக விஷயமா ஒரு பயணம் போயிருந்தேன். போய்ட்டு வந்து பார்த்தா நீங்க இல்ல. எப்படியும் அந்தி நேரத்துல நீங்க இந்த ரயிலிலதான் போவீங்கன்னு தீர்மானிச்சேன். ரொம்ப நாளா பார்த்துட்டிருந்தேன். நீங்க பம்பலபிடிய ஸ்டேஷன்ல நின்னுட்டிருக்கிறதைக் கண்டேன். நீங்க தனியா ஓரோரு பெட்டியில ஏறுறதையும் கவனிச்சேன். அதான் இன்னிக்கு வந்து உங்க பக்கத்துலேயே உட்கார்ந்துட்டேன். ஆனா நீங்க வெளியேயே பார்த்துட்டிருந்ததால கதைக்கணும்னு தோணல. நீங்க என்னைக் காணும்வரைக்கும் காத்துட்டிருந்தேன்"

என்னிடம் வார்த்தைகளில்லை. நான் அவன் பேசுவதை வெறுமனே கேட்டுக்கொண்டிருந்தேன். எனது முகம் சிவந்திருக்கக்கூடும். இதயம் துடிப்பதைக் கேட்டிருப்பானோ... நான் அறியேன். அப்படி, இப்படி நான் இறங்கவேண்டிய வேயங்கொடை புகையிரத நிலையமும் கடந்தது.

"நீங்க இறங்க வேண்டிய இடம் கடந்துடுச்சே? மீரிகமயில் இறங்கி அடுத்த ரயில்ல ஏறி திரும்ப வேயங்கொடைக்கு வருவோம். இந்த நேரத்துல கொழும்புக்கு வரும் எக்ஸ்பிரஸ் ரயில் ஒண்ணு இருக்கு. ஏன் நீங்க கதைக்குறதில்லை? கண்களால் பேச மட்டுமா தெரியும்?"

"........"

"உங்க நடவடிக்கைகளை நான் அவதானிச்சிட்டுத்தான் இருந்தேன். நீங்க ரொம்ப பொறுமைசாலி. அப்படியே பிடிவாதக்காரி. வேண்டியது கிடைக்கலேன்னா திரும்பிப் பார்க்க மாட்டீங்க... சரிதானே? என்னோடு சிரிக்க உங்களுக்கு ஒரு மாதம் எடுத்தது. உண்மையைச் சொன்னா உங்க அப்பாவித்தனமான இந்த நடவடிக்கைகளை நான் ரொம்ப ரசிச்சேன். அதான் முதல்ல சிரிக்க முந்திக்கொள்ளல. சொல்லிட்டுப் போக முடியாமப் போனதுக்கு மன்னிக்கணும். நான் திரும்ப வர்றப்போ நீங்க இல்லாததால், உங்க மனசு நொந்திருக்கக்கூடும்னு புரிஞ்சுக்கிட்டேன். தேடி வந்து கதைக்கிற அளவுக்கு நீங்க விஷேசமானவர்னு எனக்கு அப்போ புரிஞ்சிடுச்சு..."

எமக்கு மீரிகமயிலில் இறங்கிக்கொள்ளத் தேவைப்படவில்லை. ஆகவே, பொல்கஹவலை வரை சென்றோம். மிகவும் விந்தையான குணங்கள் அவனிடமிருக்கின்றன. எனக்கு இன்னும் அவனுடன் வேண்டியளவு தூரம் பயணிக்கவேண்டும்.

2017

கதாசிரியர்கள் பற்றி...

அலெக்சாந்தர் குப்ரின் (1870-1938) ரஷியர். ரஷியாவில் நரோவ்சாத் என்ற நகரில் பிறந்தவரின் இளமைக் காலம் வறுமையில் தோய்ந்திருந்தது. செய்தியாளர், எழுத்தர், பண்ணை மேலாளர், நடிகர், நில அளவையாளர், மூட்டை தூக்குபவர் எனத் தொடர்ந்து பல்வேறு வேலைகள் செய்தார். முதல் படைப்பான 'மலோஹ்' 1896 இல் வெளியிடப்பட்டது. 'டுயல்', 'தி பிட்' போன்ற நாவல்கள் ரஷிய இலக்கிய உலகில் அவருடைய இடத்தை உறுதி செய்தன. மக்சீம் கோர்க்கியுடன் நட்புடன் இருந்தார். சோவியத் அக்டோபர் சோஷலிசப் புரட்சிக்குப் பின்னர் அந்தச் சூழலுடன் பொருந்திட முடியாது எனக் கருதி பிரான்ஸ் நாட்டிற்குப் பயணமாகி, அங்கேயே வசித்தார். 1937இல் மீண்டும் ரஷியாவிற்கு வந்து, மாறியுள்ள புதிய அரசியல், சமூகச் சூழலை ஏற்றுக்கொண்டார். 'செம்மணி வளையல்' சிறுகதை மாஸ்கோ, ராதுகா பதிப்பகம், நா.முகமுது செரீபு மொழிபெயர்ப்பில் வெளியிட்ட 'செம்மணி வளையல்' தொகுப்பில் இடம்பெற்றுள்ளது.

காஜாக் ஜியுல்நஸாரியன் (1918-) ஆர்மெனியாவைச் சேர்ந்த காஷாக் ஜியுல் நஸாரியன் எரெவானில் பிறந்தார். எரெவான் பல்கலைக்கழகத்தில் மொழியியல் துறையில் பயின்றவர், மாபெரும் தேசியப் போரில் பங்கேற்றார். பின்னர் ஆர்மெனியன் இலக்கியக் கழகத்தில் பணியாற்றினார். மூன்று சிறுகதைத் தொகுப்புகளும் 'என்ரானா' என்ற நாவலும் எழுதியுள்ளார். ஆர்மெனியா புனைவிலக்கியப் படைப்பாளிகளில் மூத்தவராகக் கருதப்படுகிறார். புது தில்லி, நேஷனல் புக் டிரஸ்ட்

வல்லிக்கண்ணன் மொழிபெயர்ப்பில் 1991இல் வெளியிட்ட ஆர்மேனியச் சிறுகதைகள் தொகுப்பில் 'ஆறாவது கட்டளை' கதை இடம்பெற்றுள்ளது.

கிரேஸியா டெல்டா (1871–1936) இத்தாலி, ஸார்டினியோ தீவிலுள்ள நுவேரா என்னும் ஊரில் பிறந்தார். ஏழைக் குடியானவரின் மகள். திருமணத்திற்குப் பின்னர் கணவனுடன் சேர்ந்து ரோம் நகரில் வசித்தார். குடும்பத்திலும் மதத்திலும் ஈடுபாடு மிக்கவருக்கு வாழ்க்கையில் கணவனுக்கும் குழந்தைகளுக்கும்தான் முதன்மை இடம். அவருடைய முதல் நாவல் 'தி ஃபுளவர் ஆப் சார்டினா' 1903 இல் வெளியானது. இவருடைய 'தாய்' நாவல் மதகுருவையும் தாயையும் முன்வைத்துக் காதல், மத உணர்ச்சி என விரிந்துள்ளது. நாடகங்கள், கவிதைகள், நாவல்கள், சிறுகதைகள் என எழுதிப் பிரபலமடைந்தார். 1926 ஆம் ஆண்டு நோபல் விருது பெற்றார். 'காதற் கதை' சிறுகதையை 1944ஆம் ஆண்டு க.நா.சுப்ரமணியம் மொழிபெயர்ப்பில் சென்னை, ஜோதி நிலையம் 'காதற் கதை' என்ற தலைப்பில் நூலாக வெளியிட்டுள்ளது. அது, மறுபதிப்பாகச் சந்தியா பதிப்பகம் 2002 இல் வெளியிட்ட 'க.நா.சு. மொழிபெயர்த்த உலக இலக்கியம்' நூலில் இடம்பெற்றுள்ளது.

பரீஸ் பொலிவோய் (1908–1981) ரஷியப் படைப்பாளர். மாஸ்கோவில் பிறந்தார். பத்திரிகையாளராகப் பணியைத் தொடங்கியவர் பின்னர் செம்படையில் சேர்ந்து போரில் ஈடுபட்டுப் போராடினார். போர்க்களச் செய்தியாளர் பணியுடன் புனைவுகளையும் எழுதினார். 'உண்மை மனிதனின் கதை' என்ற செம்படை வீரனைப் பற்றிய இவருடைய நாவல் பிரபலமானது. 'ருஷ்ய அமர இலக்கிய வரிசை' என்ற தலைப்பில் 1990ஆம் ஆண்டு தமிழில் வெளியான 'சோவியத் சிறுகதைகள்' (தொகுதி–4) என்ற நூலில் 'காதல்' கதை இடம்பெற்றுள்ளது. அந்தக் கதையை பூ.சோமசுந்தரம் மொழிபெயர்த்துள்ளார்.

பால்வான் ஹெய்ஸே (1830 – 1914) ஜெர்மானியர். நாவல்கள், காப்பியங்கள், சிறுகதைகள் எழுதியுள்ளார். 'மெர்லின்', 'சொர்க்கத்தில்' ஆகிய நாவல்களும் காளி கதையும் சிறந்தவையாகக் கருதப்படுகின்றன. 1910ஆம் ஆண்டு நோபல் விருது பெற்றார். மேலைநாட்டுக் காதல் கதைகளில் சிறந்தது எனக் கருதப்படுகிற 'காளி' கதையை எழுதும்போது அவருக்கு வயது இருபத்து மூன்றுதான். 1855இல் பிரசுரமான முதல் கதைத் தொகுதியில்

இந்தக் கதை இடம்பெற்றிருக்கிறது. இத்தாலியில் நடைபெறுகிற சம்பவத்தை எழுதியவர் ஜெர்மானியர். கதையின் தலைப்பு பிரெஞ்சு மொழியில் அமைந்திருந்தது. 'காளி'சிறுகதையை 1944ஆம் ஆண்டு க.நா.சுப்ரமணியம் மொழிபெயர்ப்பில் சென்னை, ஜோதி நிலையம் காளி என்ற தலைப்பில் நூலாக வெளியிட்டுள்ளது. அது, மறுபதிப்பாகச் சந்தியா பதிப்பகம் 2002 இல் வெளியிட்ட 'க.நா.சு. மொழிபெயர்த்த உலக இலக்கியம்' நூலில் இடம்பெற்றுள்ளது.

பேர் லாகர்க்விஸ்ட் (1891–1974) ஸ்வீடன் நாட்டை சேர்ந்தவர். நல்லதுக்கும் தீமைக்கும் இடையிலான பிரச்சினையைப் படைப்புகளில் முன்வைத்துள்ளார். கவிதை, நாடகம், கட்டுரை, புனைவுகள் என்று எழுதியவரின் படைப்புகள் ஆழமான கேள்விகளை வாசிப்பில் எழுப்புகின்றன. இவருடைய 'குள்ளன்', 'பாரபாஸ்' ஆகிய இரு நாவல்களும் முக்கியமானவை. பாரபாஸ் நாவல் கிறிஸ்தவ சமயத்தின் போதாமையையும் மனித இருப்பின் அபத்தத்தையும் நுட்பமாகப் பதிவாக்கியுள்ளது. பாரபாஸ் நாவல் க.நா.சு. மொழிபெயர்ப்பில் 'அன்பு வழி' என்ற பெயரில் தமிழாக்கப்பட்டுள்ளது. 1951ஆம் ஆண்டு நோபல் விருது பெற்றார். செவ்வியல்தன்மையுடன் கூடிய 'திருமண விருந்து' கதை ஜி.குப்புசாமியால் தமிழாக்கப்பட்டு, திருவண்ணாமலை, வம்சி பதிப்பகம் வெளியிட்டுள்ள 'பேர் லாகர் க்விஸ்ட் சிறுகதைகள்' தொகுப்பில் இடம்பெற்றுள்ளது.

மக்சீம் கோர்க்கி (1868–1936) சோவியத் ரஷியாவின் பாட்டாளி வர்க்க எழுத்தாளர் என்று போற்றப்படுகிற மக்சீம் கோர்க்கி சிறுவனாக இருந்தபோது வறுமையில் வாடினார். நாடெங்கும் சுற்றித் திரிந்து பல்வேறு வேலைகளைச் செய்தவர் பின்னர் எழுதத் தொடங்கினார். சிறுகதைகள், நாவல்கள், தன்வரலாறு, கவிதைகள், அரசியல் கட்டுரைகள் என்று தொடர்ந்து எழுதியவருக்குச் செகாவ், டால்ஸ்டாய் போன்ற இலக்கிய ஆளுமைகளுடன் நெருங்கிய தொடர்பு இருந்தது. கார்க்கியின் 'தாய்' நாவல் ரஷியப் புரட்சியின் இலக்கிய ஆவணம். மார்க்சியக் கோட்பாட்டின்மீது நம்பிக்கை கொண்டிருந்தவர், ரஷியப் புரட்சியின்போது லெனின் உள்ளிட்ட போல்ஷ்விக்குடன் சேர்ந்து போராடினார். 'ஜிப்ஸி' கதை, பூ.சோமசுந்தரம் மொழிபெயர்ப்பில் மாஸ்கோ, முன்னேற்றப் பதிப்பகம் 1979 இல் வெளியிட்ட மக்சீம் கோர்க்கி கதைகள் தொகுப்பில் இடம்பெற்றுள்ளது.

மனுஜா பிரபானி திஸா நாயக: இலங்கையைச் சேர்ந்த பெண் எழுத்தாளர். பெண்கள் எழுதத் தயங்கிடும் மனவுணர்வுகளைச் சிங்கள மொழியில் கதைகளாக எழுதி வருகிறார். ஒரு விளம்பர நிறுவனத்தில் கலை இயக்குநராகவும் விளம்பரங்களை எழுதுபவ ராகவும் பணியாற்றுகிறார். சிங்கள மொழி வாசகர்களிடம் சிறந்த கதாசிரியராக அறியப்பட்டிருக்கிறார். அம்ருதா இதழில் (2017, செப்டம்பர்) இதழில் எம்.ரிஷான் ஷெரீபு மொழிபெயர்ப்பில் பின் தொடர்தல் கதை வெளியானது. எழுத்தாளரைப் பற்றிய வேறு தகவல்கள் கிடைக்கவில்லை.

மார்கெரித் யூர்ஸ்னர் (1903–1987): பெல்ஜியத்தில் ப்ரஸ்ஸல்ஸ் நகரில் பெல்ஜியத் தாயாருக்கும் பிரெஞ்சுத் தந்தைக்கும் மகளாகப் பிறந்தார். முறையாகப் பள்ளிக்கூடம் செல்லாமல் இருந்தாலும், தந்தையின் வழிகாட்டுதலில் உலக இலக்கியப் படைப்புகள், தத்துவங்களைக் கற்றார். பிரெஞ்சு இலக்கிய உலகில் ‘பூதங்களின் தோட்டம்’ கவிதைத் தொகுதி மூலம் நுழைந்தார். 1922 இல் ‘அலெக்ஸிஸ் அல்லது பயனற்ற போராட்ட ஒப்பந்தம்’ என்ற முதல் நாவலை வெளியிட்டார். ‘கீழை நாட்டுக் கதைகள்’ சிறுகதைத் தொகுதி 1938 இல் பிரசுரமானது. வரம்பினுக்குள் அடக்கப்படுகிற எந்தவொரு கலை இயக்கங்களையும் மறுத்திட்ட இவர் புதிய செவ்வியல் இலக்கியம் படைத்திட முயன்றார். சென்னை, க்ரியா பதிப்பகம் 2006 இல் வெளியிட்ட கீழை நாட்டுக் கதைகள் மொழிபெயர்ப்புக் கதைத் தொகுப்பில் எஸ்.ஜனகநந்தினி மொழி பெயர்த்த ‘இளவரசர் ஜெங்கியின் கடைசிக் காதல்’ கதை இடம் பெற்றுள்ளது.

ரேமண்ட் கார்வார் (1938–1988) அமெரிக்காவைச் சார்ந்தவர். வறுமையில் வாடிய குடும்பப் பின்புலத்தில் இருந்து வந்தவர். தனது 19ஆம் வயதில் திருமணம் செய்துகொண்டார். 1958ஆம் ஆம் ஆண்டுக்குப் பின்னர் சிறுகதைகள் எழுதத் தொடங்கினார். அமெரிக்கா இலக்கிய உலகில் சோதனை முயற்சி சிறுகதைகள் பிரசுரமான காலகட்டத்தில், யதார்த்தத் தளத்தில் இவர் எழுதிய கதைகள் பிரபலமடைந்தன. இவருடைய பெரும்பாலான கதைகள், விளிம்புநிலையினரின் அன்றாட வாழ்க்கையைச் சித்திரித்தன. மணமுறிவு, போதைக்கு அடிமையாதல், அந்நியமாதல், வேர்களற்ற தன்மை, துரோகம் போன்றன இவருடைய கதைசொல்லலில் முக்கிய இடம் வகித்தன. 1961ஆம் ஆண்டு ‘ஃபியுரிஸஸ் சீஸன்ஸ்’ என்ற முதல் கதை பிரசுரமானது. தொடர்ந்து சிறுகதைகள்

எழுதியவர், சிறந்த கவிஞராகவும் அறியப்பட்டார். இவருடைய சிறுகதைத் தொகுதிகள்: Will You Please be Quiet Please? (1976), Furious Seasons And Other Stories (1977), What We Talk About When We Talk About Love (1981), Cathedral (1983), Elephant (1988). 'காதலைப் பற்றிப் பேசும்போது நாம் பேசுவது' சிறுகதை, ஜி.குப்புசாமியின் மொழிபெயர்ப்பில் *2016* இல் வம்சி பதிப்பகம் வெளியிட்ட 'அயல் மகரந்தச் சேர்க்கை' புத்தகத்தில் இடம்பெற்றுள்ளது.

லாஷாஸ் பிரோ (1880–1961) ஹங்கேரி, புடாபெஸ்டில் பிறந்தவர். மாறிவரும் புதிய சமூகத்தை வரவேற்கின்ற மனநிலையுடையவர். பத்திரிகையாளராகவும் படைப்பாளாராகவும் விளங்கினர். இங்கிலாந்து நாட்டுக்குச் சென்று திரைபடங்களின் கதை, வசனம் எழுதுவதில் பிரபலமாக விளங்கினார். 'வியன்னாவில்' சிறுகதையை *1944*ஆம் ஆண்டு எஸ்.ராஜா மொழிபெயர்ப்பில் சென்னை, ஜோதி நிலையம் '3 கதைகள்: ஹங்கேரியக் கதை' என்ற தலைப்பில் நூலாக வெளியிட்டுள்ளது.

லேவ் தல்ஸ்தோய் (1828–1910): ரஷிய இலக்கிய உலகின் முன்னோடி. இவருடைய படைப்புகள், உலகமெங்கும் பல்வேறு மொழிகளில் மொழிபெயர்க்கப்பட்டுள்ளன. ஜார் மன்னரின் கொடுங்கோல் ஆட்சியில் ரஷிய மக்கள் துயரமடைந்தபோது, அவர் பண்ணையடிமைகளின் வாழ்க்கையை எழுத்தில் பதிவாக்கியுள்ளார். 'கஸாக்குகள்', 'போரும் அமைதியும்', 'புத்துயிர்ப்பு', 'அன்னா கரேனினா' போன்ற நாவல்கள் மனித வாழ்க்கையின்மீது அடிப்படையான கேள்விகளை முன்வைத்துள்ளன. டால்ஸ்டாயின் சிறுகதைகள் அன்றைய ரஷியாவின் குறுக்குவெட்டுத் தோற்றங்கள். தமிழில் அதிக எண்ணிக்கையில் தல்ஸ்தோயின் படைப்புகள் மொழிபெயர்க்கப்பட்டுள்ளன. நா.தர்மராஜன் மொழிபெயர்த்த 'நடனத்திற்குப் பின்' சிறுகதை, *1984* இல் மாஸ்கோ, ராதுகா பதிப்பகம் பிரசுரித்த 'லேவ் தல்ஸ்தோய் சிறுகதைகளும் குறுநாவல்களும்' நூலில் இடம்பெற்றுள்ளது.

வசீலி ஷீக்ஷீன் (1929–1974): ரஷியர். தேர்ந்த எழுத்தாளர்,சிறந்த நடிகர், முதல்தர இயக்குநர் எனப் பன்முக ஆற்றல் மிக்கவர். மக்கள் எழுத்தாளர் என வாழும் காலத்தில் கொண்டாடப்பட்டார். ரஷிய மக்களின் இயல்புகளையும் எல்லாவகையான வரலாற்று நிகழ்வுகளையும் அறிந்திருந்தவரின் புனைகதைகளில் புரட்சிக்குப் பிந்தைய ரஷிய மக்களின் புதிய வாழ்க்கைப் போக்குகள் பதிவாகி

யுள்ளன. முதல் சிறுகதைத் தொகுப்பான ‘கிராமவாசிகள்’ பெரிய வரவேற்பைப்பெற்றது. ‘லியுபாவின் குடும்பத்தார்’, ‘நான் உங்களுக்கு விடுதலை அளிக்க வந்தேன்’ ஆகிய நாவல்கள் குறிப்பிடத்தக்கன. மாஸ்கோ, முன்னேற்றப் பதிப்பகம் 1981 இல் பூ.சோமசுந்தரம் மொழிபெயர்ப்பில் பிரசுரித்த ‘வசீலி ஷுக்ஷீன் வாழ விருப்பம் முதலிய கதைகள்’ தொகுப்பில் ‘ஸ்தெபானின் காதல்’ கதை இடம் பெற்றுள்ளது.

வில்லியம், ஸரோயன் (1908–1981): அமெரிக்கர். கலிபோர்னியா மாநிலத்தில் பிரஸ்னோ என்ற ஊரில் பிறந்தார். நாவலாசிரியர், நாடக ஆசிரியர், சிறுகதை எழுத்தாளர் ஆவார். 1940ஆம் ஆண்டில் நாடகத்திற்கான புலிட்சர் பரிசு அவருக்கு வழங்கப்பட்டது, ஆர்மீனிய அமெரிக்கரான சரோயன் கலிபோர்னியா ஆர்மீனியக் குடியேற்ற வாழ்க்கை பற்றி விரிவாக எழுதியுள்ளார். அவருடைய சிறந்த படைப்புகளில் சில: தி டைம்ஆ ஃப் யுவர் லைஃப், மை நேம் இஸ் அராம், மை ஹார்ட்ஸ் இன் தி ஹைலேண்ட்ஸ். விளிம்பு நிலையினரின் வாழ்க்கையை முன்வைத்துப் புனைந்துள்ள சிறுகதைகள் குறிப்பிடத்தக்கன. புதுமைப்பித்தன் மொழிபெயர்ப்பில் 1944 இல் சென்னை, ஜோதி நிலையம் பிரசுரித்த ‘உயிர் ஆசை’ கதைத் தொகுப்பில் ‘காதல் கதை’ இடம்பெற்றுள்ளது.